तुमचे
प्रबंध लिखाण

तुमचे प्रबंध लिखाण

तृतीय आवृत्ती

पॉल ऑलिव्हर

SAGE | bhasha

Los Angeles | London | New Delhi
Singapore | Washington DC | Melbourne

Originally Published in 2014 in English by
SAGE Publications, Ltd as *Writting Your Thesis, 3e*

This edition published in 2017 by

SAGE | bhasha

SAGE Publications India Pvt Ltd
B1/I-1 Mohan Cooperative Industrial Area
Mathura Road, New Delhi 110 044, India
www.sagepub.in

Published by SAGE Publications India Pvt Ltd, Translation Project Coordinated by TranslationPanacea, Pune.

ISBN: 978-93-859-8542-3 (PB)

Translator: Sushama A. Deshpande, TranslationPanacea
SAGE Team: Sumona Kundu and Syed Husain Naqvi

मोसेस जोसेफ

यांना

अनुक्रमाणिका

लेखकाविषयी

पॉल ऑलिव्हर हे एक शैक्षणिक लेखक आणि संशोधक आहेत. त्यांनी संशोधन पद्धती, शिक्षण, तत्त्वज्ञान, आणि धर्म या विषयांवर १९ पुस्तकांचे लेखन किंवा संपादन केले आहे. त्यांच्या पुस्तकांची ७ भाषांत भाषांतरे झाली आहेत. हडर्सफील्ड विद्यापीठात ते अनेक वर्षे व्याख्याता म्हणून कार्यरत होते तसेच डॉक्टर ऑफ एज्युकेशन अभ्यासक्रमाचे प्रमुख होते. त्यांना पदव्युत्तर आणि डॉक्टरेट प्रबंधाचे मार्गदर्शक आणि परीक्षक म्हणून व्यापक अनुभव आहे.

ऋणनिर्देश

डॉक्टर ग्वेनडोलन ब्रॅडशॉ यांनी त्यांच्या डॉक्टर ऑफ एज्युकेशनच्या इनव्हॉलव्हिंग सर्विस युजर्स इन द असेसमेंट ऑफ द परफॉरमन्स ऑफ प्रीरजिस्ट्रेशन स्टुडंट मिडव्हाईज – अँन इंटरप्रीटिव्ह स्टडी ऑफ द परसेप्शन ऑफ की स्टेकहोल्डर्स (द युनिवर्सिटी ऑफ हडर्सफील्ड, २००३) या प्रबंधातून पृष्ठ क्र. ३० आणि २३४ ची पुनर्निमिती करण्यास परवानगी दिल्याबद्दल लेखक आणि प्रकाशक त्यांचे आभारी आहेत.

तसेच द युनिवर्सिटी ऑफ हडर्सफील्डने वरील प्रबंधातून उताऱ्याची पुनर्निमिती करण्यासाठी परवानगी दिल्याबद्दल लेखक आणि प्रकाशक त्यांचेही आभारी आहेत. पाहा पृष्ठ क्र. १७२

विभाग पहिला

शैक्षणिक लेखनाची प्रक्रिया

१

संशोधन प्रबंध

या प्रकरणामध्ये संशोधन प्रबंध कोणकोणत्या वेगळ्या प्रकारचे असतात याबद्दल तुम्हाला माहिती होईल आणि पदव्युत्तर प्रबंध हा डॉक्टरल प्रबंधापेक्षा कसा वेगळा असतो याचे निकष शोधता येतील. यात आपण शैक्षणिक लिखाणाच्या काही ढोबळ वैशिष्ट्यांकडे पाहू तसेच ज्यामुळे प्रबंध लेखनास चांगले म्हणता येईल अशा गुणविशेषांकडेही पाहू. तसेच शैक्षणिक प्रबंधासाठी आवश्यक असलेल्या औपचारिक विद्यापीठीय प्रक्रिया आणि आवश्यक बाबींचे परीक्षण करू.

अभ्यासाची धोरणे

- तुम्ही ज्या प्रकारचा प्रबंध लिहू इच्छित आहात त्या प्रकारच्या अनेक प्रबंधांची विद्यापीठातल्या ग्रंथालयात जाऊन निवड करा.
- शीर्षके वाचा. त्यातून तुम्हाला तो प्रबंध कशावर आहे हे नि:संदिग्धपणे कळते का?
- त्याचा सारांश वाचा. त्यातून तुम्हाला प्रबंधाची मध्यवर्ती कल्पना स्पष्टपणे कळते का?
- प्रबंधाची उद्दिष्टे शोधा. (ती तुम्हाला पहिल्या प्रकरणाच्या शेवटीशेवटी सापडतील). ती नेमकी आणि स्पष्ट शब्दात मांडली आहेत का?
- अनुक्रमणिका तसेच प्रबंधाची एकूण रचना पाहा. त्यातून हवे ते पटकन शोधता येते का?
- प्रबंधाच्या नमुन्यादाखल काही पानांचे आधी न ठरवता परीक्षण करा. पानांची मांडणी डोळ्यांना पाहायला सुसह्य वाटते का आणि मजकूर सहज वाचता येतोय का?

तुमच्यातले सर्वोत्तम बाहेर येऊ द्या. – तुम्हाला शोध प्रबंध लेखन का करायचे आहे?

पदव्युत्तर विद्यार्थ्यांना प्रबंध लेखनाच्या प्रक्रियेत साह्य व्हावे म्हणून हे पुस्तक लिहिले आहे. पदव्युत्तर आणि डॉक्टरल संशोधनात व्यग्र असलेल्यांना डेटा गोळा करणे आणि त्याचे विश्लेषण करणे हे फार रंजक आणि थरारक वाटते. समाज शास्त्रात संशोधन करताना इतरांबरोबर संबंध येतो आणि जसजसे तुम्ही डेटा गोळा करू लागता

तसतशी तुम्हाला प्रगती होत असल्याचे जाणवते. तथापि एक वेळ अशी येते की या सर्व डेटाचे आणि त्याच्या विश्लेषणाचे प्रबंधात रूपांतर करावे लागते. लेखन ही प्रामुख्याने एकाकी प्रक्रिया असून तिची प्रगती धीम्या गतीने होते. ते काम कधीच संपणार नाही असे वाटते. हे पुस्तक तुम्हाला तुमच्या प्रबंध लेखनात मदत करेल—अगदी पहिला शब्द टाईप कराल त्या क्षणापासून ते तुम्ही तुमच्या तोंडी परीक्षेला जाल तोपर्यंत. हे पुस्तक दोन भागात विभागले आहे. प्रबंधलेखन करताना उपयुक्त असणाऱ्या शैक्षणिक लेखनातील महत्त्वाच्या मुद्यांवर पहिला भाग मदत करतो. दुसरा भाग म्हणजे प्रबंधलेखनाचा ढाचा आहे. शीर्षकाच्या पानापासून ते अंतिम परीक्षेपर्यंत या प्रक्रियेतील प्रत्येक पायरीवर याचा उपयोग होतो. जरी पुस्तक फक्त एकाच प्रकारे वापरता येते असे नसले तरी पहिला भाग संशोधनाच्या पहिल्या टप्प्यात वाचला जाईल अशी कल्पना असून दुसरा भाग तुम्ही जेव्हा प्रत्यक्ष प्रबंध लिहायला सुरुवात कराल तेव्हा वाचावा.

प्रेरणाशक्ती

शैक्षणिक लिखाण करताना तुमच्या वैयक्तिक प्रेरणेच्या ज्या काही एकदोन बाजू आहेत त्याचा शोध घेऊन आपण सुरुवात करूया. बरेच विद्यार्थी पदव्युत्तर, एम. फिल. किंवा पीएच. डी. अभ्यासक्रमातील शैक्षणिक गुणवत्तेचा भाग म्हणून प्रबंध लेखन करतात. सतत अंतिम गुणवत्तेचा विचार करत राहणे आणि ती मिळवण्याचे एकमेव साधन म्हणजे प्रबंध लेखन असे मानणे ही सहज प्रवृत्ती आहे. पण हे खरंच दयनीय आहे कारण शैक्षणिक लेखन करणे हे फार सर्जनशील काम आहे. ही फक्त तुमच्या संशोधनाबद्दल लिहिण्याची संधी नसून तुमच्या स्वतःच्या बौध्दिक दृष्टिकोनावर चिंतन करण्याचीही संधी आहे. प्रबंध लेखन हे केवळ एक साधन नसून जगाविषयीची तुमची जाण ताजेपणाने आणि नवीन पद्धतीने व्यक्त करण्याची संधी आहे. शैक्षणिक लिखाणातील या नवनिर्मितीवर तुम्ही जास्त लक्ष केंद्रित करू शकलात तर ही प्रक्रिया जास्त आनंददायी होईल.

संप्रेषण

या सर्वांपेक्षा जास्त महत्त्वाचे म्हणजे प्रबंध हे एक संप्रेषणाचे माध्यम आहे. एकीकडून विचार करता प्रबंध लेखन हे मुख्यत: अंतिम परीक्षेतील परीक्षकांकरता केले जाते. तथापि, तुम्ही असा विचार केला पाहिजे की तुमचा प्रबंध ग्रंथालयातील मांडणीवर जाऊन बसणार आहे आणि भविष्यातील संशोधक विद्यार्थ्यांकडून संदर्भ ग्रंथ म्हणून वापरला जाणार आहे. परदेशातील संशोधक छात्र तुमचा प्रबंध अभ्यासतील आणि अभ्यासक्रम संपवून परत जाताना त्यातील काही संकल्पना आपल्याबरोबर घेऊन जातील. नोकरी करणारे अंशकालीन विद्यार्थी तुमचा प्रबंध वाचून प्रभावित होतील आणि त्यातील संकल्पना कामाच्या ठिकाणी वापरतील. थोडक्यात म्हणजे लेखन एक अशी संधी आहे की ज्यातून भावी वाचकांपर्यंत रंजक आणि आधुनिक संकल्पना पोचवता येतात. यामुळे शैक्षणिक लेखनाची संधी उत्साहवर्धक बनते.

प्रक्रिया

या लेखन प्रक्रियेत संकल्पना विकासाचा आपणही एक भाग आहोत असे वाटत असते. प्रबंध लेखन हे पूर्वसुरींच्या संकल्पनांवर आधारलेले असते आणि भावी विद्यार्थ्यांसाठी पाया घालण्यात साह्य करते.

सर्वसाधारणपणे प्रबंधात अभ्यास विषयाच्या पार्श्वभूमीवरील साहित्याचे परीक्षण आणि विश्लेषण अंतर्भूत असते आणि एकूण मानवी ज्ञानात चालू संशोधनाने वाढती भर कशी पडते हे दिसून येते. शैक्षणिक लेखन प्रक्रिया

ही येथे फक्त सांस्कृतिक देवाणघेवाणीचा भाग नसून जगाकडे बघण्याचा एक नवा दृष्टिकोनही देते. पीएच. डी. प्रबंधातून ज्ञान भांडारात मूलगामी योगदान देण्याची परंपरा आहेच परंतु कुठलेही प्रबंधलेखन भोवतालच्या सामाजिक जगाकडे नव्या दृष्टीने बघण्याची संधी देते.

हे पुस्तक यशस्वी प्रबंध लेखन कसे करावे याविषयी व्यावहारिक सल्ला देते. हे जरी खूप महत्त्वाचे असले तरी यातून यशस्वी होण्यासाठी उपयुक्त धोरणे सुचवण्यापेक्षा आणखीही काही साध्य होईल अशी आशा वाटते. लेखन प्रक्रियेतील चित्तवेधक आणि गुंतागुंतीच्या संकल्पना विशद करण्याची क्षमता आणि त्यातील अंगभूत थरारक भावना तुम्हाला प्रोत्साहित करेल. सर्वात महत्त्वाचे म्हणजे या पुस्तकामुळे तुम्हाला लेखन प्रक्रियेतून समाधान आणि आनंद लाभेल.

शोध प्रबंधाचे स्वरूप आणि प्रकार

प्रबंधाची सविस्तर चर्चा करण्यापूर्वी आपण काही शब्दांचे अर्थ स्पष्ट करून घेऊ. रोजच्या शैक्षणिक संभाषणात डिसर्टेशन आणि थिसिस हे शब्द काही वेळा आलटून पालटून वापरले जातात. त्यातील पदव्युत्तर पदवीसाठी डिसर्टेशन आणि पीएच. डी. साठी थिसिस हे शब्द वारंवार वापरले जातात. निरनिराळ्या शैक्षणिक पद्धतींमुळे होणारा संभाव्य गोंधळ टाळण्यासाठी या पुस्तकात सर्वत्र थिसिस हा शब्द वापरला जाईल. जिथे मास्टर्स आणि डॉक्टरल पातळीत फरक आहे तिथे तसे स्पष्टपणे नमूद केले जाईल. मराठीमध्ये थिसिस साठी आपण प्रबंध हा शब्द वापरणार आहोत.

अगदी थोडक्यात सांगायचे झाले तर शोधाभ्यासाचा अहवाल देणारे औपचारिक शैक्षणिक लेखन म्हणजे थिसिस. तथापि त्याची मांडणी आणि घटक यात विविधता असते आणि यातील काहींचे थोडक्यात सर्वेक्षण करणे उपयुक्त ठरेल. सामान्यतः समाजशास्त्राच्या प्रबंधामधील संशोधन अनुभवसिद्ध डेटावर आधारलेले असते. हा डेटा प्रश्नावली, मुलाखती, मापन साधने आणि दस्तावेजांचे विश्लेषण यासारख्या स्रोतांतून मिळवलेला असतो. तात्त्विकदृष्ट्या पाहता अनुभवसिद्ध डेटा म्हणजे आपल्या संवेदनातून गोळा केलेला डेटा. बहुधा, काही थोड्या प्रबंधमध्ये संकल्पनांच्या विश्लेषणावर आधारलेला डेटा वापरला जातो. संशोधक एखाद्या विशिष्ट विषयात वापरलेल्या संकल्पना शोधतो, त्यांची बारकाईने छाननी करतो आणि त्या संकल्पनांत अंतर्भूत असलेल्या अर्थाचे आणि समजांचे परीक्षण करतो. कुठल्याही प्रकारचा डेटा वापरला तरी सामान्यत: प्रबंधामुळे आपले विषय ज्ञान वाढते, विषय काही बाबतीत पुढे नेला जातो, किंवा ज्ञानात जास्त भर पडते. अर्थातच हे पदव्युत्तर प्रबंधापेक्षा पीएच. डी. प्रबंधाचे महत्त्वाचे वैशिष्ट्य आहे.

अनुभवसिद्ध आणि सांकल्पनिक संशोधनाची उदाहरणे

एका प्रबंधामध्ये शाळेतील शैक्षणिक कामगिरीवर सामाजिक स्तरांचे संभाव्य परिणाम काय होतात याचे परीक्षण केलेले असेल. दुसरा एक प्रबंध सामाजिक स्तरांचा शैक्षणिक प्रगतीवर परिणाम व्हावा का याच्याशी संबंधित असेल.

पहिल्या विषयात सामाजिक स्तर आणि कामगिरी यांचा काही संबंध आहे का हे तपासण्यासाठी अनुभवसिद्ध डेटा असणे आवश्यक आहे. दुसऱ्या विषयात या दोन्हीतील संबंध नष्ट करण्यासाठी आपण काही प्रयत्न करावे का यासाठी सांकल्पनिक विश्लेषण करणे आवश्यक आहे.

पदव्युत्तर प्रबंध

एम. ए. आणि एम. एससी. सारख्या बऱ्याच पदव्युत्तर पदव्यांमध्ये अध्यापनानंतर प्रबंध असतो. अभ्यासक्रम आणि शैक्षणिक संस्थांच्या प्रकारानुसार १२,००० ते ३०,००० शब्दांपर्यंत प्रबंधाची लांबी वेगवेगळी असू शकते. काही विद्यार्थ्यांना त्यांच्या प्रबंधावर आधारलेल्या प्रश्नांची तोंडी उत्तरे द्यावी लागतात. मात्र पदव्युत्तर पदव्यांमध्ये ही साधारण पद्धत नसते. परीक्षकांनी एकदा प्रबंधास मान्यता दिली की त्याची एक प्रत विद्यापीठाच्या ग्रंथालयात किंवा संग्रहात ठेवली जाते. ही प्रत पारंपरिक बांधणीतील किंवा इलेक्ट्रॉनिक पद्धतीची असते.

एम. फिल. ची पदवी ही रूढ अभ्यासक्रमावर आधारलेल्या पदवीपेक्षा संशोधनातील पदवी मानली जाते म्हणून त्यात मॉड्युल्स किंवा स्वाध्याय नसतात. ४०,००० शब्दसंख्येच्या प्रबंधाच्या आधारे ही पदवी प्रदान केली जाते. एम. फिल. पदवीच्या वेळी नेहमी तोंडी परीक्षा घेतली जाते.

डॉक्टरल प्रबंध

पारंपरिक डॉक्टरल प्रबंध हे जवळजवळ ८०,००० शब्दांचे एक भरीव काम असते. यातील तोंडी परीक्षा ही मूल्यमापन प्रक्रियेतील एक महत्त्वाचा भाग मानली जाते. काही पीएच. डी. कार्यक्रमात संशोधन पद्धती या अभ्यासक्रमाचा समावेश असतो. हा अभ्यासक्रम प्रबंधात अतिरिक्त असून त्याचे मूल्यमापन केले जात नाही किंवा तो या कार्यक्रमाचा महत्त्वाचा भाग असून त्याचे औपचारिकरित्या मूल्यमापन केले जाते. परिणामत: प्रबंधाची लांबी कमी होते. हा आकृतीबंध डॉक्टर ऑफ एज्युकेशन या पदवीसाठी प्रातिनिधिक आहे. यात संशोधन पद्धती हा मूल्यांकित अभ्यासक्रम किंवा शैक्षणिक संशोधनाचे पैलू हा अभ्यासक्रम ५०,००० शब्दांच्या प्रबंधाबरोबर जोडला जातो. डॉक्टर ऑफ एज्युकेशन किंवा एडडी. या अभ्यासक्रमास अध्यापित किंवा व्यावसायिक डॉक्टरेट असे म्हणतात. अशी अध्यापित डॉक्टरेट डॉक्टर ऑफ बिझिनेस ॲडमिनिस्ट्रेशन (डीबीए) किंवा डॉक्टरेट इन क्लिनिकल सायकॉलॉजी (डीक्लिनसाय) अशा अन्य विषयातही करता येते. विद्यापीठाच्या काही नियमानुसार सर्जनशील लिखाण, किंवा जर्नलमधील प्रसिद्ध झालेले लेख यांचाही प्रबंधाच्या संशोधनाचा काही भाग म्हणून समावेश होतो.

प्रबंधाच्या मांडणीत आणि आकृतिबंधात कितीही विविधता असली तरी त्यातील सामयिक बाबी या ना त्या रूपात अस्तित्वात असतात. संशोधनाच्या विषयाचे स्पष्टपणे वर्णन करावे आणि त्या विषयाशी संबंधित साहित्याचा संदर्भ द्यावा. संशोधन आराखडा, डेटा संकलन आणि विश्लेषण पद्धतींचे स्पष्टीकरण आणि समर्थन केले जावे. याचाच एक भाग म्हणून हा अभ्यास नेमक्या कोणत्या सैद्धांतिक परंपरेत किंवा दृष्टिकोनात बसतो याबाबत स्पष्टीकरणाची अपेक्षा केली जाईल. शेवटी, डेटाचे काळजीपूर्वक केलेले विश्लेषण आणि काढलेल्या निष्कर्षांचा सारांश दिला जावा.

इतर अन्य प्रकारे डॉक्टरेट मिळवता येते त्यात प्रकाशनावर आधारित डॉक्टरेट या पद्धतीचा समावेश आहे. यात उमेदवार प्रकाशित संकलित संशोधन सादर करतो. त्या लेखांवर आणि पुस्तकांवर थोडक्यात केलेले भाष्यही सादर करतो. प्रकाशित संशोधन आणि भाष्य, हे दोन्ही मिळून पीएच. डी. प्रबंध होतो. ही प्रक्रिया खूपच अनुभवी शिक्षकांसाठी आहे. समीक्षा भाष्य हे फारच त्रोटक असल्याने त्यावर या पुस्तकात चर्चा केली जाणार नाही. डॉक्टरेट मिळवण्याच्या दिशेने जी प्रक्रिया करावी लागते त्याची चर्चा लिओनर्ड (२००१, पृ. क्र. ६९–७१) मध्ये केली आहे.

डॉक्टरल लघु प्रबंध

नेहमीच्या पीएच. डी. प्रबंधापेक्षा व्यावसायिक डॉक्टरेटचा प्रबंध बराच लहान असून त्याची मांडणी वेगळ्या प्रकारची असते. जरी तो संभाव्य विद्यार्थ्यांना योग्य वाटला तरी त्यात काही अडचण असण्याची शक्यता असते. पारंपरिक दीर्घ प्रबंधामध्ये शब्द मर्यादेचे बंधन नसल्याने युक्तिवाद सुस्पष्टपणे विकसित करता येतो आणि प्रबंधातील सर्व मुद्द्यांच्या सर्व बाजूंचे परीक्षण करता येते. हे फार महत्त्वाचे आहे कारण अंतिम तोंडी परीक्षेच्या वेळी परीक्षकांना स्वत:लाच समजून घ्यायचे असते की हा विद्यार्थी डॉक्टरल पातळीवर विचार करत आहे, विश्लेषण करून लिहीत आहे. जर तुमच्यावर शब्द मर्यादेचे बंधन असेल तर लांबी कुठे कमी करायची आणि कुठला मजकूर कमी करायचा हे ठरवणे कठीण जाईल. तुम्हाला असे वाटणे साहजिकच आहे की एखादा भाग कमी केल्यास अंतिम प्रबंध कृत्रिम दिसेल.

रूढ दृष्टीने पाहता एखाद्या प्रश्नाचे चौफेर परीक्षण करण्याची क्षमता असणे हे शैक्षणिक लिखाण चांगले असण्याचे एक लक्षण मानले जाते. हे करताना एखादा मान्य करतो की शैक्षणिक आणि संशोधनाचे प्रश्न हे फार गुंतागुंतीचे असतात. ह्या गुंतागुंतीची उकल करताना एखाद्या प्रश्नासंबंधी त्याच्या दृष्टिकोनांचा आवाका किती आहे याची चर्चा करावी लागते. तथापि, जर विद्यार्थ्यावर लांबीचे बंधन आले तर त्याच प्रमाणात सविस्तरपणे तपशील देता येत नाही.

जसजसा डॉक्टरल प्रबंधांचा आवाका वाढत जातो तसतसे विद्यार्थ्यांनी आणि मार्गदर्शकांनी शब्द मर्यादेचे भान ठेवून त्यांच्या धोरणांचा काळजीपूर्वक विचार करून प्रबंध डॉक्टरल पातळीचा असेल याची हमी दिली पाहिजे. हे साध्य करणाऱ्या संभाव्य धोरणांची चर्चा दुसऱ्या प्रकरणाच्या शेवटी केली आहे.

पदव्युत्तर आणि डॉक्टरल प्रबंधातील साम्य आणि फरक

पदव्युत्तर अभ्यासक्रमाच्या रचनेतील विविधतेचा एक परिणाम म्हणजे काही डॉक्टरल प्रबंध पदव्युत्तर प्रबंधापेक्षा लांबीला जास्त नसतात. त्यामुळे या फरकात स्पष्टता असणे महत्त्वाचे आहे. प्रथम हे निर्देशित केले पाहिजे की या बाबतीत प्रत्येक विद्यापीठाचे स्वत:चे नियम असतात आणि आपण जिथे शिकतो त्या संस्थेचे नियम काळजीपूर्वक वाचणे आवश्यक आहे. इतकेच नव्हे तर दोन्ही प्रकारच्या प्रबंधांमध्ये साधारण फरक आणि साम्य आहेत.

एकूण रचनेत अनेक साम्यस्थळे आहेत. त्यांच्यात एकूण आशय, साहित्याचे परीक्षण, संशोधन पद्धतीविषयी चर्चा, डेटाचे विश्लेषण आणि निष्कर्ष तसेच संदर्भ साहित्याची सूची याचा समावेश असतो. प्रबंध लेखन शैक्षणिक औपचारिक शैलीत करून मजकूर योग्य त्या प्रकरणांमध्ये विभागला जातो आणि मान्यताप्राप्त आकृतीबंधात शैक्षणिक संदर्भ दिले जातात. याशिवाय प्रबंधात प्रमाणित पद्धतीने सुरुवातीची पाने घातली जातात. त्यात अनुक्रमणिका, संक्षिप्त रूपांची सूची किंवा वापरलेल्या तांत्रिक शब्दांची सूची यांचा समावेश असतो. अशाप्रकारे रचनेच्या दृष्टीने बऱ्याच बाबतीत सामयिकता असते मात्र प्रबंधाच्या आकृतीबंधाच्या दृष्टीने विशिष्ट प्रबंधावर विद्यार्थ्याची वैयक्तिक छाप असते. ही साम्यस्थळे असूनही डॉक्टरल पातळीवरील प्रबंधाची तुलना पदव्युत्तर पातळीवरील प्रबंधाशी करताना त्यातील घटकांचा वेगळ्या प्रकारे परामर्श घेतला जातो.

साहित्य

डॉक्टरल प्रबंधातील साहित्याचे परीक्षण विस्ताराने केले जाते. त्या साहित्याचे उपविभाग केले जातात आणि ते मध्यवर्ती कल्पनेनुसार किंवा त्यातील कालक्रमानुसार हाताळले जातात. साहित्यातील तात्विकदृष्ट्या समस्या असलेल्या संकल्पनांची स्वतंत्र चर्चा केली जाते आणि त्यांच्या उपयोजनेतील काही वैशिष्ट्यांमध्ये स्पष्टता आणण्याचा प्रयत्न केला जातो. पदव्युत्तर प्रबंधाशी तुलना करता डॉक्टरल प्रबंधामध्ये त्यातील विषयाला संदर्भ देण्यासाठी शैक्षणिक जर्नल्समधील चालू संशोधनाचा वापर केला जातो. प्रबंधामध्ये शक्य तेवढे समकालीन साहित्य वापरले तरी त्यातील संकल्पनांचा ऐतिहासिक आढावा घेतला पाहिजे.

कार्यपद्धती

डॉक्टरल प्रबंधात कार्यपद्धतीच्या बाबी अधिक सविस्तरपणे हाताळल्या जातात. विशेष म्हणजे पदव्युत्तर प्रबंधात, केस स्टडी किंवा सर्वेक्षण यातून केलेले संशोधन एका विशिष्ट प्रकारे हाताळले जाते. डॉक्टरल प्रबंधाची हाताळणी यापलीकडे जाते. कार्यपद्धतीचा एकूण दृष्टिकोन अभ्यासाच्या उद्दिष्टाशी काटेकोरपणे निगडीत असतो. उदाहरणार्थ जर केस स्टडीची निवड केली तर ज्ञानमीमांसेची चर्चा होते व संशोधित विषयासंबंधीचे ज्ञान एका विशिष्ट प्रकारच्या डेटा संकलनातून कसे मिळवले जाते ते स्पष्ट होते. ही चर्चा पुढे ज्ञानाच्या प्रश्नापर्यंत पोचते आणि संशोधकाला आजूबाजूच्या जगातील बाह्य, निरीक्षणीय वास्तवता दिसते का याची चर्चा केली जाते. या बाबींमुळे डेटा संकलनाच्या प्रक्रियेचे वर्णन केले जाते आणि हा मार्ग स्वीकारण्यामागील कारणांचे काळजीपूर्वक विश्लेषण केले जाते. डॉक्टरल प्रबंधात संशोधनात अंतर्भूत असलेल्या नैतिक बाबींची सविस्तर चर्चा केली जाते.

माहिती

डॉक्टरल प्रबंधात संकलित केलेल्या डेटाचा आवाका हा नक्कीच खूप मोठा असतो. सर्वेक्षणात जनसंख्येतील खूप मोठ्या नमुन्यासाठी प्रश्नावली वाटल्या जातात. वांशिक अभ्यासात अनेक मुलाखती घेतल्या जातात तर दीर्घकालीन अभ्यासात दीर्घकाल संशोधन चालू राहते. पदव्युत्तर प्रबंध हा काही महिन्यात पूर्ण करायचा असल्याने त्यात दीर्घ कालीन अभ्यास करण्यावर मर्यादा येतात. तथापि, डॉक्टरल प्रबंधात दोन ते तीन वर्षे डेटा संकलन करणे शक्य असते. संकलित डेटाच्या आकारमानाव्यतिरिक्त डेटा संकलनाची प्रत्यक्ष प्रक्रिया सफाईदारपणे केली जाते. प्रश्नावली ह्या जास्त गुंतागुंतीच्या असून त्या इतक्या विविध प्रकारची डेटा गोळा करतात की त्याचे प्रगत संख्याशास्त्रीय विश्लेषण करावे लागते. वैधता आणि विश्वासार्हतेस धोका उत्पन्न होऊ नये म्हणून अधिक काळजी घ्यावी लागते. संकलित डेटा गुणात्मक असो वा संख्यात्मक, त्याच्या आकारमानामुळे आणि गुंतागुंतीमुळे संगणकीय पॅकेजेसचा वापर करणे गरजेचे होते. विद्यार्थ्याला असे संगणकीय पॅकेज वापरता येत असेल तर त्या डेटावर सविस्तर विश्लेषण प्रक्रिया करता येईल. परिणामत: डेटातून निष्पन्न झालेले सिद्धांत हे अधिक सुविकसित असतात तसेच गृहितकाचे परीक्षण अधिक कठोर असते. या आणि अन्य घटकांच्या प्रभावामुळे नमुन्यावरून जनसंख्येला लागू होणाऱ्या कोणत्याही विधानाला भक्कम आधार मिळतो. सामान्य गृहितक असे आहे की ज्ञानभांडारात केलेले मूलभूत योगदान डॉक्टरल प्रबंधात एकवटलेले असते. पदव्युत्तर प्रबंध आपल्या समजुतीची पातळी वाढवतो, परंतु त्यातील निष्कर्ष अस्तित्वात असलेल्या ज्ञानावर आधारलेले असतात किंवा त्यात रुजलेले असतात.

एखादे वैशिष्ट्य एका प्रकारच्या प्रबंधात असते आणि दुसऱ्या प्रकारच्या प्रबंधात कधीही नसते. यावरून आपण असे गृहीत धरणे चुकीचे आहे की पदव्युत्तर आणि डॉक्टरल प्रबंधामध्ये स्पष्ट फरक असतो. एखाद्या

विशिष्ट डॉक्टरल प्रबंधापेक्षा पदव्युत्तर प्रबंधात एखाद्या नैतिक बाबीची सविस्तर चर्चा असणे अगदी शक्य आहे. तथापि, सामान्यपणे या आधीच्या परिच्छेदात ठळकपणे मांडलेल्या मुद्द्यांवरून दोन्ही प्रबंधांच्या पातळ्या ओळखता येतात. पदव्युत्तर आणि डॉक्टरल प्रबंध लेखनाला दोन स्वतंत्र पातळ्यांवरील लेखन न मानता त्यांच्या एकूण संशोधन आणि लेखनाची गुणवत्ता बघता ते एक सलग परंतु परस्परव्याप्ती असलेले लेखन आहे असे मानले पाहिजे. क्रायर (१९९६, पृ. क्र. १७८–९) च्या पुस्तकात प्रबंधाच्या आशयाची स्थूलमानाने चर्चा केली आहे.

संशोधनाचे प्रशिक्षण-प्रबंध

एका दृष्टिकोनातून पाहता तुमचा प्रबंध म्हणजे विशिष्ट गुणवत्ता मिळवण्याच्या मार्गावरील एक महत्त्वाचा भाग मानला जाईल. याशिवाय त्यातून तुमचे संशोधन पद्धती आणि प्रक्रिया याबद्दलचे ज्ञान वाढेल. तुम्ही जर प्रबंधाद्वारे मूलभूत संशोधन केलेत तर ते एखाद्या शैक्षणिक जर्नलमध्ये प्रकाशित होईल. पदव्युत्तर अभ्यासक्रमात प्रबंधलेखनास सुरुवात करण्याआधी संशोधन पद्धती नावाचा एक भाग शिकवला जातो. एडडी आणि पीएचडी कार्यक्रमातील 'शिकवल्या जाणाऱ्या' भागातूनही प्रबंधलेखनाचे उद्दिष्ट साध्य होते.

अनेक प्रबंधांसाठी विद्यार्थ्यांनी संशोधन प्रस्ताव तयार करणे आवश्यक असते. ही प्रस्तावित संशोधनाची रूपरेखा असते आणि साधारणपणे संशोधनातील डेटा संकलनाला सुरुवात करण्यापूर्वी तो मान्यतेसाठी सादर केला जातो. पदव्युत्तर प्रबंधासाठी मार्गदर्शक प्रस्तावित संशोधनाला मंजुरी देतो. डॉक्टरल प्रबंधामध्ये संशोधन प्रस्ताव मार्गदर्शकांच्या अनुभवी समितीकडे आणि शैक्षणिक परीक्षकाकडे निनावीपणे त्यांच्या टिप्पणीसाठी पाठवला जातो.

संशोधन प्रस्ताव

संशोधन प्रस्तावात कशावर संशोधन करायचे आहे आणि त्यासाठी कोणत्या पद्धतींचा वापर केला जाईल याचा स्पष्ट उल्लेख केलेला असतो. प्रस्तावाचा ठरलेला असा मसूदा नाही परंतु संशोधनाच्या महत्त्वाच्या बाबी थोडक्यात स्पष्ट केलेल्या असतात.

- संशोधनाचा विषय आणि तो विषय संशोधनासाठी कसा योग्य आहे याची कारणे प्रस्तावनेत थोडक्यात स्पष्ट केलेली असतात.
- संशोधनाची उद्दिष्टे थोडक्यात मांडा.
- संशोधनासंबंधित काही साहित्य वाचकाला वाचनासाठी सुचवले तर ते संशोधनाचा संदर्भ समजून घेण्यात साह्य करते. अशा साहित्याचे स्रोत आणि संबंधित विषयांशी निगडीत असलेले अगदी अलीकडील संशोधित अभ्यास सुचवण्यापलीकडे आणखी काही करण्याची गरज नसते.
- प्रस्तावित संशोधन प्रारूपाचा तसेच डेटा संकलन आणि विश्लेषण पद्धतींचा स्पष्ट सारांश दिला पाहिजे.
- संशोधन निबंधात प्रारूप विकसित करताना विचारात घेतलेल्या सर्व नैतिक बाबींवर चर्चा केल्यास साह्य होते.
- संशोधनास लागणाऱ्या वेळेचे ढोबळ मानाने केलेले नियोजन बघण्यात वाचकालाही स्वारस्य असते. या पायरीवर ते नियोजन अंदाजे असावे परंतु त्यावरून ह्या बाबीवरही विचार केला गेला आहे हे कळते.
- प्रस्तावाच्या शेवटी संदर्भांची सूची असावी.

इतरही काही बाबींचा समावेश करणे समंजसपणाचे ठरेल परंतु आधी दिलेल्या सर्व बाबी इच्छित संशोधनाचा योग्य तो गोषवारा देतात. हा प्रस्ताव सामान्यपणे लांबलचक नसतो. १५०० ते ३००० शब्द पुरेसे आहेत.

संशोधन प्रस्तावाचे सादरीकरण ही कल्पना संशोधक विद्यार्थ्यांसाठी व ज्या संस्थेत तुमचे संशोधन केले जाणार आहे त्या संस्थेसाठीसुद्धा अनेक बाबतीत फायद्याची आहे. सर्वात महत्त्वाचे म्हणजे तुमच्या प्रस्तावावर तुम्हाला मत आणि सल्ला मिळू शकतो. त्यामुळे गुणवत्तेवर नियंत्रण राहून तुम्ही एखाद्या चुकीच्या संशोधन प्रकल्पास सुरुवात करणार नाही याची खात्री मिळते. अनुभवी संशोधक संशोधन प्रारूप कसे सुधारता येईल यावर सल्ला देतील. ते नमुना संकलन आणि संभाव्य प्रतिसादक व्यक्तीशी संपर्क साधण्यासाठी मार्गदर्शन करतील. प्रस्तावावर विचार करण्यासाठी तसेच आवश्यक तेथे समायोजन आणि सुधारणा करण्यासाठी या सल्ल्याचा उपयोग होईल. ही प्रक्रिया म्हणजे एक अनुभवी आणि स्वायत्त संशोधक म्हणून तुमचा विकास होण्यातील एक महत्त्वाची पायरी आहे. अनुभवी मार्गदर्शक आणि संशोधकांनी तुमचे संशोधन प्रारूप पाहून त्यास मान्यता दिली व परीक्षण केले हे कळल्यावर तुम्हाला आत्मविश्वास मिळतो. तुम्ही ज्या संस्थेत संशोधन करता त्या संस्थेलाही त्याचा चांगला फायदा होतो कारण संस्थेच्या नावाखाली तुम्ही जे संशोधन करता आहात त्याबद्दल संस्थाही जागरूक राहते. उदा. तुमचे संशोधन जर नैतिकदृष्ट्या अतिशय संवेदनशील असेल तर त्या संशोधनावर बारकाईने नजर ठेवण्याची ती संस्था विशेष दक्षता घेते.

सारांश – संशोधन प्रस्ताव

संशोधन प्रस्तावातील अंतर्भूत बाबी

- विषय आणि उद्दिष्टांचा सारांश
- संशोधनाचे समर्थन
- संदर्भ आणि संबंधित साहित्याचा आढावा
- अपेक्षित संशोधन प्रारूप, पद्धती आणि नैतिक बाबींचा सारांश
- अपेक्षित कालमापन

प्रस्तावावर तुम्हाला फक्त इतरांची मतेच कळतात असे नव्हे तर संशोधन प्रक्रियेच्या अन्य पैलूंतूनही तुम्हाला शिकण्याची संधी मिळते. पर्यवेक्षक गटाची महत्त्वाची भूमिका म्हणजे संशोधन पद्धतीबाबतच्या शिक्षण आणि प्रशिक्षणाची प्रक्रिया तुमच्या प्रबंधलेखनात समाविष्ट करणे. प्रबंधाच्या मसुद्यावर भाष्य करताना, तुमचे पर्यवेक्षक तुमच्यासाठी एक अध्ययन अनुभव निर्माण करतात. प्रबंध लेखन चालू असताना अनुभवी संशोधकांच्या चर्चासत्रांना उपस्थिती लावण्याची संधी मिळू शकते किंवा संशोधन पद्धतीवर प्रशिक्षण अभ्यासक्रम करता येतो किंवा संशोधन परिषदांना हजर राहता येते. या सर्वांच्या योगदानामुळे तुमचे प्रशिक्षण होते. पर्यवेक्षकाची भूमिका काय असते ह्यावर ब्राऊन (१९९७, पृ. क्र. ५०) मध्ये चर्चा केली आहे.

उदाहरण – संशोधन उद्दिष्ट

खालील उद्दिष्टे प्रबंधासाठी विचारात घ्या.

१. एखाद्या संस्थेतील कर्मचारी वर्ग मिळालेल्या सूचना कोणत्या प्रकारे स्वीकारतो त्याचा विचार करणे
२. एखाद्या संस्थेत सूचना देण्यासाठी व्यवस्थापनातील जी पद्धत स्वीकारतात त्याचे विश्लेषण करणे.

जर परीक्षकांना प्रस्तावातील या उद्दिष्टांवर भाष्य करायला सांगितले तर ते म्हणतील की पहिले उद्दिष्ट फारच सामान्य आहे. परंतु दुसरे उद्दिष्ट मात्र अधिक नेमके आहे. उदा. 'व्यवस्थापन पद्धत' ही संकल्पना. म्हणून दुसरे उद्दिष्ट हे पीएचडी प्रबंधासाठी कदाचित जास्त योग्य असू शकेल. हा अशा प्रकारचा सल्ला प्रबंध प्रस्तावाच्या सुरुवातीच्या काळात उपयुक्त ठरू शकतो.

चांगल्या प्रबंधाची वैशिष्ट्ये

पुस्तकाच्या दुसऱ्या भागात आपण प्रबंध रचनेचे पद्धतशीर परीक्षण करत आहोत, परंतु या ठिकाणी चांगल्या प्रबंध लेखनाची स्थूलमानाने कोणती वैशिष्ट्ये असतात त्याचा शोध घेऊ. प्रबंध लेखन करताना त्याचे वाचक कोण असतील हा विचार करणे महत्त्वाचे आहे. नजिकच्या भविष्य काळात फक्त परीक्षकच तो वाचतील परंतु नंतर तो जेव्हा बाईंडिंग होऊन ग्रंथालयात जाईल तेव्हा अनेक भावी विद्यार्थी तो वाचतील. प्रबंध हे एक फार गुंतागुंतीचे व मोठे काम असते आणि त्यामुळे जर लिहिल्यानंतर त्याची रचना चांगली झाली तर वाचकांना वाचताना त्यातून त्यांचा मार्ग सहजपणे सापडतो. शैक्षणिक गरज म्हणून एखाद्या विषयाला न्याय तर मिळाला पाहिजेच परंतु अनावश्यक परिभाषा न वापरता प्रबंध अतिशय स्पष्ट शैलीत लिहिलेला असावा. प्रबंधाचे जर प्रकरणे आणि उपविभागात विभाजन केले तर वाचक त्यातून विकसित होत जाणाऱ्या युक्तिवादाचा सहजपणे मागोवा घेऊ शकतो. या प्रबंधातून सहज सापडेल असा युक्तिवादाचा धागा गुंफलेला असावा त्यामुळे वाचकाला एका उपविभागातून दुसऱ्या उपविभागाकडे नि:शंकपणे जाता येते. थोडक्यात सांगायचे झाले तर प्रबंध हा तर्क संगत असावा. विशिष्ट वाचक वर्गासाठी लेखन करणे या मुद्द्याची चर्चा नॉर्थेज (१९९०, पृ. क्र. १६०) मध्ये केली आहे.

प्रबंधाची उद्दिष्टे स्पष्ट असावीत आणि ती सुरुवातीसच क्रमवार दिली जावीत त्यामुळे नंतरच्या कामाला एक कारणमीमांसा व चौकट पुरविली जाते. नंतर ती उद्दिष्टे संशोधनातून कशी साध्य केली जातात हे प्रबंधातून स्पष्ट केले जाते. जर काही उद्दिष्टे अंशत: पूर्ण होत असतील तर त्याचेसुद्धा स्पष्टीकरण केले जाते. सर्वात शेवटी निष्कर्षांमुळे त्या उद्दिष्टांचे परीक्षण होते आणि त्यांचे उपयोजन कसे केले आहे याची चर्चा केली जाते. एका अर्थी उद्दिष्टे ही चांगल्या प्रबंधाला एकत्र आणणारा दुवा आहे त्यामुळे संशोधनाचा हेतू सुरुवातीला मांडला जातो आणि परिणामांसाठी लक्ष केंद्रित केले जाते आणि शेवटी निष्कर्ष काढला जातो.

सैद्धांतिक दृष्टिकोन आणि संशोधन पद्धतींच्या निवडीवर उद्दिष्टांचा फार मोठा प्रभाव पडतो. संशोधनाचे एकूण प्रारूप उद्दिष्टांना साजेसे असावे. उदाहरणार्थ अभ्यासाचे उद्दिष्ट निरनिराळ्या उच्च माध्यमिक शाळांतील विद्यार्थ्यांच्या स्थूलमानाने असलेल्या कलांचे परीक्षण करणे हे असेल तर संशोधन प्रारूपात सर्वेक्षण तंत्राचा शक्यतो प्रश्नावलींचा वापर करणे गरजेचे असते. याउलट संशोधनाचा उद्देश एखाद्या शाळेतील शिक्षक गटाच्या सामाजिकतेच्या संदर्भाचा

शोध घ्यायचा असेल तर केस स्टडी, वांशिकता, किंवा परस्पर संबंधांचा दृष्टिकोन हे जास्त योग्य ठरतील. आधी न ठरविलेल्या किंवा अर्ध्या ठरविलेल्या मुलाखतींच्या तंत्राची डेटा संकलनासाठी निवड केली जाईल. प्रबंध लेखनाच्या बाबतीत हे सर्व दुवे स्पष्ट करणे आणि संशोधनाच्या उद्दिष्टांमध्ये बारकाईने लक्ष घातल्याने संशोधनाचे प्रारूप ज्या पद्धतीने विकसित झाले आहे ते दर्शविणे महत्त्वाचे आहे.

प्रबंधामध्ये संबंधित साहित्याचे पुरेसे परीक्षण केलेले असावे. प्रबंध अलीकडील संशोधनावर कसा आधारलेला आहे हे दर्शवण्याकरता निवडलेले साहित्य पुरेसे समकालीन असावे. काही अभ्यासातील आणि लेखांमधील उतारे नि:संशयपणे तुमच्या प्रबंधात असतील पण ते इतकेही जास्त प्रमाणात नसावेत की ज्यामुळे तुम्ही लिहीत असलेला आशय झाकळून जाईल. म्हणून तुम्ही प्रबंधाचे मुख्य लिखाण आणि उद्धृत केलेला मजकूर यांच्या संख्येत आणि लांबीत संतुलन ठेवणे गरजेचे आहे. उद्धृत केलेला मजकूर आणि उतारे, प्रबंधातील युक्तिवादास पूरक असले पाहिजेत.

लेखनातील या स्थूल बाबी महत्त्वाच्या आहेतच परंतु तुम्ही तपशीलाकडेही काळजीपूर्वक लक्ष दिले पाहिजे. लहान चुकासुद्धा लक्षात येऊ शकतात. टायपिंग, विराम चिन्हे आणि व्याकरणातील चुका कमीत कमी व्हाव्यात यासाठी प्रबंधाचे मुद्रितशोधन काळजीपूर्वक करा. दिलेले संदर्भ आणि प्रबंधाच्या वेगवेगळ्या भागात दिलेला तपशील जुळतो की नाही याची तपासणी करावी. प्रबंधात सुसंगतपणा असणे फार महत्त्वाचे आहे. चांगल्या प्रबंधाच्या रचनेत आणि लेखनातच सुसंगतपणा असतो. यात तांत्रिक शब्दांचे शुद्धलेखन, संक्षिप्त रूपांचा वापर, उपविभागांची मांडणी आणि क्रमांक यांचा समावेश होतो.

प्रबंधाची सुरुवात स्पष्टपणे आणि व्यवस्थितपणे लिहिलेल्या सारांशाने करावी. ग्रंथालयातील अनेक वाचक आधी सारांश वाचून मग ठरवितात की संपूर्ण प्रबंध वाचायचा की नाही. सारांशात प्रबंधात वर्णन केल्याप्रमाणे संपूर्ण संशोधन प्रकल्पाचा थोडक्यात गोषवारा दिलेला असावा. त्यात संशोधनाचा संदर्भ, उद्दिष्टे आणि संशोधन रचना, परिणाम आणि निष्कर्ष यांचा सारांश असावा. शेवटी महत्त्वाचे म्हणजे न विसरता शीर्षक देणे. सारांशाप्रमाणेच शीर्षकातही प्रबंधाचे स्वरूप कसे आहे ते एकवटलेले असते. चांगले शीर्षक देणे ही एक कलाच आहे. शीर्षक हे फार लांब असू नये परंतु त्यातून प्रबंधाचे नेमके स्वरूप कळावे आणि त्यात प्रबंध विषयासंबंधित काही महत्त्वाच्या शब्दांचा समावेश असावा. आपण जरी यातील काही बाबींचा नंतर विचार करणार आहोत तरी या पायरीवर चांगल्या लिहिलेल्या प्रबंधांच्या काही वैशिष्ट्यांची कल्पना आल्यास मदत होते. प्रबंधाच्या प्रारूपिक रचनेचे बार्नेस (१९९५, पृ. क्र. १३०) मध्ये वर्णन केले आहे.

सुलिखित प्रबंधाच्या गुणवैशिष्ट्यांचा सारांश

सुलिखित प्रबंधात खालील बाबी असाव्यात.

- सुस्पष्ट शीर्षक आणि सारांशातून संशोधित अभ्यासाचे स्वरूप अचूकपणे आणि थोडक्यात प्रतिबिंबित होते.
- रचना आणि आकृतीबंधामुळे वाचकाला विषय समजण्यास मदत होते.
- बौद्धिक सुसंगती नेमक्या उद्दिष्टांपासून सुरू होते त्यातून संशोधन रचना, ते स्पष्ट निष्कर्षापर्यंत जाता येते.
- व्याकरण आणि विराम चिन्हात अचूकता.
- संदर्भ, सादरीकरण आणि संज्ञांचा वापर यात सुसूत्रता.

प्रबंधाचे शीर्षक

प्रबंधाचे शीर्षक हे नेहमी सर्वप्रथम वाचले जाते म्हणून त्यावर सर्वात जास्त विचार करून ते शब्दबद्ध करावे. शीर्षकातून प्रबंध विषयाचा आणि स्वरूपाचा पटकन थोडक्यात बोध व्हावा. खालील चौकटीतील संभाव्य शीर्षकांचा विचार करा.

उदाहरणे - प्रबंध शीर्षके

- वयस्क रुग्ण
- वयस्क रुग्णांची देखभाल
- रुग्णालयातील वयस्क रुग्णांची देखभाल
- रुग्णालयातील मनोरुग्ण असलेल्या वयस्क रुग्णांची देखभाल
- रुग्णालयातील मनोरुग्ण असलेल्या वयस्क रुग्णांच्या देखभालीचा वांशिक अभ्यास
- रुग्णालयातील तसेच समाजातील मनोरुग्ण असलेल्या वयस्क रुग्णांच्या देखभालीचा तुलनात्मक वांशिक अभ्यास
- रुग्णालयातील तसेच समाजातील मनोरुग्ण असलेल्या वयस्क पुरुष रुग्णांच्या देखभालीचा तुलनात्मक वांशिक अभ्यास

लागोपाठ येणाऱ्या शीर्षकात एकेक तपशील वाढत गेला जो आधीच्या प्रत्येक शीर्षकात नव्हता. अशा प्रकारे आपण ही यादी चालू ठेवू शकतो परंतु त्यामुळे शीर्षक फार अवजड होत जाते. आपल्या सामान्यज्ञानावरून आपल्याला कळते की शीर्षकात पुरेसे तपशील आले आहेत परंतु अशा जास्तीच्या माहितीमुळे संभाव्य वाचक प्रबंधापासून दूर जाईल. तपशील किती द्यावा हे काही प्रमाणात वैयक्तिक निवडीवर असते. यादीतील ५ वा पर्याय ही माझी वैयक्तिक निवड आहे. वांशिक या शब्दावरून आपल्याला संशोधन पद्धती कोणती ते कळते. रुग्णालय या शब्दावरून आपणास अभ्यास कोठे केला आहे हे समजते. मानसिक/मनोरुग्ण या शब्दावरून अभ्यासाची मुख्य संकल्पना कोणती ते कळते आणि शेवटी वयस्क रुग्ण या शब्दावरून संशोधनाचा विषय कोण आहे हे समजते. या शीर्षकात जास्त गुंतागुंत न होता संशोधनाच्या महत्त्वाच्या घटकांचा समावेश होतो.

समाविष्ट करण्याच्या महत्त्वाच्या संकल्पना एकदा ठरल्या की साहित्यिकदृष्ट्या ते शीर्षक आकर्षक कसे दिसेल याचा विचार करावा लागेल. वरील शीर्षक सुधारून असे करता येईल की रुग्णालयातील मानसिक समस्या असलेल्या वयस्क रुग्णांचा वांशिक अभ्यास.

शैक्षणिक लेखन एक साहित्य प्रकार

लिखाणाचे काव्य, लघुकथा लेखन आणि औपचारिक कायद्याची भाषा आणि औद्योगिक लेखन असे निरनिराळे प्रकार असतात. लेखनाच्या या विविध शैलींची स्वतःची वैशिष्ट्ये असतात. आणि एकप्रकारे शैक्षणिक लेखन हा एक विशिष्ट साहित्य प्रकार आहे, ज्याची स्वतःची विशिष्ट शैली, अभिव्यक्तीची रूपे आणि शब्दसंग्रह आहे.

शैक्षणिक लेखनाची कौशल्ये शिकता येऊ शकतात आणि ज्यांना स्वतःचे शैक्षणिक लेखन सुधारायचे आहे ते ही कौशल्ये आत्मसात करू शकतात. पाचव्या प्रकरणात आपण शैक्षणिक लेखन कौशल्यांचा तपशिलात विचार करू. पण दरम्यान आपण या प्रकाराची ढोबळ वैशिष्ट्ये पाहू.

शैक्षणिक लेखन हे खूप स्पष्ट आणि अचूक असणे आवश्यक आहे. संशोधनाच्या संदर्भात तुम्ही ज्या गुंतागुंतीच्या संकल्पनांबद्दल लिखाण करत असता त्या अतिशय नेमकेपणाने व्यक्त कराव्या लागतात. याशिवाय संशोधनात बरेचवेळा असे असते की एका संकल्पनेतून दुसरी संकल्पना निर्माण होते किंवा डेटाचे विश्लेषण करताना एक प्रक्रिया दुसऱ्या प्रक्रियेस अनुसरते. उदा. जेव्हा प्रश्नावलींच्या एखाद्या गटाचे विश्लेषण केले जाते तेव्हा संशोधक प्रथम वेगवेगळ्या पर्यायी उत्तरांना सांकेतिक क्रमांक देतो आणि नंतर कच्चा डेटा सांख्यिकीशास्त्राच्या विश्लेषणात घालतो. नंतर संशोधक काही सांख्यिकीशास्त्रीय चाचण्यांचे संगणकीकरण करतो आणि निष्कर्षांचे विश्लेषण करतो. एक प्रक्रिया दुसऱ्या प्रक्रियेस तर्कशुद्धतेने अनुसरते आणि त्या प्रक्रियेबद्दल लिहिताना हे प्रतिबिंबित झाले पाहिजे. प्रथम एका प्रक्रियेचे वर्णन करणे त्यानंतर ती पुढील बाबीशी कशी संबंधित आहे ते स्पष्ट करणे आणि त्यानंतर दुसऱ्या प्रक्रियेचे वर्णन करणे अशा प्रकारे तर्कशुद्धतेने पुढे जाणे याकडे शैक्षणिक लिखाणाचा कल असतो. चांगले शैक्षणिक लेखन त्यात वर्णन केलेल्या आणि विश्लेषण केलेल्या विषयाच्या विविध पैलूंमधील दुवे स्पष्ट करते.

वस्तुनिष्ठता

सर्वसामान्य नियम म्हणून शैक्षणिक लेखनात संशोधकाच्या वैयक्तिक भावना किंवा दृष्टिकोनांचा उल्लेख टाळण्याकडे कल असतो. सामान्यतः संशोधन प्रक्रिया वस्तुनिष्ठपणे विचारात घ्यावी यावरच भर दिलेला असतो. याच कारणासाठी परंपरावादी शैक्षणिक लेखनात प्रथम पुरुषाऐवजी तृतीयपुरुष एकवचनाचा वापर केला जातो. तथापि, विशेष करून गुणात्मक डेटा वापरून संशोधनाचे अनेक विश्लेषणात्मक दृष्टिकोन अशी भूमिका घेतात की डेटा संकलित करत असताना संशोधकांचा इतर सहभागी होणाऱ्यांवर प्रभाव पडणे अटळ असते. म्हणून विश्लेषणात्मक संशोधन करणाऱ्या सशोधकांना नेहमी असे वाटते की निदान प्रथमपुरुषात अंशतः लिहिणे हे मान्यच नाही तर आवश्यकही आहे कारण त्यामुळे संशोधन प्रक्रियेतील एका विशिष्ट दृष्टिकोनाचे स्पष्टीकरण करता येते. अशी वर्णने विश्लेषणात्मक संशोधनांच्या वर्णनात आवश्यक असतात. अशाप्रकारे लिखाणाच्या सर्व प्रकारात या परंपरा ठरावीक आणि ताठर नसतात परंतु संशोधनाच्या विकसित होणाऱ्या नवीन दृष्टिकोनानुसार समांतरपणे उत्क्रांत होत असतात.

युक्तिवादाचे समर्थन

प्रबंधलेखन करताना विविध प्रकारचे युक्तिवाद, निष्कर्ष, अनुमाने किंवा विधाने यांचा समावेश करणे हे सर्वमान्य आहे. हा समावेश संबंधित साहित्याचे तसेच संकलित डेटाचे विश्लेषण आणि वैयक्तिक अनुभवावर आधारलेला असतो. या ठाशीव मुद्द्यांना काही प्रकारे समर्थन पुरवणे हा शैक्षणिक लिखाणातील शिरस्ता आहे. समर्थन पुरवण्याचा नेहमीचा प्रकार म्हणजे आधीच्या संशोधनाकडे बोट दाखवणे आणि त्या आधारे नवीन संशोधनातील बाबी तर्कशुद्ध असल्याचा युक्तिवाद मांडणे. या समर्थनाचा आणखी एक वेगळा प्रकार म्हणजे संबंधित विषयाच्या साहित्याचा संदर्भ देणे. या साहित्यात संशोधनपर लेख, किंवा त्या विषयातील अनुभवी तज्ज्ञांचे लिखाण यांचा समावेश असू शकतो. ज्याच्यावर अवलंबून राहता येईल असे अनुभवी तज्ज्ञांचे भाष्य किंवा लिखाण हे संशोधित डेटावरून

घेतल्याची खात्री असल्याशिवाय हे एकच समाधानकारक समर्थन होऊ शकत नाही. शेवटी असे म्हणता येईल की लेखक खास करून प्रबंधासाठी गोळा केलेल्या डेटाच्या आधारेच मुद्दे ठामपणे मांडत असतो. केलेल्या प्रतिपादनांना योग्य ती पुष्टी देणे हा जरी शैक्षणिक लेखनाचा महत्त्वाचा भाग असला तरी त्या प्रतिपादनांची मांडणी कशी केली आहे हाही एक संबंधित भाग आहे.

यशासाठी युक्ती – युक्तिवादाचे समर्थन

तुम्ही करत असलेले युक्तिवाद तपासून पाहा आणि खात्री करून घ्या की ते तर्कशुद्धतेवर आणि पुराव्यावर आधारलेले आहेत.

शैक्षणिक लेखनात ज्या प्रकारे सत्याचा दावा केला जातो किंवा ते प्रतिपादले जाते ते तात्पुरत्या स्वरूपाचे असते. जरी या प्रतिपादनास पुराव्याचा आधार दिला तरी सत्याचा ठामपणे दावा करण्याची तयारी नसते. म्हणून प्रबंधामध्ये नक्की दावे करण्यापेक्षा पुरावा असे सुचवत असल्याचे वाटते की किंवा असा युक्तिवाद करता येईल की असे शब्द प्राधान्याने वापरलेले असतात. या दृष्टिकोनामागचे एक कारण हे ज्ञानाच्या तत्त्वज्ञानातील संकल्पनांवर आधारलेले असते. सामान्यपणे समाजशास्त्रात असे मानले जाते की कुठलीही गोष्ट निश्चितपणे ठाऊक असणे अतिशय अवघड आहे. कुठल्याही गोष्टीच्या सत्यतेसाठी कितीही ठोस पुरावा असला तरी तुम्ही असे मानू शकता की भविष्यात तुम्हाला त्याविरुद्ध पुरावा उपलब्ध होईल. प्रबंधलेखनाच्या शैलीकडे बघण्याचा दृष्टिकोन सावधगिरीचा असावा आणि त्यात वापरलेल्या शब्दातून ही तात्पुरती अवस्था दिसून यावी.

तज्ज्ञांच्या शब्दसंग्रहाचा वापर

शैक्षणिक लेखनात मोठ्या प्रमाणावर तांत्रिक शब्दांचा वापर होणे अपरिहार्य असते. प्रबंधात तज्ज्ञांच्या शब्दसंग्रहाचा वापर होणे हे समजू शकते. तथापि, लेखनाचा मूळ हेतू संप्रेषण – माहिती पोचवणे आहे याची आपण स्वत:ला जाणीव देणे योग्य होईल आणि म्हणूनच अति विशिष्ट शब्दांचा गरज म्हणून वापर करताना काळजी घ्यावी. एखादी संकल्पना स्पष्ट करणारा विशेष शब्द योग्य असेल तर त्याचा वापर करणे पूर्णपणे समर्थनीय आहे. परंतु प्रबंध प्रभावी होईल या आशेने उगीच गुंतागुंतीचे शब्द वापरण्याची सवय टाळणे महत्त्वाचे आहे. जर आपण असे केले तर आपल्याला तंत्रजड शब्द वापराचा आरोप सहन करावा लागेल.

शैक्षणिक लेखनाची ही काही वैशिष्ट्ये आहेत. नंतरच्या प्रकरणात आपण याचा आणखी सविस्तर आढावा घेऊ. परंतु आता, विद्यापीठीय प्रबंधलेखनाच्या आवश्यकतेनुसार यातील कोणत्या बाबी कशा प्रकारे दिसून येतात ते पाहू.

प्रबंधासाठी विद्यापीठाच्या सामान्य आवश्यकता

यांची चर्चा करण्याआधी हे लक्षात घेतले पाहिजे की प्रबंधासंबंधीच्या नियमांमध्ये विविधता असते. प्रत्येक विद्यापीठाच्या प्रबंधाची लांबी, बांधणी पद्धत, तसेच शीर्षक पृष्ठावरील औपचारिक शब्द रचना याबाबत थोड्याफार वेगळ्या आवश्यकता असतात म्हणून पदव्युत्तर किंवा डॉक्टरल प्रबंध एकच ठरावीक पद्धतीचा नसतो. याशिवाय काही अभ्यासक्रमातील प्रबंधात नावे आणि प्रकरणांचा क्रम याबाबतीत वेगळ्या रचनेची शिफारस केली आहे.

तरीही सामान्यपणे विद्यापीठांच्या अटींच्या साधर्म्याच्या तुलनेत फरक फारच थोडे आहेत. सामान्यपणे विद्यापीठे त्यांच्या अटी स्पष्टपणे विद्यार्थ्यांना सांगतात आणि त्यात काही खालील बाबी समाविष्ट आहेत.

प्रबंधाची लांबी, टायपिंगसाठी फॉंट साईझ, दोन ओळीतील अंतर याबाबत काही तपशील असतो. प्रबंध साधारणपणे कागदाच्या एकाच बाजूला टाईप करावा, प्रबंधाच्या लांबीचा लेखनशैलीवर बऱ्यापैकी परिणाम होतो. उदा. एडडी सारख्या शिकवल्या जाणाऱ्या डॉक्टरल लघु प्रबंधात थोडक्यात लिहिण्याची लेखनशैली हवी जी पीएचडीपेक्षा कमी स्वैर असेल.

नेहमी प्रबंधाचा सारांश, शीर्षक पृष्ठानंतर लगेचच असावा. सारांश म्हणजे लेखनातील सार सांगणारा भाग. परीक्षणप्रक्रियेच्या आधी, जरी डॉक्टरल प्रबंधाची बांधणी पदव्युत्तर प्रबंधापेक्षा जास्त औपचारिक असली तरी प्रबंध तात्पुरत्या स्वरूपात बांधला जातो. प्रबंधाचे परीक्षण झाले आणि त्यास मान्यता मिळाली की त्याची कायमस्वरूपी बांधणी केली जाते आणि तो ग्रंथालयात ठेवला जातो. याला पर्याय म्हणून विद्यापीठातील आभासी संग्रहालयात प्रबंध इलेक्ट्रॉनिकली संग्रहित केले जातात. जर तुम्हाला पारंपरिक पुस्तक बांधणीची गरज असेल तर तात्पुरत्या आणि कायमस्वरूपी बांधणी प्रक्रियेतील क्रमवारीविषयी माहिती करून घ्या कारण प्रत्येक संस्थेची गरज वेगळी असते. कायमस्वरूपी बांधणीत वैयक्तिक नियम आहे की बांधणी कापडाचा रंग आणि दर्शनी भागावरील आणि कण्यावरील अक्षरांचा फॉंट ठरावीक असला पाहिजे. काहीवेळा परिशिष्टामधील मजकुराच्या आकारमानाप्रमाणे प्रबंधाचे दोन स्वतंत्र भाग करण्याची गरज पडते. हे स्वीकारार्ह आहे का त्याची खात्री करून घ्या. परीक्षणानंतर प्रबंधात काही किरकोळ दुरुस्त्या असण्याची शक्यता आहे. एकदा का या चुका दुरुस्त झाल्या आणि त्या अधिकृतपणे मान्य झाल्या की प्रबंधाची कायम स्वरूपी बांधणी होते. पदवी प्रदान करणे हे कायम स्वरूपी बांधणी केलेल्या प्रबंधाची प्रत सादर करण्यावर अवलंबून असते. या प्रक्रियेच्या अंतिम टप्प्यावरील नेमक्या औपचारिकता प्रत्येक विद्यापीठांनुसार बदलत असतात आणि त्या बद्दल तुम्हाला माहिती असल्याची खातरजमा करून घेणे महत्त्वाचे आहे.

गुणवत्ता आणि अनुदान देणाऱ्या संस्था

जेव्हा तुम्ही प्रबंध लिहिण्याचे किंवा संशोधनातून पदवी मिळवण्याचे ठरवता तेव्हा तुम्ही अपेक्षा करता किंवा आशा करता की तुम्हाला शिकवणारी व तुमची काळजी घेणारी सर्व विद्यापीठे सारखीच आहेत. जेव्हा तुम्ही दोन विद्यापीठांच्या गुणवत्तेची तुलना करता तेव्हा तुम्हाला वाटते की त्यांचा दर्जा एकच आहे. अशाप्रकारच्या तुलनात्मकतेची खात्री मिळण्यासाठी जी पद्धत अस्तित्वात असते ती स्पष्टपणे विद्यापीठाच्या फायद्यासाठी असते. यूके मधील पदव्युत्तर संशोधन कार्यक्रमाचा अपेक्षित दर्जा ठरवणाऱ्या म्हणजे क्वालिटी एश्युरन्स एजन्सी फॉर हायर एज्युकेशन (QAA). या संस्थेतर्फे एक नियमावली प्रसिद्ध केली जाते. त्यात विद्यापीठांकडून काय अपेक्षा केल्या जातात याचा सविस्तर तपशील दिलेला असतो. त्यातून संशोधन पदवी कार्यक्रम त्यात विद्यार्थ्यांचा प्रवेश, संशोधनाचे तसेच प्रबंधाचे परीक्षण, संशोधन कौशल्यांचा विकास आणि संशोधक छात्र म्हणून तुमच्या प्रगतीवर बारकाईने लक्ष ठेवण्यासाठी तंत्र विकसित करणे (QAA, २००४) इत्यादींचा समावेश होतो. नियमावलीतून कोणत्या अचूक तंत्रातून प्रमाणित दर्जा साध्य होणार आहे हे सांगितले जात नाही परंतु त्याऐवजी ढोबळ तत्त्वांवर लक्ष केंद्रित केले जाते.

जेव्हा पदव्युत्तर संशोधक विद्यार्थ्यांना त्यांच्या अभ्यासक्रमात साह्य व्हावे म्हणून विद्यापीठांना अर्थसाह्य मिळते तेव्हा असे गृहीत धरले जाते की संबंधित विद्यापीठ नियमावलींच्या आवश्यक अटींची पूर्तता करत आहे.

इंग्लंडमधील विद्यापीठांना इंग्लंडच्या हायर एज्युकेशन फंडिंग कौन्सिलकडून उत्पन्न मिळते. विद्यापीठांना मिळत असलेले उत्पन्न अनेक घटकांवर अवलंबून असते उदा दाखल झालेल्या विद्यार्थ्यांची संख्या, विद्यापीठात चालू असलेल्या संशोधनाचा दर्जा. यूकेमध्ये संशोधनाच्या दर्जाचे मापन रीसर्च असेसमेंट एक्सरसाईझ मार्फत केले जाते जे २०१४ पासून रीसर्च एक्सलन्स फ्रेमवर्क करते. या प्रक्रियांमध्ये निरनिराळ्या विद्यापीठांतील शिक्षणतज्ज्ञ एका विशिष्ट संस्थेत चालू असलेल्या संशोधनाचे मूल्यमापन करतात. काही विद्यार्थ्यांना सातपैकी एका यूके रीसर्च कौन्सिलतर्फे अर्थसाह्य मिळते. (पाहा रीसर्च कौन्सिल यूके, २०१२)

जेव्हा तुम्ही तुमच्या प्रबंधावर काम करत असता तेव्हा पडद्यामागील या प्रशासकीय गुंतागुंतीच्या व्यवस्थेबद्दल अनभिज्ञ असता. तथापि, मान्य प्रमाणानुसार तुमचे परीक्षण व अध्यापन केले जात आहे असा तुम्हाला आत्मविश्वास दिला जातो.

आधीच्या शोधप्रबंधांचा आढावा

तुम्ही जर शोधप्रबंध लिहिण्याचे नियोजन करत असाल तर तुमच्या संशोधनक्षेत्राशी सामान्यपणे संबंधित असलेले आधीचे शोधप्रबंध वाचणे हा एक सर्वात उपयुक्त मार्ग आहे. त्यातील आशय आणि विषय सोडल्यास इतर संशोधक छात्रांनी त्यांचे प्रबंध कसे लिहिले आहेत, त्यांची रचना कशी केली आहे हे पाहणे नेहमीच फायद्याचे ठरते. अनेक प्रबंध सुरुवातीपासून शेवटपर्यंत वाचणे वेळखाऊ आहे परंतु त्यातील काही प्रबंधांवर सादरीकरणाच्या स्थूल बाबींची कल्पना येण्यासाठी नजर टाकणे शक्य होते.

यापैकी बऱ्याच प्रबंधांमध्ये प्रथम साहित्य आणि संशोधन पद्धतीवर चर्चा करणे हा सामान्य आकृतीबंध असतो. तथापि, या स्थूल आकृतीबंधात पुस्तकाचे प्रकरणांमध्ये आणि उपविभागांमध्ये विभाजन करण्याचे अनेक मार्ग आहेत. विविध विद्यार्थ्यांनी हे सर्व कोणत्या मार्गांनी साध्य केले आहे ते पाहणे रंजक ठरेल. काही प्रबंधांमध्ये उपविभागांना चढत्या क्रमाने क्रमांक दिले जातात आणि वेगवेगळ्या प्रबंधांमध्ये हे कसे केले जाते ते पाहणे रंजक आहे. तक्ते, आकृत्या, तालिका आणि चित्रेसुद्धा वेगवेगळ्या प्रकारे घातली जातात आणि प्रबंधात ती सफलतेने कशा प्रकारे समाविष्ट करता येतात याची कल्पना येण्यास साह्य होते.

लेखनशैली

लेखनशैलीसाठी अनेक वेगवेगळे सारांश वाचणे उपयुक्त ठरते. एक सफल ठरलेला सारांश लिहिण्यासाठी बऱ्यापैकी कौशल्य लागते आणि जेव्हा तुम्ही स्वत: अशा अनेक सारांशांचे वाचन करता तेव्हा त्याचा खूपच उपयोग होतो. जेव्हा तुम्ही पार्श्वभूमीवरील साहित्याची प्रबंधात चर्चा करता, तेव्हा तुमच्या स्वत:च्या चर्चेत बाहेरील उताऱ्यांना समाविष्ट करणे नेहमीच सोपे नसते. लेखन प्रवाही व्हावे म्हणून उद्धृते तुमच्या लिखाणांशी जोडावीत. जर असे केले नाही तर तुमचे विश्लेषण आणि उद्धृते यामध्ये एक कृत्रिम सीमांकन दिसून येते. अन्य लेखक सुसंगत लेखनशैली आत्मसात करण्यात यशस्वी झाले आहेत का हे पाहणे उपयुक्त ठरते.

प्रबंधाचा निष्कर्ष वाचण्यातूनसुद्धा शिकता येते. यात लेखक परिणाम आणि निष्कर्षांचा सारांश काढतो आणि वेगवेगळे लेखक हे काम करताना कोणते मार्ग स्वीकारतात हे पाहणे देखील रंजक आहे. (बऱ्याच वेळा) बऱ्याच वेळा प्रबंधाच्या सुरुवातीस गाळलेल्या उद्दिष्टांचा निष्कर्षांत पुनर्विचार करणे ही चांगली कल्पना ठरते. उद्दिष्टे किती प्रमाणात सफल झाली ह्याचा लेखकाला अंदाज घेण्यासाठी ही एक संधी आहे. दावा केलेल्या नवीन ज्ञानाचा सारांश लिहिताना लेखकाने जी भाषाशैली वापरली आहे तिचे विश्लेषण करणे हेसुद्धा रसपूर्ण आहे. कधीकधी केलेल्या

दाव्यांचे तात्पुरते स्वरूप दर्शवण्यासाठी तात्पुरत्या भाषेचा वापर केला जातो आणि काही प्रसंगी तुमच्या लक्षात येईल की लेखक जास्त निश्चित दावे करत असतो. एखादा संशोधक किती ठामपणे मुद्दा मांडतो यावर शैक्षणिक पारख केली जाते आणि दुसरे म्हणजे ठामपणे मांडलेला मुद्दा किती योग्य प्रकारे शब्दांकित केला आहे यावरून भाषाशैलीची पारख होते.

प्रबंध लेखनाच्या संदर्भात शैक्षणिक लिखाणाच्या काही मुख्य घटकांची ओळख या प्रकरणात केली आहे. या विषयावरील तुमचे ज्ञान वाढवण्यासाठी उपयुक्त ठरेल अशा पुस्तकांची यादी पुढील वाचनासाठी दिली आहे. पुढील प्रत्येक प्रकरणात पुढील वाचनासाठी संबंधित पुस्तकांची यादी दिली आहे.

Further reading

Craswell, G. (2004) *Writing for Academic Success: A Post graduate Guide*. London: Sage.

Delamont, S. (1997) *Supervising the Ph.D: A Guide to Success*. Buckingham: Open University Press.

HEFCE (2010) *Guide to Funding. How HEFCE Allocates its Funds*. London: HEFCE.

Punch, K. (2006) *Developing Effective Research Proposals*. 2nd edn. London: Sage.

Research Excellence Framework (2012) *Submission System: Pilot User Guide* (REF 2014). London: HEFCE.

Thody, A. (2006) *Writing and Presenting Research*. London: Sage.

Wilkinson, D. (2005) *The Essential Guide to Post graduate study*. London: Sage.

२

प्रबंधाचा बौद्धिक आशय

प्रबंधातील शैक्षणिक आशयाच्या लेखनासंबंधीच्या धोरणांचा या प्रकरणात विचार केला आहे. त्यात ज्ञानात मूलभूत योगदान करण्यात प्रबंधाची भूमिका काय असेल, हे तुम्ही शिकाल आणि प्रबंधात समाविष्ट करण्यात येणाऱ्या डेटासंबंधी विचार कराल. आपण उपयोगात आणल्या जाणाऱ्या काही मूलभूत तात्त्विक संज्ञांचा शोध घेऊन त्यांचा मजकूरात कसा समावेश करता येईल, याबाबत विचार करणार आहोत. अंतिमतः, ज्ञानासंबंधी युक्तिवाद आणि दावे मांडण्याचे कोणकोणते मार्ग आहेत हे तुम्हाला कळेल.

अभ्यासाची धोरणे

- शैक्षणिक लेखन करणारे लेखक, मिळालेले तात्कालिक निष्कर्ष मांडताना जे वाक्यांश वापरतात त्याची नोंद ठेवा. असे वाक्यांश तुम्हाला प्रबंधात, संशोधनासंबंधी पुस्तकात आणि शैक्षणिक जर्नलमधील लेखात आढळतील. अशा वाक्यांशांचे विश्लेषण करून तुमच्या प्रबंधात वापरण्यासाठी नवीन वाक्यांश तयार करा.
- शैक्षणिक लेखन करणारे लेखक त्यांच्या युक्तिवादास पुष्टी देण्यासाठी कोणत्या प्रकारचे पुरावे देतात याची नोंद ठेवा. तसेच ते युक्तिवाद कसा करतात आणि त्याच्या पुष्ट्यर्थ दिलेले पुरावे कसे समाविष्ट करतात याकडे काळजीपूर्वक रीतीने पाहा. तुम्ही हे साध्य करण्यासाठी तुमची स्वतःची लेखनशैली विकसित करा.
- विविध प्रकारच्या प्रबंधातील शेवटचे प्रकरण पाहा आणि संशोधकाने 'ज्ञानात मूलभूत योगदाना'ची कल्पना कशी मांडली आहे, त्याची कल्पना करा.

प्रबंध, ज्ञानात मूलभूत योगदान

जेव्हा तुम्ही तुमच्या संशोधनाची संरचना ठरवत असता, विशेषतः तुमच्या प्रबंधाच्या संभाव्य शीर्षकाचा विचार करत असता तेव्हा याआधी अन्य कोणी ह्या विषयावर संशोधन केले आहे का याचा तुम्ही विचार करत असता. विशेषतः दुसऱ्या एखाद्या विद्यार्थ्याने अशाच किंवा याच शीर्षकाचा प्रबंध लिहिला नसेल ना, हाही विचार करत असता. अन्य कोणाच्या संशोधनाची पुनरावृत्ती केल्यामुळे तुम्ही कुठलेही नवे निष्कर्ष काढू शकत नाही किंवा एकूण मानवी ज्ञानात भरही घालत नाही असे इतरांना वाटणार नाही ना, ही काळजी त्यामागे असते. यातून अनेक जटिल समस्यांचा उदय होतो, त्यापैकी पहिली म्हणजे नव्या ज्ञानाच्या संकल्पनेचे स्वरूप आणि दुसरी म्हणजे संपूर्णपणे अभिनवतेच्या कल्पनेच्या स्वरूपाविषयीचे आपले विचार.

अशी कल्पना करा, काही उच्च माध्यमिक शाळेतील विद्यार्थ्यांचा अभ्यासक्रमातील स्वाध्यायांकडे तसेच उलटपक्षी, परीक्षांकडे एक मूल्यमापनाचा प्रकार म्हणून बघण्याचा दृष्टिकोन कसा आहे, याची एका संशोधन विद्यार्थ्यास पडताळणी करून पाहायची आहे. प्रबंधाच्या सुरुवातीच्या आखणी दरम्यान तिच्या लक्षात येते की आधीच्या शैक्षणिक वर्षात दुसऱ्या एका संशोधकाने याच विषयावर, याच शाळेत परंतु विद्यार्थ्यांच्या दुसऱ्या गटाबरोबर हा तपास आयोजित केला होता. संशोधक लगेच हा प्रकल्प सोडून देऊन नवीन कल्पना विकसित करावी, असा विचार करू लागते. परंतु संशोधनाची मध्यवर्ती कल्पना जरी तीच असली तरी तीत अनेक महत्त्वाचे फरक असतात. त्यातून असे सूचित होते की नवीन संशोधन प्रकल्पात अजूनही नव्या ज्ञानाची निर्मिती करण्याची क्षमता आहे. पहिला फरक म्हणजे विद्यार्थी तेच नसतात आणि अनेक कारणांमुळे त्यांचा आधीच्या गटातील विद्यार्थ्यांकडे पाहाण्याचा दृष्टिकोन वेगळा असू शकेल. संशोधकही वेगळा असेल आणि त्यामुळे संशोधनात वेगळी संशोधन कौशल्ये आणि वेगळे दृष्टिकोन आणले जातील. संशोधक आणि प्रतिसादक यांच्यात वेगळ्याच प्रकारची अन्योन्यक्रिया घडू शकेल ज्यातून नव्या डेटाची निर्मिती होईल. याशिवाय महत्त्वाचे म्हणजे यावर्षीच्या विद्यार्थ्यांच्या शैक्षणिक अनुभवांची व्याप्ती गतवर्षीच्या विद्यार्थ्यांपेक्षा वेगळी असेल. त्यांनी कदाचित त्यांच्या शिक्षकांबरोबर मूल्यांकनाबाबत तशाच चर्चा केलेल्या नसतील, त्यांनी मूल्यांकनाबाबत वर्तमानपत्रात वाचले असेल त्यामुळे त्यांचे दृष्टिकोन तयार होण्यास साह्य झाले असेल आणि याबाबतीत त्यांनी आपापसातच चर्चा केल्या असतील. थोडक्यात सांगायचे म्हणजे यावर्षीचा संशोधनाचा संदर्भ गेल्या वर्षातील संशोधनातील परिस्थितीपेक्षा नक्कीच वेगळा असेल.जरी संशोधनाचा विषय तोच असला तरी संदर्भातील बाबी फारच वेगळ्या असतील आणि म्हणूनच आधी नियोजित केल्याप्रमाणे या वर्षी संशोधन करणे विसंगत होणार नाही.

उदाहरण – ज्ञानात मूलभूत योगदान

ज्ञानात मूलभूत योगदान म्हणजे सर्व जगावर व्यापक परिणाम करणारे काहीतरी असण्याची आवश्यकता नाही. उलट बरेच वेळा ते मर्यादित प्रमाणात असल्याचे दिसते. उदाहरणार्थ, मूल्यांकनात दिल्या जाणाऱ्या श्रेणींकडे बघण्याचा पदवी विद्यार्थ्यांचा दृष्टिकोन अभ्यासला असता असे आढळून आले की नुसत्या 'समाधानकारक' किंवा 'खूप चांगले' अशा प्रकारच्या वर्णनात्मक शेऱ्यांपेक्षा नमुन्यातील विद्यार्थ्यांची शेकडेवारीनुसार मिळणाऱ्या श्रेणीस अधिक पसंती होती. या उलट या नमुन्यातील व्याख्यात्यांना सामान्य वर्णनात्मक शेरे देणे अधिक पसंत होते. निरनिराळ्या संस्थांमध्ये आणि निरनिराळ्या विषयक्षेत्रात ह्या समस्येचा पुढे आणखी अभ्यास करण्यासाठी अधिक संशोधन करणे गरजेचे आहे.

ज्ञानातील योगदान बऱ्यापैकी मर्यादित आहे असेच फक्त नसेल परंतु त्यातून त्या क्षेत्रातील तपास संपतो असेही दर्शवले जात नाही. त्यातून फक्त पुढील संशोधनाच्या गरजेकडे जाणारा मार्ग निर्देशित केला जाईल.

डेटा आणि ज्ञानातील फरक

या परिस्थितीत आणि अन्य परिस्थितीत नवीन डेटा आणि नवीन ज्ञान यातील फरक ओळखणे, हे अर्थातच महत्त्वाचे आहे. नवीन डेटातून आपोआप नवीन ज्ञान तयार होत नाही. डेटातून नवीन आंतरदृष्टी निर्माण झाली आणि आकलन झाले असे म्हणता येण्याआधी त्याचे विश्लेषण झाले पाहिजे व त्याचा अन्वयार्थ लावला गेला पाहिजे. अशा प्रकारच्या चर्चेतून आपल्याला पदव्युत्तर आणि डॉक्टरल प्रबंधामध्ये फरक करण्याचा पुढील मार्ग सापडतो. या दोन्ही प्रकारच्या प्रबंधात प्रश्नावली आणि मुलाखतीतून स्थूलमानाने एकाच प्रकारचा डेटा संकलित केला जातो. जरी डॉक्टरल प्रबंधात अधिक भरीव प्रमाणातील डेटा संकलित केला गेला तरी डेटाच्या स्वरूपामध्ये काही विशेष फरक नसतो. परंतु डेटा विश्लेषणाच्या प्रक्रियेत तो फरक पुढे येण्याची शक्यता असते. पदव्युत्तर प्रबंधातील डेटाचे विश्लेषण अधिक वरवरचे असते. त्याचे लक्ष डेटाचा सारांश करण्यावर तसेच त्याचे वर्णन करण्यावर केंद्रीभूत झालेले असते. डॉक्टरल प्रबंधाचे वर्गीकरण केले जाऊ शकते किंवा शेकडेवारी किंवा प्रमाण विचलन यांसारख्या वर्णनात्मक संख्याशास्त्राचा वापर करून त्याचा सारांश काढला जातो.

डॉक्टरल प्रबंधात विश्लेषणाची अधिक परिष्कृत पद्धत वापरली जाते. उदाहरणार्थ, डेटा जर गुणात्मक असेल तर मूळ डेटात अंतर्भूत असलेला नवा सिद्धांत विकसित करण्यासाठी प्रवर्तनिक प्रक्रियेतून प्रयत्न केला जाईल. जर डेटा संख्यात्मक असेल तर चलांमध्ये संभाव्य कारक संबंध विकसित करण्यासाठी निदानात्मक संख्याशास्त्रीय पद्धती वापरल्या जातील. याच कारणासाठी 'ज्ञानात मूलभूत योगदान' ही संज्ञा पदव्युत्तर प्रबंधाऐवजी डॉक्टरल प्रबंधाच्या संदर्भात वापरली जाते. पदव्युत्तर प्रबंधात जगाच्या स्वरूपाचे वर्णन करणारा अनुभवाधिष्ठित डेटा सारांश रूपाने सादर केला जातो. याउलट डॉक्टरल प्रबंधात आणखी पुढे जाऊन जग जसे अस्तित्वात आहे त्याची कारणे स्पष्ट करण्याचा प्रयत्न केलेला असतो. विश्लेषणातून स्पष्टीकरण, तर्क, प्रभाव, कारणे, आणि सामान्यीकरण यांचा शोध घेतला जाऊ शकतो. डॉक्टरल प्रबंध जगाकडे बघण्याचा एक नवा दृष्टिकोन विकसित करण्याचा तसेच आपल्या भोवतालास नवा अर्थ देण्याचा प्रयत्न करेल. असा प्रबंध 'मूलभूत' असतो. तो आपल्याला विषयाकडे पाहण्याची नवीन दृष्टी देतो.

प्रबंधात समाविष्ट करण्याजोगे निरनिराळ्या प्रकारचे डेटा आणि दाखले

संशोधन प्रबंध निरनिराळ्या प्रकारच्या डेटावर आधारलेला असतो. साधारणपणे प्रत्येक प्रकारचा डेटा विश्लेषणाच्या एक किंवा अनेक मार्गांशी जोडलेला असतो. उदाहरणार्थ, प्रश्नावलीच्या स्वरूपातील सर्वेक्षण डेटा संख्याशास्त्रीय विश्लेषणाशी संबंधित असतो; तर मुलाखतीतील डेटाचे विश्लेषण ग्राउंडेड सिद्धांताच्या तंत्राने केले जाते; तसेच संभाषणात्मक डेटाचे विश्लेषण संस्कृती वर्णनपद्धतीच्या तंत्राने केले जाते. हे संबंधित दुवे एकमेव नाहीत. डेटाच्या विविध प्रकारांमध्ये आणखी अनेक प्रकारचे संभाव्य दुवे आहेत, तसेच डेटा विश्लेषणाचेही अनेक अन्य मार्ग आहेत. या पुस्तकाच्या दृष्टीने विशेष महत्त्वाचे म्हणजे डेटा आणि विश्लेषण तंत्राच्या प्रत्येक जोडीचा शैक्षणिक लिखाणाकडे पाहण्याच्या विशिष्ट दृष्टिकोनाशी संबंध आहे.

सर्वेक्षणातून मिळालेला डेटा

सर्वेक्षण डेटा आणि संख्याशास्त्रीय विश्लेषणाचा विचार करून आपण सुरुवात करूया. अनेक विद्यार्थ्यांना प्रतिसादकांना स्वतः भरता येतील अशा प्रश्नावलींचा त्यांच्या संशोधनात समावेश करायला आवडते आणि ते त्याची रचना करण्यात आणि चाचणी घेण्यात बराच वेळ कारणी लावतात. जेव्हा पूर्ण झालेल्या प्रश्नावली त्यांच्याकडे परत येतात तेव्हा त्यांना से वाटते की त्यांनी फार मोठ्या प्रमाणात डेटा गोळा केला आहे. एका अर्थी हे अर्थातच खरे आहे. परंतु जेव्हा या प्रश्नावलींचे कोडिंग करून तो डेटा संख्याशास्त्रातील पॅकेजमध्ये घातला जातो, तेव्हा एका छोट्या संख्याशास्त्रीय सारांशामध्ये डेटाचे रूपांतर होते असे हळूहळू लक्षात येते. इतकेच नव्हे तर, प्रत्यक्षात इतक्या अल्प संख्याशास्त्रीय माहितीवर विशिष्ट लांबीची टिप्पणी लिहिणेही अवघड होते. दुसऱ्या शब्दात सांगायचे तर संशोधन विद्यार्थ्याने खूप परिश्रम केले असतील तरी त्यातील निष्पत्तीवर संपूर्ण प्रबंध लिहिण्याइतके साहित्य हातात येणार नाही. या परिस्थितीत थोडी सुधारणा करता येईल ती अशी प्रश्नावलीत 'फक्त दिलेल्या चौकटीत खूण करा' अशा प्रश्नांच्या ऐवजी काही मुक्त प्रश्न घालावेत म्हणजे त्यांची लेखी टिप्पणीच्या स्वरूपात उत्तरे देणे आवश्यक होईल. प्रबंध लेखनातील अन्य उच्च शैक्षणिक बाबींच्या पार्श्वभूमीवर ही बाब क्षुल्लक वाटू शकेल परंतु अगदी मूलभूत पातळीवर ८०,००० शब्दांच्या पीएचडी प्रबंधाच्या लिखाणासाठी तुम्हाला ज्यावर टिप्पणी करता येईल, असा पुरेसा डेटा असावा. ही अतिशय महत्त्वाची बाब असून तिच्याकडे सहज दुर्लक्ष होऊ शकते.

संख्यात्मक डेटाची चर्चा करताना लेखन शैलीच्या संदर्भात विचार केल्यास जे म्हणायचे आहे ते नेमकेपणाने म्हणणे एरवीपेक्षा जास्त महत्त्वाचे आहे. निदानात्मक संख्याशास्त्रातील तंत्रे मूलतः संभाव्यता सिद्धांतावर आधारलेली असतात. एखादी गोष्ट खरी आहे की खोटी हे ती तंत्रे दर्शवत नाहीत तर, एखादी गोष्ट खरी असण्याची शक्यता असण्याचा पुरावा देतात. म्हणून संख्याशास्त्राची चर्चा करताना आपण केलेली कोणतीही विधाने पारखून पाहणे अतिशय महत्त्वाचे आहे. उदाहरणार्थ, 'काय-वर्ग चाचणीचे परिणाम असे दर्शवतात---' असे लिहिणे उचित नाही किंवा 'काय-वर्ग चाचणीचे परिणाम असे सिद्ध करतात---' असे लिहिणे तर अजिबात उचित नाही. त्यापेक्षा 'काय-वर्ग चाचणीचे परिणाम असे सुचवत आहेत असे वाटते---' असे लिहिणे अधिक इष्ट होईल. तसेच संख्याशास्त्राबद्दल लिहिताना आणखी एक चुकीचा शब्द वापरला जातो आणि तो म्हणजे 'महत्त्वपूर्ण'. संख्याशास्त्रविषयक चर्चा करताना या शब्दास एक विशिष्ट अर्थ आहे आणि तो म्हणजे एखादे गृहीतप्रमेय स्वीकारताना किंवा नाकारताना तुमचा जो आत्मविश्वास असतो (टक्केवारीमध्ये दर्शविलेला) त्याचे मापन करण्याचे ते एक परिमाण आहे. अर्थातच या शब्दाचा महत्त्व किंवा औचित्य असा नेहमीचा अर्थ आहेच. संख्याशास्त्रीय परिणामांची चर्चा करताना या शब्दाचा नेहमीच्या अर्थाने वापर टाळणे उचित ठरेल. अन्यथा गोंधळ होऊ शकेल.

गुणात्मक डेटा

एक सामान्य नियम म्हणून गुणात्मक डेटा हा संख्यात्मक डेटापेक्षा आकारमानाने खूप मोठा असतो. संख्यात्मक डेटा हा अनेक लहान लहान तालिकांच्या स्वरूपात लिहून संक्षिप्त केला जातो तर गुणात्मक डेटा हा इतका मोठा असतो की त्यातील कुठला भाग गाळायचा हे ठरवणे फार महत्त्वाचे असते. गुणात्मक डेटाच्या फक्त आकारमानामुळे त्याचे व्यवस्थापन करणे अवघड होऊ शकते. जेव्हा विद्यार्थी प्रथम ध्वनीमुद्रित केलेल्या लहानशा मुलाखतीवर लिखाण करतात तेव्हा त्यांना त्या कामाचे आकारमान आणि लहानशा मुलाखतीतून निर्माण झालेला लिखित स्वरूपातील डेटा पाहून आश्चर्य वाटते. संख्यात्मक आणि गुणात्मक डेटातून निर्माण होणाऱ्या विविध संशोधन पद्धतींविषयी अँडरसन (१९९८, पृ. क्र. ८५–९३) मध्ये चर्चा केली आहे.

गुणात्मक डेटा वापरताना जी पहिली समस्या उद्‌भवू शकते ती म्हणजे प्रक्रिया, ज्यामुळे काही डेटा प्रबंधात घालण्यासाठी निवडला जातो आणि इतर डेटा वगळला जातो. काही डेटाची निवड करण्यासाठी आणि काही डेटा नाकारण्यासाठी नेमक्या पद्धतींचा निकष वापरला जाणे हे साहजिकच महत्त्वाचे आहे, परंतु लिखाणाच्या प्रक्रियेच्या संदर्भात डेटामधून काही वेचे समाविष्ट करण्याचे धोरण असणेही महत्त्वाचे आहे.

मुलाखतीच्या डेटाच्या बाबतीत मुलाखतींमधून मुख्य लिखाणात शब्दशः वेचे घालणे ही नेहमीची पद्धत आहे. प्रबंधात मांडलेल्या युक्तिवादांचा पुरावा म्हणून या वेच्यांचा वापर केला जातो. परंतु सामान्यपणे डेटा भरपूर प्रमाणात उपलब्ध असल्याने तो जास्तीत जास्त समाविष्ट करण्याकडे साहजिकच कल असतो. प्रबंधात घातलेल्या डेटातील वेच्यांची संख्या आणि लेखकाच्या चर्चेचे प्रमाण यात एक तर्कशुद्ध संतुलन साध्य करणे आवश्यक आहे. एका बाजूस, जर वेच्यांची आणि अवतरणांची संख्या खूपच अधिक असली तर डेटास अवाजवी महत्त्व दिले जाते आणि त्यामुळे विश्लेषणास पुरेशी जागा उपलब्ध होत नाही. दुसऱ्या बाजूस, जर लेखकाने पुरेशी अवतरणे घातली नाहीत तर विश्लेषणातील युक्तिवादास पुरेशी पुष्टी मिळत नाही. अन्य समस्यांप्रमाणेच याही बाबतीत योग्य ती तडजोड करण्याचा मार्ग सापडण्यासंबंधीचाच हा एक प्रश्नच आहे. एक साधारण मार्गदर्शन असे केले जाते की विश्लेषणाची एकूण शब्दसंख्या अवतरणांच्या एकूण शब्दसंख्येपेक्षा दुप्पट असली पाहिजे. लोकांचे याबाबत दुमत होईल परंतु हे एक सयुक्तिक मार्गदर्शन असावे.

अवतरणे आणि विश्लेषणे एकत्रितपणे संपूर्ण असणे महत्त्वाचे आहे. या ठिकाणी लेखनशैलीचा मोठ्या प्रमाणावर विचार करावा लागतो. मुलाखतीच्या डेटामधील वेच्यांचा असा सहजपणे वापर करावा की ते मजकुराचा एक स्वतंत्र भाग असून मुख्य मजकुरापासून अलग आहेत असे वाटावे. वेचे आणि विश्लेषण यांना जोडू शकतील अशी वाक्ये घालावीत. उदाहरणार्थ, डेटातील वेच्याच्या आधी तुम्ही असे लिहू शकता की 'रसायनशास्त्र शिक्षिकेच्या मुलाखतीतील वेच्यात ती प्रयोगशाळेतील तंत्रज्ञांच्या स्रोताचा प्रश्न अधोरेखित करते.' अशा प्रकारच्या जोडणाऱ्या वाक्यांमुळे वाचकांना पुढील मजकूर काय असेल, याची कल्पना येते आणि त्यामुळे वाचकास वेच्याच्या आशयाशी वैचारिक दृष्ट्या जुळवून घेणे शक्य होते.

त्यामानाने मुलाखतीच्या डेटातील वेच्यांच्या बाबतीत वाचकास हे चांगले माहीत असते की ही अवतरणे आहेत, म्हणून ते तुलनेने तसे सोपे असते. नेहमीची पद्धत म्हणजे अवतरणे थोडी आत घ्यावीत लहान फॉंट, तिरकी अक्षरे, ओळी जवळ वापराव्यात किंवा या सर्वांचा एकत्र वापर करावा. त्यामुळे अवतरणे मुख्य मजकूरापासून ठळकपणे वेगळी होतात. काही प्रकारचा डेटा उदाहरणार्थ, निरीक्षणात्मक डेटा, क्षेत्रीय नोंदी, आणि वांशिक डेटा हा तुलनेने मुख्य मजकूरासारखाच असतो कारण तो प्रबंध लेखक लिहितो आणि म्हणून त्यात काही प्राथमिक विश्लेषण असते.जेव्हा क्षेत्रीय नोंदींमधील वेच्यांचा विशेषकरून डेटा म्हणून वापर केला जातो तेव्हा ज्या प्रकारे डेटा मुख्य मजकूरात घातला जातो त्या पद्धतीवरून हे स्पष्ट होत आहे, याची खात्री करून घेणे महत्त्वाचे असते.

चिंतनात्मक वर्णने

गुणात्मक डेटा विश्लेषणाच्या प्रक्रियेत एक रंजक भर घालणे म्हणजे त्यात चिंतनात्मक तपशील समाविष्ट करणे. संशोधकांच्या डेटा विश्लेषणास त्यांच्या स्वतःच्या बौद्धिक पार्श्वभूमीमुळे आणि दृष्टिकोनामुळे जो संदर्भ प्राप्त होतो त्यावर चिंतन करण्याचा हा एक प्रयत्न असतो. शैक्षणिक लेखन करणारे लेखक स्वतःचा शैक्षणिक दृष्टिकोन स्पष्ट करण्याचे महत्त्व जाणून असतात. उदाहरणार्थ, पुस्तकाच्या प्रस्तावनेत लेखक लिहितात की, 'हे एका निष्ठावंत

मार्क्सवाद्याच्या दृष्टिकोनातून लिहिले गेले आहे' किंवा 'खुल्या बाजारपेठेच्या अर्थव्यवस्थेच्या लाभांवर माझा जो विश्वास आहे त्या चौकटीच्या आधारावर मी हे पुस्तक लिहिले आहे.' असे खुलेआम जाहीर करण्यामुळे वाचकास पुस्तकात केलेले सत्याचे दावे आणि प्रतिपादने एका विशिष्ट संदर्भात लक्षात घेता येतात. वरील दृष्टिकोनातून केलेल्या युक्तिवादाची वाचकांना जी जाण येते त्यामुळे ते काही युक्तिवादांना अन्य युक्तिवादांपेक्षा जास्त महत्त्व देऊ शकतात.

प्रबंधात काही प्रमाणात चिंतनात्मक तपशील दिल्यामुळे हा हेतू साध्य होतो. विद्यार्थी त्यांचे प्रबंधलेखन कुठलाही पूर्वग्रह न बाळगता संतुलित पद्धतीने करतात तेव्हा जीवनाप्रमाणेच संशोधनातही संपूर्ण वस्तुनिष्ठता साध्य करणे सोपे नसते, याची जाणीव त्यातून व्यक्त होते. चिंतनात्मक वर्णनातून संशोधक त्याच्या विशिष्ट शैक्षणिक दृष्टिकोनाला प्रभावित करणाऱ्या पगड्यांची शक्य तितक्या मोकळेपणाने चर्चा करण्याचा प्रयत्न करतो. प्रबंधाचे वाचन करताना आणि त्यातील विश्लेषणाचे मूल्यांकन करताना वाचक हे ध्यानात घेईल, असे गृहीत धरले जाते. वाचकांना जास्तीत जास्त उपयोग करता येईल अशा ठिकाणी चिंतनात्मक वर्णन घातले जाऊ शकत असले, तरी ते नेहमी प्रबंधाच्या शेवटी घातले जाते.

संशोधकाच्या आयुष्यातील विविध बौद्धिक प्रभावांना त्याने किंवा तिने दिलेल्या महत्त्वानुसार चिंतनात्मक तपशीलात निरनिराळ्या प्रकारचे साहित्य असू शकते. त्या तपशीलात संशोधकाने आत्तापर्यंत घेतलेल्या अभ्यासक्रमाचे तसेच तो ज्या शैक्षणिक संस्थांमध्ये शिकला त्याचे वर्णन असू शकेल. त्याला उपयुक्त आणि माहितीपूर्ण वाटलेल्या पुस्तकांसह तो ज्या परिषदांना हजर राहिला त्या परिषदांचा, त्याने भेटी दिलेल्या देशांचा उल्लेख असू शकेल. उचित वाटले तर संशोधक त्याच्या कुटुंबाचा किंवा मित्र परिवाराचा असलेला प्रभाव, नोकरीचे विविध पैलू किंवा त्याच्या छंदांचा प्रभाव यासारख्या बाबींचाही समावेश करेल. थोडक्यात सांगायचे तर चिंतनात्मक तपशीलातून संशोधकास डेटा संकलन आणि विश्लेषण प्रक्रियेस वैयक्तिक आणि व्यक्तिनिष्ठ आयाम देण्याची संधी मिळते. या बाबींवर स्टियर (१९९१) मध्ये चर्चा केली आहे.

उदाहरण – चिंतनात्मक तपशील

सरकारी शाळा आणि खाजगी शाळांमधील सामाजिक प्रभावांच्या तुलनात्मक अभ्यासात, संशोधकाने त्याच्या किंवा तिच्या शाळेतील निदान काही तपशील दिल्यास त्याचा संबंध त्या अभ्यासाशी जोडता येईल. संशोधकाने खाजगी शाळेत शिक्षण घेतले असेल तर त्या शाळेत सामाजीकरणाकडे कसे पाहिले जात होते यावरील चर्चा उपयुक्त ठरेल. याशिवाय, प्रबंधातील वस्तुनिष्ठ आणि संतुलित वर्णन साध्य करण्यासाठी त्यांनी ते प्रभाव एका बाजूला ठेवण्याचा प्रयत्न कसा केला याचे वर्णन करू शकतील.

संकल्पनात्मक विश्लेषण

संशोधनात वापरला गेलेला काही डेटा संकल्पनांच्या विश्लेषणातून मिळवला जाईल आणि त्याला विश्लेषित डेटा असे म्हटले जाईल. उदाहरणार्थ, प्रबंधाच्या सुरुवातीच्या टप्प्यात त्यातील गाभाभूत कळीच्या संकल्पनांची व्याख्या करण्याचे प्रयत्न करणे आवश्यक आहे. अशा व्याख्या फारच कमी वेळा परिपूर्ण असतील,परंतु त्या संज्ञांच्या घटकातील काही गोष्टींची मांडणी करतील. उदाहरणार्थ, अभ्यासक्रम निश्चित करण्याच्या संदर्भात 'शिक्षकांची

स्वायत्तता' ही मध्यवर्ती कल्पना असलेल्या प्रबंधात स्वायत्तता या संज्ञेची वापरात असलेली व्याख्या केल्यास पुढील चर्चेवर प्रकाश टाकण्यासाठी ते उचित ठरेल.

स्वायत्तता संकल्पनेतील समस्या म्हणजे काही जणांना या संकल्पनेत जवळजवळ संपूर्ण कृती स्वातंत्र्य अभिप्रेत असेल तर त्याच परिस्थितीतील काही जणांना त्यांच्यावर मर्यादा अथवा बंधने घातल्यासारखे वाटेल. अशा वेळेस पुढे जाण्याचा एक मार्ग म्हणजे शिक्षण क्षेत्रात 'स्वायत्तता' हा शब्द कोणत्या वेगवेगळ्या संदर्भात वापरला जातो, हे ओळखणे आणि नंतर तो शब्द ज्या संदर्भात वापरला जातो त्यांचे वैशिष्ट्य शोधणे.परंतु अशा विश्लेषणातून स्वायत्तता या संज्ञेची एक व्याख्या दुसऱ्या व्याख्येपेक्षा अधिक श्रेष्ठ आहे, असा युक्तिवाद कुठल्याही खऱ्या अनुभवाधिष्ठित साधनांनी होणे शक्य नाही. एक वेळ निरनिराळ्या संदर्भात ही संकल्पना वापरण्यातील वरवरची तर्कशुद्ध सुसंगती किंवा विसंगती तुम्ही निर्देशित कराल, परंतु स्वायत्ततेची अंतिम व्याख्या तुम्ही तर्कशुद्धतेने प्रतिपादित करू शकाल, हे असंभवनीय आहे. जिथे संज्ञांना व्यक्तींनुरूप महत्त्वाचे असे व्यक्तिनिष्ठ अर्थ आणि त्यांना तार्किक आधार देणारे काही विचार आहेत असे वाटते, अशा परिस्थितींची एक कक्षा तुमच्यासमोर शिल्लक राहाते.म्हणून प्रबंधातील काही संकल्पनांचे विश्लेषण करणे गरजेचे आहे तर काही बाबी अनुभवाधिष्ठित पडताळणी करण्यासाठी संवेदनक्षम आहेत, हे ओळखता येणे महत्त्वाचे आहे.

उदाहरण – अनुभवाधिष्ठित पडताळणी करण्यायोग्य आणि संकल्पनात्मक प्रश्न

काही वेळेस प्रबंधाची उद्दिष्टे वरवर पाहता सारखी असतात, परंतु त्यापैकी एक अनुभवाधिष्ठित असते तर दुसरे संकल्पनात्मक असते. खाली दिलेल्या दोन उद्दिष्टांचा विचार करा:

१ मृत्यूदंडाची शिक्षा चूक की बरोबर यावरील लोकांच्या दृष्टिकोनाचे विश्लेषण करा.
२ मृत्यूदंडाची शिक्षा चूक की बरोबर.

पहिल्या उद्दिष्टासाठी लोकांच्या दृष्टिकोनावरील डेटा संकलित करणे आणि त्याचे विश्लेषण करणे गरजेचे आहे. दुसऱ्या उद्दिष्टासाठी मृत्यूदंडाच्या शिक्षेसंदर्भात 'चूक' आणि 'बरोबर' या संज्ञांचे विश्लेषण करणे आवश्यक आहे आणि त्यासाठी कुठल्याही अनुभवाधिष्ठित डेटाची आवश्यकता नाही.

सारांश – प्रबंधातील डेटाचे प्रकार

- प्रबंधातील युक्तिवाद अनुभवाधिष्ठित डेटाच्या किंवा संकल्पनांच्या विश्लेषणावर आधारलेले असतील.
- अनुभवाधिष्ठित डेटा संख्यात्मक किंवा गुणात्मक असेल.
- संख्यात्मक डेटा प्रश्नावली किंवा त्याच्या गुणवत्ता मापन पद्धतींनुसार संकलित केला जाईल.
- गुणात्मक डेटा मुलाखती, जीवनेतिहासाची वर्णने, किंवा गट चर्चा या पद्धतीने संकलित केला जाईल.

धारणेच्या अंतर्गत काम करणे आणि सैद्धांतिक दृष्टिकोन अंतर्भूत करणे

संशोधन प्रबंधाचा सर्वात मोठा घटक म्हणजे (विशेषतः डॉक्टरल प्रबंधाचा) त्यात सैद्धांतिक पायाचा समावेश करणे. पदव्युत्तर प्रबंधाच्या पातळीवर काही थोड्या बाबतीत ही प्रक्रिया सैद्धांतिक चौकटीत न बसवता काही डेटाच्या संकलन आणि विश्लेषणाची चर्चा करणे पुरेसे आहे. तथापि, पदव्युत्तर आणि डॉक्टरल पातळीवर कुठल्याही प्रकारच्या सैद्धांतिक चौकटीचा उपयोग प्राधान्याने करण्यात येतो. साधारणपणे, उपयोगात आणलेली सैद्धांतिक चौकट डॉक्टरल पातळीवर अधिक सफाईदार असते.

सैद्धांतिक चौकट, सैद्धांतिक दृष्टिकोन आणि नमुना या संज्ञांबद्दलची सर्वात दुर्दैवी बाब म्हणजे वेगवेगळे लेखक त्यांचा थोड्या वेगळ्या मार्गाने वापर करतात. तथापि, प्रथम शब्द रूढ अर्थाने वापरावेत, दुसरे म्हणजे संपूर्ण प्रबंधात त्यांचा तसाच सुसंगतपणे वापर करावा. 'धारणा' म्हणजे जगाकडे पाहण्याचा व्यापक दृष्टिकोन जो आपल्याला संशोधनाकडे पाहण्याच्या दृष्टिकोनाची माहिती देतो. उदा. जेव्हा तुम्ही शास्त्रीय नमुन्याचा उल्लेख करता तेव्हा तुम्ही सुचवता की तुम्ही शास्त्रीय दृष्टिकोनाच्या व्यापक तत्त्वांतर्गत काम करत आहात. प्रतिपादनांना पाठिंबा देण्यासाठी तर्कशुद्ध युक्तिवाद तयार ठेवणे, पद्धतशीरपणे पुराव्यांचे संकलन करणे आणि केलेले सत्याचे दावे कोणत्या तर्कशुद्ध कारणांमुळे नाकारले जातील, हे स्पष्टपणे जाणून मगच तसे दावे करणे अशा तत्त्वांना धरून राहणे, त्यातून ध्वनित केले जाते. सामान्यपणे समाजशास्त्रीय संशोधन प्रबंध अशा धारणेमध्ये लिहिले जातात की त्या प्रसामान्यता पातळीवर तुम्हाला त्यांच्या सैद्धांतिक दृष्टिकोनाबद्दल चर्चा करण्याची गरज नसते. धारणेच्या स्वरूपाबद्दल क्रेसवेल (१९९८, पृ. क्र. ७४) मध्ये चर्चा केली आहे.

संशोधनाच्या आयोजनाच्या संदर्भात मांडलेल्या अधिक विशिष्ट गृहितकांना उद्देशून 'सैद्धांतिक दृष्टिकोन' ही संज्ञा वापरली जाते. उदा. तुम्ही अन्वयार्थी दृष्टिकोनातून कार्यरत असण्याबद्दल लिहित असाल. जो डेटा संकलित केला आहे त्याच्या स्वरूपाबद्दल तसेच ज्या विश्लेषण प्रक्रियेतून तो गेला त्याबद्दल तुम्ही काही गृहितके मांडत आहात असे वाचकाला निर्देशित केले जाईल.या विशिष्ट दृष्टिकोनातून संशोधकाकडे सामाजिक जगाचे स्वरूप निर्धारित करणारा असे पाहिले जात नाही, तर संशोधन प्रतिसादक जगाकडे आणि संशोधन समस्येकडे ज्या पद्धतीने बघतात त्यावर रोख केंद्रित केला जातो. त्याचप्रमाणे ज्या पद्धतीने प्रतिसादक जगाकडे पाहून त्याविषयी डेटा पुरवतात त्याकडे कायमस्वरूपी म्हणून पाहिले जात नाही. प्रतिसादकांचे दृष्टिकोन काही बाबतीत बदलणार हे मान्यच आहे आणि काही प्रमाणात सहभागींनी पुरवलेला डेटा माणसा-माणसामधील बदलत्या संबंधावर अवलंबून असतो. अन्वयार्थी दृष्टिकोनात संकलित करता येईल आणि ज्याचे विश्लेषण करता येईल अशी पूर्व निश्चित सामाजिक सत्यं गृहीत धरली जात नाहीत परंतु सामाजिक जगातील संबंध अस्थिर असतात आणि त्यांचे अंशतः का होईना आकलन व्हावे, म्हणून अन्वयार्थ लावला पाहिजे.

सर्वसाधारणपणे प्रबंधातून अशा गृहितकांचे स्पष्टीकरण केले जाते आणि एखाद्या विशिष्ट स्वीकृत दृष्टिकोनाचे वाचकाला स्पष्टीकरण दिले जाते, हे महत्त्वाचे आहे. यामुळे संशोधन रचनेमागील कल्पनांचे तसेच डेटा विश्लेषणाच्या प्रक्रियेचे वाचकांना अधिक चांगले आकलन होण्यास मदत होते. प्रबंधाला केवळ बळकट पाया मिळेल असे नाही तर वाचकांना त्याचे आकलन अधिक सहजपणे होण्याची शक्यता वाढेल.

उदाहरण – सैद्धांतिक दृष्टिकोन

- मूलभूत शास्त्रीय संशोधन पद्धती या सामान्यपणे शिक्षणशास्त्रासह समाजशास्त्रांनाही लागू करता येतात, असे प्रत्यक्षार्थवादी दृष्टिकोनात गृहीत धरले जाते.
- प्रत्यक्षार्थवाद संख्यात्मक डेटाच्या उपयोगाशी संबंधित असतो.
- अन्वयार्थवाद संशोधनात उपयोगात आणलेल्या अनेक दृष्टिकोनांशी निगडीत असतो. त्यात मानसघटनाशास्त्र, इंटरॲक्शनिझम, स्त्रीमुक्तिवाद, संस्कृतीवर्णन शास्त्र आणि कृती संशोधन इत्यादींचा समावेश होतो. अशा दृष्टिकोनांची प्रामुख्याने गुणात्मक डेटा वापरण्याची प्रवृत्ती असते.

सत्ताशास्त्र, ज्ञानशास्त्र आणि पद्धती यातील नातेसंबंध

या तीन संकल्पनाचा पूर्वीच्या धारणा आणि दृष्टिकोन या कल्पनांशी फार जवळचा संबंध आहे परंतु त्या वेगवेगळ्या मार्गांनी वापरल्या जातात. सत्ताशास्त्र आणि ज्ञानशास्त्र या दोन्ही संज्ञांना तत्त्वज्ञानात फार महत्त्व आहे आणि प्रबंधातील सैद्धांतिक बाबींची चर्चा करताना विद्यार्थी वेगवेगळ्या प्रमाणात त्यांचा वापर करतात. जगाच्या मूलभूत स्वरूपाचा उल्लेख करताना आणि त्या जगात अस्तित्वात असण्याचा अर्थ समजून घेताना 'सत्ताशास्त्र' या संज्ञेचा वापर केला जातो. सत्ताशास्त्रातील मूलभूत फरकांपैकी एक फरक संशोधक ज्याचे मापन करू पाहत आहेत अशा अस्तित्वाच्या संभाव्य स्वरूपाबद्दल आहे. उदाहरणार्थ, हे जग मानवी अस्तित्व आणि मानवी विचार यांच्याहून स्वतंत्रपणे अस्तित्वात असणाऱ्या स्वतंत्र वस्तूंनी बनलेले आहे, अशा दृष्टिकोनातून तुम्ही जगाकडे पाहू शकाल. त्याचवेळी जग हे मूलतः मानवी विचारांचे, विश्लेषणांचे आणि दृष्टिकोनांचे एक फलन आहे, असा तुम्ही विचार कराल.जरी सत्ताशास्त्रीय बाबींना सैद्धांतिकदृष्ट्या बऱ्यापैकी महत्त्व असले तरी डॉक्टरल प्रबंधाच्या विद्यार्थ्यांनासुद्धा त्यांच्या संशोधनाची या संदर्भात चर्चा करण्याची आवश्यकता वाटत नसावी. तरीसुद्धा संशोधनाच्या ज्ञानशास्त्रीय पायाशी सत्ताशास्त्रीय आस्था जोडलेल्या आहेत.

तत्त्वज्ञानाच्या संदर्भात ज्ञानशास्त्र म्हणजे असा पायाभूत अभ्यास ज्याच्या आधारे आपण आपल्याला जगाबद्दल काही ज्ञान आहे, असा दावा करतो. डॉक्टरल प्रबंधातून ज्ञानात काही योगदान केले जावे या अर्थाने निदान ढोबळ मानाने सत्याविषयी दावे करण्यासाठी पाया निर्देशित करता आला पाहिजे. 'प्रत्यक्षार्थवादी ज्ञानशास्त्राच्या' संदर्भात 'ज्ञानशास्त्र' ही संज्ञा वापरली जाईल आणि प्रबंधातील सत्याविषयीचे दावे हे प्रकृतीविज्ञानातील स्थूल तत्त्वांवर आधारलेले असतात असे निर्देशित केले जाईल. अशा बाबतीत ज्ञानशास्त्रीय गृहीतक असे असेल की गृहीतकाच्या प्रस्ताव व परीक्षणात असलेले अनुभवसिद्ध डेटाचे (कदाचित विशेषतः संख्यात्मक) संकलन हेच नव्या ज्ञान निर्मितीचे समाधानकारक साधन असेल. जगासंबंधी तुम्ही मांडलेल्या सत्ताशास्त्रीय गृहितकांना आणि ज्याचे मोजमाप करता येईल अशा वास्तवाच्या स्वरूपास निवडक ज्ञानशास्त्रीय भूमिकेसाठी काही प्रमाणात आनुषंगिक अर्थ असतो असे आपल्याला दिसू शकते. जगात मानवी मनाच्या कक्षेबाहेर अस्तित्व आहेत अशी सत्ताशास्त्रीय भूमिका तुम्ही स्वीकारलीत तर तुम्हाला असे वाटेल की प्रत्यक्षार्थवादी ज्ञानशास्त्र हाच संशोधनासाठी योग्य पाया ठरावा. गृहीतकाच्या संकल्पनेवरील चर्चा पंच (१९९८, पृ. क्र. ३९–४१) मध्ये आहे.

अखेरीस, 'पद्धती' ही संज्ञा अनेक प्रकारे वापरली जाईल. प्रबंधाच्या ज्या प्रकरणात संशोधनाच्या दोन्ही संरचनातील सैद्धांतिक अभिमुखता आणि डेटा विश्लेषणासाठी स्वीकारलेला दृष्टिकोन यांचे वर्णन केलेले असते, त्या प्रकरणाच्या शीर्षकासाठी पद्धती ही संज्ञा वापरणे सर्वात अधिक सर्वसामान्य आहे. या अर्थाने स्वीकृत संशोधन प्रक्रियेच्या संदर्भात वापरली जाणारी ही सर्वात सामान्य संज्ञा आहे. परंतु संशोधनातील डेटा संकलन प्रक्रियेचा उल्लेख करताना ती अधिक विशेषत्वाने वापरली जाते.या अर्थाने ती सत्ताशास्त्र व ज्ञानशास्त्रापासून सुरू होणाऱ्या आणि पद्धतीने तिचा शेवट होणाऱ्या तर्कशुद्ध सलगतेवर अस्तित्वात असते. या अन्वयार्थानुसार विशिष्ट ज्ञानशास्त्रात डेटा संकलनाच्या काही निश्चित पद्धती स्वीकारणे अभिप्रेत असते. उदाहरणार्थ, प्रत्यक्षार्थवादी ज्ञानशास्त्र सर्वेक्षण पद्धतीचा वापर आणि प्रश्नावलींच्या डेटाचे गुणात्मक विश्लेषण करावे असे सुचवेल. याउलट अप्रत्यक्षार्थवादी ज्ञानशास्त्रास न ठरवता घेतलेल्या मुलाखती आणि सहभागींचे निरीक्षण अभिप्रेत असते.

उदाहरण – महत्त्वाच्या संज्ञांची व्याख्या

वरील तिन्ही संज्ञांचे संक्षिप्त पण स्पष्ट अर्थ तुम्हाला माहीत असतील तर त्याची तुम्हाला मदत होईल.

सत्ताशास्त्र : जगाच्या मूलभूत स्वरूपाचा अभ्यास.उदाहरणार्थ, जगात परस्पर निरपेक्ष अस्तित्वे आहेत का? किंवा स्वतंत्र अस्तित्वांची दखल मानवी जाणिवेवर अवलंबून असते का?

ज्ञानशास्त्र : आपण ज्या आधारावरजगाबद्दल सत्याचे दावे करतो त्याचा अभ्यास

पद्धती : विशिष्ट ज्ञानशास्त्रीय दृष्टिकोनातून निर्माण होणारा डेटा संकलनाचा प्रकार आणि विश्लेषण पद्धती

मागील दोन भागात आपण प्रबंधाच्या सैद्धांतिक आयामांची चर्चा करण्यासाठी वापरलेल्या अनेक निरनिराळ्या संज्ञांचा शोध घेतला. एका पातळीवर त्यांची माहिती असणे महत्त्वाचे आहे.कारण त्या संशोधन सिद्धांताशी संबंधित असलेल्या संकल्पना समूहाचा एक हिस्सा आहेत. तथापि अनेक प्रबंधात सत्ताशास्त्र आणि धारणा या संकल्पनांच्या सामान्यीकरणाच्या पातळीमुळे त्यांचा वापर क्वचितच केला जातो. याउलट, ज्ञानशास्त्र, सैद्धांतिक दृष्टिकोन आणि पद्धती यांचा वापर व्यापक प्रमाणावर केला जातो. इतकेच नव्हे तर प्रबंधात संशोधन संरचनेचे आणि स्वीकारलेल्या डेटा संकलन पद्धतींचे फक्त वर्णन करणे अपेक्षित नसून आणखी बरेच काही करणे महत्त्वाचे असते. डेटा संकलनाच्या एका पद्धतीची निवड करणे म्हणजे दुसऱ्या पद्धती नाकारणे असा अर्थ असतो आणि हा निर्णय कमीतकमी काही सैद्धांतिक पायावर आधारलेला असण्याची शक्यता असते.संशोधकाची तर्कशुद्ध विचार प्रक्रिया वाचकास समजून घेता यावी, यासाठी त्या सैद्धांतिक पायाचे आणि संबंधित गृहितकांचे स्पष्टीकरण देणे महत्त्वाचे आहे.

यशासाठी युक्ती – सैद्धांतिक आयाम

तुमच्या संशोधनात सैद्धांतिक आयाम समाविष्ट करा. त्या आयामाची निवड का केली याची कारणे तुम्हाला स्पष्टपणे माहीत आहेत, याची खात्री करून घ्या.

गृहीतकांची चाचणी करणे आणि सिद्धांत विकसित करणे

शिक्षणशास्त्रातील आणि समाजशास्त्रातील प्रबंधांची तुलना करण्याचे साधन म्हणजे प्रबंधाच्या एकंदरीत हेतूचे परीक्षण करणे. स्थूलमानाने पाहता कोणत्या प्रबंधाची संरचना गृहीतक तपासणीशी मूलतः संबंधित आहे आणि कोणते प्रबंध सिद्धांताची निर्मिती करण्याशी संबंधित आहेत, हे तुम्ही ओळखू शकता. आधीच्या वर्गातील संशोधन संरचना आधीपासूनच अस्तित्वात असलेल्या सिद्धांतातून गृहीतक विकसित करते आणि नंतर त्या गृहीतकाची चाचणी घेऊन तो सिद्धांत स्पष्टीकरणाचे कार्य करतो का, हे पाहण्यासाठी परीक्षण केले जाते. काही संशोधन संरचना डेटा संकलित करण्यापासून सुरुवात करतात आणि त्या डेटावर आधारलेला सिद्धांत विकसित करतात.

संशोधन संरचनेत कुठलाही दृष्टिकोन स्वीकारलेला असो त्याचा संबंध संशोधनाच्या उद्दिष्टांशी असणे महत्त्वाचे आहे. गृहीतप्रमेय मांडणे नेहमीच सोपे नसते आणि पहिले म्हणजे ते अशा स्वरूपात लिहावे लागते की जे स्पष्टपणे चाचणी करण्यायोग्य असते आणि दुसरे म्हणजे त्याच्या पुष्ट्यर्थ असलेल्या किंवा त्याला नाकारणाऱ्या डेटाचे स्वरूपही स्पष्ट असावे लागते.एक सामान्य नियम म्हणून गृहीतप्रमेयांची चाचणी अंतर्भूत असलेली संशोधन संरचना प्रत्यक्षार्थवादी ज्ञानशास्त्राचा वापर करते तर सिद्धांत विकास अंतर्भूत असलेल्या संरचना अन्वयार्थी ज्ञानशास्त्रात सामावलेल्या असतात.

गृहीतप्रमेयांची चाचणी करताना त्याला पुष्टी देणारा डेटा संकलित करणे शक्य असते. याउलट, आपण आत्ता संकलित केलेला डेटा गृहीतप्रमेयास पुष्टी देत आहे असे वाटेल परंतु पुढील डेटा गृहीतप्रमेय नाकारूही शकेल अशा तार्किक शक्यतेची जाणीवही आपल्याला असेल. या बाबतीत दुसरी बाजू म्हणजे आपण संपूर्ण संशोधन जनसमूहापैकी छोट्या नमुन्यातून डेटा संकलित करू शकतो. म्हणून मर्यादित नमुन्यातील डेटा गृहीतकाला पुष्टी देत आहे असे वाटले तरी हा परिणाम संपूर्ण संशोधन जनसमूहाचे वैशिष्ट्य असण्याची शक्यता किती आहे, याचा अंदाज घेणे आवश्यक आहे. असा अंदाज घेण्यासाठी संख्याशास्त्रीय गणनेचा समावेश कारावा लागेल आणि त्याचा परिणाम संभाव्यतेच्या पातळीवर व्यक्त केला जाईल. ह्या संभाव्यता प्रमाणाच्या स्पष्टीकरणासाठी जी भाषा जरूरी आहे तिचा काळजीपूर्वक वापर करणे आवश्यक आहे.

(ग्राउंडेड) पायाभूत सिद्धांताचा विकास होत असताना बऱ्याचशा गुणात्मक डेटाचे संकलन करणे हा एक प्रातिनिधिक दृष्टिकोन आहे आणि त्यातून काही ढोबळ केंद्र विषय (थीम)समोर येतात. हळूहळू ह्याच केंद्रविषयांवर अधिक एकाग्रपणे काम केले जाते आणि पुढील डेटा गोळा केला जातो. त्यातून एक सिद्धांत निष्पन्न होतो आणि या केंद्रविषयांमधील काही संबंध व्यक्त होतो.

या सिद्धांतावर लिहिताना तो सिद्धांत म्हणजे एक अंतिम विधान नसून सामाजिक जगाच्या स्वरूपाचे तत्कालीन प्रकटीकरण आहे, अशाप्रकारे त्याच्याकडे पाहणे महत्त्वाचे आहे. ग्राउंडेड सिद्धांत नेहमी विस्तारित होण्याची किंवा जुळवून घेण्याची शक्यता असते कारण त्यामुळे नव्या संकलित डेटाचे स्वरूप अधिक अचूकपणे प्रतिबिंबित करता येते असे ग्राउंडेड सिद्धांताच्या विकासाविषयीचे एक गृहीतक आहे. ग्राउंडेड सिद्धांताचे विश्लेषण ग्लेसर आणि स्ट्राऊसमध्ये (१९६७) समाविष्ट केलेले आहे.

सत्याचे दावे करताना खबरदारी घेणे

संपूर्ण प्रबंधात ज्या विधानांतून निखळ सत्य किंवा त्रिकालाबाधित वैधता व्यक्त होते, अशी विधाने करताना किंवा जे सिद्ध करण्यासाठी कुठलेही साधार पुरावे सादर करणे कठीण आहे असे दावे करताना, अशी दक्षता घेणे महत्त्वाचे असते. उदाहरणार्थ, प्रबंधाच्या प्रस्तावनेत एखादा विद्यार्थी असे गाफिलपणे लिहितो की 'या प्रबंधासाठी हा विषय निवडण्याचे कारण म्हणजे या विषयावर अद्याप अन्य संशोधन झालेले नाही.' निवडलेला विषय फारच विचित्र असेल तरच असा दावा करण्यात अर्थ आहे. बहुतेक विषयांचा याआधी या ना त्या रूपाने अभ्यास केला गेलेला असतो. नेमक्या याच उद्दिष्टांनी आणि संशोधन संरचनेने आधीचे अभ्यास केले गेले नसले तरी प्रदीर्घ आणि व्यापक अशा साहित्याच्या परीक्षणाअभावी असे दावे करणे हे आवाक्याबाहेरचे ठरेल. कारण अशा प्रमाणात परीक्षण करणे कदाचित सामान्य संशोधन विद्यार्थ्यांना वेळ आणि स्रोतांच्या अभावी अशक्य असते. त्याऐवजी 'या विषयाच्या या विशिष्ट बाजूवर फार थोडे अन्य संशोधन झाले आहे,' किंवा 'या विषयावर अनेकांनी संशोधन केले असले तरी या संशोधनातील विशिष्ट नमुने आणि संदर्भांमुळे त्याला एक विशिष्ट स्वरूप आले आहे' असे दावे करणे अधिक उचित ठरेल.असे दावे व्यापक होणार नाहीत तसेच त्यामुळे तत्सम पण तेच नाहीत असे अन्य अभ्यास उघड करण्यास वाव राहील.

संबंधित साहित्याचा शोध घेण्याविषयीच्या प्रकरणात विस्तृत दावे करणे सोपे असते. प्रबंध विषयाशी संबंधित साहित्याचा शोध घेण्यात तुम्ही खूप वेळ घालवल्यावर तुम्हाला असे लिहिण्याचा नक्कीच मोह होईल की 'या विषयावर उपलब्ध असलेले साहित्य फार अभावानेच आढळते.' तुमच्या म्हणण्याचा अर्थ असा की तुम्ही घेतलेल्या शोधातून फार थोडेच साहित्य हाती लागले. याला आणखी एक पर्याय म्हणजे 'खूप तपशीलवार संशोधन केल्यावर खालील स्रोतांचा शोध लागला' असे लिहिणे.असे केल्याने ही बाब अधिक सकारात्मक रीतीने व्यक्तही होते आणि त्यामुळे कदाचित खोटे असणारे दावे करणे टाळता येते.

पद्धतींवर चर्चा करणे

पद्धती ह्या विषयावर लिहिणे फार गुंतागुंतीचे आहे आणि यामध्ये कुठल्याही आधाराशिवाय ठाम विधाने करणे किंवा कशाचेही समर्थन करणे हे त्यामानाने सोपे आहे. विद्यार्थी असे लिहू शकतो की 'शैक्षणिक संशोधनात संस्कृतीवर्णनपद्धती हा दृष्टिकोन फार क्वचित वापरला जातो.' येथे 'क्वचितच' हा शब्द अर्थातच समस्या निर्माण करू शकतो. ज्या दृष्टिकोनांची तुलना केली जात आहे त्यावर या शब्दाचा वापर उचित आहे की नाही हे अवलंबून असते.संस्कृतीवर्णनपद्धती ही संज्ञा क्षेत्रीय संशोधन, संस्कृतीवर्णनशास्त्र, आणि इंटरॲक्शनिझम या संज्ञांसारखी वारंवार वापरली जाणारी नसली तरी तिचे वर्णन 'फार क्वचित' असे करता येणार नाही. दुसरे उदाहरण म्हणजे संशोधक असा दावा करत असेल की 'बऱ्याचशा सांख्यिकी चाचण्या घेताना चाळीस हा यादृच्छिक नमुना आकार पुरेसा आहे.' तुम्हाला 'पुरेसा' हा शब्द बदलावासा वाटेल कारण इथे जनसंख्येच्या आकाराशी तुलना करत असताना नमुन्याच्या आकारासारख्या महत्त्वाच्या गोष्टी लक्षात घेतल्या जात नाहीत.

जेव्हा निवडलेल्या संशोधन संरचनेशी अभ्यासाच्या उद्दिष्टांचा संबंध जोडला जातो तेव्हा 'अभ्यासाच्या या उद्दिष्टांना संबोधित करणारी डेटा संकलनाची ही एकच योग्य पद्धत आहे' असे म्हणण्याचा विद्यार्थ्यास मोह होऊ शकतो. संशोधनाची उद्दिष्टे जेव्हा नेमक्या शैलीत लिहिली जातात तेव्हा संशोधन पद्धती आणि संरचना यांचा बऱ्यापैकी संकोच होऊन ती उद्दिष्टे साध्य केली जातात हे खरे असू शकते. परंतु संशोधन उद्दिष्टांच्या संचाला संबोधित करणारी एकमेव पद्धत असती तर संशोधन उद्दिष्टे अतिशय नेमक्या तऱ्हेने मांडली गेली असती. बऱ्याचशा

बाबतीत अशी बरीच शक्यता असते की डेटा संकलनाच्या अनेक संभाव्य पद्धती योग्य ठरतील. या बाबतीतील संपूर्ण शाश्वती देणे कसे टाळावे याची चर्चा ओ'हारा (१९९८, पृ. क्र. ११५) मध्ये केली आहे.

पर्यायी दृष्टिकोन मांडणे

निश्चित विधाने करण्याबाबत दक्षता घेणे जेवढे महत्त्वाचे आहे तेवढेच युक्तिवादात स्वीकारलेल्या विशिष्ट भूमिकेसाठी पर्यायी भूमिका देणेही योग्य ठरेल. सुरुवातीचे एक उदाहरण म्हणून आपण संशोधन अभ्यासात मुलाखतीतून मिळालेल्या डेटाचे विश्लेषण कसे केले जाते, याचा विचार करू. जेव्हा संशोधक डेटाची लेखी स्वरूपात मांडणी करतात तेव्हा ते त्याचे विश्लेषण करून स्पष्टीकरण करतात–एक तर डेटातून निर्माण झालेल्या संकल्पना विकसित करतात किंवा सैद्धांतिक अभिमुखतेतून निर्माण झालेल्या आधीच्या संकल्पनांचा उपयोग करतात. लिखित स्वरूपातील डेटाचा काही भाग युक्तिवाद विकसित करताना निवडून वापरला जातो तर काही भाग गाळला जातो व टाकून दिला जातो, हा या प्रक्रियेतील जवळ जवळ अपरिहार्य भाग आहे. तरीही असे बरेच वेळा होते की टाकून दिलेल्या डेटात विकसित होणाऱ्या युक्तिवादास पाठिंबा देऊ शकतील अशा सुप्त संकल्पना असतात. म्हणूनच डेटाचा मुख्य भाग जरी युक्तिवादाच्या एका विशिष्ट भूमिकेस पाठिंबा देत असेल तरी डेटातच अंतर्भूत असणारे पर्यायी, सुप्त युक्तिवाद असू शकतील. हे पर्याय मांडणे महत्त्वाचे आहे कारण सिद्धांताच्या विकासासाठी डेटाचा वापर साकल्याने केला जातो असे दिसते.

पर्यायी दृष्टिकोन सादर करण्याच्या कृतीतून सामाजिक जगाचे बहुआयामी स्वरूप प्रतिबिंबित होते आणि त्याची दखल घेतली जाते. कुठल्याही संशोधन समस्येत संशोधनाच्या निरनिराळ्या दृष्टिकोनातून याचा शोध घेणे नेहमीच शक्य आहे. प्रत्येक दृष्टिकोनामध्ये संशोधन समस्येवर नवीन पद्धतीने प्रकाश टाकण्याची क्षमता असते. उदाहरणार्थ, वर्गातील शिस्तीविषयी शिक्षकाचा दृष्टिकोन या संशोधन प्रश्नावर आपण विचार करू. जर आपण बहुसंख्य शिक्षकांचे सर्वेक्षण केले तर आपल्याला मतांचा ढोबळ कल ओळखणे शक्य होईल परंतु शिक्षकांच्या या समस्येबद्दल ज्या सखोल भावना आहेत त्या उघड करणे कदाचित या दृष्टिकोनामुळे साध्य होणार नाही. याउलट, आपण जर शिक्षकांच्या एका लहान गटाची अभ्यासविषय म्हणून हाताळणी केली आणि त्यांच्या सविस्तर मुलाखती घेतल्या आणि त्या सहभागींच्या निरीक्षणाचा डेटा संकलित केला तर आपल्याला या संशोधन विषयाचे विविध पैलू ओळखता येऊ शकतील. अन्य पद्धतींच्या दृष्टिकोनातून त्यांची स्वतःची अंतर्दृष्टी उघड होईल.

तपासाच्या एकाच पद्धतीच्या आधारे संशोधन बाबीचे सर्वसमावेशक आकलन पूर्ण झाले असा युक्तिवाद करण्याचा आपण प्रयत्न केल्यास तो विसंगत ठरेल. एका पद्धतीतून जर काही विशिष्ट कल्पना सुचवल्या गेल्या असतील तर अन्य दृष्टिकोनातून काही निरनिराळे तात्पुरते निष्कर्ष काढले जातील, असा युक्तिवाद करणे अधिक उचित ठरेल. अन्य युक्तिवादाशी तुलना करून एका प्रकारच्या युक्तिवादास कारणे देऊन लेखकाने प्राधान्यक्रम दर्शवल्यास ते अवाजवी ठरणार नाही.

पर्यायी दृष्टिकोन अस्तित्वात असतात हे व्यक्त करण्याची अनेक धोरणे आहेत. वरील वर्गशिस्तीचे उदाहरण घेतल्यास तुम्ही असे लिहाल की 'वर्गातील गैरशिस्त रोखण्याकरिता असलेली शिक्षा पुरेशी नव्हती असा नमुन्यातील ८४ टक्के शिक्षकांनी विचार केला. परंतु, ही बाब दिसते तेवढी सामान्य नाही कारण प्राथमिक मुलाखतींमधून असे सुचवले जाते की उचित शिक्षेच्या स्वरूपाबद्दल शिक्षकांचे वेगवेगळे दृष्टिकोन आहेत.' या समस्येचे सरळ एकच विश्लेषण आहे यावर भर दिला जात नसून याकडे बघण्याचे पर्यायी दृष्टिकोन उपलब्ध असून ते सर्वच थोड्याफार प्रमाणात सुसंगत आहेत, असे दिसते.

सुसंबद्ध युक्तिवाद विकसित करणे

प्रबंध पुढेपुढे वाचत जाताना वाचकांना प्रबंधात एक सुसंगत युक्तिवाद विकसित होताना स्पष्टपणे दिसला पाहिजे. या युक्तिवादाची सुरुवात प्रबंधाच्या उद्दिष्टांपासून होते. ही उद्दिष्टे एखाद्या विशिष्ट दृष्टिकोनातून प्रतिबिंबित होणाऱ्या सैद्धांतिक गृहितकांच्या संचाकडे तसेच डेटा संकलनाच्या धोरणांपर्यंत तर्कशुद्ध पद्धतीने वाचकांना घेऊन जातात. सैद्धांतिक गृहितकांमधून कदाचित डेटा विश्लेषणाचा विशिष्ट दृष्टिकोन सूचित केला जातो. ज्याचा शेवटी निष्कर्ष काढण्याच्या पद्धतीवर परिणाम होतो.

उदाहरणार्थ, शालेय विद्यार्थ्यांच्या ते घेत असलेल्या कारकीर्दीय शिक्षणाबद्दल काय भावना आहेत याचा शोध घेणे, ही जर प्रबंधाची प्रमुख उद्दिष्टे असतील तर ती त्यातून प्रबंधाकडे बघण्याचा अन्वयार्थी दृष्टिकोन सूचित होईल. पर्यायाने याचा परिणाम म्हणून व्यक्तीअभ्यास पद्धत वापरली जाईल, मुलाखतीतून आणि जीवनेतिहासातून डेटा संकलन केले जाईल. डेटाचे विश्लेषण प्रवर्तनिक पद्धतीने केले जाईल व त्यातून कारकीर्दीय शिक्षणाकडे पाहण्याचे दृष्टिकोन स्पष्ट करणारा सिद्धांत निर्माण करण्याचा प्रयत्न केला जाईल. यातील कळीचा मुद्दा म्हणजे संपूर्ण प्रबंधात वाचक हा दृष्टिकोन पारखून पाहू शकला पाहिजे.

प्रबंध, विशेषतः डॉक्टरल प्रबंध हा वाचनासाठी फार मोठा दस्तावेज असतो आणि तो वाचताना तुम्ही विकसित करू पाहत असलेले त्यातील युक्तिवाद वाचकांच्या नजरेतून निसटू शकतात. नेमके याच ठिकाणी तुम्ही थोड्या थोड्या कालावधीनंतर युक्तिवादाच्या मुख्य सूत्राकडे परत नेऊन वाचकांस साह्य करू शकता. पुढील प्रकरणात युक्तिवादाच्या पहिल्या टप्प्याचा वाचकांना पुन्हा संदर्भ देणे हे उपयुक्त धोरण ठरू शकते. उदाहरणार्थ, तुम्ही असे लिहू शकता की 'पहिल्या प्रकरणाच्या पान क्रमांक १९ वर दिलेल्या अभ्यासाच्या एकूण उद्दिष्टांपैकी दुसऱ्या उद्दिष्टाशी हे विश्लेषण संबंधित आहे.' तसेच तुम्ही असेही म्हणू शकता की 'प्रस्तावनेत आरेखित केल्याप्रमाणे या प्रकल्पाच्या संदर्भाचा संशोधन संरचनेच्या निवडीवर परिणाम झाला आहे.'

अशा संदर्भांमुळे संपूर्ण प्रबंध वाचताना वाचकास त्याचे लक्ष प्रबंधाच्या मागे-पुढे ठेवण्यास तसेच लेखकाच्या युक्तिवादाचे सूत्र अधिक चांगल्या प्रकारे समजून घेण्यास साह्य होते. याठिकाणी जरी सुसंबद्धतेच्या मुद्द्यावर भर दिला असला तरी पर्यायी दृष्टिकोन मांडण्याबाबत केलेले आधीच्या भाष्याकडे दुर्लक्ष करू नये. युक्तिवादाचे मुख्य सूत्र तेच ठेवून पर्यायी अन्वयार्थ ध्वनित केले जाऊ शकतात.

लघु प्रबंधाचा बौद्धिक आशय

'शिक्षणातून' किंवा 'व्यवसायातून' केलेल्या नव्या प्रकारच्या डॉक्टरेटमधील लेखनातील विशिष्ट बाबींचा उल्लेख करणे महत्त्वाचे आहे. अशा डॉक्टरेटमधील प्रबंध पारंपरिक प्रबंधांपेक्षा लहान असल्याने त्या प्रबंधातील बौद्धिक आशयाची हमी देण्याची आपण काळजी घेतली पाहिजे.त्यात एक हाही धोका असू शकतो की शब्दसंख्या कमी करताना प्रबंधातील प्रश्नावर पुरेशी चर्चा होणार नाही किंवा अतिशय वरवरची चर्चा होईल परिणामतः ज्ञानात मूलभूत योगदान होणारच नाही. याचे स्पष्ट दुष्परिणाम तोंडी परीक्षेच्या वेळी दिसून येतील.

मजकूराची लांबी कमी करण्याचे मार्ग शोधून काढावे लागतील आणि त्याचवेळी विशेषकरून ज्ञानात मूलभूत योगदान करून आपली भूमिका बळकट करायची असेल आणि युक्तिवादातील विद्वत्तेचा दर्जाही राखावा लागेल, अशी दुविधा यातून निर्माण होईल. पारंपरिक पीएचडीचा प्रबंध लिहिताना तुम्ही शब्दसंख्येचा फार जास्ती विचार न करता काही प्रमाणात हळूहळू परंतु पद्धतशीरपणे युक्तिवाद मांडू शकता. डॉक्टरल लघु प्रबंधातील दृष्टिकोन हा यापेक्षा अधिक केंद्रीभूत असावा, त्यात पुनरावृत्तीस वाव नसावा, किंवा युक्तिवादाच्या सूत्राशी थेट संबंधित

नसलेल्या साहित्याचा अंतर्भाव नसावा. प्रबंधाच्या लेखनातील डॉक्टरल पातळी राखली जाण्यासाठी तसेच त्याची लांबी कमी करण्यासाठी आपण अनेक संभाव्य धोरणांचा विचार करू.

संक्षिप्त पण स्पष्ट लेखन शैली आणि तांत्रिक व विशेष संज्ञांवरील चर्चांचे प्रमाण कमी करणे, हे एक साधारण धोरण असू शकते. डॉक्टरल प्रबंधात विद्यार्थी असंख्य उद्दिष्टे एकाचवेळी साध्य करण्याचा प्रयत्न करत असतो. डेटा संकलनाचे आणि विश्लेषणाचे प्रात्यक्षिक करण्याव्यतिरिक्त पद्धतींच्या आकलनाचेही प्रात्यक्षिक तुम्ही करत असता.याचे प्रात्यक्षिक परीक्षकांसमोर करण्यासाठी ह्या व्यापक आकलनाचे प्रात्यक्षिक म्हणून तुम्ही वापरलेल्या संज्ञाबद्दल वेळोवेळी चर्चा सुरू कराल. उदाहरणार्थ, 'मानसघटनाशास्त्रीय' ही संज्ञा वाक्यात वापरली तर तुम्हाला त्या संज्ञेचा योग्य वापर कसा करायचा याचे आकलन झाले आहे, हे दर्शविण्याकरिता मानसघटनाशास्त्राचे स्वरूप यावर चर्चा करणे आवश्यक होईल. हे मोठ्या प्रबंधात उपयुक्त ठरेल परंतु लहान प्रबंधात बरीच जागा व्यापली जाईल. संज्ञेचा अचूक संदर्भात वापर केल्यामुळे तुम्हाला त्या संज्ञेचे नीट आकलन झाले असल्याची परीक्षकांनाही खात्री पटेल. याशिवाय, या गोष्टीचा शोध घ्यायची त्यांची इच्छा असेल तर ते तोंडी परीक्षेतही प्रश्न विचारण्याचे ठरवू शकतात. दुसऱ्या शब्दात सांगायचे झाले तर, पद्धतीत वापरलेल्या 'प्रत्यक्षार्थवाद', 'अनुभवाधिष्ठित', 'वांशिक' अशा अनेक संज्ञांचे स्पष्टीकरण देण्याची नेहमीच गरज नसेल. परीक्षकांना त्या संज्ञा समजतील असे गृहीत धरणे तर्कसंगत आहे आणि तोंडी परीक्षेत त्यांना तुमच्या ज्ञानाचा अंदाज घेणे सहज शक्य होईल. लघुप्रबंधात अशा चर्चा अंशतः जरी वगळल्या तरी बरीच जागा वाचेल.

जागा वाचवण्याची दुसरी बाब डेटाशी संबंधित आहे. संख्यात्मक डेटा साधारणतः तालिकेच्या स्वरूपात मांडता येतो किंवा मुख्य मजकूरात संख्यांच्या रूपाने घालता येतो. त्यामुळे प्रबंधातील फारशी जागा व्यापली जात नाही. गुणात्मक डेटातून, मुलाखतीच्या शब्दांकनातून घेतलेले वेचे आकारमानाने मोठे असतील. डेटा सादरीकरण आणि उदा. विश्लेषणाच्या विशिष्ट प्रकरणात डेटातील चार, पाच वेचे एका पानावर दिलेले असतात. ८०,००० शब्दांचा प्रबंध ५०,००० शब्दांपर्यंत कमी करणे योग्य वाटत नाही, डेटाच्या संदर्भातही अशी काटछाट नसावी.

कोणत्याही गुणात्मक संशोधन अभ्यासात अनेक कारणांमुळे बऱ्यापैकी मोठा डेटा टाकून दिला जातो. असा डेटा अभ्यासाशी संबंधित नसेल, त्यात मुलाखत देणारे व घेणारे यांच्यातील कृत्रिम संवाद असेल आणि अभ्यासात प्रत्यक्ष अंतर्भूत असलेल्या आशयाची पुनरावृत्ती असेल. लघु प्रबंधासाठी कदाचित संशोधक मुळातच कमी डेटा संकलित करत असतो, तरीही साधारण मोठ्या प्रबंधाइतकाच डेटा संकलित केला आहे, असे गृहीत धरले तरी सोप्या पद्धती आहेत ज्यांचा वापर करून डेटाची एकूण लांबी कमी करता येते.

प्रबंधात घालण्यासाठी जेव्हा वेच्यांची निवड केली जाते तेव्हा तोच युक्तिवाद सादर करणारे अन्य वेचेही समाविष्ट करण्याचा मोह होतो. कमी उदाहरणे समाविष्ट करून त्याच दृष्टिकोनातून युक्तिवाद करणाऱ्या प्रतिसादकांचा उल्लेख करणेही शक्य होईल. परिच्छेदांपासून आत घेतलेले अवतरणांसारखे जागा व्यापणारे वेचे घालण्याऐवजी लहान वेचे मुख्य मजकुरात समाविष्ट करणे शक्य होईल. याशिवाय संशोधनातील युक्तिवाद उभा करण्यासाठी कमीतकमी जितके वेचे आवश्यक आहेत तितक्यांचीच निवड केली तर जागेची बचत होऊ शकेल. संकलित केलेला सर्वच्या सर्व कच्चा डेटा प्रबंधात समाविष्ट करणे फार क्वचित आवश्यक असते, हे लक्षात ठेवणे उचित होईल. असे गृहीत धरले जाते की प्रचंड प्रमाणात डेटा गोळा केला जातो परंतु तो प्रबंधात समाविष्ट केला जात नाही. तथापि, ज्या आधारांवर आणि निकषांवर डेटाची निवड केली जाते त्याचे स्पष्टीकरण करणे, ही एक चांगली कल्पना असू शकते. त्यामुळे ही प्रक्रिया पारदर्शक होते आणि वाचकाला विश्वास वाटतो की डेटाचा आकार लहान असला तरी विद्यार्थ्याला डेटा निवडीच्या तंत्राचे आकलन झाले आहे.

शेवटी, लघु प्रबंधाकडून एखाद्या विषयावरील आधीच्या संशोधनाचे परीक्षण आणि नवीन निष्कर्ष निर्मितीसाठी डेटाचे विश्लेषण यात अतिशय दक्षतेने संतुलन साधले जाणे अपेक्षित असते. डॉक्टरल प्रबंधात संबंधित साहित्याचे सविस्तर परीक्षण समाविष्ट करणे हे प्रसामान्य आहे आणि शक्यतो प्रबंधातील हे प्रकरण सर्वात मोठे असते. लघुप्रबंधात तुम्हाला जे 'संबंधित' आहे असे वाटते त्याबद्दल काळजीपूर्वक विचार करणे महत्त्वाचे असते. जेव्हा जागेची बचत करायची गरज असते तेव्हा काही जुने अभ्यास वगळून अत्याधुनिक संशोधन साहित्यावर लक्ष केंद्रित करणे अधिक उचित होईल. साहित्य ज्या क्षेत्रातून घेतले जाते ते क्षेत्रही मर्यादित करणे आवश्यक आहे. या तंत्रामुळे तुम्ही जागेची बचत करू शकाल आणि त्यामुळे नंतरच्या डेटा विश्लेषण विभागांकडे लक्ष केंद्रित करू शकाल. डेटाचे विश्लेषण आणि निष्कर्ष काढणे या गोष्टी महत्त्वाच्या आहेत कारण त्यावरूनच प्रबंधाच्या आधी अस्तित्वात असलेल्या ज्ञानातील योगदानाचे प्रमाण ठरवले जाते. शेवटी प्रबंधाचे मूल्यांकन करणारा हा सर्वात महत्त्वाचा निकष आहे.

Further reading

Burton, D. and Bartlett, S. (2009) *Key Issues for Education Researchers*. London: Sage.

Silverman, D. (2004) *Doing Qualitative Research: A PracticalHandbook*. 2nedn. London: Sage.

Thody, A. (2006) *Writing and Presenting Research*. London: Sage.

Thomas, G. (2007) *Education and Theory: Strangers in Paradigms*. Maidenhead: Open University Press.

Wellington,J.J., Bathmaker, A. and Hunt, C. (2005) *Succeeding with Your Doctorate*. London: Sage.

३

तुमच्या कामाचे नियोजन करणे

ह्या प्रकरणात आपण तुमच्या प्रबंध लेखनात अंतर्भूत असलेल्या काही व्यवहार्य बाबींची चर्चा करणार आहोत. प्रबंध रचनेच्या नियोजनाचे मार्ग कोणते असावेत आणि तात्पुरती प्रकरणाची लांबी किती असावी याचा शोध घेऊ आणि नंतर तुमच्या वेळेचे प्रभावी नियोजन करण्यासाठी कोणती धोरणे स्वीकारायची त्यावर चर्चा करू. सर्वात शेवटी, संदर्भ नोंदी ठेवण्याच्या पद्धतींचे तसेच प्रबंधातील प्रकरणांचे लेखन कोणत्या क्रमवारीने करायचे हे ठरविण्यासाठी वेगवेगळ्या मार्गांचे परीक्षण करू.

अभ्यासाची धोरणे

- शैक्षणिक कामावरील डेटा संकलनासाठी निराळ्या धोरणांचे प्रयोग करा. हा डेटा तुम्ही संदर्भासाठी वापराल.
- वेगवेगळ्या निकषांवर वर्गीकरण केलेल्या उद्धृतांच्या डेटाचा एक असा संग्रह करा.
- निरनिराळ्या विषय क्षेत्रांची तुमची स्वतःची सटीप संदर्भग्रंथ सूची बनवा.
- मुख्य गरज ही आहे की जेव्हा तुमच्या प्रबंधात तुम्हाला पुस्तके किंवा लेख उद्धृत करायचे असतात तेव्हा तुम्हाला आवश्यक त्या माहितीचा सारांश देता आला पाहिजे.
- ज्यांचे प्रबंध पूर्ण झाले आहेत त्यांच्याकडून त्यांनी कामाचे व्यवस्थापन कसे केले यासंबंधी सल्लावजा सूचना घ्या.

तुमच्या प्रबंधाचा वाचक वर्ग कोण आहे?

कुठल्याही लेखन प्रकाराच्या लेखकाला त्याच्या लिखाणाचा वाचक कोण आहे याचा विचार करणे गरजेचे आहे. लघुकथा किंवा कादंबरीच्या वाचकांप्रमाणेच प्रबंध वाचकांच्याही काही अपेक्षा असतात. प्रबंध वाचकांचे दोन वेगवेगळे प्रकार असतात. त्यापैकी पहिला प्रकार प्रबंधाच्या मूल्यांकनाशी संबंधित असतो. ज्या संस्थेत तुम्ही

पीएच.डी.साठी नोंदणी केली आहे तेथील प्राध्यापक आणि बाह्य विद्यापीठातील एक किंवा अनेक परीक्षक यात असू शकतात. तुमचा प्रबंध शेवटी जेव्हा यशस्वी होतो आणि तो ग्रंथालयाच्या मांडणीवर विराजमान होतो तेव्हा त्याचा संदर्भासाठी उपयोग करणारे वाचक हे दुसऱ्या प्रकारात मोडतात. बहुसंख्य विद्यार्थी पहिल्या प्रकारच्या वाचकांवर रोख ठेवून लिहितात. आपण, परीक्षक प्रबंधाकडे कसे पाहतात यासंबंधीच्या काही बाबींचा विचार करू शकतो.

परीक्षक

परीक्षकांना काही मुद्दे माहीत असतीलच अशी तुम्हाला खात्री असते. अशा काही मुद्द्यांचे स्पष्टीकरण किती करावे ही तुमच्यासाठी एक चिंतनीय बाब असते. उदाहरणार्थ तुम्ही संशोधनात सिंबॉलिक इंटरॲक्शनिस्ट मार्ग(दृष्टिकोन) स्वीकारता. जेव्हा परीक्षकाला त्याबद्दल माहिती असण्याची खूपच जास्त शक्यता असेल तेव्हा तुम्ही त्या दृष्टिकोनाच्या मूलभूत तत्त्वांचा सारांश कुठपर्यंत देण्याची गरज आहे असा विचार करता.

या बाबीवर उत्तम प्रतिसादात्मक विचार म्हणजे तुमच्या प्रबंधाकडे, तुमचे ज्ञान आणि जाण प्रदर्शित करण्याची एक संधी, म्हणून पाहणे. म्हणूनच तुम्ही स्वीकारलेल्या दृष्टिकोनामागील तत्त्वांचे तर्कसंगत वर्णन सादर करणे अपेक्षित (किंबहुना बरेच वेळा आवश्यकही) आहे. अर्थातच. प्रबंधाची शैक्षणिक पातळी आणि प्रमाण (उंची) यावर त्याची लांबी आणि तपशील यांमध्ये संतुलन साधले जावे. सोप्या शब्दात सांगायचे झाले तर परीक्षकाला माहीत असेल असे गृहीत धरून प्रबंधातून माहिती गाळू नये.

काही वेळेस या तत्त्वाचा अतिरेक करता येतो. पद्धतींच्या निवडीबद्दल लिहिताना आणि एखाद्या विशिष्ट मार्गाचीच निवड का केली आणि इतर मार्ग का नाकारले हे स्पष्ट करताना वेगवेगळ्या संशोधन पद्धतींचे सर्वेक्षण म्हणजे काय करावे लागते हे लिहिण्याचा मोह होऊ शकतो. दुसऱ्या शब्दात सांगायचे तर निवडण्यायोग्य इतर सर्व संभाव्य पद्धतींचा सारांश विद्यार्थी लिहितो आणि नंतर निवड केलेल्या पद्धतीमागील कारण देतो. परिणामतः पद्धतीवरील प्रकरण अति लांब होऊन ते संशोधन पद्धतींचे एक संक्षिप्त पाठ्यपुस्तकच होते! अशा परिस्थितीत, निवडलेल्या पद्धतीची, त्यातील पायाभूत गृहितकांची, ती निवडण्याच्या कारणांची चर्चा करणे आणि अन्य मार्गांची निवड का केली नाही त्याची कारणे अप्रत्यक्षपणे सांगणे पुरेसे आहे. सामान्यपणे अधिक तपशील न देता हे पुरेसे व्हावे.

उदाहरण – पद्धतींवर प्रश्न

लक्षात ठेवा की तुमच्या परीक्षकांना फक्त तुम्ही एखादी विशिष्ट पद्धत का निवडली एवढेच जाणून घ्यायचे नसते तर त्या पद्धतीत तुम्हाला कोणत्या समस्या जाणवल्या हेही जाणून घ्यायचे असते. कुठलीही पद्धती परिपूर्ण नसते, आणि तुमच्या तोंडी परीक्षेत ते तुम्हाला विचारू शकतात की हेच संशोधन तुम्ही परत केले असते, तर तुम्ही पद्धतीत सुधारणा कशी कराल. अंशतः तुम्ही आत्मचिंतन किती करता याची चाचणी घेण्याकरता असे विचारले जाते.

व्याकरण आणि सादरीकरण

व्याकरण आणि विरामचिन्हे हे आणखी एक असे क्षेत्र आहे ज्याबाबत तुम्ही वाचकांना मदत करू शकता. चांगले व्याकरण आणि विरामचिन्हे असतील तर वाचकांना प्रत्यक्षात खूप मदत होऊ शकते. महत्त्वाच्या जागचा स्वल्पविराम जर गाळला गेला तर वाक्याचा अर्थ बदलतो, किंवा ते समजण्यास कठीण होते. त्यामुळे अर्थ समजून घेण्यास परीक्षकाला ते पुन्हा पुन्हा वाचावे लागते. अशा चुकांची संपूर्ण प्रबंधात पुनरावृत्ती झाली तर ते त्रासदायक होते इतकेच नव्हे तर परीक्षकाला वाचन प्रक्रिया कंटाळवाणी वाटते. काही व्याकरणिक चुका या वाचकाला तापदायक वाटतात तर अन्य चुकांमुळे परीक्षकाला प्रस्तावित युक्तिवाद समजून घेणे अतिशय अवघड होते.

पानाची रचना हा वाचकाला मदत करण्याचा दुसरा मार्ग आहे. प्रबंधातील प्रकरणे ही नेहमीच बऱ्यापैकी लांब असतात आणि त्यातील उपविभागांच्या शीर्षकांमुळे प्रत्येक प्रकरणाची एक रचना करण्यास साह्य होते. संशोधक नेहमीच उपविभागांचे विभाजन करून विभागांची एक उतरंड तयार करतो. हे महत्त्वाचे आहे की या उतरंडीतील प्रत्येक स्तरावरील उपविभागाचे शीर्षक त्या त्या ठरावीक फाँटमध्ये दिले जाते. तिरकी अक्षरे, ठळक अक्षरे, अधोरेखन किंवा फक्त फाँट साइझ वापरून ती शीर्षके दर्शवली जातात. यातील महत्त्वाची बाब म्हणजे त्यामुळे कोणत्या प्रकारचा उपविभाग त्या विशिष्ट वेळी वाचला जात आहे हे कळण्यास वाचकास साह्य होते. यामुळे वाचकास प्रबंधाचे वाचन करण्यास मदत होते तसेच त्यातील युक्तिवादाचे आकलन होण्यासही मदत होते. प्रबंधातील उपविभागीय शीर्षकांचा उपयोग याबाबत ड्र्यू आणि बिंगहम (२००१, पृ. क्र. ९३) मध्ये चर्चा केली आहे.

प्रबंध आणि प्रत्येक प्रकरणाची लांबी

पहिल्या प्रकरणात पाहिल्या प्रमाणे, पदव्युत्तर किंवा डॉक्टरल प्रबंध प्रकारानुसार त्यांच्या लांबीत फरक पडतो. या बाबतीत विद्यापिठीय नियमांची पूर्तता करणे महत्त्वाचे आहे. स्वतंत्र अभ्यासक्रमांचे स्वतःचे असे विशिष्ट नियम असतात. शब्दमर्यादा सर्वाधिक किंवा 'साधारण' अधिक किंवा कमीपासून जास्तपर्यंतच्या आवाक्यात किंवा एका विशिष्ट लांबी, कमी अधिक १० टक्के पर्यंत सूट अशी व्यक्त केली जाते. जर तुम्ही शब्दमर्यादेच्या फारच बाहेर गेलात तर काही परीक्षक ती प्रबंध लेखनातील त्रुटी आहे असे समजतात कारण याचा अर्थ असा होतो की मर्यादित जागेत तुम्ही तुमचे पृथक्करण आणि युक्तिवाद पुरेसे व्यक्त करू शकत नाही. एखादा प्रबंध जर जरूरीपेक्षा फारच लहान झाला तर त्याचा अर्थ असा होतो की त्या विशिष्ट शैक्षणिक पातळीवरील युक्तिवाद व्यक्त करण्यासाठी आवश्यक असलेले लेखन पुरेसे झालेले नाही, म्हणून लेखनाची लांबी आवश्यक तेवढी ठेवण्याचा जास्तीत जास्त प्रयत्न करा.

हे साध्य करण्याचा सर्वोत्तम मार्ग म्हणजे लेखन सुरू करण्यापूर्वीच प्रबंधाच्या रचनेचे काळजीपूर्वक नियोजन करावे आणि प्रत्येक प्रकरणासाठी ठरावीक शब्दमर्यादा नेमून घ्यावी. यामुळे तुमच्यासमोर उद्दिष्टांची एक मालिकाच उभी राहील. असे करताना तुम्हाला इतर प्रकरणांच्या तुलनेत काही प्रकरणांच्या लांबीबाबत निर्णय घेणे आवश्यक होईल. प्रत्यक्ष विषयाच्या साहित्याच्या परीक्षणासाठी एक संपूर्ण प्रकरण ठेवावे लागेल आणि हे प्रकरण नेहमी प्रस्तावनेपेक्षा मोठे असेल आणि कदाचित 'पद्धती' या प्रकरणापेक्षाही ते मोठे असू शकेल. साहित्याचे परीक्षण यासारख्या मोठ्या प्रकरणातील उपविभागांची लांबी त्या प्रमाणात किती असावी याबाबत तात्पुरते निर्णय घ्यावे लागतील. या टप्प्यावर नियोजित प्रकरणांची लांबी जास्त करून तात्पुरती असेल. इतकेच नव्हे तर, अंदाजे शब्द मर्यादा नक्की केल्यास एकूण प्रबंधाच्या शब्दमर्यादेचे उद्दिष्ट साध्य करणे सोपे होईल.

उदाहरण – प्रकरणांची लांबी दर्शवणारा प्रबंधाचा विशिष्ट आराखडा

खालील आराखड्यात प्रबंधाची लांबी ५०,००० शब्द एवढी गृहीत धरली आहे.

प्रस्तावना	५,००० शब्द
साहित्याचे परीक्षण	८,००० शब्द
पद्धती	७,००० शब्द
डेटा सादरीकरण आणि विश्लेषण (१)	८,००० शब्द
डेटा सादरीकरण आणि विश्लेषण (२)	८,००० शब्द
डेटा सादरीकरण आणि विश्लेषण (३)	८,००० शब्द
निष्कर्ष आणि शिफारशी	६,००० शब्द

प्रत्येक प्रकरणाच्या शब्दमर्यादेची संभाव्य विभागणी करण्यासाठी हे एक मार्गदर्शन आहे. तथापि निरनिराळ्या प्रबंधांची रचना बऱ्यापैकी वेगवेगळी असते. उदाहरणार्थ गुणात्मक डेटावर आधारलेल्या प्रबंधांचे सादरीकरण तसेच त्यातील विश्लेषणात्मक प्रकरणे, संख्यात्मक डेटावर आधारलेल्या प्रबंधांपेक्षा लांबीला जास्त असतात.

लेखन शैलीबाबत सूचना

प्रबंधाच्या लांबीचे निश्चित परिणाम स्वीकारलेल्या लेखनशैलीवर होतात. उदाहरणार्थ ५०,००० शब्दमर्यादा असलेल्या डॉक्टरल प्रबंध लिहिणाऱ्या संशोधकावर ज्या मर्यादा असतात त्या ८०,००० शब्दांचा डॉक्टरल प्रबंध लिहिणाऱ्या संशोधकावर नसतात.

मूलभूत बाब ही आहे की दोन्ही प्रबंधात ज्ञानात योगदान करणारे काम सादर करावे लागते. त्यातून संबंधित संशोधन पद्धतींचे पुरेसे आकलनही दर्शवले जाते. संशोधनाचे स्वरूप व्यापक आहे असे गृहीत धरले तर तुम्हाला लहान प्रबंधाकरता वेगळी धोरणे स्वीकारावी लागतात आणि अशी खात्री करून घ्यावी लागते की लहान प्रबंधातसुद्धा कल्पनांचे तेवढेच परिष्करण साध्य करता येते.

नेहमीपेक्षा लहान डेटामधून वेचे निवडणे किंवा कमी वेच्यांचा वापर हे गुणात्मक डेटा सारख्या काही बाबतीत आवश्यक ठरते. पुस्तकातील किंवा जर्नलमधील लेखातील अवतरणे लहान असणे आवश्यक आहे किंवा त्यांची निवड काळजीपूर्वक केली जावी. काही प्रसंगी पुस्तकातील काही भागाचा संदर्भ देताना संपूर्ण अवतरण देण्याऐवजी फक्त लेखकाचे नाव,तारीख,पान क्रमांक द्यावा. डेटाचा सारांश तक्त्याच्या स्वरूपात दिल्यास प्रबंधातील जागा कार्यक्षमतेने वापरणे शक्य होईल. हे गुणात्मक डेटापेक्षा संख्यात्मक डेटाच्या बाबतीत सहज शक्य होईल परंतु हे धोरण विचारात घेण्याजोगे आहे हे नक्की. एकुणात काय तर प्रबंधाच्या लांबीतून असे सुचवले जाते की तुम्ही काही वेळा संक्षेपाने, तर काही वेळा विस्ताराने लिहिणे गरजेचे आहे.

व्यावहारिक बाबी – विकसित होणाऱ्या प्रबंधाचे नियोजन करणे आणि टायपिंग करणे

या व्यावहारिक बाबींची चर्चा करण्यापूर्वी आपण हे लक्षात घेतले पाहिजे की प्रत्येकाची काम करण्याची एक वेगळी पद्धत असते आणि इतर सर्व पद्धती बाजूस सारून एका विशिष्ट पद्धतीची शिफारस करणे हे योग्य होणार नाही. इतकेच नाही तर प्रबंध लेखनाच्या काही पद्धतींमुळे तुमचा वेळ वाचेल आणि तुम्हाला सुधारणा आणि दुरुस्त्या करणे सोपे जाईल.

प्रबंध टाइप करणे

शेवटच्या हस्तलिखितावर नियंत्रण राहावे म्हणून तुमचा प्रबंध तुम्ही स्वतःच टाइप करणे अधिक चांगले. विशेषतः जेव्हा तुम्ही तुमच्या मार्गदर्शकाशी झालेली चर्चा विचारात घेता तेव्हा प्रबंध लेखनाच्या प्रत्येक टप्प्यावर तुम्हाला हस्तलिखितात सुधारणा करण्याची गरज भासते. या लहान सहान सुधारणांमुळे इतरही काही परिणाम होतात उदाहरणार्थ पृष्ठ क्रमांकात बदल करणे, उपविभागीय मथळे पृष्ठांच्या तळाशी लिहिणे आणि तुम्ही जर आवश्यक तिथे हे बदल लगेचच करू शकलात तर त्याचा खूप फायदा होतो.

लिखाणाची धोरणे

प्रबंध लेखन हे हाती घेतलेले एक फार मोठे कार्य असते आणि जवळ जवळ नेहमीच एका वेळेस त्याचा फार छोटा भागच लिहून होतो. साधारणपणे तुम्ही सुरुवातीसच मथळे आणि उपविभागीय मथळ्यांसाठी फॉंट साईझ कोणता वापरायचा हे ठरवता आणि विद्यापीठाच्या नियमांची पूर्तता करण्याच्या दृष्टीने इतर अन्य बाबींचा निर्णय घेता. तथापि, जसजसे लेखन पुढे जाते तसे प्रबंधाच्या मांडणीसंदर्भात घेतलेल्या निर्णयांचा विसर पडणे साहजिक असते आणि इथून पुढेच सर्व प्रकारच्या विसंगती तुमच्या लिखाणात दिसायला सुरुवात होते. जोपर्यंत प्रबंधाचा पहिला कच्चा मसुदा तयार होत नाही व प्रबंध पूर्णपणे वाचला जात नाही तोपर्यंत या विसंगती स्पष्टपणे दिसत नाहीत. परिणामतः कंटाळवाणे आणि प्रचंड संपादन हाती घ्यावे लागते. जर तुम्ही रचनेसंदर्भातील काही महत्त्वाच्या निर्णयांची यादी लिहून ठेवलीत तर काही प्रमाणात अशा प्रकारचे संपादन कमी करता येते. या निर्णयात काही शब्दांत कॅपिटल अक्षरांचा वापर, आद्याक्षरांपासून तयार केलेले शब्द, हायफन्स आणि तिरकी अक्षरे तसेच मांडणीसंबंधित बाबी उदाहरणार्थ नव्या प्रकरणाचे मथळे इत्यादींचा समावेश होतो. जेव्हा हे विषय पुन्हा पुन्हा समोर येतात तेव्हा या यादीचा उपयोग होतो. त्यामुळे सर्व विसंगती नाहीशा होणार नाहीत पण त्यांची वारंवारिता मात्र नक्कीच कमी होईल.

वर्ड प्रोसेसिंगच्या आधी काही विद्यार्थी प्रबंधाचा बऱ्यापैकी भाग हाताने लिहिण्यास प्राधान्य देतात. याचा एक फायदा म्हणजे तुमचे काम संगणकावर टाकण्याच्यावेळी त्याचे बऱ्यापैकी संपादन होते. वर्ड प्रोसेसिंगनंतर त्याची प्रत छापणे व ती संपादित करणे आवश्यक होते. शक्य असल्यास थेट संगणकावर लिहिल्याने वेळेची बचत होते. त्यानंतरचे संपादन एकाच प्रक्रियेत होते. याखेरीज हाताने लिहिण्याचा एक गैरफायदा म्हणजे लिहिले गेलेले शब्द किती होतात हे कोणालाच नक्की सांगता येत नाहीत किंवा वेगवेगळ्या उपविभागांची तुलनात्मक लांबी किती झाली हेही सांगता येत नाही. संगणकावर थेट टायपिंग केल्याने प्रबंधाचा आवाका आणि त्याची रचना यावर लक्ष ठेवणे तुम्हाला सहज शक्य होते.

विकसित होणाऱ्या प्रबंधाचे व्यवस्थापन संगणकीय फायलींमध्ये करणे उपयुक्त ठरते. प्रबंधाच्या प्रत्येक प्रकरणाची स्वतंत्र फाईल करणे अशी एक चांगली सर्वसाधारण कल्पना आहे. अनुक्रमणिका आणि शीर्षक पृष्ठ यासारखी सुरुवातीची पाने एकच फाईल म्हणून साठवली जावीत. हे विकसित होत जाणाऱ्या संदर्भसूचीस तसेच

परिशिष्टांच्या सूचीसही लागू होते. प्रत्येक प्रकरणास स्वतंत्र फाईल केल्याने एक फायदा होतो ,तो म्हणजे ज्या वेळेस क्रमात काही बदल करावे लागतात उदाहरणार्थ काही जास्तीचे परिच्छेद घालावे लागले तर बाकीच्या प्रबंधाच्या रचनेत करावे लागणारे अटळ बदल खूप जास्त नसतात. म्हणून साहित्याचे परीक्षण यासारखी मोठी प्रकरणे अनेक लहान फायलीत साठवणे खरोखरच चांगले ठरते.

उदाहरण – इलेक्ट्रॉनिक फायलींचा वापर करणे

प्रबंधाचा प्रत्येक विभाग स्वतंत्र फाईल म्हणून साठवण्याचे अनेक फायदे आहेत.

१. जर तुम्ही प्रबंध एक अखंड फाईल म्हणून साठवलात तर प्रबंधात एखादा लहानसा जरी बदल केलात तरी फायलीच्या अन्य भागांवरही त्याचा मोठा परिणाम होतो. अनेक फायली केल्यास हे टाळता येते.
२. जर प्रबंध अनेक स्वतंत्र फायलींत साठवला तर तुमचे काम नष्ट होण्याचा धोका कमी होतो. एखादी फाईल करप्ट किंवा खराब झाली तरी अन्य फायलींवर त्याचा काही परिणाम होत नाही. कोणत्याही परिस्थितीत एक नित्य क्रम म्हणून सर्व फायलींना बॅकअप असावा.
३. स्वतंत्र फाईल असल्याने तुम्हाला ती इतरांकडे किंवा उदाहरणार्थ तुमच्या मार्गदर्शकाकडे पाठवणे सोपे जाते.

जरी प्रत्येक प्रकरण एका फायलीत असे साठवायचे असले तरी तुम्ही ठरवू शकता की तुमच्या प्रबंधाचे फायलींमध्ये उपविभाजन कसे करायचे. एकीकडे काम करत असतानाच तुम्ही पृष्ठक्रमांक बदलू शकता किंवा आणखी काही साहित्य त्यात घालू शकता किवा प्रबंध पूर्ण होईपर्यंत पृष्ठ क्रमांक घालणे थांबवू शकता.

स्वयंनिर्धारित लेखन उद्दिष्टे

प्रबंधाची निर्मिती करणे हे एक बहुआयामी काम आहे. तुम्हाला साहित्याचा व्यापक प्रमाणावर शोध घ्यावा लागतो, संशोधनाचा आराखडा ठरवावा लागतो, डेटाचे संकलन आणि विश्लेषण करावे लागते, आणि नंतर प्रबंधाची मांडणी कशी करायची ते ठरवावे लागते. साहित्य परीक्षण आणि डेटा संकलनाच्या संबंधित कामात तुम्ही आकंठ बुडून जाणे आणि त्यामुळे प्रबंधाच्या प्रत्यक्ष नियोजनाकडे पुरेसे लक्ष न देणे हे साहजिक आहे. एक थोडा पण स्पष्ट असा धोका आहे की काही विद्यार्थी डेटा संकलनाच्या आणि त्याच्या विश्लेषणाच्या बाबतीत इतके दक्ष असतात की ते प्रत्यक्ष प्रबंध लेखनास कधीच सुरुवात करत नाहीत. पदव्युत्तर प्रबंधाच्या बाबतीत तर ते प्रबंध सादर करण्याची तारीख खूप जवळ आली की मगच लेखन सुरू करतात. काही वेळा पार्श्वभौमिक वाचन संपते, डेटा संकलन आणि त्याचे विश्लेषणही होते, परंतु काही विद्यार्थ्यांना प्रत्यक्ष काम सुरू करण्याचा संकोच वाटतो. याचे कारण म्हणजे त्यांना प्रत्येक वाक्य अगदी अचूक असायला हवे असते किंवा त्यांना फक्त सुरुवात कशी करायची हे माहीत नसते. ही भावना सर्वव्यापी असून थोड्या बहुत फरकाने सर्जनशील कामाची सुरुवात करताना सर्वचजण अनुभवतात.

या प्रबंध लेखनाच्या सुरुवातीस येणाऱ्या नैसर्गिक अनिश्चित भावनेवर मात करण्याचा साधा सरळ उपाय म्हणजे लिखाणास आरंभ करणे. हे तुम्हाला फारच साधे वाटेल परंतु सुदैवाने संगणकामुळे तुम्ही लिखाणात भर घालू शकता

किंवा त्यात सुधारणा करू शकता. सगळ्यात उत्तम मार्ग म्हणजे पहिला मसुदा लिहिताना हे पक्के लक्षात ठेवायचे की अतिरिक्त संदर्भांत नंतर भर घालता येते आणि पाहिजे तितक्या वेळा लेखन शैलीत बदल करता येतो. जर तुम्ही हे लक्षात ठेवलेत की हा तर फक्त कच्चा मसुदा आहे, तर सुरुवातीपासून उच्च दर्जाचे लेखन करण्याबाबतची तुमची काळजी दूर होईल. एकदा का तुम्ही लेखन करायला सुरुवात केलीत की तुमचा ताण कमी होईल आणि लेखनाची निर्विघ्नपणे सुरुवात होईल. जे प्रकरण लिहिले जात आहे त्यातील आशयासंबंधी स्पष्ट योजना असणे महत्त्वाचे आहे आणि याविषयीचा सल्ला या पुस्तकाच्या दुसऱ्या विभागात दिलेला आहे.

वेळापत्रक

याशिवाय, तुमच्या लेखनाचे वेळापत्रक ठरवताना तुलनीय दृष्टिकोन ठेवणे उपयुक्त ठरेल. जेव्हा प्रबंध सादरीकरणाची तारीख माहीत असते, तेव्हा त्यामानाने साधारणपणे रोज सरासरी किती शब्द लिहायला हवेत हे ठरवणे सोपे जाते. काही दिवस विश्रांतीचे म्हणून त्याप्रमाणे वेळापत्रकात फेरफार करावे लागतात. अशी उद्दिष्टे लिहिल्याने तुम्हाला कळण्यास सोपे जाते की तुम्ही वेळापत्रकानुसार आहात की नाही. यातून अर्थातच असे गृहीत धरले जाते की प्रबंधाचे मोठमोठे विभाग लक्ष केंद्रित करून सलग लिहिण्यापेक्षा रोज काही ठरावीक शब्दसंख्या लिहिण्याचे तुमचे नियोजन आहे.

प्रत्येक व्यक्तीची स्वतःची अशी कामाची पद्धत असते. काहीजण रोज थोडे थोडे लिहितात तर काही जणांना लिखाणाला रोज बऱ्यापैकी वेळ द्यायला आवडते आणि त्या वेळेत ते प्रबंधाचा फार मोठा भाग लिहिण्याचा प्रयत्न करतात. काम करण्याची 'बरोबर' अशी पद्धत नाही आणि मुख्य निकष हा आहे की स्वीकृत पद्धतीचा अंतिम परिणाम म्हणजे प्रबंध लेखन पूर्ण होते की नाही ते पाहणे. तथापि, मुख्य लक्षात ठेवण्याची बाब ही आहे की बहुसंख्य प्रबंधांत उजळणी केल्याने फायदा होतो. पहिल्याच वेळेस परिपूर्णता येईल अशा अपेक्षेने प्रबंध पुढे जात असताना प्रत्येक वाक्य पुन्हापुन्हा लिहिण्याची आवश्यकता नाही. नंतर तुमचे लिखाण अधिक सफाईदार करण्यासाठी खूप संधी असतात. केलेल्या कामात नंतर सुधारणा करता येतात हे माहीत असताना स्वतःच्या उद्दिष्टांना धरून राहण्याकरता हा युक्तिवाद केलेला आहे.

वेळेचे व्यवस्थापन आणि प्रगतीत सातत्य राखणे

संशोधन विद्यार्थ्यांना बरेच वेळा वेळेचे नियोजन करणे अवघड जाते. परंतु पूर्णवेळ आणि अर्धवेळ विद्यार्थ्यांच्या समस्या वेगळ्या असतात.

पूर्णवेळ विद्यार्थी

पूर्णवेळ विद्यार्थी संपूर्ण आठवडाभर संशोधनास आणि लेखनास वेळ देऊ शकतात, आणि त्यांची ही समस्या असते की इतक्या न आखलेल्या वेळात प्रगतीत सातत्य कसे राखायचे. त्यांना काही ट्युटोरियल्स द्यावी लागतील किंवा संशोधन परिषदांना जावे लागेल. तसेच वेळोवेळी काही परिसंवाद आणि व्याख्यानांना उपस्थिती लावावी लागेल, परंतु सर्वसाधारण आठवड्यातील अनेक तास मोकळे असतील त्यावेळी त्यांच्या कामाचा आकृतीबंध त्यांना ठरवावा लागेल. इथेच मुख्य समस्या असते. तुम्हाला प्रबंध सादर करण्याची तारीख माहीत आहे हे गृहीत धरले तर तुमच्या प्रगतीचा अपेक्षित वेग ठरवणे सोपे जाते. तथापि, तुमच्या रोजच्या रोज पूर्ण होणाऱ्या कामावरून तुमच्या प्रगतीच्या वेगाची खात्री देणे सोपे नाही. उदाहरणार्थ, तुमच्या हे लक्षात आले की तुम्ही गोळा केलेला संदर्भ पुरेसा

नाही तर तुम्हाला काही वेळ तुमचे लेखन थांबवणे आवश्यक होते. त्यानंतर तुम्हाला कामाच्या दिवसांपैकी किती दिवस ग्रंथालयात घालवणे आवश्यक आहे, हे ठरवावे लागेल. साहित्याचा शोध घेणे ही एक न संपणारी क्रिया आहे आणि इथेच नेमका वेळेच्या व्यवस्थापनास धोका निर्माण होतो. तुम्ही नेहमीच असा विचार करत राहता की अजून फक्त एकच महत्त्वाचा संदर्भ शोधला की झाले. अशा प्रकारे तुमचा साहित्य शोध चालू राहू शकतो. काही बाबतीत अशा प्रकारच्या कृती दिलासा देणाऱ्या असतात. तुम्हाला अशी एक भावना जाणवायला लागते की तुम्ही काहीतरी विधायक किंवा भरीव कामगिरी करत आहात आणि म्हणूनच ते काम थांबवून लेखनाकडे परत वळण्यासाठी एका निश्चयाची गरज असते. जर प्रबंध अंदाजे एका ठरावीक वेळेत पूर्ण करायचा असेल तर साहित्य शोधासारख्या कृती कधी थांबवायच्या याबाबत महत्त्वाचा निर्णय घ्यावा लागेल. आत्तापर्यंत गोळा केलेल्या संदर्भांबाबत तसेच पद्धतीविषयी, तुमच्या वाचनाबाबत तुम्ही समाधानी तर असू शकत नाही परंतु एक वेळ अशी येते की तुम्हाला या गोष्टी आणि प्रगतीत सातत्य राखणे यात संतुलन साधता आले पाहिजे.

दुसऱ्या शब्दात सांगायचे झाल्यास, पूर्ण वेळ संशोधन विद्यार्थ्यांसमोर दुविधा अशी असते की त्यांना जरा जास्तच वेळ हाताशी असतो! विद्यार्थ्यांना मात्र असे वाटत नाही. तरीही, बऱ्याच जणांना वेळेचे व्यवस्थापन करताना जर प्रत्येक आठवड्यात बाहेरून लादलेली उद्दिष्टे नसतील तर कामाचे नियोजन करणे अवघड जाते. जास्त वेळ उपलब्ध असल्यामुळे काही वेळा विद्यार्थी त्यांच्या लेखनात अधिकाधिक परिपूर्ण होऊ पाहतात. वास्तविक प्रबंधातील संशोधनासंबंधीच्या मोठ्या बाबींचे चिंतन होणे आवश्यक असते परंतु बारीक सारीक बाबी पुन्हापुन्हा तपासल्या जातात.

अर्धवेळ विद्यार्थी

अर्धवेळ विद्यार्थ्यांच्या समस्या वेगळ्याच असतात. बऱ्याच बाबतीत असे दिसून येते की त्यांना संशोधनाबरोबरच पूर्णवेळ नोकरी आणि कुटुंबाकडे द्यावे लागणारे लक्ष यांचाही ताण असतो. अशा परिस्थितीतील अर्धवेळ विद्यार्थ्यास पूर्ण वेळ संशोधकाचे आयुष्य खूपच शांत वाटते! वेळेच्या व्यवस्थापनाच्या बाबतीत अर्धवेळ विद्यार्थ्यास त्याच्या इतर व्यग्र आयुष्यास सामावून घेईल असे कामाचे धोरण काळजीपूर्वक ठरवले पाहिजे. एक गोष्ट स्पष्ट आहे की प्रबंध लेखनाचा मोठा भाग लिहिता येईल अशी महत्त्वाची वेळ शोधून काढणे हे त्यांच्यासाठी फार अवघड काम असेल त्यामुळे त्यांना तुकड्यातुकड्यात उपलब्ध असलेल्या वेळात थोडाथोडा भाग लिहावा लागेल.

असा वेळ त्यांना कामाच्या ठिकाणी जेवणाच्या सुट्टीत, किंवा घरी रात्री मुले झोपी गेल्यावर शोधणे शक्य आहे. यापैकी कुठलीच वेळ आदर्श नाही परंतु जर प्रगती करायची असेल तर त्याचा उपयोग केलाच पाहिजे. तथापि, मोठ्या लेखनातील लहानलहान भाग लिहिल्याने शेवटी संपूर्ण लेखन तुटक वाटू शकते. एका भागातून दुसरा भाग सहज प्रवाहित होत नाही. याशिवाय संगणकावर बसून लिहिताना आधी काय लिहिले त्याचा विसर पडणे स्वाभाविक आहे. जर ही लेखनपद्धत जीवन शैलीच्या रेट्यानुसार ठरणार असेल तर ‘थोडेथोडे आणि सारखेसारखे’ हे ब्रीद वाक्य ठरवण्याची कल्पना चांगली आहे. जर प्रबंधाचा ऱोज एक छोटा हिस्सा अगदी ३०० शब्द म्हणजेच ए४ आकाराच्या कागदाच्या एका बाजूवर लिहिले तरी काही प्रमाणात सातत्य राखले जाण्याची हमी मिळेल. लिहिलेल्या मसुद्याचे थोडसे संपादन केले तरी त्यातील विसंगती आणि मजकुरातील लगेच नजरेस येणारा तुटकपणा दुरुस्त करता येईल.

प्रबंध लेखनासाठी जो भरपूर वेळ अपेक्षित असतो त्यामानाने या धोरणांमुळे मिळणारा वेळ अगदी जेमतेमच पुरेसा आहे. तरीही अनेक जण पदव्युत्तर आणि डॉक्टरल प्रबंध अशा प्रकारे पूर्ण करतात आणि म्हणूनच ते निश्चितच शक्य आहे. अनेकांना दुसरा काही पर्यायच नसतो आणि काहीवेळा ज्या अवघड परिस्थितीत प्रबंध लेखन केले जाते

त्याची भरपाई अर्धवेळ पण परिपक्व विद्यार्थ्यांच्या अतिशय उच्च प्रेरणा पातळीमुळे होते. वेळेच्या व्यवस्थापनाच्या वेगळ्या पैलूंची चर्चा फिलीप्स आणि पघ (२०००, पृ. क्र. ८५) आणि टर्नर (२००२. पृ. क्र. ३२–४३) मध्ये केली आहे.

तुमची संदर्भ सूची एकत्रित करणे

शैक्षणिक लेखनातील अवतरणांचा वापर, पुस्तके आणि लेखांचे उद्धरण ही शैक्षणिक लेखनाची महत्त्वाची वैशिष्ट्ये आहेत. एखाद्या प्रथितयश लेखकाचा किंवा संशोधकाचा संदर्भ देणे हा एक तुमच्या युक्तिवादास पाठिंबा देण्याचा किंवा उदाहरण देण्याचा मार्ग आहे. मान्यताप्राप्त शैक्षणिक रूढींनुसार संदर्भाच्या सर्व प्रक्रियांचे आयोजन होणे महत्त्वाचे आहे. अशा रूढींचा तपशील प्रकरण ६ मध्ये अंतर्भूत केलेला आहे. सध्यापुरते, वेळ आणि श्रम कमी करण्याच्या दृष्टीने संदर्भ संकलनाची व्यवस्था कशी करता येईल तसेच प्रबंध लेखन करताना सर्व प्रकाशनांचा आवश्यक तपशील खात्रीशीरपणे सहज उपलब्ध कसा होईल याचा विचार करणे उचित होईल.

संशोधन आणि लेखनासाठी प्राथमिक वाचनास सुरुवात करताना पुढे तुम्हाला वापरता येईल असा कुठल्याही प्रकाशनाचा संपूर्ण तपशील नोंदवून ठेवणे महत्त्वाचे आहे. नंतर पुढे या तपशिलाची नोंद वर्ड फाईलमध्ये लेखकाच्या आडनावाच्या अकारविल्हे ठेवावी: म्हणजेच संदर्भ ग्रंथसूची. ज्या वेळेस तुम्ही एखाद्या ग्रंथसूचीत नव्या नोंदीची भर घालता, तेव्हा त्या विशिष्ट संदर्भाचे महत्त्व तुम्हाला लक्षात राहील. परंतु काही आठवड्यांनंतर तो संदर्भ तुम्ही बराचसा विसरून जाऊ शकता. जेव्हा तुम्ही प्रत्यक्ष लेखनास सुरुवात करता तेव्हा तो संदर्भ का अंतर्भूत केला आहे हे विसरून गेलेले असू शकते. त्या वेळी फक्त एकच मार्ग असतो तो म्हणजे की ते पुस्तक किंवा लेख पुन्हा शोधून काढून तुमची स्मृती ताजी करणे. संदर्भ ग्रंथसूचीतील प्रत्येक नोंदीबाबत असे करावे लागले तर एकंदरीत कराव्या लागणाऱ्या कामाचे तुम्हाला दडपण येईल. इतकेच नव्हे तर हा जर पुस्तकाचा संदर्भ असेल तर ते ग्रंथालयातून मिळवणे फार अवघड होईल.

यावर एक मार्ग म्हणजे जेव्हा तुम्ही पुस्तक किंवा लेखाचे प्रथम वाचन कराल तेव्हा संदर्भ ग्रंथांची एक नोंद असलेली सूची करणे. या प्रक्रियेतील पहिला टप्पा म्हणजे वाचनाच्या वेळीच ठरवा की त्या विशिष्ट पुस्तकाचा नुसताच संदर्भ देण्याची तुमची इच्छा आहे का की त्यातील अवतरणे अंतर्भूत करायची आहेत. या दोन्हीतील पहिली गोष्ट करायची असेल तर संदर्भग्रंथसूचीत काही नोंदी केल्यास साह्य होईल. त्यामुळे तुम्हालाही आठवण राहील की ते पुस्तक किंवा लेख का अंतर्भूत केले आहे. दुसऱ्या शब्दात सांगायचे तर त्या पुस्तकाचा किंवा लेखाचा स्थूलमानाने काय आशय आहे आणि तो प्रबंधातील कोणत्या युक्तिवादास पाठिंबा देतो याची नोंद ठेवल्यास साह्य होईल. जोपर्यंत पूर्ण संदर्भांची नोंद ठेवलेली असते तोपर्यंत पुस्तक किंवा लेख पुन्हा शोधायची गरज नसते.

उलटपक्षी, जर एखाद्या संदर्भातील एक किंवा अधिक अवतरणे वापरायचा हेतू असेल तर तो वेचा निवडून संदर्भग्रंथसूचीत काळजीपूर्वक टाइप करावा. नंतर प्रबंध लेखन करताना या अवतरणांचा योग्य ठिकाणी वापर करता येतो. मूळ संदर्भ शोधण्यासाठी ग्रंथालयास अतिरिक्त भेटी देण्याची गरज नाही. अवतरण जर स्वतंत्रपणे त्याच्या संदर्भाशिवाय वाचले तर लेखकाने सुचवलेला अचूक अर्थ विसरला जाण्याची शक्यता असते, म्हणून संदर्भग्रंथसूचीत काही नोंदी घातल्यास तुम्हाला संदर्भ आठवणे सोपे जाईल. संदर्भांची सूची एकत्रित करण्याचे अनेक मार्ग आहेत आणि त्यातील सर्वोत्तम धोरण तुम्हाला ग्रंथालय सुविधा किती सहजपणे उपलब्ध आहे त्यावर अवलंबून असते. जर तुम्ही ग्रंथालयात अनेक खेपा घालू शकत नसाल तर वरील धोरण उपयुक्त आहे. कारण त्यामुळे तुम्ही स्रोत साहित्याच्या पहिल्या वाचनाच्या वेळीच सर्व आवश्यक माहितीची नोंद ठेवू शकता. शैक्षणिक

साहित्य विश्लेषणात्मक दृष्ट्या कसे वाचावे याबाबत मेकर आणि लेनिअर (१९९६) काही धोरणे सुचवितात आणि गॅश (१९८९, पृ. ७०) संदर्भांच्या नोंदी कशा ठेवाव्यात हे सुचवितो. पुस्तके आणि लेखांच्या तपशिलांच्या नोंदी ठेवणारी आणि संदर्भांची सूची स्वयंचलितरीत्या तयार करणारी अनेक डिजिटल पॅकेजेस उपलब्ध आहेत आणि त्यामुळे तुम्ही हे काम सहज करू शकता. याची प्रकरण ९ च्या दुसऱ्या भागात चर्चा केली आहे.

यशासाठी युक्ती – संदर्भीकरण

तुमच्या संदर्भांची अचूक आणि काळजीपूर्वक निवड करा. तपशीलवार आणि सुसंबद्ध संदर्भीकरण हा चांगल्या प्रबंधाचा गाभा असतो.

प्रबंध लेखनाचा क्रम

प्रबंध लेखनास सुरुवात करणारे विद्यार्थी नेहमी असे गृहीत धरतात की प्रबंध प्रकरणांच्या क्रमानेच म्हणजे आधी प्रबंधाचे शीर्षक, आणि शेवटी निष्कर्ष आणि संदर्भ असा लिहिला पाहिजे. याआधीच्या भागात आपण पाहिले की दीर्घकाळपर्यंत संदर्भांची सूची तयार करणे फायद्याचे ठरते. खरोखरीच प्रबंध लेखन चालू असतानासुद्धा संदर्भ संकलनाचे काम चालू राहू शकते. संदर्भांच्या अंतिम सूचीत जर अगदी अलिकडील प्रकाशनांचा समावेश करायचा असेल तर याची गरज असते. डॉक्टरल प्रबंधाच्या लेखन प्रक्रियेस १८ महिने लागू शकतात. त्या कालावधीत अनेक पुस्तके आणि जर्नलमधील लेख प्रकाशित होऊ शकतात. त्यापैकी काही तुमच्या प्रबंधाशी संबंधित असू शकतात. अगदी अलिकडील प्रकाशनांची अंतिम प्रबंधात नोंद असावी अशी परीक्षकांची सहसा अपेक्षा असते.

वस्तुतः प्रबंधात अशा अनेक गोष्टी असतात की ज्यांच्यासाठी आशयाच्या बाबतीत शेवटच्या घटकेपर्यंत काही निर्णय घेण्याची गरज नसते. लेखनाच्या कालावधीत तुम्ही परिशिष्टात समाविष्ट करण्याच्या संभाव्य गोष्टी एकत्र करू शकता आणि जेव्हा प्रबंधाचा मोठा हिस्सा लिहून होतो तेव्हा की नेमक्या कोणत्या गोष्टी ठेवायच्या हे ठरवू शकता. प्रबंधातील काही टप्प्यावर परिशिष्टांचा संदर्भ घेणे आवश्यक ठरते परंतु बराचसा प्रबंध पूर्ण होईपर्यंत आशयासंबंधी काही निर्णय घेणे सोडून देता येते. लेखन चालू असताना तात्पुरते शीर्षक देणे साहाय्यकारी असते परंतु लेखन प्रक्रियेच्या शेवटी त्याच्यात बदल होणे शक्य असते. जेव्हा प्रबंधाचा खूप मोठा भाग लिहून होतो तेव्हा प्रबंधाचा सारांश लिहिणे स्वाभाविक आहे. याचे मुख्य कारण म्हणजे सारांश ही संपूर्ण प्रबंधाची रूपरेषा असते त्यामुळे सारांश लिहिण्यासाठी प्रबंधाचा बराचसा भाग लिहिणे आवश्यक असते.

तुमचा प्रबंध शक्य तेवढ्या कमी वेळात पूर्ण होण्यासाठी संशोधनाच्या वेगवेगळ्या बाबींचे आयोजन करणे आणि लेखन प्रक्रिया समांतरपणे चालू ठेवणे उपयुक्त आहे. उदाहरणार्थ, एकदा का संशोधनाचे स्थूलमानाने स्वरूप ठरले आणि तुम्हाला नमुना आणि डेटा संकलनाच्या विविध टप्प्यांबाबत स्पष्टता आली की लेखन प्रक्रिया सुरू करता येते. परंतु डेटा संकलन बऱ्याच कालावधीपर्यंत चालू राहते. उदाहरणार्थ, समजा तुम्ही अनेक उच्च माध्यमिक शाळांतील विविध विद्यार्थी आणि कर्मचारी या सर्वांच्या मुलाखती घेत आहात. परंतु तुम्हाला लागोपाठ मुलाखतींच्या वेळा ठरवणे फारच क्वचित शक्य होईल. या पूर्वनियोजित मुलाखती कित्येक आठवडे किंवा महिनेसुद्धा चालतील. त्यामुळे डेटा संकलनाच्या प्रक्रियेत बराच मोकळा वेळ मिळेल जो तुम्हाला संशोधन किंवा लेखनाच्या अन्य बाबींसाठी विधायकरीत्या उपयोगात आणता येईल. अशा प्रकारे उपलब्ध झालेला वेळ साहित्य शोधासाठी किंवा साहित्य परीक्षणाच्या प्रकरणाचा काही भाग लिहिण्यासाठी वापरता येतो. असे प्रकरण बरेच वेळा अनेक विभागात

विभागलेले असते जे प्रबंध विषयाच्या काही बाबींशी संलग्न असते. काही प्रमाणात प्रकरण नंतर स्वतंत्र टप्प्यांनी लिहिता येते.

विकसित होणाऱ्या संशोधन प्रक्रियेत जेव्हा सोयीप्रमाणे बसतील असे इतर प्रकरणांच्या विभागांचे लेखनही करणे काही वेळा शक्य होते. एकदा का संशोधकास संशोधन कुठल्या संदर्भात करायचे आहे याची जाणीव झाली की सुरुवातीच्या प्रकरणाचे काही भाग लिहिणे शक्य होईल. एखादा विशिष्ट संशोधन विषय निवडण्याची कारणे वर्णन करता येतात किंवा त्यांचे विश्लेषण करता येते आणि संशोधनाचा परिसर म्हणजे शाळा किंवा हॉस्पिटल यांचे वर्णन करता येते. त्याचप्रमाणे संशोधन पद्धती ठरली की पद्धतीविषयक काही बाबींवर त्या प्रकरणात लिहिता येते. अशा प्रकरणात बहुतेक वेळा पद्धतीच्या सैद्धांतिक बाबींची चर्चा केलेली असते आणि डेटा संकलन आणि विश्लेषण करत असतानाच अशा भागाचा मसुदा लिहिणे शक्य असते.

उदाहरण – प्रबंधातील सातत्य

प्रबंध लेखनासाठी तुम्ही कोणताही मार्ग स्वीकारा त्यात नक्कीच चित्रपट निर्माते म्हणतात त्याप्रमाणे काही सातत्याच्या त्रुटी राहणारच. याचा अर्थ असा की प्रबंधाच्या एका भागात आपण जे म्हणतो त्यालाच विरोधी मत दुसरीकडे कुठेतरी मांडतो. यात सुधारणा करण्यासाठी प्रबंधाचा पहिला मसुदा सलग वाचणे महत्त्वाचे आहे किंवा त्याच्या जवळपास येईल असा निदान प्रयत्न तरी करावा.

काही लोक अर्थातच त्यांचा प्रबंध सुरुवातीपासून शेवटपर्यंत अतिशय काटेकोरपणे रूढींना धरून लिहिणे पसंत करतात. कोणी असा युक्तिवाद करू शकतात की याचा एक मोठा फायदा असा की त्यामुळे तुमचा प्रबंध अधिक तर्कसंगत होण्याची शक्यता असते आणि सुरुवातीपासून शेवटच्या प्रकरणापर्यंत त्यात एक प्रवाहीपणा असतो. तथापि , प्रबंध लेखनाचा असा कोणताही एकच मार्ग नाही जो सर्व विद्यार्थ्यांच्या गरजा पूर्ण करतो. काही विद्यार्थ्यांना त्यांचा प्रबंध योग्य वेळेत पूर्ण व्हावा यासाठी वेळेचे कल्पकतेने नियोजन करावे लागते.

स्वयंप्रेरणा

जेव्हा विद्यार्थी प्रबंध लेखनास सुरुवात करतात तेव्हा पुढील कामाबद्दल ते फार उत्साही असतात. सर्वच गोष्टी नवीन आणि उत्कंठावर्धक असतात. पदव्युत्तर किंवा डॉक्टरल प्रबंधाचा अभ्यास करताना तुम्ही तुमच्या आयुष्याला नवा आयाम देता. परंतु जसजसे काम पुढे जाते तसतसे तुम्हाला कामाची व्याप्ती जाणवू लागते. हा उपक्रम तुम्ही प्रत्यक्ष कसा पूर्ण कराल याचा दूरदृष्टीने विचार करणे अधिकाधिक कठीण होते. तुमच्या आयुष्यात इतर गोष्टीही अचानक उद्‌भवतात ज्यामुळे तुमच्या संशोधन आणि लेखनात व्यत्यय येतो आणि प्रगती करणे अधिकाधिक अवघड वाटू लागते.

भविष्याबद्दल विचार करत वेळ घालवणे आणि तुमचा अभ्यास संपल्यास किती छान होईल असा विचार करणे फार सोपे असते. वास्तविक काहीवेळा हे प्रेरणा नष्ट करणारे असते कारण तुम्ही सतत ध्येयप्राप्तीसाठी तुम्हाला काय काय करावे लागेल याचा विचार करत असता. काही वेळेस त्याक्षणी एखाद्या लहान कामावर लक्ष केंद्रित केल्यास ते खूप प्रभावी आणि दिलासा देणारे ठरते. उदाहरणार्थ नवीन संदर्भ शोधणे, लेखाचा एखादा भाग वाचणे, आणि

नवीन परिच्छेद लिहिणे. तुमच्या प्रबंध लेखनाचे नियोजन करणे गरजेचे असते परंतु म्हणून सतत तुम्हाला कराव्या लागणाऱ्या कामाचा विचार करत राहण्यामुळे प्रेरणा कमी होते. जर तुम्ही हातातील कामाकडे लक्ष केंद्रित केले तर तुम्हाला असा आत्मविश्वास वाटेल की प्रत्येक लहान लहान कामामुळेच मोठे काम होण्यास हातभार लागेल.

रोज अगदी थोड्या प्रमाणात पण नियमितपणे काम केल्यास लवकरच त्याचा साठा वाढेल. बऱ्याचजणांना ते पूर्णकालीन संशोधक आहेत की अंशकालीन, यानुसार पीएच. डी. पूर्ण करायला ४ ते ५ वर्ष लागतात. आपण असे समजूया की तुम्ही अर्धा वेळ संशोधन करता आणि अर्धा वेळ ८०,००० शब्दांचा प्रबंध लिहिता. तुम्ही जर रोज १०० शब्द म्हणजे संगणकावर ५ ओळी लिहिल्यात तर तुमचा प्रबंध पूर्ण होण्यास दोन वर्ष दोन महिने लागतील. याचा अर्थ तुम्ही तुमच्या वेळापत्रकास धरून आहात. प्रत्यक्षात तुम्ही याहूनही अधिक साध्य करू शकता पण यातून हे निर्देशित होते की लहान पण नियमित उद्दिष्टे ठेवली तर काहीही साध्य होते!

Further reading

Gillet, A. ,Hammond, A. and Martala, M. (2009) *Successful Academic Writing.* Harlow: Pearson Longman.

O'Dochartaig, N. (2007) *Internet Research Skills: How To Do Your Literature Search and Find Research Information Online.* 2nd edn. London: Sage.

Phelps, R., Fisher, K. And Ellis, A. (2007) *Organizing and Managing Your Research: A Practical Guide for Post graduates*, London: Sage.

Walliman, N. (2005) *Your Research Project : A Step- by- Step Guide for the First-Time Researcher.* 2nd Edn. London : Sage.

४

पर्यवेक्षकाची भूमिका

या प्रकरणात आपण प्रबंध पर्यवेक्षकाची एकूण भूमिका आणि तुम्ही त्याच्याबरोबर कोणत्या मार्गाने एकत्र काम केल्यास यशस्वी होण्याच्या जास्तीत जास्त संधी मिळू शकतात याचा शोध घेणार आहोत. तुमचा पर्यवेक्षक तुमच्या लेखनाचे मसुदे वाचून आणि तुमच्या प्रबंध रचनेवर सल्ले देऊन कसे साह्य करतो हे आपण पाहणार आहोत. तसेच जर तुम्ही शिक्षणासाठी परदेशात असून तुमच्या घरापासून दूर असलात तर तुमचा पर्यवेक्षक तुम्हाला तुमच्या प्रबंधात आणि संशोधनात कशा प्रकारे मदत करू शकतो याची आपण चर्चा करणार आहोत.

अभ्यासाची धोरणे

- तुम्हाला मदत करण्यासाठी तुम्ही तुमच्या पर्यवेक्षकाला कशी मदत करू शकता त्याचा विचार करा!
- उदाहरणार्थ, तुमच्या ट्युटोरियलच्या काही दिवस आधी ज्या बाबींबद्दल तुम्हाला शंका आहे किंवा काही पद्धतींविषयी सल्ला हवा आहे, त्यांची एक यादी मेल करा. म्हणजे पर्यवेक्षकाला सुद्धा ट्युटोरियलचे अधिक परिणामकारक नियोजन करता येईल.
- पर्यवेक्षकाला तुमच्या कामाचा मसुदा पाठवताना तुम्हाला ज्या विशिष्ट भागावर अभिप्राय किंवा टिप्पणी अपेक्षित आहेत तो भाग हायलाईट करा.
- तुम्हाला इतर काही जबाबदाऱ्या असतील तर पर्यवेक्षकाला तशी पूर्वसूचना द्या म्हणजे ते तुमच्याकडून कामाची अवाजवी अपेक्षा ठेवणार नाहीत.
- जेव्हा तुम्ही कामाचा एखादा नमुना पाठवाल तेव्हा त्यातील शुद्धलेखनाकडे तसेच व्याकरणाकडे शक्य तेवढे काळजीपूर्वक लक्ष द्या. यातील चुकांमुळे पर्यवेक्षकाचे लक्ष पद्धती आणि विश्लेषणाऐवजी अन्यत्र वेधले जाते.

तुमचा पर्यवेक्षक किंवा त्यांचा गट यांची कर्तव्ये

तुमचा पर्यवेक्षक ही एक अशी व्यक्ती आहे की जी तुम्हाला तुमच्या संशोधनाच्या योजना विकासात, प्रत्यक्ष संशोधनात तसेच प्रबंध लेखनात सल्ला देऊ शकेल. तुमच्यासाठी काम करणे ही पर्यवेक्षकाची भूमिका नसून तुम्हाला सल्ला तसेच पाठिंबा देणे हे त्याचे काम आहे जेणेकरून तुम्ही तुमच्या पूर्ण क्षमतेने उत्कृष्ट प्रबंध लेखन करू शकाल. पदव्युत्तर प्रबंधासाठी सामान्यतः एकच पर्यवेक्षक असतो, परंतु डॉक्टरल प्रबंधासाठी मात्र एक किंवा दोन दुय्यम पर्यवेक्षकांसह एक प्रमुख पर्यवेक्षक असतो. प्रमुख पर्यवेक्षकास कधीकधी अभ्यास संचालक असे म्हटले जाते. पर्यवेक्षकांबाबतच्या पद्धती आणि परंपरा प्रत्येक विद्यापीठाप्रमाणे थोड्याफार फरकाने वेगळ्या असतात, परंतु या प्रकरणात बऱ्यापैकी ठरावीक पद्धतींचेच वर्णन केले आहे. ज्या विविध संशोधन प्रकल्पांशी पर्यवेक्षक संबंधित आहे त्याविषयी त्यांचा ज्ञानाचा आणि कौशल्यांचा योग्य तो आवाका असावा असे अपेक्षित असते. त्यांच्याकडे फक्त संबंधित संशोधन विषयाचेच नव्हे तर उपयोजित पद्धतींचेसुद्धा ज्ञान असणे आवश्यक आहे. तथापि ,डॉक्टरल पातळीवरील प्रबंधासाठी एकाच पर्यवेक्षकास या सर्व क्षेत्रांची पुरेशी सखोल जाण असतेच असे नाही. पर्यवेक्षक संबंधित विषयात तज्ज्ञ असू शकतो परंतु तुम्ही जी पद्धती निवडलेली असते त्याचे मात्र त्याला अंशतः ज्ञान असू शकते. याच कारणासाठी या पातळीवर एकापेक्षा अधिक पर्यवेक्षक असण्याची रूढी आहे. महत्त्वाचे हे की,पर्यवेक्षकांच्या एकत्रित गटाकडे तुम्हाला संशोधनाच्या सर्व बाबींवर सल्ला देण्यासाठी आवश्यक ज्ञान आणि कौशल्ये असतात. याची खात्री करण्यासाठी, तुमच्या संशोधनास योग्य आधार देण्यासाठी त्यांची पार्श्वभूमी योग्य आहे की नाही याच्या विद्यापीठाकडून केल्या जाणाऱ्या पडताळणीस पर्यवेक्षकांच्या एकत्रित गटास सामोरे जावे लागते. पर्यवेक्षकांच्या गटाची पडताळणी म्हणजे तुमच्या संशोधन प्रस्तावास मान्यता मिळण्याच्या प्रक्रियेचा एक भाग असू शकतो. सहसा पर्यवेक्षकांना त्यांच्या अर्हतेचे, संशोधनातील नैपुण्याचे आणि त्यांनी आत्तापर्यंत यशस्वी मार्गदर्शन केलेल्या प्रबंधांच्या संख्येचे तपशील द्यावे लागतात.

उदाहरण – ट्युटोरियल्स

ह्या कारणांसाठी सर्व पर्यवेक्षकांच्या गटाने विद्यार्थ्याला शक्य तितक्या वेळा ट्युटोरियल्ससाठी एकत्रित भेटणे महत्त्वाचे आहे. सर्व पर्यवेक्षकांमध्ये सहकार्याची भावना असणे आदर्श आहे. उदाहरणार्थः

> 'आदर्श जगात युक्तिवादास बळकटी यावी यासाठी याजागी थोडा अधिक डेटा असावा असे मला वाटते. तुम्हाला काय वाटते ?' (दुसऱ्या मार्गदर्शकाकडे वळून)
>
> 'हो, मला खात्री आहे की त्याचा उपयोग होईल. (विद्यार्थ्याकडे वळून) तुमच्याकडे आणखी डेटा आहे का? किंवा आत्ता तो संकलित करता येईल का? '

अशा प्रकारच्या सहकार्याचा एक हिस्सा झाल्यामुळे तुम्हाला मिळणाऱ्या सल्ल्याविषयी विश्वास वाटू लागेल.

प्रबंध विकसित होताना विद्यार्थ्यांना सल्ला देण्याव्यतिरिक्त पर्यवेक्षकास तोंडी परीक्षेचे अंतःस्थ आणि बहिस्थ परीक्षकांचे नामांकन करण्याची महत्त्वाची भूमिका पार पाडावी लागते. पर्यवेक्षक या परीक्षकांची नेमणूक करत

नाहीत परंतु अशा नेमणुका करण्याचे काम करणाऱ्या समितीस त्यांची नावे सुचवतात. याशिवाय तुमच्या संशोधन कार्यक्रमाशी संबंधित सर्व प्रशासकीय बाबींशी पर्यवेक्षकांचा संबंध असतो. तुमच्या वार्षिक नावनोंदणीत त्यांचा सहभाग असतो आणि तुम्हाला पद्धतींसंबंधी बाबींचे योग्य ज्ञान मिळावे यासाठी प्रशिक्षणाच्या अनेक योजनाही ते आखू शकतात. तुमच्या दीर्घकालीन संशोधनात जे अनेक अटळ चढ-उतार येत असतात त्या सर्व परिस्थितीत तुम्हाला प्रोत्साहन आणि पाठिंबा देऊन तुमच्या हिताची काळजी घेण्यात पर्यवेक्षक आपसूकच गुंतला जातो.

सारांश – पर्यवेक्षकाची भूमिका

पर्यवेक्षकाच्या भूमिकेत खालील बाबींचा समावेश होतो.

- विद्यार्थ्यांना तपशीलवार संशोधन प्रस्ताव विकसित करण्यात मदत करणे.
- संशोधनाची संरचना, डेटा संकलन आणि डेटा विश्लेषणात सल्ला देणे.
- प्रबंध लेखनात विद्यार्थ्यांना मार्गदर्शन करणे.
- तोंडी परीक्षेसाठी संभाव्य परीक्षकांचे नामांकन करणे.
- तोंडी परीक्षेच्या तयारीसाठी विद्यार्थ्यांना सल्ला देणे.
- संपूर्ण संशोधन कार्यक्रम कालावधीत विद्यार्थ्यांना प्रशासकीय बाबींबद्दल सल्ला देणे.
- योग्य संशोधन प्रशिक्षण कार्यक्रमासंबंधी विद्यार्थ्यांना सल्ला देणे.

पर्यवेक्षकाची निवड करणे किंवा नियुक्त पर्यवेक्षक बनणे

विद्यार्थी आणि पर्यवेक्षक यांच्यातील नाते खूप महत्त्वाचे आहे आणि हे नाते किती चांगल्या प्रकारे कार्य करतात यावर तुमचे अंतिम यश अवलंबून आहे. नेहमीच्या विद्यार्थी आणि व्याख्याता ह्या नात्यापेक्षा हे नाते निश्चितच जास्त वैयक्तिक आहे असे म्हटले जाते. याचे कारण म्हणजे प्रबंध मार्गदर्शनात विद्यार्थी आणि पर्यवेक्षक, शिष्य आणि शिक्षक नसून एका विशिष्ट मर्यादेपर्यंत एकत्र काम करत असतात. म्हणूनच त्या दोघांना संशोधन प्रकल्पाविषयी समानानुभूती असणे महत्त्वाचे आहे. एखाद्या व्याख्यात्याने एखाद्या प्रकल्पासाठी पर्यवेक्षण करण्याचे मान्य करण्याआधी प्राथमिक चर्चा झाली तरच हे ठरवता येते.

काही वेळा विद्यार्थ्यांनाच अनेक संभाव्य पर्यवेक्षक ठाऊक असतात कारण त्यांनी त्यांना आधीच्या अभ्यासक्रमात शिकवलेले असते. काही वेळा विद्यार्थी संभाव्य विद्यापीठ विभागच पर्यवेक्षक शोधून देईल यावर अवलंबून असतात. कसेही असले तरी, उभयपक्षी बांधिलकी न घेता, दोन्ही बाजूंनी प्रस्तावित संशोधनाची चर्चा करण्यास भेटणे आवश्यक असते. आपण हे काम विधायक रित्या एकत्र करावे असे विद्यार्थी आणि पर्यवेक्षक या दोघांनाही वाटणे महत्त्वाचे आहे तसेच त्या दोघांनाही त्या प्रकल्पाविषयी समानानुभूती वाटली पाहिजे. दोघांपैकी एकाला जरी या नात्याविषयी काही शंका असेल तर ती व्यक्त करणे सर्वात योग्य होईल, आणि विद्यार्थ्यांनेही वेगळ्या पर्यवेक्षकाची शक्यता आजमावून पाहावी. याठिकाणी हा उल्लेख करणे उचित होईल की कधीकधी काही प्रशासकीय कारणांमुळे व्याख्यात्यांना पर्यवेक्षक म्हणून काम करता येत नाही. उदाहरणार्थ: काही वेळा

व्याख्यात्यांवर संशोधकविद्यार्थी किती घ्यायचे यावर मर्यादा असतात आणि म्हणून ते आणखी विद्यार्थी घेऊ शकत नाहीत. पर्यवेक्षक शोधणे यासंबंधित बाबींची चर्चा लिओनार्ड (२००१, पृ. क्र. ८५–७) मध्ये केली आहे.

तुमच्या पर्यवेक्षकाच्या दृष्टिकोनाची जाण ठेवणे

पर्यवेक्षक आणि विद्यार्थी यांच्यातील नातेसंबंध जरी खूप फलदायी असले तरी काही वेळा ते गुंतागुंतीचे आणि अवघडही असतात. विद्यार्थी आत्तापर्यंत कधीही पर्यवेक्षकाच्या भूमिकेत नसतात आणि त्यांना विद्यापीठातील व्याख्यात्याच्या कामातील ताणतणावांची कल्पना नसते. याउलट व्याख्यात्याची विद्यार्थीदशा संपून बराच काळ उलटलेला असतो व इतक्या वर्षांत, विद्यार्थीदशेत किती तणाव असतात याचा त्याला विसर पडलेला असतो. या परिस्थितीमुळे काही गैरसमज होणे सहज शक्य असते!

पर्यवेक्षकांबद्दल बोलायचे तर त्यांना आपले विद्यार्थी यशस्वी व्हावेत असेच खरोखर वाटत असते. प्रामुख्याने विद्यार्थ्यांबद्दल पहिली ही भावना असते, परंतु विद्यार्थ्यास यशस्वीरित्या प्रबंध पूर्ण करण्यास साह्य केल्याने पर्यवेक्षकांनाही कृतकृत्य वाटते. ते नेहमी त्यांनी आत्तापर्यंत कितीजणांना यशस्वी मार्गदर्शन केले याची नोंद ठेवतात. जेव्हा नवीन विद्यार्थ्यांच्या पर्यवेक्षक गटाला मान्यता द्यायची वेळ येते तेव्हा विद्यापीठ अशा नोंदींची त्यांच्याकडून मागणी करते. अशा बाबतीत विद्यापीठास जाणून घ्यायचे असते की या गटास विद्यार्थ्यासाठी पर्यवेक्षक म्हणून काम करण्याचा योग्य अनुभव आहे की नाही.

जरी पर्यवेक्षकास आपले विद्यार्थी यशस्वी व्हावेत असे वाटत असले तरी ते विद्यार्थ्यांना देऊ करत असलेल्या साहाय्यास मर्यादा आहेत. उदाहरणार्थ संपूर्ण प्रबंधाचे मुद्रितशोधन करणे आणि लेखन शैली व शब्दांचे उपयोजन सुधारणे हे त्यांच्या कामाच्या मर्यादांपलिकडचे आहे असे त्यांना वाटू शकते. विद्यार्थी एखाद्या विशिष्ट प्रकारची चूक वारंवार करत आहे असे त्यांना आढळून आले तर ते अशी चूक एकदा दाखवून देतील आणि नंतर संपूर्ण प्रबंधात तशा प्रकारची चूक शोधणे विद्यार्थ्यावर सोपवतील. विद्यार्थ्यास एखाद्या पद्धतीची काही विशिष्ट बाजू चुकीची समजली असेल तर पर्यवेक्षक ती चूक समजावून सांगेल आणि नंतर त्या गैरसमजाची सर्व उदाहरणे शोधून दुरुस्त करणे विद्यार्थ्यावर सोपवेल. तसेच पर्यवेक्षकाला असे वाटू शकते की साहित्य परीक्षणाच्या प्रकरणात अलिकडील साहित्यातील उद्धृते असावीत. पर्यवेक्षक काही विशिष्ट लेखकांचे विद्यार्थ्याने परीक्षण करावे असे सुचवेल परंतु त्या लेखकांचे प्रत्यक्ष लिखाण शोधण्याचे काम विद्यार्थ्यांवर सोपवेल.

जेव्हा प्रबंध पूर्ण होईल तेव्हा विद्यापीठाच्या प्रक्रियेनुसार पर्यवेक्षकास एका प्रोफॉर्मावर स्वाक्षरी करून मान्यता द्यावी लागते की तो प्रबंध परीक्षणास सादर करण्यायोग्य दर्जाचा झाला आहे. विद्यार्थ्यास या आवश्यक अटीची कल्पना नसते परंतु पर्यवेक्षकास मात्र याचा थोडासा ताण येतो. जर विद्यार्थ्याने बेपर्वाईने प्रबंध लिहिला असेल तर पर्यवेक्षकास तो प्रबंध विद्यार्थ्याकडे सुधारणा करण्यासाठी देत राहण्याची गरज भासेल. असे जर वारंवार झाले, तर पर्यवेक्षक जास्तच काम करवून घेत आहे असे विद्यार्थ्यास वाटू शकते . परंतु प्रबंध तोंडी परीक्षेसाठी पाठविण्याच्या मान्यतेवर स्वाक्षरी करण्याआधी पर्यवेक्षक मात्र याची खात्री करून घेत असतो की प्रबंध शक्य तेवढा चांगला झाला आहे .

शेवटी हीही एक शक्यता असते की विद्यार्थ्याच्या पर्यवेक्षक गटातील सर्व पर्यवेक्षकांचे प्रबंधाबद्दल एकमत होणार नाही. एखाद्या पर्यवेक्षकाला वाटेल की अतिशय योग्य पद्धती वापरून प्रबंधाची संरचना नीटनेटकी झाली आहे तर दुसऱ्याचे मात्र काही आक्षेप असतील. जरी पर्यवेक्षकांमध्ये अगदी गंभीर मतभेद असले तरी ते मिटवण्याचा प्रयत्न होणे महत्त्वाचे आहे कारण त्यामुळे विद्यार्थ्यास एकसंध मार्गदर्शन मिळू शकेल. तुमच्या पर्यवेक्षकांना

स्वतंत्रपणे भेटणे विद्यार्थी म्हणून काही वेळा फायद्याचे असते परंतु त्यात असा धोका आहे की तुम्हाला असे वाटू शकते की तुम्हाला प्रत्येकाकडून वेगवेगळे मार्गदर्शन मिळत आहे. याउलट, तुम्ही जर सर्व पर्यवेक्षकांच्या गटाला एकत्र भेटलात तर ते सर्वजण एकमेकांचे म्हणणे ऐकून घेतील आणि ते एकत्रित करून एकच सल्ला देतील.

तुमच्या पर्यवेक्षकाबरोबर चांगल्या प्रकारे काम करणे

पर्यवेक्षक आणि विद्यार्थी यांच्यातील प्रभावी नातेसंबंधांमुळे दोघांचाही फायदा होतो. विद्यार्थ्यास पर्यवेक्षकाच्या अनुभवाचा तसेच विकसित होणाऱ्या प्रबंधासंबंधी मिळालेल्या योग्य सल्ल्याचा फायदा होतो. पर्यवेक्षकास त्याचा विद्यार्थी शैक्षणिकदृष्ट्या विकसित होऊन त्याची गुणवत्ता प्राप्त करतो हे पाहताना एक व्यावसायिक फलश्रुती अनुभवास येते. अशा प्रकारच्या नातेसंबंधाच्या मुळाशी असतो तो संवादातील प्रामाणिकपणा आणि खुलेपणा, त्यामुळेच प्रत्येक व्यक्तीला दुसऱ्या व्यक्तीकडून असणाऱ्या अपेक्षांची स्पष्ट जाणीव असते.

प्रबंधामध्ये जे बदल आवश्यक आहेत त्याबद्दल पर्यवेक्षकांनी स्पष्ट आणि नेमके असणे ही त्यांच्या दृष्टीने चांगली कल्पना आहे. बदलांबाबत अप्रत्यक्ष सूचना संदिग्धपणे देणे आणि त्यानुसार विद्यार्थ्याने काय करणे आवश्यक आहे याचा अर्थ लावत बसण्यापेक्षा हे अधिक चांगले आहे. त्याचबरोबर ज्या प्रकारची मदत त्यांना आवश्यक वाटत असेल ती स्पष्टपणे मागण्याची विद्यार्थ्यांची तयारी असली पाहिजे. पर्यवेक्षकानेसुद्धा ते कोणत्या प्रकारची मदत देऊ शकतात आणि कोणत्या बाबतीत देऊ शकत नाहीत याबद्दल स्पष्टपणे सांगितले पाहिजे. उदाहरणार्थ, विद्यार्थी गृहीत धरतो की पर्यवेक्षक त्याला प्रबंधाच्या अंतिम मसुद्याचे मुद्रित शोधन करण्यास मदत करेल. परंतु अशा वेळेस पर्यवेक्षकाने सांगावे की तिला प्रबंधातील टायपिंगच्या, व्याकरणाच्या तसेच विरामचिन्हांच्या चुका तपासण्यापेक्षा प्रबंधातील युक्तिवादाची वैधता अशासारख्या शैक्षणिक बाबी तपासणे अधिक आवडेल. पर्यवेक्षकाला असे वाटेल की हा विद्यार्थ्याचा प्रांत आहे. महत्त्वाचे हे की, पर्यवेक्षक आणि विद्यार्थी या दोघांनी आपापली भूमिका एकमेकांना सांगावी आणि त्यांच्या निर्णयाचे समर्थन करण्यासाठी कारणे द्यावीत.

उदाहरण – सूचित केलेल्या सुधारणांचे लेखी विधान

जेव्हा मार्गदर्शक लिहून झालेल्या अनेक प्रकरणाचा किंवा संपूर्ण प्रबंधाचा मसुदा पाहतो तेव्हा त्यांना सुधारणा करण्याविषयी नक्कीच काही सूचना करायच्या असतात. तोंडी स्पष्टीकरण देणे आणि महत्त्वाच्या सूचनांचा सारांश लिखित स्वरूपात देणे याने विद्यार्थ्याला नक्कीच साह्य होते. उदाहरणार्थ, पर्यवेक्षक सूचना लिहून देऊ शकतो 'जेव्हा व्यवस्थापकाच्या उपस्थितीत कर्मचाऱ्यांकडून डेटा संकलित केला जातो तेव्हा वैधतेच्या समस्येवर थोडक्यात चर्चा केल्यास फायदा होईल. ह्याची नोंद सुरुवातीच्या पद्धती या प्रकरणात घालता येते. संपूर्ण संशोधनात वैधतेचा धोका कसा कमी केला गेला हे स्पष्ट करण्याकरता तुम्ही शेवटच्या निष्कर्षाच्या प्रकरणात या विषयाकडे पुन्हा वळू शकता.'

पर्यवेक्षक कदाचित या बाबीवर ट्युटोरियल्सच्या दरम्यान चर्चा करण्यास तयार असेल परंतु संबंधित विभागाच्या लेखनाची जबाबदारी विद्यार्थ्याने घ्यावी अशी अपेक्षा करेल.

काही वेळेस विद्यार्थी पर्यवेक्षकाकडून प्रबंधाच्या आशयासंबंधी काही विशिष्ट प्रश्नांच्या नेमक्या उत्तरांची अपेक्षा करत असतो. उदाहरणार्थ, 'मी निवडलेली पद्धती प्रबंधाच्या उद्दिष्टांशी कशी सुसंबद्ध करता येईल?' असे विद्यार्थी विचारू शकतो. विद्यार्थ्यास असे वाटू शकते की पर्यवेक्षकाकडे हमखास यशस्वी असे एकमेव धोरण आहे. तथापि, संशोधनातील बाबींसंबंधी एकच एक सरळ असे उत्तर असणे दुर्मिळ असते आणि विद्यार्थ्याला ह्याची पूर्ण जाणीव आहे ह्याची पर्यवेक्षकाने खात्री करून घेणे आवश्यक असते. पर्यवेक्षकाला असे वाटू शकते की एखाद्या समस्येला सामोरे जाण्याचे अनेक मार्ग आखून देणे आणि त्यातील योग्य मार्गांची निवड करण्यास विद्यार्थ्यास सांगणे हे सर्वोत्तम धोरण आहे. परंतु विद्यार्थ्याला मात्र पर्यवेक्षक काही विशेष साह्य करत नाही असे वाटू शकते, म्हणून पर्यवेक्षकाने त्या विशिष्ट समस्येचे सरळ सोपे, सूत्र रूपात उत्तर का नसते ह्याचे तात्त्विक कारण देणे महत्त्वाचे आहे.

तुमच्या कामावर परिणाम करणारा एखादा ताण असेल तर तुम्ही तसे पर्यवेक्षकास सांगणे हे विद्यार्थी आणि पर्यवेक्षक संबंधांसाठी हितकर आहे. तुमच्या पर्यवेक्षकास तुमच्या तणावासंबंधी जाणीव असेल तर तो तुमच्याकडून कामासंबंधी तेवढीच अपेक्षा ठेवणार नाही. तुमचा पर्यवेक्षक तुम्हाला तुमच्या कुठल्याही समस्येत साह्य करू शकणाऱ्या त्याच्या विद्यापीठातील सहकाऱ्यांकडे जायला सांगू शकेल. पर्यवेक्षकालाही अनेक व्यावसायिक ताण असतात आणि त्यामुळे तो विद्यार्थ्याच्या इच्छेनुसार आणि वेळेनुसार कामाचे मसुदे वाचणे, ट्युटोरियल्स घेणे असे करू शकणार नाही. पर्यवेक्षकाला अध्यापन करणे, प्रशासकीय कामे आणि संशोधनाच्या जबाबदाऱ्या अशी अनेक कामे पाहावी लागतात.

तुम्ही जर तुमच्या पर्यवेक्षकावर खूष नसलात तर काय करायचे?

पर्यवेक्षक आणि विद्यार्थी यांच्या बहुतेक नातेसंबंधांत अनेक चढ-उतार येत असतात परंतु क्वचित हे नातेसंबंध इतके बिघडतात, की विद्यार्थ्याला या संबंधी काहीतरी करणे आवश्यक वाटते. असे घडल्यास बऱ्याच पर्यवेक्षकांस असे वाटते की त्याच्या विद्यार्थ्यांनी इतरांशी बोलण्यापेक्षा स्वतःच्या भावना पर्यवेक्षकाकडे व्यक्त कराव्यात. विद्यार्थ्याबरोबर आपले कामाचे संबंध चांगले असावेत एवढीच बऱ्याच पर्यवेक्षकांची अपेक्षा असते ते त्यासाठी त्यांच्याकडून जास्तीत जास्त प्रयत्न करतात. संबंधात बिघाड होणे याचा संबंध सहसा सहशिक्षक आणि विद्यार्थी यांच्या एकमेकांकडून काही अव्यक्त अपेक्षा असण्याशी आहे.

उदाहरण म्हणून अशा परिस्थितीचा विचार करा की आपण प्रबंध लेखनात पुरेशी प्रगती करत नाही, प्रबंध लेखन बारगळत चालले आहे आणि आपल्याला ट्युटोरियल्स वारंवार घेण्याची आवश्यकता आहे असे तुम्हाला वाटते. तुमची प्रगती संथपणे चालू आहे कारण तुम्हाला अधिक ट्युटोरियल्स हवी आहेत म्हणून नव्हे तर एका वेगळ्याच समस्येमुळे जी तुमचे पर्यवेक्षक चटकन सोडवू शकतात. उदाहरणार्थ, तुम्हाला अधिक ट्युटोरियल्सपेक्षा, पद्धतीवर कोणते योग्य वाचन करावे यावर काही सूचना हव्या असू शकतात. जर समस्येचे मूळ कारण कळले तर त्यावर चटकन काही सोपा उपाय सापडू शकतो. प्रत्येक विद्यार्थ्यास एका शैक्षणिक वर्षात काही ठरावीक ट्युटोरियल्स हवी असतात या गृहीतावर, तुमच्या पर्यवेक्षकाकडे संशोधन करणारे अनेक विद्यार्थी असतात आणि त्यामुळे त्याला तुमच्या ट्युटोरियल्सचा वेळ वाढवता येणार नाही. तुम्ही आणि तुमचा पर्यवेक्षक यांच्यात जर समस्येसंबंधी स्पष्ट बोलणे झाले तर गैरसमज दूर करता येतात.

परंतु अगदी क्वचित असे घडते की पर्यवेक्षक आणि विद्यार्थी एकत्र काम करू शकत नाहीत. यामागे अनेक कारणे असू शकतील परंतु जर प्रामाणिकपणे एकमेकांनी आपापले विचार मांडले आणि त्यातून दिसून आले की

या नातेसंबंधातून काहीही साध्य होऊ शकत नाही तर विद्यार्थ्याने पर्यवेक्षक बदलून मागणे अधिक चांगले. अशी विनंती केल्यास विद्यापीठास काही अडचण येऊ नये आणि हा बदल चटकन घडून यावा. ही विनंती जर सध्याच्या पर्यवेक्षकाला केली तर अधिक चांगले आणि सहायक पर्यवेक्षकास मुख्य पर्यवेक्षकाची भूमिका करणे शक्य होईल. या मार्गाचा फायदा हा, की अशा बदलात कमीतकमी प्रशासकीय काम करावे लागेल.

तथापि, जेव्हा तुम्हाला वाटेल की तुमचे नाते संबंध इतके बिघडलेले आहेत की आता तुमच्या पर्यवेक्षकाबरोबर काहीही अर्थपूर्ण संवाद अशक्य आहे, तेव्हा तुम्ही तुमच्या विभाग प्रमुखाकडे किंवा तुमच्या शाखेच्या अधिष्ठात्याकडे जावे. यामुळे या बाबीस एक औपचारिकपणा येईल परंतु काही वेळा तो आवश्यक असतो. आपण युक्तिवादासाठी असे गृहीत धरूया की थोडा दोष दोन्ही बाजूंचा आहे तरी शेवटी परिणाम हाच होणार आहे की नवीन अभ्यास संचालकाची नेमणूक केली जाईल. विद्यापीठाची सुद्धा एक औपचारिक पद्धत प्रकाशित केलेली असेल, त्यानुसार तुम्हाला पर्यवेक्षक बदलण्यासाठी अर्ज करता येईल.

याबाबतीत सारांशरूपाने असे म्हणता येईल की ज्याच्याशी चांगल्या प्रकारे संबंध प्रस्थापित करता येतील असे विद्यार्थ्याला वाटते, आणि त्यांना त्याच्या बरोबर चांगल्या प्रकारे काम करून शैक्षणिक यश मिळवता येईल असे वाटते, असा पर्यवेक्षक प्रत्येक संशोधन विद्यार्थ्यास लाभावा आणि जर काही कारणाने असे घडले नाही तर विद्यार्थ्याने नवीन पर्यवेक्षक शोधावा आणि खात्री बाळगावी की ही काही अतर्क्य (जगावेगळी) कृती नाही.

उद्दिष्टे आणि अंतिम मर्यादा ठरवणे

संशोधन प्रकल्पाच्या सुरुवातीसच त्या प्रक्रियेतील महत्त्वाचे टप्पे पूर्ण करण्याचे वेळापत्रक ठरवणे उचित असते. हे महत्त्वाचे आहे कारण या कामाचे स्वरूप मुक्त आहे. स्पष्ट वेळापत्रकाच्या अभावी विद्यार्थ्यांचे कामावरील लक्ष उडणे सोपे आहे आणि त्यामुळे प्रबंध लेखनास आवश्यकतेपेक्षा जास्त कालावधी लागू शकतो. पदव्युत्तर प्रबंध सादर करण्याची जी प्रक्रिया आहे त्याच्या स्वरूपामुळे हे काम गुंतागुंतीचे होते. पदव्युत्तर कार्यक्रमात साधारणपणे प्रबंध सादरीकरणाची एक तारीख नक्की केली जाते आणि तो प्रबंध अन्य कुठल्याही कामाप्रमाणे किंवा मॉड्युलप्रमाणेच सादर केला जातो. तथापि संशोधनातील पदवीसाठीचा प्रबंध शैक्षणिक वर्षात केव्हाही सादर करता येतो. म्हणून, डॉक्टरल प्रबंधापेक्षा पदव्युत्तर प्रबंध सादर करण्याचे धोरण ठरविणे त्यामानाने सोपे असते. डॉक्टरल प्रबंध सादर करण्याची एक ठरावीक कालमर्यादा नसते म्हणून विद्यार्थी त्याबाबत पुरेसे लक्ष्यकेंद्री नसतात. अशा बाह्य उद्दिष्टांच्या अनुपस्थितीत एक उद्दिष्ट ठरविणे फायद्याचे असते.

उद्दिष्टे ठरविणे

पर्यवेक्षकाच्या सहमतीने पूर्णत्वाचे उद्दिष्ट ठरविले पाहिजे. संशोधन प्रबंध पुढे जात असताना काही चकवणारे वेळखाऊ टप्पे येतात. उदाहरणार्थ, मार्गदर्शन गटातील प्रत्येकाने प्रबंधाचा मसुदा वाचणे आणि त्यावर भाष्य करणे आवश्यक असते. तोंडी परीक्षेसाठी प्रबंधाची बांधणी करणे यात काही वेळ जाण्याची शक्यता असते आणि प्रत्यक्ष तोंडी परीक्षेच्या पुरेशा आधी पर्यवेक्षकाकडे प्रबंध जाणे गरजेचे असते. यापैकी होणारे अनेक संभाव्य विलंब हे तुमच्या आवाक्यापलीकडचे असतात आणि तुमच्या प्रबंध लेखनाचे एकूण नियोजन करताना ते विचारात घेतले जावेत.

यशासाठी युक्ती – उद्दिष्टे ठरविणे

प्रबंध वेळापत्रकाप्रमाणे पूर्ण व्हावा म्हणून स्वतःच प्रत्येक टप्प्याची उद्दिष्टे ठरवून घ्या. ती उद्दिष्टे पूर्ण व्हावीत म्हणून जे जे शक्य आहे ते ते करा.

जर तुमची लिखाणाची उद्दिष्टे स्पष्ट असतील आणि तुम्ही त्यांना नीट धरून राहिलात तर या प्रक्रियेतील काही प्रशासकीय बाबतीत पर्यवेक्षकास साह्य होते. तोंडी परीक्षेच्या परीक्षकांची निवडप्रक्रियेची सुरुवात पर्यवेक्षकालाच करायची असते अशा वेळेस तुमच्या प्रबंधाच्या सादरीकरणाची साधारण तारीख कळल्यास साह्य होते. तोंडी परीक्षेच्या परीक्षकास परीक्षेच्या संभाव्य तारखेचा विश्वसनीय अंदाज देता येतो.

ट्युटोरियल्सचा आकृतीबंध ठरविणे

प्रबंध लेखन चालू असताना प्रत्यक्ष अध्यापनाची प्रक्रिया ट्युटोरियल्समध्ये घडते. तुम्ही आणि पर्यवेक्षकाने ट्युटोरियल्सचा एक आकृतीबंध ठरवून घेतली तर ते हितकारक असते कारण त्यामुळे तुम्हाला लेखन प्रक्रिया चालू असताना महत्त्वाच्या टप्प्यांवर नियमित सल्ला मिळू शकतो.

काही ट्युटोरियल्स मुख्य पर्यवेक्षकाबरोबर असतील तर काही पर्यवेक्षकांच्या संपूर्ण गटाबरोबर असतील. जर ती संपूर्ण गटाबरोबर असतील तर पर्यवेक्षकांमधील सल्ल्यात असलेला थोडाबहुत फरक दूर करण्यास त्याचा फायदा होईल. सर्वसामान्यपणे असा फरक जास्त नसेल पण तुम्हाला ही मतांतरे कळल्यामुळे फायदा होऊ शकतो आणि तुमच्या प्रबंधात त्या समस्या सोडविणे सोपे जाते.

ट्युटोरियल्समध्ये तुम्ही अनेक प्रश्न विचाराल आणि पर्यवेक्षकही तुम्हाला अनेक सल्ले देईल. जर एकापेक्षा जास्त पर्यवेक्षक उपस्थित असतील तर भर कशावर द्यायचा हीही त्यांच्यात एक मतभेदाची बाब होईल. प्रत्येक ट्युटोरियलची अचूक नोंद ठेवणे महत्त्वाचे आहे. भविष्यात प्रबंधावर केल्या जाणाऱ्या प्रक्रियेत तपासून पाहायच्या बाबी म्हणून या नोंदींचा तुम्ही उपयोग करू शकता. पर्यवेक्षकास तुमच्या नोदींचा उपयोग एक दिलेल्या सल्ल्याचा स्मृती साहायक म्हणून होऊ शकतो आणि त्याला किंवा तिला पुढच्या ट्युटोरियलच्या वेळी तुम्ही त्या नोंदींप्रमाणे काय कृती केलीत याचा तपास करता येतो.

काही पर्यवेक्षकांकडे ट्युटोरियल्समध्ये झालेल्या चर्चेच्या सारांशाची नोंद ठेवण्यासाठी एका प्रपत्राचा वापर केला जातो आणि उपस्थित असलेले सर्व पर्यवेक्षक या प्रपत्रावर स्वाक्षऱ्या करतात. त्या प्रपत्रात, पुढच्या ट्युटोरियलच्या आधी मान्यताप्राप्त कृतींची नोंद करण्यास तसेच पुढील ट्युटोरियलची तारीख लिहिण्यास जागा असते. पर्यवेक्षकाकडे अशी काही पद्धत नसेल तर तुम्ही अशा काही प्रकारे नोंद ठेवलीत तर तुम्हास त्याचा फायदा होईल. काळजीपूर्वक केलेल्या नोंदींमधून किंवा तुम्ही आणि पर्यवेक्षकाने एकत्र अशा प्रकारची नोंद ठेवण्याबद्दल त्याला सुचवल्याने हे साध्य होईल. ट्युटोरियलच्या नोंदी ही बाब शार्प आणि हॉवर्ड (१९९६, पृ. क्र. १७७–८) मध्ये चर्चिली आहे.

पद्धती आणि संरचनेबाबत सल्ला

केवळ संशोधनाची संरचना ही संशोधनाच्या उद्दिष्टांसाठी योग्य आहे हेच नव्हे तर संरचना आणि पद्धती या प्रबंधात एकरूप झाल्या आहेत ना हे ही बघणे हे पर्यवेक्षकाचे एक प्रमुख कार्य आहे. तुम्ही वापरत असलेल्या पद्धतींशी पर्यवेक्षक परिचित असावा आणि पद्धतीतील कुठल्याही महत्त्वाच्या बाबी गाळल्या गेल्या नाहीत ना याची खातरजमा करून घेण्यासाठी त्याने तुम्हास साह्य करावे.

पद्धतीवर अतिशय व्यापक स्वरूपात साहित्य उपलब्ध आहे आणि त्यामुळे तुमचे लिखाण विस्तृत होईल आणि तुमची नियोजित शब्द मर्यादा ओलांडली जाईल हा धोका कायम आहे. पद्धतीतील कोणत्या बाबींवर चर्चा करणे आवश्यक आहे हे ठरविण्यात तुमचा पर्यवेक्षक तुम्हाला साह्य करू शकतो. उदाहरणार्थ, प्रबंधासाठी एक विशिष्ट पद्धती का वापरली त्यामागच्या कारणांची चर्चा करणे नेहमीच आवश्यक असते. अन्य पर्यायी पद्धतींविषयी आणि त्या विशिष्ट संशोधनात का नाकारल्या त्या कारणांविषयी लिहिण्यास प्रायः जागा उपलब्ध नसते परंतु त्यांचा निदान उल्लेख करणे आवश्यक असेल.

पद्धती प्रकरणाचा एक प्रमुख उद्देश म्हणजे निवडलेल्या दृष्टिकोनाचे सुसंगत निवेदन आणि वापरलेल्या वैशिष्ट्यपूर्ण संकल्पनांचे स्वरूप स्पष्ट करणे. उदाहरणार्थ, प्रबंधात असा दावा केलेला असेल की संशोधनासाठी सांस्कृतिक दृष्टिकोन स्वीकारला आहे तर तुम्हाला त्या दृष्टिकोनाचा तात्त्विक आणि सामाजिक आधार स्पष्ट केला पाहिजे. त्या क्षेत्रातील महत्त्वाच्या साहित्याचा संदर्भ घेणेही आवश्यक होईल. पद्धतींसंबंधित बाबींवर लिहिताना तुम्हाला अगदी नेमकेपणाने लेखन करता आले पाहिजे याचे प्रमुख कारण म्हणजे वापरलेल्या संकल्पना गुंतागुंतीच्या असू शकतात आणि असमर्थनीय गृहिते मांडणे सहज शक्य असते.

उदाहरण म्हणून सांगता येईल की 'शास्त्र' आणि 'शास्त्रीय' यांचा अर्थ वेगळा होत असल्याने त्यांचा उपयोग काळजीपूर्वक केला पाहिजे. उदाहरणार्थ, 'शास्त्रीय' ही संज्ञा प्रत्यक्षार्थवादी संशोधनासाठी वापरली जाते परंतु त्याच वेळी ती असेही सुचवते की गुणात्मक पद्धती ह्या कमी शास्त्रीय असतात. तुम्ही असे सुचवाल की 'शास्त्र' म्हटले की त्या प्रक्रियेत गृहीत प्रमेयांची चाचणी अंतर्भूत असते. अन्य विद्यार्थी, शास्त्र म्हणजे अशी एक प्रक्रिया जिचे पद्धतशीर तपास हे वैशिष्ट्य असते, असा साधारण अर्थ स्वीकारतील. जर तुम्ही शास्त्र ही संज्ञा ढोबळमानाने वापरलीत किंवा असमर्थनीय गृहिते मांडण्यासाठी वापरलीत तर पर्यवेक्षकाच्या ते लक्षात आले पाहिजे आणि त्याने तुम्हाला प्रबंध अधिक नेमकेपणाने लिहिण्याचा मार्ग सुचवला पाहिजे.

परंतु, एक विशिष्ट पद्धत निवडणे आणि त्याबद्दल सुसंगत, नेमके लिहिणे ही एक गोष्ट आहे आणि केलेल्या संशोधनात ती पद्धती प्रत्यक्ष वापरली आहे हे वाचकांच्या मनावर बिंबवणे ही दुसरी गोष्ट आहे. उदाहरणार्थ, तुम्ही तुमच्या प्रबंधात दावा केलेला असेल की संशोधनात ग्राउंडेड सिद्धांताचा दृष्टिकोन वापरला आहे. संशोधन होत असताना संशोधनातून ग्राउंडेड सिद्धांताच्या दृष्टिकोनाची सर्व वैशिष्ट्ये दिसून आली हे स्पष्टपणे मांडणे महत्त्वाचे आहे. हा संबंध समाधानकारकरित्या जोडला जात आहे ना हे पर्यवेक्षकास तपासता यावे.

प्रबंध रचनेबाबत सल्ला

संशोधन प्रबंधाच्या रचनेसंबंधी काही ढोबळ मान्य रूढी असल्या तरी प्रायः संशोधन प्रकल्पातील काही वैशिष्ट्ये, ती रचना कशी करायची याचे मार्ग सुचवितात. उदाहरणार्थ, शालेय शिक्षकांच्या कारकिर्दीच्या इतिहासांच्या अभ्यासात प्रश्नावली आणि मुलाखती अशा दोन्हींचा वापर केला गेला. त्या डेटाचे विश्लेषण केल्यावर त्याचे स्वतंत्र प्रकरणांत उपविभाजन कसे करावे हे तुम्हाला ठरवावे लागेल.

एक मार्ग म्हणजे प्रश्नावलींतून मिळालेल्या डेटाचे विश्लेषण एका प्रकरणात देणे आणि मुलाखतींतून मिळालेल्या डेटाचे विश्लेषण स्वतंत्र प्रकरणात देणे. तथापि मुलाखतींचा डेटा अधिक विस्तृत असल्याने त्याचे अनेक वेगवेगळ्या प्रकरणात उपविभाजन करणे आवश्यक होईल. प्रकरणे वेगवेगळी करण्याची ही पद्धत डेटा संकलनाच्या निरनिराळ्या पद्धतींवर अवलंबून असते आणि म्हणून ती यांत्रिक वाटू शकते. संशोधनातून निर्माण झालेल्या संकल्पना आणि कल्पनांच्या विकासाच्या संदर्भात तो मार्ग डेटा विश्लेषणाच्या परिणामांशी संबंधित नाही. म्हणून काही विद्यार्थी

निर्माण झालेल्या विश्लेषणाचा उपयोग प्रकरणे वेगवेगळी करण्यासाठी करतात आणि विश्लेषणातील संकल्पनांवर आधारित नावे देतात. डेटाचे प्रकरणांमध्ये उपविभाजन करण्याबाबत मार्ग सुचविण्यात इथे पर्यवेक्षक नक्कीच मदत करू शकतो.

परीक्षकांबाबत विचार करताना

हे अगदीच शक्य आहे की पर्यवेक्षकांना प्रबंधाचे परीक्षण तसेच पर्यवेक्षण करण्याचा अनुभव असू शकतो. त्यामुळे त्यांना प्रबंधाकडे एक वाचक म्हणून तसेच परीक्षक म्हणून पाहाण्याचा फायदा मिळतो. विद्यार्थी प्रबंधाशी इतके परिचित होतात की त्यांना त्यातील काही त्रुटी ओळखणे अवघड होते. त्यामानाने पर्यवेक्षक प्रबंधापासून स्वतःला दूर ठेवू शकतात आणि सुधारणा कुठे होऊ शकतात ते दाखवू शकतात.

उदाहरणार्थ, काही विद्यार्थी परिशिष्टात बऱ्याच गोष्टी घालतात . त्यामुळे प्रबंध फक्त बोजड आणि अस्ताव्यस्तच होतो असे नाही तर त्यातील काही बाबी प्रबंधाची मूल्यवाढ करण्याशी थेट संबंधितही असत नाहीत. अशा वेळेस पर्यवेक्षक काही गोष्टी काढून टाकून परंतु त्याचवेळेस महत्त्वाचे दस्तावेज तसेच ठेवून आकारमान कमी करण्याचे मार्ग सुचवू शकतो. अन्य बाबतीत प्रबंध पुरेसा सुसंबद्ध असण्याची विद्यार्थ्यांनी खात्री करून घेतलेली त्यामुळे असा समज होतो की त्या प्रबंधात वेगवेगळ्या परंतु असंबद्ध अशा प्रकरणांची मालिका आहे. यावर मात करण्यासाठी पर्यवेक्षक काही उपाय सुचवू शकतो, जसे पुढील प्रकरणातील आशयासाठी आधीच्या प्रकरणात संदर्भ देणे.

प्रबंध परीक्षकांवर कोणती छाप टाकणार आहे याचा विचार करता पर्यवेक्षक प्रायः अशा मार्गाचा विचार करतो की ज्यामुळे प्रास्ताविक प्रकरणातूनच सर्व चित्र स्पष्ट व्हावे. परीक्षकांसाठी प्रबंध हे एक फार मोठे दीर्घ वाचन आहे आणि ते नेहमी पुढील भागाच्या रसग्रहणासाठी प्रास्ताविक प्रकरणावरच अवलंबून राहातात. जरी प्रास्ताविकातून त्यांना पद्धतीबद्दल सविस्तर तपशील कळला नाही तरी त्यातून त्यांना संशोधन संरचनेचे स्वरूप आणि संकलित केलेल्या डेटाचा प्रकार समजू शकतो. अशा प्रकारच्या माहितीमुळे परीक्षकाला संशोधन अभ्यासाच्या स्वरूपाचे सुरुवातीपासून आकलन होण्यास मदत होते आणि त्यामुळे जसजसे वाचन होते तसतसे प्रत्येक भागाचे अधिक चांगले रसग्रहण करता येते. पर्यवेक्षकाला, प्रस्तावनेतून हे समाधानकारकरित्या साध्य होऊ शकते का, की तीत सुधारणा करणे गरजेचे आहे याचा अंदाज येऊ शकतो.

लिहिले जात असताना प्रबंधाचे विभाग वाचणे

जसजसे पूर्ण होत जाईल तसतसे तुमच्या पर्यवेक्षकाने प्रबंधाचे प्रत्येक प्रकरण वाचणे महत्त्वाचे आहे. एखादे विशिष्ट प्रकरण ठरावीक तारखेपर्यंत लिहून पूर्ण करण्याबद्दल एकमत होणे तुमच्यासाठी आणि तुमच्या पर्यवेक्षकासाठी फायद्याचे आहे. नंतर पर्यवेक्षक तुमचे हस्तलिखित वाचून त्यावर त्याच्या स्पष्टीकरणात्मक नोंदी लिहू शकतो. या प्रक्रियेमुळे पर्यवेक्षकाला तुमच प्रगतीचे मोजमाप कळत राहाते आणि तुमचे काम आवश्यक त्या गुणवत्तेचे आहे का याचा तुम्हाला अभिप्राय (फीडबॅक) दिला जातो. तरीही हे लक्षात घेणे महत्त्वाचे आहे की एकच प्रकरण वाचल्यानंतर पर्यवेक्षक तुम्हाला ज्या प्रकारचा अभिप्राय देऊ शकतो त्यास मर्यादा असतात.

सर्वात महत्त्वाची बाब म्हणजे एकाच प्रकरणाचे वाचन केल्यास त्याला बाकीच्या प्रबंधाचा संदर्भ उरत नाही. तुमचे एक प्रकरण वाचून पर्यवेक्षकास दोन महिने झाले आहेत आणि पुढील प्रकरण अजून आलेले नाही. अशा परिस्थितीत एकाच प्रकरणावर स्वतंत्र भाष्य करण्याशिवाय आणखी काही करणे अवघड असते. तरीही पर्यवेक्षक तुम्हाला काही उपयुक्त सल्ले देऊ शकतो.

- प्रबंधातील सुरुवातीच्या प्रकरणांकडे पाहून आशयाच्या किंवा सादरीकरणाच्या चुका शोधून त्या नंतरच्या प्रकरणांमध्ये होऊ नयेत;
- संदर्भ देण्याची पद्धत मान्यताप्राप्त रूढींप्रमाणे आहे की नाही आणि प्रकरणाची मांडणी मथळे आणि उपविभागीय मथळ्यांच्या बाबतीत सुसंगत आहे की नाही ते तपासणे;
- सतत होत असलेल्या व्याकरणाच्या चुका तसेच विरामचिन्हांच्या चुका ओळखणे, त्या ओळखून सुधारणे शक्य आहे.
- संकल्पनांबाबत काही चुकीच्या समजुती नाहीत याची खात्री करणे तसेच काही विशिष्ट संज्ञा चुकीच्या पद्धतीने वापरल्या जात नाहीत ना याची खात्री करून घेणे.

मसुद्यावर भाष्य करणे

प्रबंधाच्या मसुद्यावर अभिप्राय देण्याबाबतच्या दृष्टिकोनावर पर्यवेक्षकांचे एकमत नसते. काहीजण हस्तलिखितावरच सविस्तर स्पष्टीकरणात्मक नोंदी लिहितात, त्यात बारीक सारीक बाबींचीही दखल घेतात, तर काहीजण फक्त ठळक बाबींची दखल घेतात आणि त्याबाबतची कृती तुमच्यावर सोडतात. त्याचप्रमाणे विद्यार्थ्यांच्या अपेक्षाही वेगवेगळ्या असतात. काहीजण साधारण सल्ला मिळाला तरी खूष असतात तर काहींची त्यांच्या पर्यवेक्षकाने सुधारता येईल अशी प्रत्येक चूक त्यांना दाखवावी अशी इच्छा असते. यातून पर्यवेक्षणाच्या स्वरूपाबाबतच्या जवळजवळ तात्त्विक बाबींवर प्रकाश टाकला जातो. असा युक्तिवाद केला जाऊ शकतो की मार्गदर्शनाचा मुख्य संबंध एकंदरीत दिल्या जाणाऱ्या पाठिंब्याशी तसेच मार्गदर्शनाशी असतो. हे करत असताना तुम्ही अपेक्षित दर्जा सोडून इतरत्र भरकटले तर जात नाही ना, हे त्यातून नक्की केले जाते. हे साध्य करण्यासाठी ज्यात सुधारणा करण्याची गरज आहे अशी उदाहरणे तुमच्या लेखनातून शोधणे आवश्यक आहे. पर्यवेक्षकाने तुमच्या कामात तपशीलवार सुधारणा कराव्यात हे मार्गदर्शनात निश्चितच अंतर्भूत नाही. या ठिकाणी, एका बाजूस पर्यवेक्षकाने तुमच्या कामात करावयाच्या हस्तक्षेपाचे मान्य प्रमाण तर दुसऱ्या बाजूस तुमचा प्रबंध हा पूर्णपणे तुमचाच असावा ही सचोटी टिकवून ठेवण्याची गरज याबाबत निःसंशय चर्चा झाली पाहिजे.

उदाहरणार्थ – प्रबंध कधी संपूर्ण होतो?

विद्यार्थ्यांनी, 'माझ्या आवश्यक असलेल्या सर्व सुधारणा करून झाल्या का? आता प्रबंध पूर्ण झाला का?' असे पर्यवेक्षकाला विचारणे अगदी स्वाभाविक आहे. यामागे असे गृहीत धरले आहे की अशी एक स्पष्ट वेळ येते की त्यावेळी प्रबंध पूर्ण केला जातो! प्रबंधात नेहमीच काहीतरी वाढवता येते किंवा सुधारता येते. पर्यवेक्षक फक्त काही महत्त्वाच्या चुका सुधारणे बाकी आहे का हे सांगू शकतो.

तोंडी परीक्षेसाठी परीक्षकांच्या गटाची निवड करणे

संशोधन पदव्यांसंबंधी विद्यापीठात एक अशी औपचारिक यंत्रणा असते की जी विशिष्ट प्रबंधाचे परीक्षक म्हणून काम करण्यास काही व्यक्तींना मान्यता देते. या मान्यता यंत्रणेमध्ये शिक्षणतज्ज्ञांच्या एका समितीचा समावेश असतो. ही तज्ज्ञ मंडळी अनुभवी पर्यवेक्षक किंवा परीक्षक असतात. ते, प्रस्तावित परीक्षकांची शैक्षणिक पार्श्वभूमी

तसेच एखाद्या विशिष्ट प्रबंध विषयाचे परीक्षक होण्याची त्यांची योग्यता या बाबी विचारात घेतात. तसेच विचारात घेतलेल्या अन्य बाबींमध्ये या प्रस्तावित लोकांच्या नावे प्रबंध विषयातील नैपुण्य दर्शविणारी प्रकाशने किती आहेत ही बाबही समाविष्ट असते. ते असेही सुनिश्चित करून घेतात की या परीक्षकांना एका विशिष्ट पातळीवर परीक्षा घेण्याचा पुरेसा अनुभव आहे. साधारणपणे दोन किंवा तीन परीक्षक असतात आणि त्यापैकी निदान एकजण तरी ज्या विद्यापीठात प्रबंध पूर्ण केला गेला आहे त्या विद्यापीठातील नसतो, बहिःस्थ असतो. या मान्यता प्रक्रियेत सामान्यपणे पर्यवेक्षकाचा समावेश नसतो; अशा प्रकारे त्यांच्याच विद्यार्थ्यासाठी परीक्षक नेमण्यात त्यांना सहभागी न करून एक प्रकारे वस्तुनिष्ठता (निःपक्षपातीपणा) पाळली जाते. तथापि, नामांकनाची तयारी करून ती मान्यतेसाठी सादर करण्यात पर्यवेक्षकांच्या गटास सहसा सहभागी केले जाते.

परीक्षकांना प्रस्तावित करणे

जेव्हा तुमचा प्रबंध पूर्ण होत येतो तेव्हा तुमच्या पर्यवेक्षकांचा गट संभाव्य परीक्षकांबद्दल चर्चा करण्यासाठी भेटतो. परीक्षकांच्या नामांकनाची यादी करताना त्यासंबंधी असलेल्या विद्यापीठाचे काही नियम विचारात घ्यावे लागतात. या नियमांची अशी अट असते उदाहरणार्थ, परीक्षकांच्या गटास विद्यार्थ्यांची यासारख्या पातळीवर परीक्षा घेण्याचा अनुभव असायला हवा. अंतस्थ आणि बहि:स्थ परीक्षकांच्या संख्येचे आणि एकूण मान्यता असलेल्या परीक्षकांच्या संख्येचे संतुलन झाले पाहिजे अशीही अट असते. एक नेहमीची पद्धत म्हणजे तीन परीक्षकांपैकी एक बहि:स्थ असावा म्हणजे ज्या विद्यापीठात तुम्ही तुमचे नाव नोंदवलेले आहे तेथील नसावा.

परीक्षकांचे नामांकन करताना पर्यवेक्षक परीक्षकांसंबंधी काही आवश्यक बाबी विचारात घेतो, त्यापैकी एक म्हणजे,परीक्षक प्रबंध विषयक्षेत्रातील आणि पद्धतींतील स्वतःच्या नैपुण्याचा इतिहास दाखवू शकला पाहिजे. एका बाजूस विद्यापीठ प्रदान करत असलेल्या पुरस्कारांची गुणवत्ता राखणारे परीक्षक नेमणे, हे विद्यापीठाच्या दृष्टीने महत्त्वाचे आहे. तर दुसऱ्या बाजूस तुमच्या प्रबंधाचा आशय आणि त्यात उपयोजिलेली पद्धती समजणाऱ्या शिक्षण तज्ञाकडून तुमची परीक्षा घेतली जावी हेही तितकेच महत्त्वाचे आहे. एकदा परीक्षकांची नेमणूक झाली की तुम्हाला त्यांची नावे सांगितली जातात आणि तुमचे पर्यवेक्षक तुमच्या तोंडी परीक्षेची व्यवस्था करतात. जरी बरेचवेळा व्यवस्था करण्याचे काम मुख्य पर्यवेक्षकावर सोपवले जात असले तरी नेमलेल्या अंतस्थ परीक्षकानेच तोंडी परीक्षेची व्यवस्था करण्याची प्रथा आता वाढत चालली आहे. यामुळे या प्रक्रियेत पर्यवेक्षक आणि परीक्षकांची कार्ये अलग ठेवल्याने वस्तुनिष्ठता वाढते. डीलेमॉंट आणि अन्य (१९९७, पृ. क्र. १४०) परीक्षक निवडीच्या प्रक्रियेची चर्चा करतात.

परदेशी विद्यार्थ्यांच्या गरजा

जेव्हा परदेशी विद्यार्थी संशोधन आणि प्रबंध लेखन करत असतात तेव्हा त्यांना असंख्य अडचणींचा जो अनुभव येतो तो स्थानिक विद्यार्थ्यांना येत नाही. या चर्चेसाठी आपण परदेशी विद्यार्थी म्हणजे ज्या देशात त्यांचा जन्म झाला त्यापेक्षा वेगळ्या देशात, स्वतःच्या पहिल्या भाषेशिवाय वेगळ्या भाषेत शिकणारे विद्यार्थी अशी व्याख्या करू. जर तुम्ही परदेशी विद्यार्थी असाल तर तुम्हाला दोन मुख्य प्रकारच्या समस्या येऊ शकतात; त्यातील एक सांस्कृतिक बाबींमुळे येते तर दुसरी भाषिक बाबींतून उद्‌भवते.

सांस्कृतिक दृष्ट्या तुम्ही तुमच्या स्वदेशातील शिक्षणव्यवस्थेपेक्षा वेगळ्या व्यवस्थेत शिकत असाल. वापरण्यात येणाऱ्या संज्ञा आणि अध्यापन शैली खूपच वेगळी असू शकेल. उदाहरणार्थ, यूके, युएसए,

ऑस्ट्रेलियात विद्यार्थी आणि संशोधक, स्व-अध्यायी होण्यासाठी प्रोत्साहन देण्याची परंपरा आहे. एखाद्या समस्येवर विद्यार्थ्यांनी काय विचार करायला हवा हे थेट सांगण्याचे व्याख्याते टाळतात. ते विद्यार्थ्यांनी एखाद्या समस्येवर विचार करण्याजोग्या अनेक मार्गांचे स्पष्टीकरण देऊ शकतात आणि नंतर विद्यार्थ्यांना पटलेल्या एखाद्या दृष्टिकोनावर चिंतन करायला सांगतात. काही देशात वेगळी परिस्थिती असू शकते जिथे व्याख्याते एखाद्या दृष्टिकोनाचा स्वतः पुरस्कार करतात आणि नंतर विद्यार्थ्यांनी तोच दृष्टिकोन स्वीकारावा अशी अपेक्षा करतात. व्याख्यात्याकडून सूचना मिळाल्यावर काम करण्याची सवय असताना तुम्हाला स्वतःचे निर्णय घ्यायची वेळ आली तर ते तुम्हाला काळजीत टाकेल.

उदाहरण – स्वायत्त संशोधक असताना

तुम्ही संशोधनासाठी जो दृष्टिकोन स्वीकारायचा असेल त्याच्या निवडीबाबत तुमच्या पर्यवेक्षकास सल्ला द्यायला सांगाल. त्यावर त्यांचे उत्तर असे असू शकेल: 'जो दृष्टिकोन तुम्हाला सर्वात जास्त योग्य वाटत असेल त्याचा विचार करा आणि त्यामागील कारणांचा सारांश लिहून काढा. त्याची आपण पुढील ट्युटोरियलच्या वेळी चर्चा करू.'

त्यांचे स्वतःचे मत प्रदर्शित करण्याआधी ते तुम्हाला संशोधनासाठी योग्य सक्रिय मार्ग स्वीकारण्याबाबत प्रोत्साहन देतील.

तुम्ही नव्या भाषेत आवश्यक तशा योग्य तऱ्हेने स्वतःला व्यक्त करू शकाल की नाही अशी काळजी भाषेबाबत तुम्हाला नक्कीच वाटू शकते. परंतु तुमच्यात पुरेसे भाषिक ज्ञान नाही असे जर तुमच्या विद्यापीठास वाटले असते तर त्यांनी तुम्हाला प्रवेशच दिला नसता असा विचार करून तुम्ही स्वतःला दिलासा द्यावा. तरीही तुम्हाला नव्या भाषेत लिहिताना खूपच वेळ लागतो आहे, तसेच तुमच्या लिखाणात बऱ्याच प्रमाणात बारीक बारीक चुकाही होत आहेत असे तुम्हाला आढळून येईल. तुमचा मसुदा वाचताना तुमचे पर्यवेक्षक आनंदाने तुमच्या चुका दुरुस्त करतील, पण ते त्यांच्या उपलब्ध वेळेवर अवलंबून असेल. त्यांना कदाचित व्यापक प्रमाणावरील व्याकरणाच्या चुका दुरुस्त करायच्या नसतील. कारण एकतर ते खूप वेळखाऊ काम असेल आणि त्यामुळे त्यांना काही प्रमाणात तुमचे काम परत लिहित बसावे लागेल. पर्यवेक्षकाने व्याकरणाच्या चुका सुधारणे आणि परिणामतः प्रबंध पुन्हा लिहिणे यात एक अस्पष्ट अशी रेषा आहे. ते पहिली गोष्ट करण्यास तयार असतील पण दुसरी नाही. भाषेसंबंधी मदत करण्यास बऱ्याच विद्यापीठात विद्यार्थ्यांचे भाषिक प्रश्न सोडवण्यासाठी विशेष कर्मचाऱ्यांची नियुक्ती केलेली असते. म्हणून तुम्ही तुमची लेखन शैली सुधारण्यासाठी त्यांची मदत घ्यावी. सामान्यतः तुमच्या काय प्रकारच्या चुका होत आहेत ते तुमचे पर्यवेक्षक आनंदाने सांगतील आणि नंतर हस्तलिखितात त्या सुधारण्याचे काम तुमच्यावर सोडतील. तुमच्या प्रबंधातील शैक्षणिक आशयातून निर्माण होणाऱ्या बाबींसंबंधी ते तुम्हाला नक्कीच मदत करतील. थोडक्यात सांगायचे तर तुमच्या पर्यवेक्षकांना तुमच्याबद्दल सहानुभूती वाटेल आणि जोपर्यंत प्रबंध हे त्यांचे काम नसून तुमचे असते तोपर्यंत ते तुम्हाला त्यांना शक्य होईल ती सर्व मदत करतील!

पर्यवेक्षकांसाठी तपासणी यादी

या प्रकरणाच्या शेवटी काही व्यवहार्य कल्पनांची यादी देत आहे ज्यामुळे पर्यवेक्षक आणि संशोधक यांच्यातील संबध सुरळीत राहण्यास साह्य होईल. तरी संशोधन आणि प्रबंधलेखन हा पर्यवेक्षक आणि संशोधक यांच्यातील सहकाऱ्याने केला जाणारा उपक्रम आहे हे लक्षात ठेवण्याजोगे आहे, हा विचार करून खालील सूची सुचवली आहे.

१ संशोधनाच्या सुरुवातीस पर्यवेक्षक आणि विद्यार्थी ट्युटोरियल्ससाठी काम करण्याची पद्धत विकसित करतात. ट्युटोरियल्स किती वारंवार घेता येतील याचे पूर्ण वर्षाचे तारखेनुसार वेळापत्रक बनवा. त्यांची नोंद कोणी ठेवायची आणि ते इतरांना कसे कळवायचे ते ठरवा.

२ संशोधन आणि प्रबंधलेखनासाठी काही उद्दिष्टे ठरवून घ्या. लेखनाचे मसुदे कसे आणि कधी सादर करावयाचे ते एकमताने ठरवा.

३ ट्युटोरियल्सचा काळ किती असावा ते एकमताने ठरवा.

४ पर्यवेक्षक विद्यार्थ्याबरोबर त्याच्या अभ्यासातील अतिरिक्त गरजांबाबत चर्चा करतो उदाहरणार्थ,संशोधन पद्धती. परदेशी विद्यार्थ्यांना भाषेबाबत मार्गदर्शनाची गरज असते. अशा अतिरिक्त अभ्यासाची व्यवस्था करण्यात विद्यार्थ्यांना मदत आणि मार्गदर्शन लागेल.

५ योग्य त्या परिसंवाद आणि परिषदांना उपस्थित राहण्याबाबत विद्यार्थ्यांना माहिती देणारी एखादी प्रणाली विकसित करा. तसेच त्यासाठी काही अर्थसाह्य शक्य असेल तर त्याबाबत चर्चा करा.

६ प्रबंध पूर्ण करण्यासंबंधी दीर्घकालीन उद्दिष्टांची चर्चा करा. जरी ती नंतर सुधारावी लागणार असेल तरी, तात्पुरत्या पूर्वनियोजित तारखांची एक सूची विकसित करा.

७ अभ्यास विकसित होतानाचे मुख्य टप्पे विद्यार्थ्यास समजले आहेत ना याची खात्री करून घ्या. उदाहरणार्थ, एमफील आणि पीएचडी तील बदलाचा टप्पा. त्यात काय आवश्यक आहे आणि त्यात कोणती प्रक्रिया अंतर्भूत असते हे विद्यार्थ्यास संपूर्णपणे समजले आहे ना याची पर्यवेक्षकाने खात्री करून घ्यावी.

८ विद्यार्थी डेटा संकलन करत असताना पर्यवेक्षकाने डेटाच्या सुरक्षिततेसंबंधी आवश्यक ती सर्व पावले टाकली पाहिजेत आणि त्यांना उचित सल्ला दिला पाहिजे. त्याचप्रमाणे जे डेटा पुरवत असतील त्यांच्या हितरक्षणाची हमी देणाऱ्या नैतिक प्रक्रियेबद्दल विद्यार्थ्यांना सल्ला दिला पाहिजे.

९ मार्गदर्शन प्रक्रियेदरम्यान दिल्या जाणाऱ्या मदतीची मर्यादा पर्यवेक्षकाने विद्यार्थ्यांना काळजीपूर्वक स्पष्ट करावी.

१० प्रबंधासाठी असलेली मूल्यमापन प्रक्रिया विद्यार्थ्यांना पूर्णपणे कळली आहे याची पर्यवेक्षकाने खात्री करून घ्यावी. अभ्यासाच्या यशस्वी फलनिष्पत्तीपर्यंत पोचण्यासाठी आवश्यक असलेली सर्व तर्कशुद्ध मदत पर्यवेक्षकाने विद्यार्थ्यांना करावी. परंतु त्यांच्या कामाच्या दर्जाबाबत आणि परीक्षा प्रक्रियेतील त्यांच्या कामगिरीबाबत अंतिम जबाबदारी विद्यार्थ्यांचीच असते याची त्यांना स्पष्ट जाणीव असावी.

Further reading

Churchil, H. and Sanders, T. (2007) *Getting Your PhD: A Practical Insider's Guide.* London:Sage.

Denscombe, M. (2010) *The Good Research Guide: For Small- Scale Social Research Projects.* 4th edn. Maidenhead: Open University Press.

Morrs, K. Murray, R. (2005) *Teaching at University: A guide for Postgraduates and Researchers.* London: Sage.

Mounsey, C. (2002) *One StepAhead: Essays and Dissertations.* Oxford:Oxford University Press.

Silverman, D. (2004) *Doing Qualitative Research: A Practical Handbook.* 2nd edn. London: Sage.

५

विद्यार्थी म्हणून तुमची भूमिका

तुमच्या प्रबंधावर काम करण्यासाठी तुम्ही ज्या मार्गांनी स्वतःची तयारी करू शकता त्यापैकी काही मार्गांचा या प्रकरणात आपण विचार करू. अन्य संशोधन विद्यार्थ्यांशी बोलून आणि यशस्वी प्रबंध वाचून तुम्हाला काय शिकता येईल यासंबंधी आपण विचार करू. प्रबंधावर काम करत असताना एकीकडे तुम्हाला शिकत राहणे गरजेचे आहे. उदा. संशोधन पद्धतीविषयी शिकत राहणे आणि हे तुम्हाला कोणत्या मार्गांनी साध्य करता येईल, हे आपण पाहू. तसेच तुमच्या पर्यवेक्षकाबरोबर चांगल्या प्रकारे काम करण्याचे आणि तुम्हाला मदत करण्याबाबत त्यांना साह्य करण्याचे जे मार्ग आहेत त्याबद्दलही आपण चिंतन करू.

अभ्यासाची धोरणे

- अन्य संशोधन विद्यार्थी, अनुभवी संशोधक आणि शिक्षण तज्ज्ञ यांच्याशी संबंध प्रस्थापित करण्यासाठी विशेष प्रयत्न करा.
- तुमच्या स्वतःच्या प्रबंधाची रचना आणि सादरीकरणाची कल्पना येण्यासाठी अन्य काही प्रबंध, विशेष करून तुमच्या विषय क्षेत्राशी संबंधित असलेले, पाहा.
- तुमच्या पर्यवेक्षकाबरोबर ट्युटोरियल्स आणि सादरीकरणाच्या तारखांचे एक वेळापत्रक ठरवा म्हणजे तुमच्या कामाचा नमुना कधी मिळणार आहे ते त्यांना कळेल.
- तुमच्या कामाचा प्रचार करण्याच्या शक्य तितक्या संधींचा शोध घ्या.

सुरुवातीच्या काळज्या आणि चिंता

विद्यापीठातील कोणताही नवा अभ्यासक्रम सुरू करणे ही एक उत्साहवर्धक भविष्याची सुरुवात असते. तुम्हाला नवे व्याख्याते आणि सहाध्यायी भेटतात. अनेक नव्या संधींची दारे उघडली जातात, आणि जेव्हा तुम्ही नवीन अर्हता प्राप्त होण्याची अपेक्षा करत असता तेव्हा तुम्ही साहजिकच नव्या करिअरच्या शक्यतांचाही विचार करता.

जेव्हा तुम्ही अन्य विद्यार्थ्यांबरोबर शिकत असता तेव्हा तुम्हाला एक दिलासा असतो कारण तुम्ही सर्व एकच विषय आणि एकच अभ्यासक्रम शिकत असता. तुम्हाला एकच निबंध लेखन करायचे असते किंवा एकच परीक्षा द्यायची असते आणि समजा काही काळजी वाटली तर त्याबद्दल तुमच्या सहाध्यायींबरोबर त्याबाबत चर्चा करू शकता. साधारणपणे तुमचा अनुशिक्षक तुम्हाला काही तारखांचे उद्दिष्ट देतो त्यानुसार तुम्हाला तुमचे काम सादर करायचे असते. तुम्हाला बराच अभ्यास करायचा असला तरी त्याची आखणी करणे हे तुमच्या हातात नसते. फक्त अंतिम मुदतीच्या तारखा पाळण्याची काळजी तुम्ही घ्यायची असते.

जेव्हा तुम्ही प्रबंधाच्या कामास सुरुवात करता तेव्हा बऱ्याचवेळा परिस्थिती पूर्णतः वेगळीच असते. सर्वात पहिले म्हणजे एका ठरावीक विषयाचा अभ्यास नेमून दिलेला नसतो. तुम्ही स्वतःचा संशोधन विषय स्वतःच शोधावा अशी अपेक्षा असते. तुमच्या सर्व मित्रांनीसुद्धा स्वतःच स्वतःचे विषय निवडलेले असतात त्यामुळे कोणाशीही थेट तुलना करणे सोपे नसते. तुमचा प्रबंधावर काम करण्याचा एक साधारण अनुभव सारखा असू शकतो परंतु तुम्ही कोणीही एकाच विषयावर संशोधन करत नसता. जरी तुमच्यापैकी एकदोघांचा पर्यवेक्षक एक असला तरी शक्यतो तुमच्यापैकी प्रत्येकाला पर्यवेक्षकांचा वेगवेगळा गट असेल. तुमच्या प्रत्येकाच्या ट्युटोरिअल्सच्या वेळाही स्वतंत्र असतात म्हणून तुम्हाला एकत्र शिकविले जात नाही. जेव्हा तुम्ही आणि तुमचे सहाध्यायी आपापल्या प्रबंधांवर काम करत असता तेव्हा काहीजण इतरांपेक्षा नक्कीच पुढे जातात त्यामुळे तुम्हाला परस्परांचा आधार मिळवणे अवघड होत आहे असे वाटू लागते. वरील सर्व कारणे एकत्रित झाल्यावर तुम्हाला एकटेपणाची भावना जाणवू लागते. तुमच्या पर्यवेक्षकाचा किंवा पर्यवेक्षकांचा तुम्हाला पाठिंबा असेलच आणि ते तुम्हाला तुमच्या अभ्यासाची काळजी वाटू नये म्हणून प्रयत्न करतील परंतु वेळोवेळी तुम्हाला एकटेपणा जाणवणे अपरिहार्य आहे.

जेव्हा तुम्हाला वर्गात शिकवले जाते तेव्हा तुम्ही सर्वजण आठवड्यातून निदान एकदा तरी भेटता आणि तुमचा अनुशिक्षक तुम्हाला काम सादर करण्याच्या तारखांबाबत आणि तुम्ही साधारणपणे तुमच्या अभ्यासात कुठे असायला हवे आहात त्याची आठवण करून देऊ शकतो. परंतु ज्यावेळेस तुम्ही प्रबंधासाठी संशोधन सुरू करता तेव्हा सामान्यपणे कोणतीही आखीव योजना नसते. कदाचित तुमचा पर्यवेक्षक तुम्हाला साधारणपणे तुमच्या कामाचे नियोजन कसे करावे याबाबत सल्ला देईल परंतु तुम्ही तुमचे वेळापत्रक स्वतःच तयार करावे अशी अपेक्षा करेल. जेव्हा तुम्हाला तुमच्या व्याख्यात्याने तुम्ही काय करावे हे सांगण्याची सवय असते तेव्हा स्वतःचे नियोजन स्वतःच करणे तुम्हाला आह्वानात्मक वाटू शकते. सुरुवातीस तुम्हाला आपली अपेक्षित प्रगती होत आहे किंवा नाही याबद्दल चिंता वाटत राहील परंतु जसजसे तुम्ही तुमच्या पर्यवेक्षकाबरोबर काम करण्याचा एक आकृतीबंध विकसित करण्यास सुरुवात कराल तसतशी ही काळजी दूर होऊ शकेल.

संशोधन करणे आणि प्रबंध लेखन करणे, या दोन्हीस खूप वेळ लागत असल्याने कधीकधी तुम्ही प्रबंध लेखनास तयार आहात की नाही हे कळणे देखील अवघड असते. तुमच्या संशोधन विषयातील साहित्याचा तुम्ही शोध घेऊ लागलात की तुमच्या लक्षात येते की असे अगणित साहित्य वाचायला हवे आहे. तुम्हाला तुमच्या विषयाची पुरेशी जाण कधी येईल आणि तुम्ही प्रबंधाच्या काही भागाचा, उदाहरणार्थ प्रस्तावना, मसुदा कधी लिहायला घ्यावा असा विचार तुमच्या मनात येणे अगदी स्वाभाविक आहे. नेहमी फक्त वाचतच राहावे आणि त्याच्या नोंदी कराव्यात परंतु प्रबंध लिखाण मात्र इतक्यात सुरू करू नये असा मोह नेहमीच होतो. डेटा संकलनाच्या बाबतीतही हीच समस्या असते. प्रबंध लेखन सुरू करण्याआधी तसेच डेटा विश्लेषणाच्या आधी आणखी थोडा डेटा मिळवावा असा विचार येणे स्वाभाविक आहे. जे कोणी काही सर्जनशील काम करत असतात त्या सर्वांवरच बहुधा अशा चिंतांचा परिणाम होतो. प्रत्यक्ष कामाला सुरुवात करण्यापेक्षा पूर्वतयारीच करत राहण्याचा मोह होतो. पूर्वतयारी ही महत्त्वाची तर

आहेच परंतु एक वेळ अशी येते की तुम्ही प्रत्यक्ष कामाला सुरुवात करणे अतिशय आवश्यक असते. तुम्हाला कामाच्या गुणवत्तेसंबंधी जी आस्था वाटते त्यातूनच ही काळजी निर्माण होते.

याठिकाणी तुमचा पर्यवेक्षक मदत करू शकतो. तुमच्या प्रबंधाच्या प्रास्ताविक प्रकरणांच्या काही भागांचा मसुदा लिहिण्याआधी तुम्ही तुमचा सर्व डेटा गोळा करण्याची गरज नसते. संशोधन विषयाच्या महत्त्वाचे स्पष्टीकरण देण्यासाठी आणि तुम्ही हाच विषय तपासासाठी का निवडला याची कारणे मांडण्यासाठी तुम्ही एक किंवा दोन पाने लिहू शकता. ही पाने औपचारिकरित्या जशी अंतिम प्रबंधात दिसतील तशी टाईप करा आणि तुमच्या पर्यवेक्षकासमोर काही प्रश्न मांडा.

उदाहरण – आत्मविश्वास मिळवणे

कामाचा सुरुवातीचा नमुना सादर करताना तुम्ही तुमच्या पर्यवेक्षकास काही प्रश्न विचारू शकताः

१. लेखनशैली अति औपचारिक आहे, अतिअनौपचारिक आहे, की योग्य आहे ?
२. लिखाणात अशा काही जागा आहेत का जिथे मी औपचारिक, शैक्षणिक शैलीऐवजी प्रथम पुरुष एकवचनी लेखन करू शकलो असतो?
३. मी योग्य प्रमाणात संदर्भ घातले आहेत का?
४. केलेले युक्तिवाद शैक्षणिक दृष्ट्या योग्य आहेत का?
५. कामाची एकंदरीत पातळी शैक्षणिक दृष्ट्या योग्य त्या दर्जाची आहे का ?

तुमच्या पर्यवेक्षकाने दिलेल्या विधायक अभिप्रायामुळे तुमच्या सुरुवातीच्या काळज्यांचे निवारण होण्यास साह्य होईल. हेही लक्षात असू द्या की तुमच्या कामासंबंधी सुरुवातीच्या शंका असणारे तुम्ही काही एकटेच नाही. सर्वांनाच काही प्रमाणात असेच वाटत असते. महत्वाचे काय तर पुढे जात राहायला हवे ! आत्मविश्वास मिळवण्याचे कित्येक दुसरे मार्गही आहेत.

आजी आणि माजी संशोधन विद्यार्थ्यांशी संवाद

संशोधन करणे आणि प्रबंध लेखन करणे ह्या एकट्याने करायच्या कृती असू शकतात. तुम्ही जो अभ्यास करत आहात त्याबाबतीतील चर्चेत इतरांना सहभागी करून घेणे नेहमीच सोपे नसते. जर त्यांनीही थोडेबहुत तुमच्यासारखेच काम केले नसेल तर त्यांना तुमचा अभ्यासविषय समजणे किंवा तुमच्या संशोधन कामाचे स्वरूप समजणे सोपे वाटणार नाही. म्हणून इतर संशोधक विद्यार्थ्यांशी संवाद साधणे हे नेहमीच आनंददायक आणि आत्मविश्वास देणारे असते. तुम्हाला जसा तुमच्या प्रबंधाविषयी बोलताना आनंद होईल तसेच त्यांनाही त्यांच्या संशोधनाविषयी चर्चा करण्यात आनंद वाटेल.

अन्य संशोधन विद्यार्थ्यांशी केलेल्या चर्चेतून तुम्हाला शिकण्याची एक नामी संधी मिळते. जर त्यांचा प्रबंध पूर्ण झालेला असेल तर तुम्हाला त्यांनी त्यांच्या कामाची आखणी कशी केली तसेच तोंडी परीक्षेची तयारी कशी केली याविषयी माहिती मिळू शकते. ज्यांनी प्रबंधाचे काम केलेले आहे त्यांना ही गोष्ट फार महत्त्वपूर्ण वाटते व

ती आयुष्यभर त्यांच्या लक्षात राहते. त्यांना आलेल्या समस्यांबद्दल ते तुम्हाला काही सल्ले देऊ शकतील आणि त्यामुळे तुम्हाला तुमच्या चिंतांचा त्यासंदर्भात विचार करता येईल. त्यांच्या लहान लहान सूचनाही खूप उपयुक्त ठरू शकतात.

उदाहरण – अन्य संशोधन विद्यार्थ्यांना विचारावयाचे प्रश्न

अन्य संशोधन विद्यार्थ्यांना विचारावयाच्या प्रश्नासंबंधी काही कल्पना पुढे मांडल्या आहेत.

१ तुम्हाला किती वेळा ट्युटोरियल्स असत?

२ तुमचा पर्यवेक्षक तुमच्या कामाबाबतचा फीडबॅक कसा देत असे?

३ साहित्याच्या परीक्षणासाठी तुम्हाला नेहमी पुरेसे संदर्भ मिळाले का?

४ तुमच्या प्रबंधाची शब्दमर्यादा तुम्ही ओलांडली का? जर ओलांडली असेल तर त्याने काही फरक पडला का?

५ तुम्ही संगणकावर तुमच्या कामाचे व्यवस्थापन कसे केले?

६ प्रबंध सादर केल्यापासून त्याचे परीक्षण होईपर्यंत किती वेळ लागला?

७ तुम्ही तुमच्या प्रबंधाचा उपयोग तुमची कारकीर्द घडविण्यात कसा केला?

ज्यांनी त्यांचा प्रबंध पूर्ण केला आहे अशांना शेवटचा प्रश्न विचारणे उपयुक्त ठरेल. जेव्हा तुम्ही तुमच्या प्रबंध विषयाची निवड करत असता किंवा कोणती माहिती संकलित करावी असा विचार करत असता तेव्हा बरेच विद्यार्थी फक्त त्यांच्या आवडीच्या विषयांनी प्रभावित होतात. यात वाईट काही नाही परंतु भविष्यात तुम्ही तुमच्या अर्हतेचा किंवा प्रबंधाचा कसा उपयोग करणार आहात यावर विचार करणे योग्य होईल. तुम्ही याचा उपयोग नव्या अभ्यासक्रमाला प्रवेश मिळवण्यासाठी किंवा पुढील प्रशिक्षणापर्यंत जाता यावे यासाठी किंवा एका विशिष्ट प्रकारच्या नोकरीसाठी करू शकता.

उदाहरण – प्रबंधाचा व्यावहारिक उपयोग

तुम्हाला व्यवस्थापन शास्त्रातील काही बाबींवर संशोधन करण्यात रस असेल. हा विषय इतका व्यापक आहे की शेवटी ज्या क्षेत्रात तुम्हाला तुमची कारकीर्द घडवायची आहे त्या अनुरूप क्षेत्राची तुम्ही निवड केलीत तर त्याचा उपयोग होईल. उदाहरणार्थ, जर तुम्ही आरोग्य सेवा व्यवस्थापन या क्षेत्रात नोकरी मिळवण्याचा प्रयत्न करणार असाल, आणि बाकी सर्व गोष्टी सारख्याच असल्याने या अनुषंगाने संशोधन करणे उचित ठरेल.

अन्य संशोधन विद्यार्थ्यांनी त्यांच्या नव्या पात्रतेचा व्यावहारिक दृष्ट्या कसा वापर केला याबाबत त्यांच्याशी बोलणे नक्कीच फायद्याचे ठरेल.

संशोधन प्रबंधांचे वाचन

तुमच्या संशोधनाच्या आणि शैक्षणिक लेखनाच्या तयारीतील सर्वोत्तम तयारी म्हणजे इतर डॉक्टरल आणि पदव्युत्तर प्रबंधांचे वाचन करणे. शैक्षणिक प्रबंधरचनेच्या सर्वमान्य पद्धती रूढ असल्या तरी तुमच्या लगेच लक्षात येईल की प्रत्येक प्रबंध हा वेगळा असतो. उदाहरणार्थ, एखाद्या प्रबंधात साहित्य परीक्षणाचे बऱ्यापैकी मोठे प्रकरण असते तर दुसऱ्या प्रबंधात हेच प्रकरण दोन किंवा अधिक लहान प्रकरणांमध्ये विभागलेले असते. आणखी एका प्रबंधात पद्धतींविषयीची चर्चा एकाच प्रकरणात केली असेल तर दुसऱ्या प्रबंधात ह्याच विषयावरील चर्चा इतर प्रकरणातही सामावली असेल. सामान्यतः बोलायचे झाले तर सर्व प्रबंधांत सारख्याच बाबींची चर्चा केलेली असते परंतु त्यावर भर देण्याचे प्रमाण वेगळे असते आणि एकंदरीत रचना वेगवेगळी असते.

रचनेचे हे वेगळेपण विद्यार्थ्यांच्या स्वतःच्या प्राधान्यक्रमावर तसेच पर्यवेक्षकांच्या गटाने दिलेल्या सल्ल्यावर अवलंबून असते. प्रबंधातील उपयोजित पद्धतींवरसुद्धा काही प्रमाणात प्रबंधाची रचना अवलंबून असते. जर तुम्ही संख्यात्मक दृष्टिकोन उपयोजत असाल तर तुमचा पर्यवेक्षक तुम्हाला बऱ्यापैकी रूढ असलेली रचना स्वीकारायचा सल्ला देईल. याउलट संशोधनात कृती संशोधन पद्धतीचा वापर करणाऱ्यांनी त्यांच्या लेखनात नेहमी अपारंपरिक पद्धतीचा प्रयोग केला आहे. गुणात्मक संशोधनात निर्माण होणाऱ्या डेटाचा आकार बऱ्यापैकी मोठा असतो त्यामुळे अशा प्रबंधातील डेटा प्रकरणे नेहमी खूपच लांबलचक असतात. याउलट परिस्थिती संख्यात्मक प्रबंधात असते. या पुस्तकातील दुसऱ्या विभागात प्रबंध रचनेसंबंधी दिलेल्या सल्ल्यात मध्यम मार्ग स्वीकारला आहे. त्यात वर्णन केलेली रचना बऱ्यापैकी पारंपरिक आहे आणि तीत शैक्षणिक प्रबंधाच्या महत्त्वाच्या बाबी समाविष्ट होऊ शकतात. तथापि, वर उल्लेख केलेल्या काही बाबींनुसार तुम्हाला तुमच्या गरजांनुसार या रचनेत सुधारणा करावी वाटेल.

डेटाची नोंदणी कशा प्रकारे केली आहे हे पाहिल्यासही तुम्हाला बरीच माहिती मिळू शकेल. गुणात्मक अभ्यासात नेहमी बराच डेटा समाविष्ट असतो, काही वेळा बऱ्याच लांबलचक भागात तो दिलेला असतो. इतर प्रकारात हा डेटा लहान विभागात किंवा काही वाक्यांशांत दिलेला असतो. कदाचित तुम्हाला येथे वेगवेगळ्या शैली आढळतील. एखाद्या विशिष्ट दृष्टिकोनाच्या निवडीमागील कारणांचा विचार करणे तुम्हाला साह्यभूत ठरेल. एकंदरीत, अनेक प्रबंध पाहणे आणि तुमच्या प्रबंधाच्या रचनेसाठी अनेक कल्पना संकलित करणे हा एक उपयुक्त विचार आहे. हे करत असताना हे लक्षात ठेवणे उचित होईल की तुम्हाला रूढींचे गुलाम होण्याची आवश्यकता नाही, आवश्यक त्या शैक्षणिक बाबींची चर्चा सामावू शकणारी रचना स्वीकारण्यातच शहाणपणा आहे.

तुमच्या पर्यवेक्षकांना समजून घेणे

जेव्हा विद्यार्थी त्यांच्या पर्यवेक्षकास भेटतात तेव्हा साहजिकच त्यांचा कल, त्यांना मिळालेल्या सल्ल्यावर लक्ष केंद्रित करण्याकडे असतो. ते असे गृहीत धरतात की संशोधन कसे केले जावे आणि त्याचे प्रबंधात कसे वर्णन केले जावे यासंबंधी त्यांच्या पर्यवेक्षकाला नेमके ज्ञान आहे. परंतु हे काही अचूक गृहीतक नव्हे. पर्यवेक्षकांसंबंधी ज्या काही एकदोन सामान्य समजुती आहेत त्या आम्ही दूर केल्यास तुम्हाला त्याचा उपयोग होईल. तुमचा आत्मविश्वास कमी करण्यासाठी म्हणून नव्हे तर तुम्हाला पर्यवेक्षक कोणती मदत करू शकतो आणि कोणती मदत करू शकत नाही याचे अचूक ज्ञान देण्यासाठी हे आवश्यक आहे.

पहिली स्पष्ट गोष्ट म्हणजे तुमच्या पर्यवेक्षकास तुम्ही तुमच्या संशोधनात तसेच अर्हता प्राप्त करण्यात यशस्वी व्हावे असे वाटत असते. आदर्श परिस्थितीत तुमचा प्रबंध कुठल्याही सुधारणेशिवाय आणि पुनर्लेखनाशिवाय स्वीकारला जावा अशी त्यांची इच्छा असते. परंतु प्रत्यक्षात त्यांना माहीत असते की काही विद्यार्थ्यांना त्यांच्या

प्रबंधाचे पुनर्लेखन करावे लागेल परंतु अशा विद्यार्थ्यांची संख्या कमीत कमी राहावी यासाठी ते प्रयत्नशील राहतात. म्हणूनच तुम्हाला असा विश्वास ठेवायला हरकत नाही की तुम्ही यशस्वी व्हावे म्हणून ते त्यांच्या प्रयत्नांची पराकाष्ठा करतील. तरीही पर्यवेक्षक करत असलेल्या मदतीस एक व्यावहारिक मर्यादा असते. हे लक्षात ठेवा की सर्व पर्यवेक्षक हीसुद्धा माणसेच असतात आणि ते त्यांच्या भूमिकेकडे वेगळ्या दृष्टिकोनातून पाहू शकतात. या विभागातील भाष्य हे सामान्यपणे अनेक पर्यवेक्षकांना लागू होते परंतु सर्वांनाच नाही.

पर्यवेक्षक तुमच्या प्रबंधातील शैक्षणिक आशयासंबंधी सल्ला देतील. हा गरजेचा सल्ला सर्वसामान्य स्वरूपाचा असू शकेल. ते तुम्हाला तुम्ही लिहित असलेल्या प्रत्येक वाक्यात काय असायला पाहिजे हे सांगणार नाहीत हे नक्की. परंतु ते तुमच्या काही महत्त्वाच्या युक्तिवादावर सल्ला देऊन तो तुम्ही तुमच्या चर्चेत अंतर्भूत केला की नाही हे बघतील. तुम्ही प्रकरण लिहिण्यास सुरुवात करण्याआधी आणि एकदा का तुमचा मसुदा लिहून झाला की तो वाचून तुम्हाला सल्ला द्यायला त्यांना आवडेल. साधारणपणे तुम्ही काही महत्त्वाचा मुद्दा गाळलात तर त्यावर ते सल्ला देतील पण प्रबंधात नक्की काय घातले जावे हे सांगणार नाहीत. प्रकरणाचा मसुदा वाचत असताना ते थोडे मुद्रित-शोधन करतील व काही बारीक सारीक चुका दुरुस्त करतील परंतु बरेच पर्यवेक्षका हे आपले अधिकृत काम समजत नाहीत. जर तुमची लेखन शैली अवघडलेली, क्लिष्ट असेल आणि त्यामुळे तुम्ही केलेला युक्तिवाद समजण्यास कठीण जात असेल तर ते त्याबाबत सल्ला देतील किंवा कदाचित काही वाक्यांचे पुनर्लेखन करतील. परंतु त्यानंतर त्यांचा सल्ला तुम्हीच अंमलात आणावा अशी अपेक्षा करतील. इथे मुद्दा हा आहे की पर्यवेक्षकांना तुम्हाला जास्तीत जास्त मदत करायची असते परंतु तो प्रबंध म्हणजे प्रामुख्याने तुमचे काम आहे याचीही तुम्हाला जाणीव करून द्यायची असते.

तुम्हीही हे लक्षात ठेवावे की पर्यवेक्षक तुम्हाला प्रत्येक प्रश्नाचे अचूक आणि नेमके उत्तर देऊ शकत नाही. जर तुम्ही एकच प्रश्न अनेक वेगवेगळ्या पर्यवेक्षकांना विचारलात तर थोड्याबहुत फरकाने तुम्हाला वेगवेगळी उत्तरे मिळतील.

उदाहरण – एकाच प्रश्नाची वेगवेगळी उत्तरे

असे समजूया की तुम्ही वेगवेगळ्या पर्यवेक्षकांसमोर तुमच्या इच्छित संशोधनाचे वर्णन केले आणि नमुना आकार किती असावा याबाबत त्यांचा सल्ला मागितलात. जर तुम्ही त्यापैकी प्रत्येकाला स्वतंत्रपणे विचारले असते तर त्यांच्या सल्ल्यात थोडा फार फरक पडला असता. त्यांनी वेगवेगळ्या गटातील लोकांची निवड करण्यास सांगितले असते. त्यापैकी कोणताही सल्ला 'चुकीचा' असतो असे नाही तर, परंतु वेगवेगळे परीक्षक संशोधनाच्या वेगवेगळ्या बाबींवर लक्ष केंद्रित करू शकतात.

तुम्हाला तुमच्या संशोधन उद्दिष्टांचा परत विचार करावा लागेल आणि मिळालेल्या सल्ल्यांच्या व्यापक निकषांवर आधारित निर्णय घ्यावा लागेल. आणि शेवटी तोंडी परीक्षेत तुमच्या निर्णयामागच्या कारणांचे स्पष्टीकरण तुम्हाला द्यावे लागेल.

प्रबंधाच्या होत जाणाऱ्या प्रगतीत पर्यवेक्षक बऱ्यापैकी जवळून गुंतलेले असल्यामुळे त्यांना स्वतःच्याच विद्यार्थ्यांच्या प्रबंधाचे मूल्यमापन करण्याची नेहमी परवानगी नसते. परीक्षा देऊन मिळवल्या जाणाऱ्या पदव्युत्तर पदवीच्या प्रबंधाचा पर्यवेक्षक हा पहिला परीक्षक असू शकतो आणि प्रबंधाच्या गुणवत्तेचे परीक्षण करून दुसरे मत

देण्यासाठी बहिस्थ किंवा अंतस्थ परीक्षक प्रबंधाचे वाचन करतो. एम. फील. सारखी पदव्युत्तर पदवी संशोधनातून मिळविली जाते तेव्हा पर्यवेक्षक सर्वसाधारणपणे परीक्षेशी संबंधित नसतो. हे सर्व डॉक्टरल प्रबंधांना लागू आहे.

विद्यार्थी त्यांचा पहिला मसुदा पूर्ण झाल्यावर नेहमीच त्यांचा आवडता प्रश्न विचारतातः 'हा प्रबंध मान्य होईल का'. तेव्हा त्या परिस्थितीत पर्यवेक्षकास उत्तर देणे अवघड जाते. विद्यार्थ्यांच्या दृष्टीने हा प्रश्न अगदीच तर्कसंगत आहे . पर्यवेक्षक याच शिक्षण व्यवस्थेतून गेलेले असल्यामुळे त्यांना बराच अनुभव असतो. प्रबंध एका विशिष्ट दर्जाचा झाला आहे किंवा नाही हे त्यांना नक्कीच माहीत असायला हवे! तुम्हाला तुमच्या पर्यवेक्षकाने त्याच्या क्षमतेनुसार अगदी सर्वोत्तम सल्ला दिला असला तरी दुर्दैवाने याची खात्री देता येत नाही की तुमचे परीक्षकही नेमके त्याच दृष्टिकोनातून तुमच्या प्रबंधाकडे पाहतील. बऱ्याच प्रबंधांच्या बाबतीत साधारणपणे असे होते की जर तुमच्या पर्यवेक्षकास वाटले की प्रबंध चांगला आहे तर तुमचे परीक्षकही बऱ्याच बाबतीत सहमत होतात परंतु त्यांना काही थोड्या फार सुधारणा आवश्यक वाटतील. तथापि आयुष्यात कशाचीच हमी देता येत नाही. अंतिम विश्लेषणात तुम्हाला एक विद्यार्थी म्हणून तुमच्या कामाची जबाबदारी घ्यावीच लागते. जेव्हा तुम्ही तुमच्या पर्यवेक्षकास प्रबंध मान्य होईल का असा प्रश्न विचारता तेव्हा तो किंवा ती खालील प्रकारे उत्तर देईल.

उदाहरण – प्रबंध मान्य होईल का ?

ह्या प्रश्नास तुमच्या पर्यवेक्षकाचे उत्तर असेलः 'आता तुम्ही त्या सर्व सुधारणा केल्यामुळे मला वाटते की प्रबंध चांगला झाला आहे. मी जर परीक्षक असते तर मी हा प्रबंध नक्कीच मान्य केला असता. परंतु सर्वच जण प्रबंधांकडे एकाच दृष्टिकोनातून बघतात असे नाही म्हणून तुम्ही ही जाणीव ठेवली पाहिजे की परीक्षकांना तुमच्याकडून काही सुधारणा करून हव्या असतील. हे आधी कळू शकत नाही. त्यांनी ज्या काही शंका उपस्थित केल्या आहेत त्याबद्दल तुम्हाला तोंडी परीक्षेदरम्यान स्पष्टीकरण देता येईल. तुम्ही हे कशा प्रकारे करता, यानेही त्यांना हव्या असणाऱ्या सुधारणांच्या व्याप्तीवर परिणाम होतो. प्रबंधाचे अंतिम सादरीकरण करण्याआधी त्यात काही आणखी सुधारणा करणे गरजेचे आहे का याचा तुम्ही काळजी पूर्वक विचार करणे आवश्यक आहे. शेवटी हे तुम्ही केलेले काम आहे आणि तुम्ही परीक्षकांना पटवून देणे आवश्यक आहे की जे साध्य करण्याचा तुमचा उद्देश होता ते तुम्ही मिळवले आहे.'

तुम्हाला साह्य करण्यासाठी पर्यवेक्षकास साहाय्य करणे

तुमचे पर्यवेक्षक संपूर्ण आठवडाभर ज्या अनेक अन्य गोष्टी करत असतात ते तुम्हाला दिसू शकत नाही. परंतु तुम्हीच त्यांचे महत्त्वाचे विद्यार्थी आहात आणि त्यांचे पहिले प्राधान्य तुम्हालाच आहे असा विचार करणे सोपे आहे! खरे तर पर्यवेक्षकास इतरही अनेक जबाबदाऱ्या असतात. ते कदाचित पदवीपूर्व आणि पदव्युत्तर वर्गांना शिकवत असतील, नवीन अभ्यासक्रम विकसित करत असतील, संशोधन करत असतील, संशोधन निबंध लिहीत असतील, परिषदांना उपस्थित राहात असतील,व्याख्याने देत असतील. ही यादी न संपणारी आहे. तुमच्या पर्यवेक्षकावर अशा विविध जबाबदाऱ्या असल्याने जर तुमचे काम व्यवस्थित आखलेले असेल तर त्यांना त्याची खूपच मदत होईल. तुमच्या कामाच्या नमुन्याचे वाचन करणे आणि तुमच्या भेटी यांसाठी डायरीत वेळा राखून ठेवता आल्या, तर त्यांच्यासाठी

ते खूपच उपयुक्त ठरेल. त्यामुळे त्यांना अन्य जबाबदाऱ्यांसाठी वेळाचे नियोजन करता येईल तसेच तुमच्याशी असलेली बांधिलकीही राखता येईल.

प्रत्येक ट्युटोरियलनंतर पुढील ट्युटोरियलमध्ये तुम्ही जे काम करून नेणार आहात त्याबद्दल तुमच्या दोघांत एकमत झाले आहे याची खात्री करून घ्यावी. त्या कामाचे सादरीकरण कोणत्या तारखेस करायचे, त्यावर पर्यवेक्षक कधी भाष्य करणार व ते काम तुम्हाला कधी परत देणार यासंबंधीच्या तारखा तुम्हाला दोघांना कळल्या आहेत याची खात्री करून घ्या. या गोष्टी योगायोगावर सोडणे टाळा. तुमच्या जीवनातील काही घटनांमुळे तुम्हाला जर तुमचे वेळापत्रक पाळता येत नसेल आणि त्या घटना फारच खाजगी स्वरूपाच्या नसतील तर त्याबद्दल तुमच्या पर्यवेक्षकांशी बोला. असे केल्याने त्यांना कळेल की तुम्ही कोणत्या प्रकारचा ताण सहन करत आहात. तुमच्या संशोधनातील काही विशिष्ट भाग तुम्हाला कठीण वाटतात. त्याबद्दल तुमच्या पर्यवेक्षकांशी नक्की बोला. उदाहरणार्थ, ती एक पद्धतीसंबंधित तज्ञतेचा एखादा भाग असेल. त्यांना स्वतःला त्याबाबत खात्रीशीर माहिती नसेल तर त्यांच्या एखाद्या तज्ज्ञ सहकाऱ्याबरोबर तुमची भेट ठरवतील.

या संदर्भात, काही विद्यार्थ्यांना असे वाटते की त्यांचे पर्यवेक्षक सर्वज्ञ आहेत आणि ते संशोधनाविषयी त्यांच्याकडील अमर्यादित ज्ञानातून मदत मिळवू शकतात! मला संशय आहे, की बहुतेक पर्यवेक्षक ते सर्वज्ञ असल्याचा दावा करणार नाहीत. एखादी अवघड संज्ञा किंवा संकल्पना तुमच्या वाचनात आली तर एक मार्ग म्हणजे तुमच्या पर्यवेक्षकास मेल करून विचारा की त्यासंबंधी पुढच्या ट्युटोरियलमध्ये चर्चा करता येईल का. असे केल्यास ते तुम्हाला याचे स्पष्टीकरण देण्याबाबत काही मार्ग शोधू शकतील किंवा त्यांच्या सहकाऱ्याची मदत घेण्याची नोंद करून ठेवू शकतील.

कामाचा आकृतीबंध विकसित करणे

प्रबंध लिहिणे असो की एखादा स्वाध्याय लिहिणे असो , विद्यार्थ्यांची नेहमीची पद्धत म्हणजे ते सादरीकरणाच्या शेवटच्या मिनिटापर्यंत न करणे आणि मग रात्रभर जागून ते एका दमात करून संपवणे! हे निबंधाबाबतसुद्धा योग्य नाही तर मग हा मार्ग प्रबंधाबाबत तर चालणारच नाही. निबंध हा तुलनेने खूपच लहान असतो आणि एका बैठकीत लिहिणे शक्य असते. प्रबंधासाठी मात्र बऱ्याच प्रमाणात संकलित दृष्टिकोन आवश्यक असतो. तुम्ही जरी खूप प्रयत्नांनी एक प्रकरण अखंड लिहिण्याचे ठरविलेत तरी काही माहिती तपासण्यासाठी किंवा एखादा संदर्भ बघण्यासाठी तुम्हाला मध्ये थांबावेच लागते. हा सर्व प्रयत्न म्हणजे प्रगतीकडे हळू हळू जाणारा एक मार्ग ठरतो.

व्यापकपणे पाहता तुम्ही दोन मार्गांनी जाऊ शकता. जशी लागेल तशी माहिती, डेटा किंवा संदर्भ गोळा करत थोडाथोडा प्रबंध लिहीत जाणे हा एक मार्ग. तर दुसरा मार्ग म्हणजे प्रामुख्याने संकल्पनेवर आधारित मार्गाचा स्वीकार करणे. या मार्गात तुम्हाला आवश्यक वाटतील असे सर्व संदर्भ एकत्र करणे, सर्व डेटा तसेच तुम्ही वापरू इच्छित असलेली पद्धतींविषयीची माहिती आणि चर्चा तयार ठेवणे, यांचा समावेश असतो. त्यानंतर प्रबंध लेखनात जेव्हा आणि जशी गरज पडेल तसा तुम्ही या साठ्याचा वापर करू शकता. मला दुसरा मार्ग अधिक पसंत आहे कारण एकदा तुम्ही आवश्यक त्या माहितीची जुळवाजुळव केलीत की तुमचे प्रबंध लेखन सुरळीतपणे पुढे जाऊ शकते.

त्यानंतर प्रश्न येतो तो लेखनास लागणाऱ्या प्रेरणेचा आणि स्फूर्तीचा. काही लेखकांना पुढे जाण्याआधी स्फूर्ती येण्यासाठी थांबावेसे वाटते. दुसरा एक मार्ग म्हणजे रोज सकाळी एक तास लिखाण करणे असा एक आकृतीबंध ठरवून घेणे आणि तो अनुसरणे. कधीकधी तुम्हाला फारच कमी स्फूर्ती आहे असे वाटते आणि परिणामी तुम्ही जास्त लेखन करत नाही. तथापि इथे मुद्दा हा आहे की स्वतःच ठरविलेल्या आकृतीबंधास अनुसरल्यामुळे तुमच्या लक्षात

येईल की स्फूर्ती नियमितपणे आणि वारंवार येते! प्रत्येकाला आपापला कामाचा आकृतीबंध ठरवावा लागेल आणि एकासाठी जो आकृतीबंध परिणामकारक ठरेल तो सर्वांसाठी ठरेलच असे नाही.

नियमित आकृतीबंध असण्याचा फायदा असा की त्यामुळे तुम्हाला तुमच्या कामातील प्रगतीचा अंदाज येऊ शकतो. दर आठवड्यात किती शब्द लिहू शकाल याचा अंदाज करण्यास तुम्ही सुरुवात कराल. ज्यावेळेस तुम्ही पुढील प्रकरण पर्यवेक्षकाकडे कधी सादर करणार याची चर्चा कराल तेव्हा त्या तारखेचा अंदाज देणे अधिक सोपे होईल.

परिषदा, अभ्यासक्रम आणि परिसंवादांतील उपस्थिती

तुमच्या जीवनातील अंतिम बाब म्हणजे 'नेटवर्किंग'. एक संशोधन विद्यार्थी म्हणून असे दिसते की तुम्ही नेहमी एकटेच काम करता आणि तुमचे अन्य विद्यार्थ्यांशी फारसे संबंध येत नाहीत. जरी हे काही बाबतीत खरे असले तरी वस्तुतः, मानवी ज्ञानात भर घालण्याच्या एकाच उद्दिष्टाने एकमेकांशी जोडलेल्या, संशोधक आणि शिक्षणतज्ज्ञ या फार मोठ्या समूहाचा तुम्ही एक हिस्सा असता. कारण, तुमच्या संशोधनाचा विषय कितीही अवघड असला तरी हे मात्र नक्की की संपूर्ण देशात आणि जगात इतक्याच अवघड विषयात संशोधन करणारेही अनेकजण आहेत. अशा लोकांच्या नियमित संपर्कात असण्यामुळे तुम्हाला आनंद तर होतोच शिवाय आधारही वाटतो, तसेच तुमच्या कामाच्या दृष्टीनेही फायदा होतो. परिषदा आणि परिसंवादांसारख्या प्रमुख माध्यमातून तुम्हाला तुमचे संशोधन संशोधकांच्या व्यापक जगापुढे मांडता येते. जर्नलमध्ये लेख लिहिण्यापेक्षा हा अधिक थेट आणि जलद मार्ग आहे. संशोधक एखाद्या परिषदेत एक लघु लेख आणि त्याच्या तात्कालिक निष्कर्षांचा सारांश सादर करू शकेल. त्यावर त्याला श्रोत्यांकडून फीडबॅक मिळू शकेल आणि एखाद्या लेखासाठी निष्कर्षांची अधिक तपशीलवार आवृत्ती तयार करण्यासाठी त्याचा वापर करता येईल. तुम्हाला सुद्धा परिषदेत वाचलेल्या पेपर्सची तुमच्या संदर्भ सूचीत भर घालता येईल. परिषदांना उपस्थित राहिल्याने तुमच्या प्रबंधात समाविष्ट करता येईल अशा अद्ययावत संशोधनाशी तुम्ही निगडित राहाल.

बऱ्याच परिषदा संशोधन विद्यार्थ्यांस, संक्षिप्त रूपातील पेपर किंवा पोस्टरच्या माध्यमातून त्यांच्या संशोधनाचा थोडक्यात सारांश सादर करण्याची संधी देतात. त्यामुळे तुमचे संशोधन अधिकाधिक वाचकांपर्यंत पोचण्यात आणि अन्य शिक्षण तज्ज्ञांबरोबरील चर्चेसाठी दिशा दर्शविण्यास याचा उपयोग होतो. अन्य संस्थांमधील ज्येष्ठ शिक्षण तज्ज्ञांशी अधिकाधिक संपर्क ठेवणे तरुण संशोधकास फार फायद्याचे ठरते. सामान्यपणे अनुभवी संशोधक आणि शिक्षण तज्ज्ञांना तरुण संशोधकांना साह्य करण्यात आनंद वाटतो. जसजसे तुमचे संबंध वाढू लागतात तसतसे काहीजण तुमच्या तोंडी परीक्षेचे रेफरी म्हणून स्वेच्छेने यायला तयार होतात किंवा तुम्हालाही त्यांच्या संशोधन प्रकल्पात सहभागी होण्यास बोलावतात. आगामी परिषदेत बोलण्यासाठी तुम्हाला आमंत्रणे येतात किंवा पुस्तके आणि जर्नल्समध्ये लिहिण्यासाठी तुम्हाला पाचारण करण्यात येते. अनौपचारिकरित्या तुम्हाला नोकरीच्या शक्यता कोठे आहेत तसेच शैक्षणिक क्षेत्रात अन्य संधी कोठे आहेत हेही कळते.

सारांशरूपाने असे म्हणता येईल की तुमचा प्रबंध आणि आनुषंगिक अर्हता ही जरी तुमची प्रमुख उद्दिष्टे असली तरी, तुम्हाला तुमची कारकीर्द घडवण्यासाठी त्यांचा उपयोग करावासा वाटणे हे स्वाभाविक आहे आणि हे साध्य करण्यासाठी परिषदा आणि तत्सम कार्यक्रमातील संपर्क हा अनेक प्रमुख मार्गांपैकी एक मार्ग आहे.

Further reading

Cottrell, S. (2005) *Critical Thinking Skills: Developing Effective Analysis and Argument.* Basingstoke:Palgrave Macmillan.

Kamler, B. and Thomson, P. (2006) *Helping Doctoral Students Write: Pedagogies for Supervision.* Abingdon: Routledge.

Kitchin, R. and Fuller, D. (2005) *The Academic's Guide to Publishing.* London: Sage.

Phillips, E. and Pugh, D. S. (2010) *How to get a PhD,* 5th edn. Maidenhead: Open Uniiversity Press.

Wallace, M. and Wray, A. (2006) *Critical Reading and Writing for Postgraduates.* London: Sage.

६

व्याकरण, विराम चिन्हे, शैक्षणिक लिखाणाच्या प्रचलित पद्धती

या प्रकरणामध्ये तुम्हाला तुमच्या प्रबंधात यशस्वी होण्यासाठी आवश्यक असलेल्या शैक्षणिक लिखाणाच्या शैलीचा आपण अभ्यास करू. लिंगनिरपेक्ष भाषा तसेच व्याकरणातील आणि विरामचिन्हाच्या काही पद्धतींचा आपण विचार करू. आपण उद्धृते आणि संदर्भासाठी डिजिटल पद्धतींचा वापर कसा करू शकतो याचीसुद्धा चर्चा करणार आहोत.

अभ्यासाची धोरणे

- शैक्षणिक पुस्तके वा प्रबंधांचे वाचन करताना वाचनात आलेल्या इंग्रजी नसलेल्या शब्दांची यादी करा. जर तुम्हाला अर्थ माहीत नसेल तर शब्दकोशाचा वापर करा. एखाद्या वाक्यांशाशी तुम्ही परिचित नसाल तर इतरही अनेक वाचकांना तीच अडचण येत असेल. प्रत्येक शब्दासाठी साधासोपा पर्यायी इंग्रजी शब्द देण्याचा प्रयत्न करा. तुम्हाला कोणता योग्य वाटतो आणि का?
- तळटिपा असलेले एखादे शैक्षणिक पुस्तक किंवा प्रबंध वाचताना तळटिपा आढळल्या तर याचे विश्लेषण करा की काही भागाचा मुख्य प्रबंधात समावेश करण्याने जास्त स्पष्टता आली असती का?
- संक्षिप्त रूपे वापरताना ती संदिग्ध आहेत का, म्हणजेच ती दुसऱ्या संज्ञांसाठी वापरली जात नाहीत ना असा प्रश्न स्वतःला विचारा.

प्रथमपुरुषी का तृतीयपुरुषी?

प्रबंध लिहिताना बऱ्याच विद्यार्थ्यांना प्रश्न पडतो की प्रथमपुरुषाचा वापर करावा की अधिक औपचारिक अशा तृतीयपुरुषाचा? उदा. 'विद्यार्थ्यांची कामगिरी या विषयात मला रस असल्याने मी ह्या विषयात संशोधन करण्यास सुरुवात केली' असे प्रथम पुरुषात लिहावे, की की अधिक औपचारिक पद्धतीने 'संशोधकाला विद्यार्थ्यांची कामगिरी या विषयात रस असल्याने त्याने या विषयात संशोधन करण्यास सुरुवात करण्याचे ठरवले' असे लिहावे ? शैक्षणिक लिखाण करताना कधी कधी औपचारिक शैलीत कर्मणि प्रयोग वापरून असे लिहिता येते की 'विद्यार्थ्यांची कामगिरी या विषयात रस असल्याने या विषयात संशोधन करण्याचे ठरवले.'

परंपरागत पद्धतीने संशोधनासंबंधी लिखाण करणे म्हणजे तृतीयपुरुषाचा किंवा कर्मणि प्रयोगाचा वापर करणे आणि सुरुवातीसच यामागील कारणांचा आढावा घेतल्यास ते उपयुक्त ठरेल. बऱ्याच शैक्षणिक आणि समाजशास्त्रीय संशोधनावर भौतिक शास्त्रीय संशोधनाच्या प्रारूपाचा मूलतःच प्रभाव पडला होता. ह्या संशोधनाचा रोख प्रत्यक्षार्थवादी आणि संख्यात्मक होता आणि त्यातील संशोधकाची भूमिका ही एका वस्तुनिष्ठ निरीक्षकाची असल्यामुळे त्याला संशोधनापासून वेगळे ठेवले गेले. 'सर्वेक्षण केले गेले', 'प्रतिपादनास अनुभवसिद्ध डेटाने पुष्टी मिळाली' अशा प्रकारची वाक्यरचना केली जात असे. अशा प्रकारची भाषा संशोधनातील प्रत्यक्षार्थवादी दृष्टिकोनास योग्य होती. संशोधनात घेतले गेलेले निर्णय बऱ्यापैकी अचूक होते आणि संशोधन हा एक निष्पक्षपाती आणि वस्तुनिष्ठ उपक्रम होता, असे यातून सूचित केले जात होते. लेखनशैलीतून असे व्यक्त होत होते की संशोधक हे प्रक्रिया आणि शिष्टाचार यांना अनुसरणारे होते आणि जे स्वतःच्या मूल्य व्यवस्थेस संशोधन उपक्रमापासून लांब ठेवण्याचा प्रयत्न करत असत.

प्रथमपुरुषाचा वापर विकसित करणे

शैक्षणिक संशोधन हळूहळू मानसघटनावादासारख्या तत्त्वज्ञानाच्या दृष्टिकोनामुळे प्रभावित झाले. संशोधकाचे वैयक्तिक विवेचन महत्त्वाचे आहे, याबद्दल जागरूकता वाढली. याचा परिणाम म्हणजे संशोधक डेटाचे वस्तुनिष्ठ विश्लेषण करण्याऐवजी डेटाशी संवाद साधू लागला. संशोधन ही एक अशी कृती होती की ज्यात सतत अनेक निवडी कराव्या लागत होत्या. संशोधन प्रारूप, संशोधन पद्धती, डेटा संकलन, संशोधनाच्या इतर अनेक बाबी यांची निवड करावी लागत होती. अशी निवड करताना संशोधकाला नाईलाजाने व्यक्तिनिष्ठ निर्णय घ्यावे लागत. हे निर्णय व्यक्तिनिष्ठ असत कारण कुठल्याही निर्णयास पुष्टि देण्यासाठी काही पुरावे गोळा करावे लागले तरी शेवटच्या विश्लेषणात संशोधकाला काही वैयक्तिक निर्णय घेऊन संशोधन कुठल्या दिशेने पुढे जाईल हे ठरवावे लागत असे. संशोधन एक व्यवस्थित एकरेषीय प्रक्रिया आहे असे फारसे न मानता ती एक गुंतागुंतीची कृती असून तिच्या दिशेत आणि भर देण्याच्या बाबींमध्ये वारंवार कितीतरी बदल होतात, असे मानले जाऊ लागले. शैक्षणिक संशोधनातील अभिमुखतेतील हा बदल विचारात घेता काही विशिष्ट परिस्थितीत प्रथमपुरुषी लेखनाचा स्वीकार करणे कदाचित स्वाभाविक होते. विशेषतः कृती संशोधनात मानसघटनावादी आणि स्पष्टीकरणात्मक दृष्टिकोनांच्या बाबतीत ही वस्तुस्थिती होती.

संशोधनाबाबत लिहीत असताना आता अशी स्थिती आली आहे की सहसा तृतीय पुरुषाचा वापर केला जात असला, तरी इतर अनेक संदर्भात प्रथमपुरुष वापरला जातो व तो योग्यही असतो याची जाणीव झाली आहे. आता आपण प्रथमपुरुष आणि तृतीयपुरुष वेगवेगळ्या परिस्थितीत कसे वापरले जातात त्याचा शोध घेऊ.

काही विशिष्ट परिस्थितीत वापर

संशोधन लेखनात असे अनेक संदर्भ असतात की ज्यात निर्णय सांगितला जातो. उदा. आपण लिहितो, 'ह्या संशोधन समस्येचे विशिष्ट स्वरूप आणि डेटाचे सखोल संकलन करण्याची गरज यांमुळे संशोधकाने संशोधनासाठी केस स्टडीचा वापर करायचे ठरवले.' इथे महत्त्वाचे हे आहे की या निर्णयासाठीचा पाया स्पष्ट सांगितला आहे. जर हे व्यवस्थित केले असेल तर प्रथमपुरुषाचा वापर केला आहे का तृतीय पुरुषाचा वापर केला ह्याने काही फरक पडत नाही. महत्त्व याला आहे की निर्णय काळजीपूर्वक विचार करून घेतला आहे. तथापि प्रथमपुरुषाचा वापर करण्यात भरकटले जाऊन तुम्ही निर्णयातील पक्षपात तर सूचित करत त नाही ना हे महत्वाचे आहे. उदा. 'केस स्टडीचा वापर करणे सर्वात उत्तम आहे असे मला वाटते.' असे म्हणणे उचित होणार नाही कारण यात प्रत्यक्ष पुराव्यांवर अवलंबून न राहता मूल्यविधान अध्याहृत होते.

संशोधनात काही ठिकाणी संशोधक आणि प्रतिसादक यांच्यातील संवादातील गुंतागुंतींबद्दल चर्चा करणे गरजेचे असते. उदा. संस्कृतीशास्त्राच्या अभ्यासात संशोधक अशी काही धोरणे स्वीकारण्याचा प्रयत्न करू शकतात की ज्यायोगे त्यांना संशोधन संदर्भात मिसळून जाण्यास साह्य होते आणि त्या स्थळाची पर्यावरणीय मान्यता अबाधित राहते. हे साध्य करण्याच्या पद्धतीमध्ये संशोधकाच्या वर्तनाचे बारकावे येऊ शकतात. उदा. एखाद्या कॉलेजात संस्कृतीशास्त्रावर संशोधन करताना संशोधक स्वतः अनौपचारिक कपडे घालून जातील आणि ते कोणाच्या लक्षात येणे टाळतील. ह्या सर्व गोष्टींची प्रथमपुरुषात चर्चा करणे खूपच सोपे होईल कारण संशोधक या संशोधन स्थळी तेथील सामाजिक व्यवस्थेस बाधा न आणता कोणकोणत्या प्रकारे वावरण्याचा प्रयत्न करतात याची चर्चा या लेखन शैलीतून करता येईल.

उदाहरण – डेटा संकलन

तुमच्या कार्यपद्धती या प्रकरणात जेव्हा तुम्ही डेटा संकलनाबाबत लिहिता तेव्हा काही वेळा प्रथम पुरुषात लिहिणे स्वाभाविक असते. उदा. जेव्हा तुम्ही तुमच्या संशोधनाबद्दल तुमच्या संभाव्य प्रतिसादकांना कसं सांगितलंत त्याचं वर्णन करताना असं म्हणणं सोपं होईल की : 'मी प्रतिसादकांच्या सर्व गटांना स्पष्ट केलं की ते जे काही बोलतील ते इतर कोणालाही सांगितलं जाणार नाही. मी त्यांच्या नावांची कुठल्याही प्रकारे नोंद ठेवणार नसल्याने त्यांच्या मुलाखतीतील माहितीशी मी त्यांचा संबंध जोडू शकणार नाही यावर मी भर दिला.'

चिंतनात्मक लेखन हे आणखी एक क्षेत्र आहे जिथे प्रथमपुरुषात लिहिणे हे अधिक स्वाभाविक आणि सोपे असण्याची शक्यता आहे. जर तुम्ही तुमचा स्वतःचा बौद्धिक आणि शैक्षणिक विकास, तुम्हाला स्वतःला पसंत असलेले संशोधनाचे मार्ग, तसेच तुमच्या मते जगाच्या स्वरूपावर सर्वाधिक प्रकाश टाकणारा सैद्धांतिक दृष्टिकोन याबद्दल चर्चा करत असाल तर प्रथमपुरुषाचा वापर करणे अधिक स्वाभाविक वाटू शकते. कारण सरतेशेवटी चिंतनात्मक वर्णन हे तुमचे स्वतःचे असते. हे एक प्रकारचे बौद्धिक आत्मचरित्रच असते. प्रत्येक वाक्याच्या सुरुवातीस 'संशोधक असा विचार करतो की' किंवा 'संशोधकाने असा दृष्टिकोन बनवला आहे की' असे म्हणणे कृत्रिम वाटते.

यशासाठी युक्ती – लेखन शैली

ज्या लेखन शैलीतून तुमचे विचार स्पष्ट आणि अचूक मांडले जातात आणि जी तुमच्या कार्यपद्धतीसाठी उचित आहे अशा शैलीत लिहा.

सारांश, तृतीय पुरुषाचा वापर जरी व्यापक प्रमाणावर मान्य असला तरी अनेक प्रसंगी प्रथमपुरुषाचा वापर फक्त मान्यच नाही तर इष्टही ठरेल. इतरही अनेक प्रसंगी, गद्यात विविधता आणण्यासाठी लेखन शैलीचा एक प्रकार म्हणून प्रथमपुरुषाचा वापर करणे हा एक चांगला विचार ठरेल. प्रथमपुरुषाचा किंवा तृतीय पुरुषाचा वापर करणे याच्या निरपेक्ष, सर्वात महत्त्वाची मूलभूत गोष्ट म्हणजे केलेली प्रतिपादने आणि मिळालेले निष्कर्ष हे स्पष्टपणे मान्य पुराव्यांवर आधारलेले असले पाहिजेत. प्रथमपुरुषात किंवा तृतीयपुरुषात लिहिणे यावर फेअरबर्न आणि विंच (१९९१, पृष्ठ ७५–८२) मध्ये चर्चा केली आहे.

लिंगनिरपेक्ष भाषा

उभय लिंगांना समान वागणूक मिळेल आणि एका लिंगाऐवजी दुसरे लिंग गृहीत धरले जाणार नाही अशा संज्ञा निवडणे महत्त्वाचे आहे. अयोग्य तऱ्हेने लिंगभेदभाव करणाऱ्या भाषेची निवड करणे हे लिंगभेदभावी असणे आणि अस्तित्वात असलेल्या लिंगाधारित रूढ प्रतिमांना प्रोत्साहन देणे असू शकते.

उदाहरणार्थः शालेय व्यवस्थापनासंबंधी असलेल्या प्रबंधात विद्यार्थी प्रस्तावनेत असे लिहितो की शाळाप्रमुखाची भूमिका वाढत्या गुंतागुंतीची आहे आणि त्याच्या कार्यात गुंतागुंतींच्या आर्थिक बाबींचा अंतर्भाव असतो. जर हे शाळाप्रमुखाच्या भूमिकेबाबत सामान्यपणे लिहिले असते तर ती भूमिका पुरुष शिक्षकाशी निगडित करणे समर्थनीय नाही. याला लिंगभेदभाव करणे असे म्हणतात आणि व्यवस्थापनातील भूमिकांशी पुरुषांचा संबंध जोडणे यातून साचेबंद समजांचे दृढीकरण होते. वरील वाक्यात 'त्याच्या' हा शब्द वापरण्याची गरज नाही. हे वाक्य अगदी सहजपणे असे लिहिता येते की शाळाप्रमुखाची भूमिका वाढत्या गुंतागुंतीची असून तीत गुंतागुंतींच्या आर्थिक बाबींचा अंतर्भाव असतो.

सर्वसाधारण विधानांमध्ये अनेकवचनाचा वापर करणे हे सर्वात सोपे धोरण आहे. उदा. शाळाप्रमुखांची भूमिका ही अधिक गुंतागुंतीची होते, त्यांच्या कर्तव्यात आर्थिक बाबींचा समावेश होतो. अनेक वचन वापरल्यास विशिष्ट लिंगाविषयी बोलणे टाळता येते.

अनुभवसिद्ध डेटासंदर्भात सांगताना प्रतिसादक स्त्री आहे का पुरुष आहे याविषयी बोलणे आवश्यक ठरते. अशा उदाहरणात तो किंवा ती अशा संबंधित सर्वनामाचा वापर उचित ठरतो आणि संशोधनाविषयी बोलताना आवश्यकही ठरतो. प्रबंधात सुरुवातीसच हे स्पष्ट केले जाते की प्रतिसादकांपैकी काही पुरुष असतात तर काही स्त्रिया आणि म्हणून काहींना उद्देशून तो किंवा काहींना उद्देशून ती असा वापर करणे स्वाभाविक आहे.

काही वेळेस संशोधनात लिंग हे एक प्रचल म्हणून स्वतंत्रपणे वापरले जाते. अशा संशोधनाचा उद्देश हा असतो की प्रतिसादक स्त्री किंवा पुरुष असल्यामुळे त्यांच्या प्रतिसादात जर काही फरक असेल तर तो ओळखता यावा. अशा बाबतीत दोन्ही लिंगांचा उल्लेख करणे मान्य असते.

उदाहरण – संशोधन आणि लिंग

शाळेतील काही विशिष्ट विषयात मुलगा मुलगी सापेक्ष असे जे यश संपादिले जाते त्यावर केलेले व्यापक संशोधन हे त्याचे उत्तम उदाहरण आहे कारण यामुळे शैक्षणिक कामगिरी आणि वर्गातील सामाजिक प्रक्रिया यांच्या नातेसंबंधांवर प्रकाश टाकला जातो.

संशोधनाच्या सर्वसामान्य बाबींची चर्चा करताना लेखक आणि संशोधक एकच लिंग सूचित करणाऱ्या सर्वनामाचा वापर टाळण्यासाठी काही धोरणे स्वीकारतात. काही वेळेस, सर्वनामाचा वापर आलटून पालटून केला जातो. एका प्रकरणात/विभागात 'तो' असे म्हटले जाते तर पुढील विभागात 'ती' म्हटले जाते आणि त्या पुढील भागात परत 'तो' म्हटले जाते. परंतु काही वेळेस या धोरणामुळे वाचक गोंधळून जातील. याशिवाय काही विभागात/प्रकरणात एखादे विशिष्ट सर्वनाम योग्य वाटत नसेल परंतु आधी स्वीकारलेल्या धोरणामुळे त्याचा उपयोग करावा लागेल. दुसरे धोरण म्हणजे तो/ती अशा स्वरूपात सर्वनाम वापरणे. ही सर्वच धोरणे थोडी क्लिष्ट आणि अनाकर्षक वाटतील. विशिष्ट लिंगाचा वापर टाळण्यासाठी अनेकवचनाचा वापर करणे हा सर्वात स्वाभाविक मार्ग आहे किंवा वाक्याची रचनाच अशी करावी की ज्यायोगे सर्वनामेच वगळली जावीत.

विशेषकरून व्यवसायासंबंधी बोलताना पुल्लिंगी शब्द वापरणे अजूनही प्रचलित आहे. मदत केंद्राचे वर्णन करताना तिथे साहाय्यक आहे असे न म्हणता तिथे मदतनीस आहे असे अधिक चांगले वर्णन करता येईल. रंगकर्मी असे न म्हणता नट/नटी असे म्हणणे म्हणजे तुम्ही लिंगभेदभाव करणारे आहात असे दिसते. रंगकर्मी ही लिंगनिरपेक्ष संज्ञा असताना नट किंवा नटीम्हणणे योग्य ठरणार नाही. साधारणपणे पर्यायी संज्ञा सहजपणे उपलब्ध असताना थोडी दक्षता घेऊन विचार केल्यास लिंगभेदभावी भाषा टाळता येते.

उद्धृतांसाठी मांडणी/रचना

पुस्तके, जर्नल्समधील लेख किंवा संशोधन अहवालातून वेचे उद्धृत करण्याची वारंवार गरज भासते. हे वेचे किंवा अवतरणे युक्तिवादास पाठिंबा देण्यासाठी, उदाहरणे देण्यासाठी आणि संशोधनास संदर्भ देण्यास साह्य म्हणून वापरली जातात. विद्यार्थ्याने लिहिलेल्या मुख्य प्रबंधाहून ही अवतरणे वेगळी म्हणून वाचकाला ओळखता येणे यास फार मोठे मूलभूत महत्त्व आहे. जर दुसऱ्या स्त्रोतातून घेतलेले वेचे प्रबंधाच्या मुख्य लेखनात सामावून गेले तर विद्यार्थ्यांवर वाङ्मयचौर्याचा आरोप होईल. वाङ्मयचौर्याचा हेतू नसला तरी दुसऱ्या स्त्रोतातून काही साहित्य वापरले तर त्याचा तसा उल्लेख करण्याची जबाबदारी विद्यार्थ्यांवर असते.

मोठी अवतरणे उद्धृत करायची असल्यास ती तिरक्या फाँटमध्ये टाइप करावीत, त्यांच्या दोन ओळीत कमी अंतर सोडावे आणि डावीकडून ते अवतरण आत घ्यावे. अवतरणाच्या आरंभी आणि अखेरीस एका ओळीची जागा सोडावी. अशा प्रकारे खालील अवतरण लिहिले जावे. (जे काल्पनिक आहे.)

> माध्यमिक शाळांत शिकवल्या जाणाऱ्या फ्रेंचबद्दल स्मिथ आणि जोन्स त्यांच्या पुस्तकात असे म्हणतात की:
>
> *रूढीवादी पाठ्यपुस्तकांपुरतेच हे स्त्रोत मर्यादित आहेत आणि ही पुस्तके फ्रेंच व्याकरणामधील सफाईदार आणि अधिक अमूर्त संकल्पनांवर लक्ष देतात. पुस्तकात काही चित्रे आहेत. आणि ती तत्कालीन फ्रेंच जीवनाविषयी काही भावना व्यक्त करण्याकरता काढली आहेत असे वाटत नाही. (१९६२ : २७)*

अवतरणाच्या शेवटी कंसात दिलेले आकडे ती अवतरणे कोणत्या साली प्रकाशित झाली व ती कोणत्या पृष्ठक्रमांकावर आहेत हे दर्शवतात. अशा प्रकारे केलेल्या अवतरणाच्या मांडणीमुळे ती अवतरणे ही अन्य लेखनापेक्षा वेगळी आहेत हे स्पष्टपणे दिसते. त्यामुळे दोन प्रकारच्या लेखनात वाचकाला फरक करता येतो. समासापासून आत घेतलेल्या लांबलचक अवतरणाच्या उदाहरणात त्या वेच्याच्या आरंभी आणि शेवटी अवतरण चिन्हे दिलेली नाहीत हे ध्यानात घ्यावे.

काही वेळेस मुख्य लेखनात एखादा लहानसा वेचा, किंवा वाक्याचा केवळ काही भाग घालणे उपयुक्त ठरते. असे करताना अवतरण चिन्हे वापरणे मान्य आहे. त्या लेखनाचे आकारमान, आकृतीबंध आणि दोन ओळींतील अंतर आहे तसे ठेवावे. खालील उदाहरणातील उतारा असा दिला जावा.

> फ्रेंच शिकवताना संभाषण सरावाचा किती उपयोग होतो हे सांगताना दोन लेखकांनी असा युक्तीवाद केला आहे की, 'भाषेचा वापर करताना विद्यार्थ्यांच्या अचूक व्याकरणाला अतिशयोक्त महत्त्व देण्यापेक्षा ते ती भाषा किती आनंदाने वापरतात यावर भर दिला पाहिजे.' (स्मिथ आणि जोन्स, १९६२: ५१)

अशा प्रकारची उद्धृते वापरताना दक्षता घ्यायला हवी. विद्यार्थ्यांनी उद्धृते टाइप करताना पहिले अवतरण चिन्ह देणे व दुसरे विसरणे यात काही नवीन नाही. (परंतु त्यामुळे) वाचकांना उध्दृत उतारा कुठे संपतो व मुख्य लेखनास कुठे सुरुवात होते ते कळत नाही.

संगणकाधारित संदर्भीकरण आणि उद्धृतीकरण पद्धती

शैक्षणिक लेखनात, लेखकांची नावे आणि त्यांच्या लेखनाचा उल्लेख मुख्य लिखाणात करणे आणि त्या उल्लेखांच्या संदर्भांची यादी लिखाणाच्या शेवटी समाविष्ट करणे हे एक वैशिष्ट्य आहे. या प्रक्रियेत मोठ्या प्रमाणातील माहितीचे व्यवस्थापन करणे आवश्यक असते. लेखकांचा, त्यांच्या लिखाणाचा तसेच त्यातील वेच्यांचा तपशील योग्य ठिकाणी घालणे महत्त्वाचे आहे कारण त्यामुळे ओघवत्या लिखाणात कमीत कमी व्यत्यय येतो. याशिवाय उद्धृते जिथे संबंधित आहेत तिथेच घालावीत त्यामुळे चर्चेत असलेल्या बाबींच्या संदर्भास अर्थपूर्णता येते. तुम्ही करत असलेल्या युक्तिवादास पाठिंबा देण्यासाठी तसेच हवे तिथे उदाहरण देण्यासाठी वेच्यांचा समावेश करणे आवश्यक आहे. दुसऱ्या शब्दात सांगायचे तर हे एक फार गुंतागुंतीचे काम आहे आणि ते साध्य करण्यासाठी तुम्ही तुमच्या माहितीची आणि स्रोतांची शक्य तेवढ्या पद्धतशीरपणे रचना केली पाहिजे.

यातील आणखी एक अडचण म्हणजे जेव्हा तुम्ही लिखाण करत असता तेव्हा तुम्हाला नेहमीच संदर्भ आणि अवतरणे उपलब्ध होतातच असे नाही. अनुषंगिक सर्व तपशिलांची नोंद ठेवणे आणि नंतर ते इलेक्ट्रॉनिक फायलिंग सिस्टिममध्ये योग्य जागी घालणे गरजेचे आहे. तुमची फायलिंग सिस्टिम तुमच्या भावी नियोजित प्रबंधरचनेशी मिळती जुळती असणे महत्त्वाचे आहे. उदा. जर तुम्हाला ठाऊक आहे की तुमच्या कार्यपद्धतीच्या प्रकरणात कृतीसंशोधनासंबंधी चर्चा करणारा एक विभाग आहे तर तुम्ही एका स्वतंत्र फायलीत कृतीसंशोधनाचे संदर्भ एकत्र करून ठेवले पाहिजेत म्हणजे गरज पडेल तेव्हा ते तिथून काढून वापरता येतील. हे सर्व तुम्ही स्वतः तयार केलेल्या इलेक्ट्रॉनिक फायलिंग सिस्टिममुळे साध्य करता येईल.

उपलब्ध असलेल्या विविध इलेक्ट्रॉनिक मॅनेजमेंट टूल्सच्या साहाय्याने, तुम्हास प्रामुख्याने उपयुक्त वाटलेले संदर्भ गोळा करून फायलीत साठवून ठेवता येतील. अशा प्रकारच्या सिस्टिमच्या उदाहरणात एंडनोट्स® (Thomas Reuters, २०१२) आणि रेफवर्क्स© (Refworks©, २००९) चा समावेश होतो. अशा प्रकारच्या इन्फर्मेशन

मॅनेजमेंट सिस्टिम्स तुमच्यासाठी अनेक प्रकारची उपयुक्त कामे करतील. त्या सिस्टिम्स ऑनलाईन उपलब्ध असलेल्या शैक्षणिक स्रोतांचा शोध घेतील आणि त्यातील साहित्याची तुमच्या गरजांनुसार मांडणी करतील. नंतर तुम्ही ह्या लेखांची ,पुस्तकांची हाताळणी करून त्यांची संदर्भसूची तयार करू शकता. त्यासाठी तुम्ही उपलब्ध असलेल्या पद्धतीपैकी एकीची निवड करू शकता. तुम्हाला संदर्भ पद्धतीत तळटिपांचा वापर करायचा असेल तर तुम्ही त्या योग्य जागी घालण्याची व्यवस्था करू शकता. शैक्षणिक सॉफ्टवेअरच्या सर्व प्रकारांप्रमाणेच ही सिस्टिम कशी उपयोगात आणायची यासाठी तुम्हाला वेळ द्यावा लागेल. तुमच्या संशोधनातील संदर्भ साहित्याचे व्यवस्थापन कसे करावे हे ठरवण्यासाठी किती वेळ लागेल याचासुद्धा विचार करणे गरजेचे आहे.

संदर्भाची हार्वर्ड पद्धत

शैक्षणिक लेखन आणि प्रबंधासाठी दोन प्रकारच्या मुख्य संदर्भपद्धती वापरल्या जातात. एका पद्धतीनुसार लेखनात शीर्षांक – लेखनाच्या वर क्रमांक घातले जातात व त्याचा संदर्भ प्रकरणाच्या किंवा प्रबंधाच्या शेवटी संदर्भसूचीत वाचक शोधू शकतात. याठिकाणी उद्धरणांचे संपूर्ण संदर्भग्रंथ तपशील दिलेले असतात. काही वेळेस हे क्रमांक हाच तपशील दाखवण्यासाठी वापरले जातात. परंतु ते तळटिपांच्या रूपात प्रत्येक पानावर घातलेले असतात. याचा एक फायदा असा की ह्या क्रमांकामुळे वाचनात कमीतकमी अडथळे येतात. तथापि, प्रबंध लिहिताना आणखी काही जास्त संदर्भ देण्याची गरज भासली तर पुढील सर्व क्रमांक योग्य अनुक्रमाने बदलले गेले आहेत किंवा नाहीत हे तपासणे महत्त्वाचे असते.

दुसरी पर्यायी पद्धत म्हणजे जिचा वापर उद्धृतांचा आकृतीबंध या विभागात उदाहरण म्हणून केला त्यालाच हार्वर्ड पद्धत असे म्हणतात आणि ती शैक्षणिक आणि समाजशास्त्रीय लिखाणात अधिक लोकप्रिय होत आहे. मुख्य लेखनात अवतरणानंतर लेखकाचे आडनाव,प्रकाशनाची तारीख आणि ज्या पानावरून ते अवतरण घेतले त्याचा क्रमांक असे दिले जाते. त्याचे संपूर्ण संदर्भ तपशील लेखनाच्या शेवटी संदर्भग्रंथसूचीत दिले जातात. (आकृती क्रमांक ६. १ पाहा) हार्वर्ड सिस्टिमचा तोटा असा की मध्ये घातलेल्या लेखकाच्या तपशिलाने कधीकधी प्रबंधाचे वाचन थोडेसे विस्कळीत होते. याउलट फायदा असा की प्रबंध वाचतानाच लेखन करणाऱ्याचे नाव कळते. ह्या हार्वर्ड पद्धतीमुळे लेखनात नवे संदर्भ घालण्यात काही अडचण येत नाही.

काही वेळेस एकाच ग्रंथाचा संदर्भ पुन्हा पुन्हा घेणे आवश्यक होते कारण ते फार प्रभावी असल्याने युक्तिवाद विकसित करण्यात महत्त्वाचे असते. सर्वसाधारणपणे असे म्हणता येईल की तेवढेच सबळ कारण असल्याशिवाय त्याच त्याच लेखनाचा अनेकवेळा उल्लेख करू नका. तुमच्या परीक्षकांचा समज किंवा गैरसमज असा होईल की तुम्ही उपलब्ध साहित्याचे संपूर्णपणे सर्वेक्षण केलेले नाही. एकाच लेखनासाठी अनेक संदर्भ असतील तर काही लेखक 'तत्रैव' किंवा 'यथोक्त' अशा शब्दांचा वापर करतील. जर हे शब्द नेमकेपणाने वापरले नाहीत किंवा वाचक त्याच्या वापराशी परिचित नसेल तर ते गोंधळवून टाकतील. उद्धरणांचा संपूर्ण उल्लेख पूर्णपणे परत करणे, लेखकाचे नाव परत लिहिणे, नवीन पृष्ठ क्रमांक लिहिणे हे सर्वमान्य आहे. ती पुनरावृत्ती असली तरी ते नि:संदिग्ध असते.

काही वेळेस एका लेखकाची एका वर्षात एकापेक्षा अधिक पुस्तके प्रकाशित झालेली असतात आणि तुम्हाला त्यांचा सर्वांचाच उल्लेख करावासा वाटतो. अशा वेळेस मुख्य लेखनात उल्लेख करताना १९६२ अ, १९६२ ब, १९६२ क आणि यापुढील असा फरक करावा. नेहमीप्रमाणे प्रबंधाच्या शेवटी संदर्भग्रंथसूचीचा संपूर्ण तपशील द्यावा.

लेखकाने एखाद्या क्षेत्रात केलेल्या विशेष योगदानाचा उल्लेख प्रबंधात करण्याची इच्छा असणे, हे स्वाभाविक आहे. अशा वेळेस उद्धृते देण्याची आवश्यकता नाही परंतु त्या क्षेत्रातील विशेष महत्त्वाची व्यक्ती म्हणून त्या लेखकाचा उल्लेख करावा.

उदाहरणार्थ तुम्ही असे लिहू शकता:

युरोपिअन भाषांबरोबरच समकालीन युरोपिअन तत्त्वज्ञान शिकवण्याचा जो परिणाम झाला त्याची अनेक लेखकांनी बारकाईने तपासणी केली आहे. (स्मिथ, १९६१: जोन्स, १९८३: डिक्सन, २००१)

या उदाहरणात विद्यार्थी फक्त असे दर्शवतो की स्मिथ, जोन्स, डिक्सन यांची या बाबींवरील पुस्तके हा एक साहित्याचा उपयुक्त स्रोत आहे. जिथे तुम्हाला एखाद्या विशिष्ट अवतरणाच्या तपशिलात न जाता विस्तृत साहित्य क्षेत्र दर्शवायचे असेल तर अशा प्रकारचे संदर्भीकरण उपयुक्त ठरते.

मुख्य लेखनात दिलेल्या उद्धरणांच्या तपशिलाची संपूर्ण संदर्भग्रंथ सूची प्रबंधाच्या शेवटी घालणे सर्व सामान्य पद्धत आहे. ही सूची लेखकाच्या आडनावांनुसार अकारविल्हे केली जावी. पुस्तके, शैक्षणिक जर्नल्समधील लेख आणि अन्य प्रकारची प्रकाशने यांच्या संदर्भात थोडी वेगळी पद्धत लागू होते.

काही काल्पनिक उदाहरणे देऊन त्यातील प्रमुख बदल दर्शवले आहेत.

पुस्तकाचा संदर्भ खालील प्रकारे दिला जातो:

स्मिथ,जे. (१९६३) द *थिअरी ऑफ युरोपिअन कल्चर*. बर्मिंगहॅम: लँग्वेज प्रेस.

यातील वैशिष्ट्ये म्हणजे पुस्तकाचे शीर्षक तिरक्या अक्षरात आहे आणि त्यानंतर प्रकाशन स्थळ आणि प्रकाशकाचे नाव आहे.

संपादित खंडातील प्रकरणाचा संदर्भ खालीलप्रमाणे दिला जातो.

जोन्स, एस. (२०००) 'कन्टेंपररी एक्झिसटेनशिअलिस्ट थॉट', एम. ब्रॅडली (एड.), *अ हिस्ट्री ऑफ मॉडर्न फिलॉसॉफी*. लंडन: थेम्स पब्लिकेशन. पृ. क्र. ३९–५७.

इथे हे लक्षात घेतले जावे की पुस्तकाचे शीर्षक तिरक्या अक्षरात लिहिले असून प्रकरणाचे नाव अवतरण चिन्हात लिहिले आहे. संपादकाच्या नावाची आद्याक्षरे आडनावाच्या आधी घालणे रूढ आहे. शेवटी दर्शवलेले आकडे प्रकरणाच्या पानांचे सुरुवातीचे व शेवटचे क्रमांक दर्शवतात.

नेहमी वापरला जाणारा संदर्भ म्हणजे शैक्षणिक जर्नल्समधील लेख आणि तो संदर्भ अशा प्रकारे दिला जातो:

जोन्स, पी. (२००२) 'फिनोमेनॉलॉजी इन सोशॉलॉजिकल थिअरी', *जर्नल ऑफ इंटरप्रिटेटिव स्टडीज*, २८(३): २०२–३०.

जर्नलमधील लेखाच्या नावाऐवजी जर्नलचे नाव तिरक्या अक्षरात लिहिले आहे. जर्नलमधील लेखाचे नाव अवतरणात लिहिले आहे. शेवटचे आकडे अनुक्रमे जर्नलचा खंड क्रमांक, अंक क्रमांक आणि लेखाची पाने कोणती आहेत ते दर्शवतो. एका विशिष्ट वर्षात त्या जर्नलच्या जितक्या प्रती किंवा जितके अंक प्रकाशित होतात त्यांचा खंड बनतो. म्हणजेच खंड एकमध्ये पहिल्या वर्षातील त्या जर्नलचे प्रकाशित झालेले सर्व अंक समाविष्ट असतात तर दुसऱ्या वर्षाच्या खंडात त्या वर्षातली प्रकाशने असतात आणि याप्रमाणे ते चालू राहते. वरील उदाहरणात *जर्नल ऑफ इंटरप्रिटेटिव स्टडीज* चे २८ वे प्रकाशन वर्ष चालू आहे. संबंधित अंक हा त्या वर्षातील जर्नलचा तिसरा अंक आहे.

ग्रंथालयात असलेल्या दुसऱ्या प्रबंधातून काही उध्दृत करायचे असल्यास त्याचा असा संदर्भ दिला जातो:

कोलिन, जे. (२००१) 'द ओरिजिन्स ऑफ द जर्मन युनिव्हर्सिटी सिस्टिम.' पीएचडी थिसिस, युनिव्हर्सिटी ऑफ नॉर्थ टाऊन, इंग्लंड.

academic tradition and is an inherited part of educational thinking in the western world (Gonczi, 1999). This divide can result in tensions within the assessment strategies in professional courses such as midwifery. An assessment strategy is necessary that places an emphasis on competent performance in a clinical context and is part of an education designed to render students safe to practise. At the same time there is an equally important need to examine students' knowledge base for the profession into which they are being socialised and inducted (Edwards and Knight, 1995). Managing practice assessment and theoretical assessment produces tensions for students. So within the pre-registration midwifery curriculum there is clearly a need to have an assessment strategy that is student-focused and promotes understanding on a variety of dimensions in order to foster in students the development of transferable contextualised skills.

The assessment of attitudes and values

The assessment of attitudes and values is notoriously difficult to achieve yet it is recognised that these professional attributes are very important (Bedford et al, 1993; Eraut, 1993; Hager et al, 1994). This challenge to assessment practices has sometimes been avoided with the emphasis being placed on knowledge and skills. Limiting the assessment of practice in this way has the potential to deny students the opportunity to learn from their experience and develop the requisite professional attitudes and values (Bedford et al, 1993; Boud et al, 1993; Bradshaw, 1997). Not only does the student midwife need to develop a professional attitude towards those in her care but also the appropriate attitudes for critical thinking. These include intellectual humility and the courage to contemplate change based on sound evidence, integrity, perseverance and empathy (Miller et al, 1998; Taylor, 2000a). Hager et al (1994) conclude that the most reliable way of assessing attitudes and values is in the

30

Duffy, M. E. (1985) 'Designing Nursing Research: The qualitative-quantitative debate', *Journal of Advanced Nursing* 10: 225-231.

Dux, C. M. (1989) 'An investigation into whether nurse teachers take into account the individual learning styles of their students when formulating teaching strategies', *Nurse Education Today* 9: 186-191.

Edwards, A. and Knight, P (1995) 'The Assessment of Competence in Higher Education' in Edwards, A. and Knight, P. (eds.) *Assessing Competence in Higher Education*. London: Kogan Page.

Ellis, R. (ed.) (1988) 'Competence in the Caring Professions' in *Professional Competence and Quality Assurance in the Caring Professions*. London: Croom Helm.

English National Board (1995) *Creating Life Long Learners: partnerships for care*. London: English National Board.

English National Board (1996) *Learning From Each Other: The Involvement of People Who Use Services And Their Carers in Education and Training*. London: English National Board.

English National Board (2001) *Education in Focus. Strengthening Pre-registration Nursing and Midwifery Education. Section 3:Guidelines for Pre-registration Midwifery Programmes*. London: English National Board.

English National Board and Department of Health (2001a) *Developments in multiprofessional education. Placements in Focus. Guidance for education in practice for health care professionals*. London: ENB and DOH.

English National Board and Department of Health (2001b) *Preparation of Mentors and Teachers. A new framework of guidance*. London: ENB and DOH.

English National Board and Open University (2001) *Assessing Practice in Nursing and Midwifery*.

Entwistle, N. (1988) *Styles of Learning And Teaching*. London: David Fulton Publishers.

Eraut, M. (1993) *Assessing Competence in the Professions*. Sheffield: Methods Strategy Unit, Educational Department.

Erickson, F. (1990) 'Qualitative methods', *Research in Teaching and Learning* 2: 77-94.

Evans, N. (1987) *Assessing Experiential Learning. A Review of Progress and Practice*. Longman for Further Education Unit Productions.

234

आकृती ६.१ संदर्भीकरणाचे उदाहरण देण्यासाठी प्रबंधातील काही नमुना पाने

सरकारी खात्याकडून केल्या जाणाऱ्या प्रकाशनांसारखी अन्य काही प्रकाशने केली जातात. अशा प्रकाशनाच्या बाबतीत लेखक कोण ते स्पष्ट नसते तसेच तो दस्तावेज प्रत्यक्ष कोणी प्रकाशित केला ते स्पष्टपणे कळत नाही. प्रकाशनाच्या प्रत्येक संभाव्य पर्यायाची वेगवेगळी हाताळणी करण्यापेक्षा तुम्ही तुरेबिअन(१९९६) किंवा ब्रिटिश स्टँडर्ड इन्स्टिट्यूशन (१९९०) असे म्हणून संदर्भ देणे शहाणपणाचे ठरेल.

रूढींचे महत्त्व मोठे असले तरी संदर्भप्रणालींच्यामागे जे तत्त्व आहे ते लक्षात ठेवण्यासारखे आहे. अवतरणांचा स्रोत शोधणे तसेच गरज पडल्यास मूळ प्रकाशन सहजपणे शोधून काढणे यासाठी संदर्भप्रणालींचा उपयोग होतो. संदर्भप्रणालींचा वापर करताना त्यातील सातत्य आणि सुसंगतपणा ही महत्त्वाची तत्त्वे आहेत. विशेषतः प्रकाशनांच्या मुख्य श्रेणीत सहजपणे कुठेच न बसणारा प्रकाशनाचा संदर्भ तुम्ही देता अशावेळेस महत्त्वाचे हे आहे की तुम्ही संदर्भप्रणाली तयार केलेली असल्यामुळे संपूर्ण प्रबंध लिहिताना तिलाच अनुसरून राहावे.

वेबसाईट्सचा संदर्भ देणे

विद्यार्थी वाढत्या प्रमाणात इंटरनेटचा संदर्भ म्हणून वापर करत आहेत, त म्हणून या स्रोतांचा उल्लेख करणे गरजेचे आहे. परंतु असे साहित्य वापरण्यात अनेक अडचणी येतात. वेब पेजचा लेखक नेहमीच माहीत नसतो. तसेच, दिलेल्या माहितीचे शैक्षणिक स्रोत माहीत नसतात किंवा तो लेखक एखाद्या शैक्षणिक संस्थेशी संलग्न आहे का ते माहीत नसते. शैक्षणिक विषयांवरील बरीच वेब पेजेस अधिकृत स्रोतांवरून माहिती घेतात परंतु जर लेखक आणि शैक्षणिक संस्था नीट माहीत नसतील तर अशी माहिती वापरताना किंवा अशा स्रोतांचा उल्लेख करताना जास्त दक्षता घ्यावी. सर्वसाधारण नियम म्हणून पारंपरिक छापील प्रकाशित साहित्याच्या तुलनेत वेबपेजेस ही वारंवार सुधारली जातात किंवा अद्ययावत केली जातात. म्हणून अशा माहितीचा उल्लेख करताना तुम्ही वेब पेज कधी पाहिले त्या तारखेचा उल्लेख करणे महत्त्वाचे आहे.

हे सुद्धा लक्षात ठेवणे महत्त्वाचे आहे की छापील साहित्यास, प्रकाशनपूर्व गुणवत्ता नियंत्रणाच्या अनेक कसोट्यांना उतरावे लागते. प्रसिद्ध शैक्षणिक स्रोतांवरून घेतलेल्या वेब पेजेसची गुणवत्तासुद्धा नियंत्रित केलेली असेलच असे नाही.

खालील काल्पनिक उदाहरणांतून वेब पेजचा उल्लेख कसा केला जावा याची सामान्य पद्धत दर्शवली आहेः

> जेनिंग्ज,पी. (२००३) अन अनोटेटेड बिबलिओग्राफी ऑफ कंटेंपररी सायकॉलॉजी. (ऑनलाईन) उपलब्ध: http:// www. bup. ac. uk/humlit/socialscience/psych. htm(2nd January२००३ रोजी पाहिलेले)

तथापि, हे लक्षात ठेवले पाहिजे की इलेक्ट्रॉनिक स्रोतांवरील संदर्भप्रणाली आणि संबंधित नियम अजूनही विकसित होत आहेत आणि त्यात काही बदल होऊ शकतात.

टिपा आणि तळटिपांचा वापर

काही वेळेस काही अतिरिक्त साहित्य प्रबंधात घालणे आवश्यक असते परंतु ते मुख्य लेखनात घालणे योग्य नसते. अशा प्रकारचे हे साहित्य प्रबंधातील मुख्य युक्तिवादास पूरक ठरणारे असते किंवा त्यात तज्ज्ञांचे विशेष संदर्भ असतात. असे साहित्य संबंधित पानाच्या तळाशी तळटिपेच्या स्वरूपात घातले जाते किंवा प्रत्येक प्रकरणाच्या शेवटी टिपांच्या स्वरूपात घातले जाते किंवा प्रबंधाच्या शेवटी घातले जाते. टिपा आणि तळटिपांसाठी कोणत्या प्रणालीची निवड करायची हे वैयक्तिक आवडीनुसार ठरते आणि एखाद्या विद्यापीठाच्या मान्यताप्राप्त रूढींवर

अवलंबून आहे. सर्व प्रणालींमध्ये मुख्य लेखनातील ज्या विषयाबद्दल टीप द्यायची आहे, त्यासंबंधी मजकुराच्या बाजूस शिरोभागी (सुपरस्क्रिप्ट) क्रमांक लिहिण्याची पद्धत आहे. प्रकरणात हे क्रमांक एकपासून क्रमाने देण्यात येतात आणि नंतर पुढील प्रकरणात ते परत एकपासून चालू होतात. तळटिपांमध्ये अतिरिक्त मजकूर संबंधित पानाच्या तळाशी दिला जातो. याला पर्याय म्हणून प्रत्येक प्रकरणाच्या शेवटी सर्व टिपा क्रमवारीने दिल्या जातात किंवा सर्व टिपा एकत्र करून प्रबंधाच्या शेवटी प्रकरणाच्या क्रमाने दिल्या जातात. दुसऱ्या पर्यायात प्रबंधातील संदर्भांची अंतिम सूची टाइप करण्याआधी टिपा टाइप केल्या जातात. मुख्य लेखनातील सुपरस्क्रिप्ट क्रमांकांमुळे वाचकांना अडथळा येऊ शकतो म्हणून ते वाक्याच्या मध्ये शब्दाच्या डोक्यावर घालण्याऐवजी संबंधित वाक्याच्या शेवटी शिरोभागी घातले जातात.

तथापि, टिपा, मग त्या कुठल्याही प्रकारच्या असोत वाचकाचे लक्ष मुख्य मजकुरापासून वेधून घेतात. प्रत्येक प्रकरणाच्या शेवटी किंवा प्रबंधाच्या शेवटी दिलेल्या टिपा बघण्यासाठी वाचकाला सतत पाने मागे पुढे करत वाचावे लागते त्यामुळे लक्ष विचलित होते. त्यामुळे जो मजकूर तळटिपांमध्ये घातला आहे तो मुख्य मजकुरातच घालणे चांगले असा युक्तिवाद केला जातो.

इंग्लिश नसलेले शब्द आणि संज्ञा

साधारणपणे म्हणायचे झाले तर अशा संज्ञांचा समावेश करताना दक्षता घेतली जावी. त्यांचा वापर का केला जात आहे याचा तुम्ही विचार करावा आणि जर इंग्लिश भाषेत त्याला सर्वमान्य असा पर्यायी शब्द असेल तर इंग्लिश नसलेल्या शब्दाचा वापर करू नये. तथापि, इंग्लिश नसलेल्या शब्दाचा वापर करायचा असल्यास काही बाबी विचारात घेणे आवश्यक आहेत.

इतर भाषांतील अनेक शब्द आता इंग्लिशमध्ये सर्रास वापरले जातात. असे असेल तर मूळ भाषेत असलेली शब्दावरील आघाताची खूण इंग्लिशमध्ये काढून टाकावी. फ्रेंच भाषेतील denouement ह्या शब्दातील पहिल्या स्वरावरील मूळ फ्रेंच लेखनातील तीव्र आघात गाळलेला आहे. जर परदेशातील स्थळाच्या नावाचा उल्लेख करायचा असेल तर तेथील स्थानिक नावापेक्षा इंग्लिश नावाचे रूपांतर ग्राह्य धरावे. म्हणजे Firenze ऐवजी Florence असे वापरावे.

इतर भाषांशी तुलना करता इंग्लिश भाषेत पुस्तकाची आणि अन्य लेखनाची शीर्षके लिहिण्याच्या पद्धतीत फरक आहे. शीर्षकाचा पहिला शब्द आणि त्यानंतर येणारा महत्त्वाचा शब्द कॅपिटल अक्षराने सुरू होतो. उदा. Functionalism in Modern Sociological Thought. तथापि, अन्य भाषांमध्ये साधारणपणे पहिला शब्द आणि सर्व विशेषनामे कॅपिटल अक्षरात लिहिली जातात. उदा. Dans deux Semaines.

इंग्लिश नसलेले शब्द पण इंग्लिशमध्ये सर्रास वापरले जाणारे शब्द तिरक्या अक्षरात लिहीत नाहीत. उदा. 'in situ' किंवा 'status quo' परंतु suigeneris सारखे शब्द कदाचित तिरक्या अक्षरात लिहिले जातील. जेव्हा दुसऱ्या भाषेतील शब्द वापरायचा विचार करतो तेव्हा ते वाचकांना सहज कळेल का याचा विचार करणे महत्त्वाचे आहे. जर ते कळणार नसेल तर गरज पडल्यास जास्त शब्द वापरून इंग्लिश भाषाच वापरण्याचा प्रयत्न करणे योग्य ठरेल.

उदाहरण – काही इंग्लिश नसलेले शब्द आणि त्यांचे अर्थ

शैक्षणिक लेखनात वारंवार येणारे काही इंग्लिश नसलेले शब्द (लॅटिन). अर्थातच अन्य अनेक भाषांमधूनही शब्द घेतलेले असतात. तथापि, खाली दिलेल्या संज्ञांसाठी थेट इंग्लिश शब्द वापरणे शक्य आहे असे निश्चितच म्हणता येते.

a fortiori	with greater reason
ceteris paribus	other things being equal
ex post facto	after the event has occurred
ipso facto	by the very fact
magnum opus	great work, or most significant work
non sequitur	does not follow
prima facie	at first sight
sine qua non	a necessary condition
ultra vires	beyond legal rights

इंग्लिश आणि अमेरिकन स्पेलिंग

शैक्षणिक लेखनात नेहमी येणारी समस्या म्हणजे ise आणि ize ने शेवट होणाऱ्या क्रियापदांच्या रूपांची निवड करणे. इंग्लिश प्रबंध लेखनात दुसरा प्रकार मान्य आहे. शैक्षणिक संदर्भात नेहमी येणारे शब्द आणि त्यामुळे उद्भवणाऱ्या समस्या यात hypothesize, synthesize and socialize यांचा समावेश होतो. परंतु, supervise and supervisor यांसारख्या शब्दांचा शेवट ise ने होतो. तसेच analyse शब्दाच्या स्पेलिंगकडे लक्ष द्या.

अमेरिकेत मूळ असलेल्या सॉफ्टवेअर प्रोग्रॅममध्ये ize ने शेवट होणाऱ्या क्रियापदांच्या रूपाखाली स्पेलिंगची चूक म्हणून रेघ येते हे लक्षात असू द्या.

संक्षिप्त रूपे

संक्षिप्त रूपांचा वापर क्वचित करावा. संक्षिप्त रूपे मुख्य मजकुरात खूप जास्त प्रमाणात वापरली जातात तेव्हा वाचनात तुटकपणा येतो आणि वाचन कठीण होते. वाचक काही संक्षिप्त रूपांचे अर्थ विसरतो आणि त्याला सतत मागे जाऊन शब्दसूचीचा वापर करावा लागतो.

काही वेळेस प्रबंध अशा समस्येशी किंवा समस्यांशी संबंधित असतो की त्यांचे नाव लांबलचक असते. ती नावे वारंवार लिहिणेही आवश्यक असतात. उदा. 'कंप्यूटरवर आधारित शिक्षण आणि प्रशिक्षण' ही संज्ञा मजकुरात परतपरत आली तर वाचन कंटाळवाणे होईल तसेच वाक्यरचनाही क्लिष्ट होईल. अशा परिस्थितीत शब्दांचे पहिले अक्षर घेऊन एक शब्द तयार करावा लागतो. कंम्प्यूटर बेस्ड एज्युकेशन अँड ट्रेनिंग (सीबीईटी) जेव्हा हे संक्षिप्त रूप प्रथम वापरले जाते तेव्हा त्याचे पूर्ण रूप द्यावे व नंतर कंसात संक्षिप्त रूप द्यावे. त्यानंतर मात्र निव्वळ संक्षिप्त रूप वापरावे. प्रबंधाच्या आरंभी किंवा सामान्यतः प्रकरणाच्या आरंभी संक्षिप्त रूपांची सूची देणे हीसुद्धा एक चांगली कल्पना आहे.

औपचारिक व्यवस्थापनाच्या संक्षिप्त रूपांनंतर पूर्णविराम देत नाहीत. उदाहरणार्थ SOAS, UMIST, आणि OUP. पुढील संक्षिप्त रूपात पूर्णविराम दिला जात नाही. उदा. Dr पुढील संक्षिप्त रूपांमध्ये मात्र पूर्णविराम दिला जातो उदा. C. E. , B. C. E. , Ph. D. , e. g. आणि i. e.

तिरकी आणि कॅपिटल अक्षरे

जर्नल्स, पुस्तके आणि अन्य शैक्षणिक लिखाणांची शीर्षके तिरकी लिहिली जातात. परंतु जर्नलमधील लेखाची शीर्षके तसेच पुस्तकातील प्रकरणांची नावे तिरक्या अक्षरात नसतात. एखाद्या संज्ञेवर किंवा शब्दावर जोर देण्यासाठी तिरक्या अक्षरांचा वापर करताना काळजी घेतली पाहिजे. तिरकी अक्षरे वापरण्यामागील कारणे किंवा इच्छित अर्थछटा वाचकाला आपोआप कळणार नाहीत. तिरक्या अक्षरांचा अर्थ वाचकाने लावण्याची अपेक्षा असते आणि वाचक इच्छित अर्थापेक्षा वेगळा अर्थ लावू शकेल.

शैक्षणिक संस्थांची नावे लिहिताना पहिली अक्षरे कॅपिटलमध्ये लिहावीत, उदा. युनिव्हर्सिटी ऑफ ऑक्सफर्ड किंवा ब्रिटिश लायब्ररी. जर एखाद्या विशिष्ट युनिव्हर्सिटीचा वारंवार उल्लेख होत असेल तर प्रथम उल्लेख झाल्यानंतर फक्त द युनिव्हर्सिटी असा उल्लेख करावा, सुरुवातीस विशिष्ट युनिव्हर्सिटीची चर्चा चालू आहे, हे कळण्याकरता यू कॅपिटल लिहावा. एखाद्या पदावरील व्यक्तीचा उल्लेख करायचा असेल तर कॅपिटल अक्षराचा वापर करावा. उदा. Vice-Chancellor. व्यक्तीवरून तयार झालेल्या विशेषणांचे पहिले अक्षर कॅपिटल काढावे. उदा. Kantian किंवा Aristotelian. यात पहिले अक्षर कॅपिटल आहे.

हायफन्स, डॅशेस, आकडे, आणि ॲपॉस्ट्रफी यांचा वापर

जेव्हा दोन शब्द एक संकल्पना म्हणून वापरले जातात तेव्हा त्यांच्यामध्ये हायफन दिली जाते. उदा. पोस्ट-स्ट्रक्चरॅलिस्ट, हायपोथेटिको–डिडक्टिव. परंतु जेव्हा प्रत्येक शब्दाला स्वतःचे महत्त्व असते तेव्हा हायफनचा वापर केला जात नाही. याची उदाहरणे पुढीलप्रमाणेः सिम्बॉलिक इंटरॲक्शनिझम, लेबलिंग थिअरी. परंतु प्रत्यक्षात बरेच भेद दिसून येतात.

डॅशेसचे (वियोग चिन्ह) मुख्य दोन प्रकार असतात. छोटी डॅश ही लांबीला हायफनच्या दुप्पट असते आणि सुरुवातीस किंवा शेवटी जागा सोडलेली नसते. दोन शब्दांमधील संबंध दर्शवण्यासाठी तिचा उपयोग केलेला असतो. उदा. एथनोग्राफिक – इंटरॲक्शनिस्ट ॲप्रोच टू रिसर्च. लांब डॅशने वाक्यात घातलेली भर दर्शवली जाते उदा. 'संशोधनाकडे पाहण्याचा प्रत्यक्षार्थवादी दृष्टिकोन – संख्यात्मक डेटावर अवलंबून पाहून – जिथे संशोधकाला संशोधनातील अचूक प्रमेय संकल्पनांची व्याख्या करावयाची असेल तिथे हे योग्य ठरेल.' परंतु, स्वल्प विराम किंवा कंस वापरण्याचे तंत्र अधिक योग्य ठरेल. लांब डॅशची लांबी छोट्या डॅशइतकीच असते परंतु तिच्या सुरुवातीस किंवा शेवटी जागा सोडलेली असते.

दोन संख्यांमधले उदा. पान क्रमांकांमधील अंतर दर्शवण्यासाठी शेवटचे दोन आकडे द्यायचे असतात. उदा. ४३२–५३. याठिकाणी वापरलेली डॅश छोटी असते. तारखा १६ जानेवरी १९३२ या स्वरूपात लिहिल्या जाव्यात. शतकांचा उल्लेख सहसा एकोणिसावे शतक असा करावा. आकड्यातून जर नेमक्या संख्याशास्त्रीय डेटाचा उल्लेख करायचा असेल तर आकडेच लिहावेत. परंतु या उलट ते जर मजकुराचाच एक भाग असतील किंवा वाक्याच्या सुरुवातीस असतील तर सहसा अक्षरात लिहावेत. मोठ्या संख्या अक्षरात लिहिणे क्लिष्ट व लांबलचक वाटते म्हणून त्या आकड्यात लिहाव्यात.

स्वामित्व दाखवण्यासाठी ॲपॉस्ट्रफीचा उपयोग करतात. ज्याच्या नावाचा शेवट एसने होतो त्याच्याबाबतीत स्वामित्व दाखवण्यासाठी ॲपॉस्ट्रफीचा उपयोग केल्यास गोंधळ होऊ शकतो. अशा वेळेस ॲपॉस्ट्रफी आणि दुसरा एस वापरला जातो. उदा. Keynes's or Morris's. कधी कधी ॲपॉस्ट्रफीचा उपयोग तारीख लिहिताना दशकाचा कालावधी दाखवताना चुकीच्या पद्धतीने केला जातो. १९६०s लिहिताना ॲपॉस्ट्रफीचा उपयोग न करणे हेच सयुक्तिक आहे. ॲपॉस्ट्रफीचा उपयोग हा मुद्दा क्रेम आणि ली (१९९७, पृ. क्र. १३६–७) मध्ये चर्चिला आहे.

सुसंगती, सुसंगती आणि, फक्त सुसंगती!

पदव्युत्तर आणि डॉक्टरल प्रबंधातील शैक्षणिक लेखनाच्या रूढींमध्ये बऱ्यापैकी लवचिकता असते. उदा. काही विद्यार्थी इंडेंटमध्ये अवतरणे दाखवताना दोन ओळीतील अंतर कमी ठेवतात आणि लहान फॉंट वापरतात तर काहीजण तिरक्या अक्षरांचा वापर करतात. संदर्भप्रणालीच्या वापरासंबंधी काही प्रकाशक या ना त्या बाबतीत अपारंपरिक असतात म्हणून संदर्भग्रंथसूचीचे तपशील देण्यासाठी तुम्ही तुमची स्वतःची प्रणाली तयार केली पाहिजे. तिरकी अक्षरे-इटॅलिसायझिंग आणि कॅपिटलायझेशनचे अचूक आणि नेमके नियम तयार करणे कठीण आहे. तसेच हायफन आणि डॅशेसच्या उपयोजनात बऱ्यापैकी बदल असतात.

प्रत्यक्ष तुम्ही लिहायला लागल्यावरच त्या विशिष्ट प्रबंधातील भाषेच्या गरजा लक्षात येऊ लागतात. उदा. हे स्पष्ट होते की त्या लेखनात नियमितपणे परक्या भाषेतील शब्दांचा वापर करावा लागणार आहे. तसेच इतर भाषेतील अवतरणांचा वापर करावा लागणार आहे. जसजसे प्रबंधाच्या टायपिंगचे काम सुरू होईल तसतसे काही विशिष्ट गरजा स्पष्ट होऊ लागतील. शक्य असेल तोपर्यंत तुम्ही शैक्षणिक लेखनाच्या रूढींचे पालन कराल परंतु काही बाबतीत खास तुमच्या प्रबंधासाठी तुम्हाला काही रूढी विकसित कराव्या लागतील.

उदाहरण – अन्य देशातील साहित्याचा संदर्भ घेणे

जेव्हा तुम्ही अशा विषयात संशोधन करत असाल की ज्यातील डेटा मुळात दुसऱ्या भाषेत लिहिला आहे तेव्हा तो तुमच्या भाषेत कसा उपलब्ध करायचा याबाबतीत तुम्हाला निर्णय घ्यावा लागेल. साहित्याच्या किंवा धर्माचा तुलनात्मक अभ्यास करणाऱ्या विद्यार्थ्यांना या समस्येस तोंड द्यावे लागेल. काही बाबतीत अनेक प्रणाली उपलब्ध असतील आणि तुम्हाला वाचकांना तुमच्या निवडीबद्दल स्पष्टीकरण द्यावे लागेल.

अशा वेळी अशा रूढींचे पूर्ण स्पष्टीकरण देणे आणि त्या सुसंगतपणे वापरणे महत्त्वाचे आहे. याशिवाय अन्य बाबतीत जिथे रूढींची निवड करता येते तिथे आकृतीबंधाची निवड करून संपूर्ण प्रबंध लिहिताना त्याच पद्धतीने लिहिणे महत्त्वाचे आहे. त्यात थोडा जरी बदल झाला तरी वाचकांना त्याचा त्रास होतो. ज्या रूढींची निवड केली गेली आहे त्यापेक्षा कदाचित महत्त्वाची आहे सुसंगती.

उदाहरण – शैक्षणिक लेखनातील कळीचे मुद्दे

शैक्षणिक संदर्भातील लेखन करताना यातील कळीच्या मुद्द्यांचा सारांश तुम्ही ध्यानात ठेवणे आवश्यक आहे.

- वस्तुनिष्ठ ,संतुलित, आणि पूर्वग्रहविरहित शैलीत लिहिण्याचा प्रयत्न करा.
- जर अधिक व्यक्तीनिष्ठ पद्धतीने लिहिणे तसेच प्रथम पुरुषाचा वापर करणे आवश्यक असेल तर ते दक्षतेने करा.
- लिंगनिरपेक्ष संज्ञा आणि शब्दांचा वापर करा.
- मान्यताप्राप्त संदर्भ पद्धती ठरवा आणि तीच अनुसरा.
- व्याकरणशुद्ध लिहिण्याकडे लक्ष द्या.
- तुमच्या प्रबंधात सुसंगतपणा आणण्यासाठी शैक्षणिक शैलीतील सर्व बाबतीत सातत्य ठेवा.

Further reading

Jackson, H. (2005) *Good Grammar for Students.* London: Sage.
Redman, P. (2005) *Good Essay Writing: A Social Sciences Guide.* 3rd edn. London: Sage.
Rudestam, K. E. and Newton, R. R. (2007) *Surviving Your Dissertation: A Comprehensive Guide to Content and Process.* 3rd edn. Los Angeles, CA: Sage.
Swales, J. and Feak, C. B. (2004) *Academic Writing for Graduate Students: Essential Tasks and Skills.* 2nd edn. Ann Arbor, MI: University of Michigan Press.
Wyse, D. (2007) *The Good Writing Guide for Education Students.* London: Sage.

७

प्रबंधाची मांडणी

या प्रकरणात आपण प्रबंधाच्या सादरीकरणाचा विचार करत आहोत. पृष्ठांची मांडणी, आकृतीबंध, शीर्षके आणि उपशीर्षकांचा उपयोग यांच्या विविध बाजूंचा आपण विचार करणार आहोत, तसेच तालिका आणि आकृतींचा आणि परिशिष्टांमधील मजकुराचा कसा वापर केला जातो याचे परीक्षण करणार आहोत. वाचकाला सोपे जावे म्हणून प्रत्येक प्रबंध स्पष्ट आणि सरळ शैलीत लिहावा. हे प्रकरण तुम्हाला यात साह्य करेल.

अभ्यासाची धोरणे

- प्रबंध टाइप करायला घ्यायच्या आधी पृष्ठांची मांडणी, शीर्षके आणि एकंदरीत रचना यासाठी अन्य प्रबंध, शैक्षणिक जर्नल्स, शैक्षणिक पुस्तके यांच्यावर एक नजर टाका. तालिका, पृष्ठे आणि चित्रे यांची रचना वेगवेगळ्या पद्धतींनी कशी केली आहे त्याची नोंद करा आणि त्यानंतर तुमच्या संगणकावर नमुना म्हणून काही पृष्ठे टाइप करा.
- तुमच्या प्रबंधाच्या आणि विषयाच्या काय गरजा आहेत त्यांचा विचार करा आणि त्यानंतर प्रबंधाचा आकृतीबंध आणि मांडणीची योजना निश्चित करा.
- शीर्षके, उपशीर्षके, आणि उपउपशीर्षके यांचा क्रम कसा लावायचा ते ठरवा. नमुना म्हणून एक मसुदा टाइप करा, त्यात कुठला फाँट वापरायचा, त्याचा आकार कोणता ठेवायचा हे सर्व नोंदवून ठेवा. प्रबंधावर काम करायला सुरुवात करताना मार्गदर्शक म्हणून ते तुमच्या जवळ ठेवा.

पृष्ठांची मांडणी

प्रबंध लेखन हा एक भारदस्त स्वरूपाचा दस्तावेज असून सामान्यतः त्याचे सादरीकरण औपचारिक पद्धतीने केले जाते. उदाहरणार्थ जर प्रबंधात अनेक तजेलदार रंगांची चित्रे घातली आणि रचना सुशोभित केली तर परीक्षकांच्या अपेक्षांपेक्षा ह्या प्रबंधाचे दृश्य स्वरूप जास्तच अनौपचारिक आहे असा समज होण्याची शक्यता आहे. प्रबंधाच्या

सुशोभीकरणामुळे प्रबंधाच्या गंभीर विषयावरील आणि त्यातील युक्तिवादातील शैक्षणिक आशयावरून लक्ष उडू शकते. (Consider rewriting the sentence in a simpler way) लोकांच्या अपेक्षापूर्तीसाठी प्रबंधाचे स्वरूप कसे सादर केले जावे हे किती महत्त्वाचे आहे याचे हे एक उदाहरण आहे. आकृतीबंधाचे महत्त्व बर्गर (१९९३, पृ. क्र. ६३) मध्ये चर्चिले आहे.

फाँट आणि त्याचा आकार

प्रबंध टाइप करायला लागलात की किंवा टायपिंगची व्यवस्था केलीत की रचनेच्या विविध बाबीं ठरवण्यात साह्य होते. मुख्य मसुद्याचा फाँट साइझ ११ किंवा १२ पॉइंट राहील आणि सर्वात उत्तम म्हणजे डबल स्पेसिंग. शैक्षणिक लेखनात सर्वसाधारणपणे जे फाँट वापरले जातात त्यापैकी एक बहुतेक सर्व विद्यार्थी पसंत करतात उदाहरणार्थ टाइम्स न्यू रोमन किंवा एरिअल. हे म्हणणे जरा पारंपरिक वाटले, तरी जास्त अलंकारिक किंवा उपलब्ध असलेल्यांतले असाधारण फाँट्स वापरणे टाळणेच सर्वोत्तम. हा दृष्टिकोन प्रबंधाचे बऱ्यापैकी औपचारिक शैलीत सादरीकरण करण्याच्या तत्त्वाशी सुसंगत आहे.

पृष्ठाची मांडणी

पहिल्या प्रकरणाच्या पहिल्या पृष्ठापासून शेवटच्या पृष्ठापर्यंत इंग्रजी क्रमांक दिले जावेत. अनुक्रमणिका, ऋणनिर्देश, किंवा शब्दसूची यासारख्या सुरुवातीच्या पृष्ठांना लोअर केसमधील रोमन क्रमांक दिले जावेत. एकदा का टायपिंग कसे करायचे ते ठरले की योग्य ते पृष्ठक्रमांक अनुक्रमणिकेत घालावेत. तुमच्या संगणकावरील डीफॉल्ट समास रेषेने ठरवून दिलेली पृष्ठाच्या कडेच्या भोवतीची जागा पुरेशी असते. याला अपवाद फक्त डावी बाजू किंवा कागद बांधणीसाठी लागणारी कडा. येथील समास एक सेंटीमीटरने जास्त ठेवावा म्हणजे प्रबंधाची कायमस्वरूपी बांधणी करण्यासाठी जास्तीची जागा मिळेल. जर अशी जागा सोडली नाही तर पृष्ठे उलटल्यानंतर डाव्या बाजूचा मजकूर वाचणे कठीण होईल. आधीच्या कायमस्वरूपी बांधणी केलेल्या प्रबंधांची पाहणी केल्यास तुम्हाला नक्की किती जास्त समास सोडायचा याबद्दल मार्गदर्शन मिळेल. डावीकडचा समास जास्त सुटला जाणार नाही याची दक्षता घ्यावी नाहीतर पृष्ठाची मांडणी प्रमाणबद्ध दिसणार नाही. काही विद्यार्थी मजकुराच्या उजव्या बाजूस जस्टिफाय करतात तर काही कुठलेच जस्टिफाय करत नाहीत. काही प्रमाणात ही वैयक्तिक आवडीची बाब आहे. ह्याही बाबतीत आधीच्या प्रबंधांची पाहणी केल्यास तुम्हाला कोणती पद्धत पसंत आहे हे ठरवता येईल.

मथळे, उपविभागाचे मथळे आणि शीर्षकांचा वापर

संपूर्ण प्रबंधाखेरीज पहिल्या पृष्ठाला, मथळ्यापासून ते सारांश किंवा अनुक्रमणिकेस, प्रकरणाच्या मथळ्यांना आणि संपूर्ण प्रकरणातील उपविभागाच्या मथळ्यांना कोणता फाँटसाइझ वापरायचा याचा निर्णय घेणे गरजेचे आहे. एका विशिष्ट मथळ्याचा किंवा शीर्षकाचा फाँट साइझ ठरवणे आणि तो ठळक करणे किंवा न करणे हे साहजिकच त्याच्या महत्त्वानुसार ठरते. अशा प्रकारे पहिल्या पृष्ठावर शीर्षक प्रबंधातील अन्य बाबींपेक्षा मोठ्या फाँट आकारात असावे. तुमचे नाव त्यामानाने लहान साइझमध्ये असावे. प्रत्यक्ष आकार आणि मांडणी याची कल्पना इतर प्रबंधांवरून घ्यावी.

सर्व मजकूर कागदाच्या एका बाजूसच टाइप करावा. प्रत्येक प्रकरणाची सुरुवात नव्या पृष्ठावर करावी. प्रत्येक प्रकरणास इंग्रजी क्रमांक द्यावा, उदा. प्रकरण १ त्यानंतर खाली प्रकरणाचे नाव लिहावे. ही शीर्षके १४ किंवा

१६ पॉईंटमध्ये आवडीप्रमाणे ठळक अक्षरात द्यावीत. सुरुवातीच्या सर्व पृष्ठांवरील शीर्षके ठळक अक्षरात आणि प्रकरणाच्या मथळ्यांच्या फाँट साइझप्रमाणेच टाइप करणे ही एक चांगली कल्पना आहे. त्यामुळे संपूर्ण प्रबंधातील मुख्य मथळ्यांत सुसंगती राहील. मथळे आणि उपविभागाचे मथळे यांना सामान्यतः अधोरेखित केले जात नाही, परंतु त्यांच्या फाँट साइझवरून किंवा ठळक वा तिरक्या अक्षरात असण्यावरून ते ओळखले जातात.

उपविभागाचे मथळे हे फार उपयुक्त साधन आहे. त्याच्यामुळे प्रत्येक प्रकरणाची रचना अधिक अर्थपूर्ण रीतीने केली जाते तसेच विषयाचे उपविभाजन झाल्याने तो समजण्यास सोपा होतो. तथापि, उपमथळे जर तर्कशुद्ध रीतीने वापरले नाहीत तर ते वाचकाला गोंधळात पाडू शकतात. उपविभागाच्या मथळ्यांच्या क्रमाची उतरंड ठरलेली असते. या उतरंडीच्या सर्वात वरच्या पायरीवर प्रकरणाची शीर्षके असतात, त्यानंतर उपविभागांच्या मथळ्यांची पहिली पायरी असते आणि त्यानंतर गरज पडल्यास उपविभागांच्या मथळ्यांची दुसरी पायरी असते. मांडणीची सर्वात मुख्य गरज म्हणजे संपूर्ण प्रबंधभर एकाच प्रकारच्या रचनेत त्याच पायरीवरील उपविभागाचे मथळे दिसले पाहिजेत. उदाहरणार्थ पहिली पायरी १२ पॉईंट ठळक अक्षरात दर्शवली जाईल तर दुसरी लेव्हल १२ पॉँईंट ठळक तिरक्या अक्षरात दर्शवली जाईल.

उपविभागाच्या मथळ्यांची दुसरी गरज म्हणजे वेगवेगळ्या प्रकरणात त्यांचा सुसंगतपणे उपयोग केला जावा. प्रत्येक प्रकरणाचा विषय वेगवेगळा असल्यामुळे नेहमीच हे साध्य करणे सोपे नाही. तथापि, काही साध्यासोप्या दक्षता घेऊन गोंधळ टाळता येऊ शकतो. काही वेळेस प्रकरणाची सुरुवात प्रस्तावनेसारख्या काही परिच्छेदांनी होते आणि या परिच्छेदांना प्रकरणाच्या आरंभी 'प्रस्तावना' असा उपविभागाचा मथळा देऊन ओळखता येते. परंतु पुढील प्रकरणे एकतर उपविभागाच्या मथळ्याशिवाय सुरू होतात किंवा वेगळ्या उपविभागाच्या मथळ्यांनी सुरू होतात. जर एका प्रकरणाची सुरुवात 'प्रस्तावना' या उपविभागाच्या मथळ्याने होत असेल तर सर्व प्रकरणे तशीच सुरू होणे इष्ट. जर प्रत्येक प्रकरणाला प्रत्येक पायरीवर जवळजवळ तेवढेच उपविभागाचे मथळे असतील तर त्याची मदत होते. तेवढ्याच संख्येने मथळे असले पाहिजेत असे नाही परंतु निदान काही प्रमाणात संख्येत साम्य असले पाहिजे. प्रबंधाला बांधीव रचनेचे स्वरूप देण्यासाठी ही सर्व धोरणे आखलेली आहेत आणि त्यामुळे प्रबंधाच्या रचनेत तर्कसंगती आहे असा विचार करायला वाचक उद्युक्त होतो.

काही लेखक उपविभागाच्या मथळ्यांना क्रमांक पद्धत जोडतात. उदाहरणार्थ प्रकरण पहिल्यातील पहिल्या उपविभागाच्या मथळ्याला १.१ असा क्रमांक दिला जातो आणि दुसऱ्या पायरीवरील पहिल्या उपविभागाच्या मथळ्यास १.१.१ असा क्रमांक दिला जातो. दुसऱ्या प्रकरणात अनुक्रमे २.१ आणि २.१.१ असे क्रमांक दिले जातात. यामध्ये उपविभागाचे मथळे नेमकेपणाने दिले जातात परंतु प्रबंधापेक्षा अहवालात अशी पद्धत वापरली जाते.

अनुक्रमणिकेच्या पृष्ठांची मांडणी

अनुक्रमणिकेची तालिका प्रबंधाची रचनाच समोर ठेवते. त्यात सर्व मुख्य विभाग आणि उपविभाग कोणत्या क्रमांकाच्या पृष्ठावर सुरू होतात याची माहिती देते. जरी अनुक्रमणिका प्रबंधाच्या अगदी सुरुवातीस असली तरी त्याआधी इतर कित्येक विभाग येतात. शीर्षक पृष्ठानंतर प्रबंधाचा सारांश दिलेला असतो. ए४ कागदाच्या एका बाजूवर प्रबंधाची कळीची वैशिष्ट्ये दिलेली असतात, त्यात डेटा, विश्लेषण, काढलेला निष्कर्ष यांचा समावेश असतो. सामान्यतः सारांशाचा समावेश करणे बंधनकारक असते. त्यानंतर एक किंवा दोन विभागाचा समावेश असतो पण लेखक म्हणून तो तुमच्या इच्छेवर अवलंबून असतो. तुम्ही 'अर्पणपत्रिकेचा' समावेश करण्याचा विचार

कराल ज्यात तुम्ही तुमच्या आयुष्यातील तुम्हाला स्फूर्ती देणाऱ्या महत्त्वाच्या व्यक्तींचा उल्लेख कराल. उदाहरणार्थ काही विद्यार्थी त्यांचा प्रबंध त्यांच्या कुटुंबीयांना अर्पण करतात. यानंतर येईल 'ऋणनिर्देश'. यात तुम्हाला ज्या कोणी महत्त्वाची मदत केली असेल त्यांच्या नावाचा समावेश करावा. त्यात तुमचे मार्गदर्शक किंवा ज्यांचा तुम्ही सल्ला घेतला होता ते अध्यापक असतील. या सुरुवातीच्या पृष्ठांना शीर्षकाच्या पृष्ठापासून लोअर केसमधील रोमन क्रमांक द्यावेत. तथापि, पृष्ठांची मोजणी करताना शीर्षक पृष्ठ आणि सारांशाच्या पृष्ठाचीही त्यात गणना होते परंतु त्या पृष्ठावर प्रत्यक्ष अंक दिले जात नाहीत.

आता आपण अनुक्रमणिकेची तालिका पाहणार आहोत. त्यात कुठल्याही सुरुवातीच्या पृष्ठांचा उल्लेख केलेला नसतो. फक्त अनुक्रमणिकेनंतर येणाऱ्या विभागांचा समावेश केला आहे. एक ठरावीक अनुक्रमणिका खाली दिलेली आहे परंतु प्रत्येक विद्यापीठांचे प्रबंधाच्या मांडणीबाबत स्वत:चे नियम असतात.

उदाहरण – अनुक्रमणिका

अनुक्रमणिका

तालिका	v
आकृत्या	vi
संक्षिप्त रूपे	vii
परिशिष्टे	viii
लिप्यंतरित चिन्हे	ix
प्रकरण १. प्रस्तावना	१
प्रकरण २. साहित्याचे परीक्षण	१७
प्रकरण ३. पद्धती	३८
प्रकरण ४. मुलाखतींचा डेटा	५१
प्रकरण ५. प्रश्नावलींचा डेटा	७२
प्रकरण ६. निष्कर्ष	८३
संदर्भ	९०
शब्दसूची	९५
परिशिष्टे	९७

ज्या क्रमाने प्रबंधात तालिका येतात त्या क्रमाने सर्व तालिकांचे तालिका पृष्ठावर सादरीकरण करावे. प्रत्येक तालिकेस क्रमांक, शीर्षक तसेच ज्या पृष्ठावर ती असेल तो पृष्ठक्रमांक दिला जावा. हीच पद्धत आकृत्यांच्या पृष्ठांवरही अनुसरावी. तालिकांचा आणि आकृत्यांचा वापर कसा करावा याचा पुढील तपशील याच प्रकरणात पुढे दिला आहे. प्रबंधात असलेले संक्षिप्त रूपांचे पृष्ठ हे बरेच वेळा उपयोगी पडते. यात संक्षिप्तरूपे तसेच त्या रूपांपासून बनवलेला एक शब्द (ज्याला इंग्रजीमध्ये ॲक्रनिम असे म्हणतात) यांचा समावेश असतो. संपूर्ण प्रबंधात जर तुम्ही संक्षिप्त रूपे वापरायची ठरवली असतील तर त्याचे पूर्ण रूप सुरुवातीस एकदाच वापरावे. ज्या पृष्ठावर परिशिष्टांची सूची असते तिथेच जे काही अन्य साहित्य समाविष्ट केले असेल त्या वेगवेगळ्या विभागांची नावे आणि पृष्ठ क्रमांक

दिले जावेत. परिशिष्टांच्या उपयोगांचा अधिक तपशील ह्या प्रकरणात नंतर दिला आहे. विषयानुसार काही प्रबंधांत एका भाषेतून इंग्रजीमध्ये शब्द आणण्याची गरज भासते. विशेष करून तुम्ही जेव्हा वेगळ्या भाषेतील साहित्याचा वापर करता तेव्हा ही गरज भासते. ज्या वेळेस अशा लिप्यंतराचा वापर होतो तेव्हा तुम्हाला अक्षराच्या वरील किंवा खालील बाजूस विशेषक (उच्चार दर्शवणारी खूण) लिहावी लागते. अशा परिस्थितीत स्पष्टीकरणात्मक सूची देणे उपयुक्त ठरते.

या पृष्ठांनंतर तुम्ही प्रकरणांचे क्रमांक, त्यांची शीर्षके आणि प्रकरणे जिथे सुरू होतात ते पृष्ठ क्रमांक यांची सूची करावी. प्रकरणे सुरू होतात तिथपासून पृष्ठक्रमांक देण्याची पद्धत बदलते हे लक्षात घेणे महत्त्वाचे आहे. पहिल्या प्रकरणाच्या पहिल्या पृष्ठास १ हा इंग्लिश क्रमांक द्यावा. प्रबंधातील उरलेल्या पृष्ठांना क्रमाने इंग्लिश आकडे दयावेत. प्रत्येक प्रकरणाच्या शीर्षकाखाली तुम्ही उपशीर्षकांची त्यांच्या पृष्ठक्रमांकासह सूची देऊ शकता. उपशीर्षके प्रकरणाच्या शीर्षकापेक्षा थोडी आत घ्यावीत म्हणजे ती शीर्षकाहून वेगळी ओळखता येतात.

प्रकरणांच्या सूचीनंतर प्रबंधात उद्धृत केलेल्या सर्व संदर्भ ग्रंथांची सूची येईल. आवश्यकता भासल्यास तुम्ही वापरलेल्या कळीच्या संज्ञांची थोडक्यात व्याख्या देऊन शब्द सूची द्यावी. सर्वात शेवटी परिशिष्टांची सूची घालावी. अनुक्रमणिका तयार करताना मुख्य लक्षात ठेवण्याचा मुद्दा म्हणजे प्रबंधाची एकूण रचना कशी आहे हे वाचकांना दाखवणारा तो आराखडा असतो आणि तो तुम्हाला एका विभागाकडून दुसऱ्या विभागाकडे जाण्याची दिशा दाखवण्यास साह्य करतो.

यशासाठी युक्ती – शीर्षके आणि उपशीर्षके

प्रबंधाची रचना कशी आहे हे तुमच्या वाचकांना कळण्यास मदत व्हावी म्हणून शीर्षके वापरताना काळजीपूर्वक विचार करा.

उद्धृतांची वारंवारिता

उद्धृतांची निवड आणि ती मुख्य मजकुरात तसेच निर्माण होणाऱ्या युक्तिवादात सामावण्याची पद्धत ह्या शैक्षणिक बाबी आहेत. संबंधित स्त्रोतातून योग्य त्या अवतरणांची निवड केली आणि संदर्भग्रंथसूचीचा योग्य तो तपशील वापरला असे गृहीत धरले तरी मांडणीच्या काही महत्त्वाच्या बाबी तशाच राहतात. प्रबंधाशी संबंधित अत्यंत रंजक असे पुस्तक किंवा लेख तुम्हाला अनेकदा मिळेल. अशा साहित्यातील मोठे उतारे प्रबंधात घालण्याचा मोह होतो. तुम्ही जर या मोहास बळी पडलात तर त्याचे अनेक परिणाम होतात, आणि त्यातल्या कशानेही प्रबंधाची गुणवत्ता वाढत नाही. एकाच स्त्रोताचा पुन्हापुन्हा वापर केला, त्यामुळे असा समज किंवा गैरसमज होतो की फारच मर्यादित संदर्भ स्त्रोतांचा वापर केला आहे. याशिवाय, जर तुम्ही मोठ्या उताऱ्यांचा वापर केलात तर असा समज होतो की स्वतःच्या मूलभूत युक्तिवादाची तयारी करून रचना करण्याऐवजी तुम्ही युक्तिवाद बनवण्यासाठी इतर लेखकांवर अवलंबून आहात. शेवटी पृष्ठ रचनेच्या दृष्टिकोनातून पाहिल्यास परीक्षकाला पृष्ठावर एक नजर टाकल्यास हे स्पष्ट होते की मजकुरात मूळ लिखाणापेक्षा उद्धृते प्रामुख्याने दिसत आहेत.

उदाहरण – मजकुराचे विश्लेषण

एक वेळ असते जेव्हा त्याच पुस्तकातील मोठी अवतरणे समाविष्ट करणे उचितच नव्हे तर आवश्यकही असू शकते. ज्या वेळी ते पुस्तक फार महत्त्वाचा स्रोत असते, किंवा प्रबंधासाठी मध्यवर्ती असते आणि तुम्ही त्यातील वैचारिक बाबींचे विश्लेषण करत असता तेव्हा असे होऊ शकते. जर तुम्ही त्यातील वेच्यांचा फक्त उदाहरणे म्हणून वापर करण्याऐवजी निश्चितपणे त्याचे विश्लेषण आणि समीक्षा करणार असाल तर लांबलचक अवतरणांचा समावेश करणे समर्थनीय आहे.

जर लांबलचक अवतरणे मुख्य मजकुरापेक्षा आत घेऊन तिरक्या अक्षरात लिहिली तर प्रबंधाचे बारकाईने निरीक्षण करताना मूळ मजकुरात अवतरणांचे प्रमाण किती आहे याचा अंदाज बांधता येतो. अवतरणांचा अति वापर सहजपणे वेगळा ओळखता येतो. आता प्रश्न येतो तो म्हणजे अति म्हणजे नक्की किती. एक मार्गदर्शक म्हणून विद्यार्थी मला नेहमी विचारतात की त्यांनी किती अवतरणे घालावीत आणि त्यांची लांबी किती असावी. अर्थातच या प्रश्नाला काही एक ठरावीक उत्तर नाही. अवतरणांची संख्या आणि वारंवारिता प्रस्तावना, साहित्याचे परीक्षण, आणि पद्धती या प्रकरणात जास्त असू शकेल. त्या नंतरच्या प्रकरणांत त्या क्षेत्रातील मान्यवर मंडळी काय म्हणतात याचे परीक्षण करण्याऐवजी डेटा सादरीकरण आणि विश्लेषण यावर भर दिला जाईल. तथापि, प्रबंधातील अशा भागात, जिथे अवतरणांवरील अवलंबित्व रास्त आहे तिथेसुद्धा मूळ मजकुरापेक्षा त्याला अवाजवी महत्त्व दिले जाऊ नये. एक साधारण नियम म्हणून एखाद्या विशिष्ट पृष्ठावरील अवतरणे त्यातील एकूण ओळींच्या एक तृतीयांशापेक्षा जास्त नसावीत. अर्थातच, काही पृष्ठांवर अवतरणांसाठी थोडी जास्त जागा दिली जाईल तर काहींवर कमी. एकुणात असे संतुलन व्हायला हवे. अवतरणांचा वापर या संतुलनापेक्षा जास्त होत असेल तर असा समज होईल की तुम्ही इतरांच्या विचारांवर जरा जास्त अवलंबून आहात.

बुलेट पॉइंटसचा वापर करणे आणि आकृतीबंध तयार करणे

वर्ड प्रोसेसिंग पॅकेजेसचा एक फायदा असा की त्यामुळे लोकांना कुठलाही दस्तावेज असा तयार करता येतो की जणूकाही ते एखादे व्यावसायिक प्रकाशनच आहे. या तंत्रज्ञानाचा तोटा असा की त्यामुळे लोकांना त्यांचे विचार बुलेट पॉइंट्स आणि तत्सम तंत्रे वापरून संक्षिप्त रूपात करण्यास प्रोत्साहन मिळते. विचार सारांश रूपाने नोंदींच्या स्वरूपात मांडले जातात. त्याचप्रमाणे चित्रातून सादरीकरणाचे तंत्र उपलब्ध असल्याने माहितीचे आकर्षक सादरीकरण करण्यास प्रोत्साहन मिळते, परंतु त्यातून त्या विचारांच्या दर्जाची आवश्यक असलेली चर्चा करण्यास प्रोत्साहन मिळत नाही. अशा तंत्रज्ञानाने शैक्षणिक क्षेत्रास अनेक लाभ होतात परंतु त्याचा वापर अतिशय दक्षतेने करावा.

प्रबंध हा प्रामुख्याने शैक्षणिक विश्लेषण आणि चर्चा यास वाहून घेतलेला असतो. त्यातील विचार आणि कल्पना ह्या खचितच गुंतागुंतीच्या असतात आणि त्यावर विस्तृत चर्चेची आवश्यकता असणे स्वाभाविकच आहे. अनेक संकल्पनांचे विश्लेषण केल्याशिवाय आणि त्यांच्या वेगवेगळ्या अर्थांच्या सूक्ष्म छटांची चर्चा केल्याशिवाय त्यांचा वापर समाधानकारक होत नाही. काही वेळा अशा संकल्पना बुलेट पॉइंट्स वापरून स्पष्ट केल्यास त्या अतिसुलभ आहेत असा समज होतो. कधीकधी बुलेटपॉइंट्सचा वापर, निष्कर्षात एकामागोमाग एक मुद्दे देण्यासाठी किंवा

प्रकरणाच्या शेवटी करतात परंतु तिथेसुद्धा हा वापर काळजीपूर्वक करावा लागतो. काही प्रसंगी बुलेट पॉइंट्सचा वापर फायदेशीर ठरतो. उदाहरणार्थ प्रबंधाची उद्दिष्टे सादर करताना हे चांगले वाटते. उद्दिष्टांची सर्वसाधारण चर्चा न करता किंवा ती एका परिच्छेदात न मांडता त्यांची क्रमवार सूची देऊन किंवा बुलेट पॉइंट्स टाकून ती नेमकेपणाने मांडता येतात. त्यामुळे ती स्पष्टपणे ओळखता येतात आणि प्रबंधात पुढे गेल्यावरही काही गरज पडल्यास त्यांचा संदर्भ घेणे सोपे होते. त्यामानाने बुलेट पॉइंट्सच्याऐवजी क्रमांकांचा वापर करणे अधिक चांगला असते कारण तुम्ही एखाद्या उद्दिष्टाचा संदर्भ विशिष्ट क्रमांकाने देऊ शकता.

उदाहरण – प्रबंधांच्या प्रकारांतील फरक

मानव्यशाखेतील प्रबंधांची गणित, शास्त्र, आणि अभियांत्रिकी शाखेतील प्रबंधांशी तुलना करताना हा युक्तिवाद करणे योग्य होईल. मानव्यशाखेतील प्रबंधात औपचारिक संभाषणात्मक भाषेचा वापर केला जातो तर दुसऱ्या प्रकारच्या प्रबंधांत सारांशरूपाने आणि स्पष्ट पण थोडक्या शब्दांत निष्कर्ष मांडले जातात.

हल्ली गॉथिक अक्षरे, नक्षीदार कडा, आणि चौकटी वगैरे वापरून प्रबंध सजवणे खूप सोपे झाले आहे. जरी हे सर्व बिझिनेस कार्डस आणि आमंत्रण पत्रिकेत वापरणे योग्य असले तरी ते प्रबंधांसाठी योग्य नाहीत. काही थोड्या विद्यार्थ्यांच्या अपेक्षेनुसार अशा विचित्र दिसणाऱ्या सादर केलेल्या प्रबंधांना परीक्षक जास्त गुण देत नाहीत. नेमके याउलट होते. प्रबंधाचे मूल्यांकन त्यातील बौद्धिक आशयाच्या गुणवत्तेवर अवलंबून असते. सादरीकरणाची शैली सोपी आणि सरळ असावी तसेच शैक्षणिक आशयापासून ती भरकटू नये. सादरीकरणाची सविस्तर आणि अतिशयोक्त शैली ही जमेची बाजू तर नक्कीच होऊ शकत नाही.

प्रबंधात तालिका

आडव्या ओळी आणि उभे स्तंभ असलेल्या तालिकेत डेटा किंवा माहिती सादर केली जाते. आडव्या ओळी आणि उभे स्तंभ हे कमीत कमी स्वरूपात वापरले जातात त्यामुळे तालिकेत स्प्रेडशीटमध्ये असतात तशा लहान लहान चौकटी नसतात. तालिकेतील समाविष्ट माहिती ही सामान्यपणे आकडेवारीच्या स्वरूपात असते परंतु असे नेहमीच असत नाही. याउलट आकृतीत चित्र, रेखाचित्र, हिस्टोग्रॅम किंवा उदाहरणे यातून दिलेली संख्याशास्त्रीय माहिती या सर्वांचा समावेश असतो. तालिका आणि आकृत्या त्यांच्या शीर्षकांवरून तसेच त्यांच्यासाठी वापरलेल्या स्वतंत्र संख्याप्रणालीवरून ओळखता येतात.

माहिती तालिका किंवा आकृतीच्या रूपात समाविष्ट करावी हा निर्णय काळजीपूर्वक घ्यावा. कदाचित माहिती प्रबंधाच्या मजकुरात घालणे अधिक योग्य ठरेल. उदाहरणार्थ जर तुम्हाला तीन वेगवेगळ्या शेकडेवारीच्या संख्या देऊन युक्तिवादाचे समर्थन करायचे असेल तर ते सहजपणे मजकुरात सामावले जाऊ शकते आणि त्यासाठी स्वतंत्र तालिका देण्याची गरज भासत नाही. जर त्याचे तालिकेत सादरीकरण केले तर ते फारसे महत्त्वाचे वाटत नाही. तालिका आणि आकृत्यांचा वापर प्रबंध सादरीकरणातील स्पष्टता सुधारावी यासाठी केला जावा. वाचकाला प्रबंध अधिक सहजपणे समजावा, त्यातील डेटाच्या महत्त्वाचे अधिक सहजपणे आकलन व्हावे यासाठी तसेच त्यातील युक्तिवादाचे रसग्रहण करता यावे आणि प्रबंधाचा सैद्धांतिक आशय अधिक मोकळेपणाने स्वीकारावा यासाठी

तालिका आणि आकृत्या वाचकास सक्षम करतात. जर ही उद्दिष्टे त्यांच्याकडून पूर्ण होत नसतील तर त्या गाळून टाकण्याचा विचार करावा आणि प्रबंधाच्या मजकुरात त्यात असलेली माहिती नेहमीप्रमाणे घालावी.

तालिका

चर्चा करण्यायोग्य आकडेवारी जर बऱ्याच प्रमाणात असेल तर तालिकेचा वापर करावा. तो डेटा तर्कशुद्ध रीतीने तालिकेच्या स्वरूपात मांडल्यास वाचकास त्याचे साह्य होईल. तालिकेमुळे दोन डेटांची तुलना करण्यास साह्य होते, संख्याशास्त्रीय संबंधांचे अधिक चांगले आकलन होते तसेच डेटाचे लहान लहान गटात विभाजन करण्याची दखल घेता येते. गुणात्मक डेटाचे सादरीकरण करण्यासाठी किंवा शाब्दिक तुलना आणि विरोधाचे पद्धतशीर सादरीकरण करण्यासाठी नेहमीच तालिकांचा वापर करणे फायद्याचे ठरते. उदाहरणार्थ एखाद्या शैक्षणिक उपक्रमाचे फायदे आणि तोटे यांची चर्चा चालू आहे. ती जर औपचारिक पद्धतिने सादर करायची ठरली तर फार लांबलचक चर्चा लिहायला लागेल. चर्चेच्या शेवटी सर्व युक्तिवाद आठवणे वाचकाला अवघड जाईल. जर हे सर्व, एका बाजूस फायदे आणि दुसऱ्या बाजूस तोटे असे सारांशरूपात सादर केले तर ते अधिक उपयुक्त ठरेल. म्हणून तालिकेचा वापर प्रबंधाचे दृश्यस्वरूप सुधारण्यासाठी करू नये, तिचे काही विशिष्ट कार्य असावे. हे कार्य म्हणजे प्रबंधाच्या आकलनातील सहजता वाढवणे असे असावे.

आकृत्या

हे सर्व आकृत्यांच्या उपयोजनासही लागू आहे. सैद्धांतिक प्रारूपाच्या स्पष्टीकरणास आकृत्यांच्या सादरीकरणाने बऱ्यापैकी साह्य होते. त्यातून निरनिराळ्या सैद्धांतिक रचनेतील संबंध दर्शवले जातात. प्रबंधाचा प्रकल्प कशा क्रमाने पुढे नेला, हे गणनविधीच्या (अल्गॉरिदमच्या) साहाय्याने स्पष्ट करता येते. डेटाच्या गटातील वेगवेगळ्या प्रमाणांच्या जलद स्पष्टीकरणाकरता पाय चार्ट उपयुक्त ठरतो. परंतु, तालिकेप्रमाणे पायचार्टसारख्या सादरीकरणाचा जर अयोग्य आणि अति वापर केला तर त्याचे सुलभीकरण केले आहे असा समज होईल.

उदाहरण – आकृत्यांचा वापर

विशेषज्ञता, संकल्पनांची क्लिष्टता आणि सूक्ष्म तपशील ही डॉक्टरल पातळीवरील प्रबंधाची वैशिष्ट्ये असतात. बौद्धिक आशय योग्य पातळीवर आहे हे दर्शवण्याकरता संकल्पनांची चर्चा अतिशय बारकाईने केली पाहिजे. तक्ते आणि आकृत्यांचा अति वापराने संकल्पना पुरेशा विशेषज्ञतेने हाताळल्या गेल्या नाहीत असा समज होतो.

अंकन

तालिका आणि आकृत्या यांना संपूर्ण प्रबंधात प्रकरणाच्या क्रमांकाप्रमाणे आणि त्या प्रकरणातील त्यांच्या क्रमाप्रमाणे स्वतंत्र क्रमांक दिले आहेत. उदाहरणार्थ सातव्या प्रकरणातील तिसऱ्या तालिकेस 'तालिका ७. ३' असा क्रमांक दिला जाईल आणि पहिल्या प्रकरणातील पाचव्या आकृतीस 'आकृती १. ५' असा क्रमांक दिला जाईल. तालिका आणि आकृतीस प्रत्येक नव्या प्रकरणात एक पासून क्रमांक दिला जाईल. अंकन प्रणालीमुळे प्रबंधातील तालिका

आणि आकृतीचा संदर्भ देण्याची नेमकी पद्धत उपलब्ध होते. 'वरील तालिकेत' किंवा 'आधीच्या पानावरील आकृतीत' असे उल्लेख केल्यास त्यात चूक होण्याची शक्यता असते. जेव्हा प्रबंधात काही सुधारणा केल्या जातात किंवा काही भर घातली जाते तेव्हा मजकुराचा काही भाग एका पानावरून दुसऱ्या पानावर सरकतो त्यावेळेस अशा सूचना निरर्थक ठरतात. परंतु तुम्ही क्रमांक दिलेल्या तालिकेचा संदर्भ '२. ७ या तालिकेत' असा दिलात तर त्यात संदिग्धता राहत नाही.

तालिकेस वरीलप्रमाणे क्रमांक दिला जावा आणि त्यात असलेल्या मजकुराचे अचूक वर्णन करणारे शीर्षकही दिले जावे. विविध प्रकारचे संगणकीकृत तालिकांच्या रचना उपलब्ध आहेत. त्यापैकी काही फारच सुशोभित स्वरूपाच्या आहेत. खाली दर्शवलेल्या तालिकेतील साध्या स्वरूपास अधिक पसंती दिली जाते.

तालिका ७.३ तालिका रचनेचे उदाहरण

तालिका ३.४ साऊथटाऊन विद्यापीठातील विद्यार्थ्यांची विषयवार संख्या

	पदवीपूर्व	पदव्युत्तर	संशोधक	एकूण
तंत्रज्ञान	३. २७	०. २७	०. २०	३. ७४
कला शाखा	१. ११	०. ०७	०. ०३	१. २१
ललित कला	०. ५६	०. ०६	०. ०२	०. ६४
विज्ञान	२. ९३	०. ३९	०. १३	३. ४५
समाज शास्त्र	१. ८९	०. १५	०. ०९	२. १३
एकूण	९. ७६	०. ९४	०. ४७	११. १७

नोंदी: १ संख्या × १०००.
२ ऑक्टोबरच्या तिसऱ्या आठवड्यात नोंद झालेले विद्यार्थी दर्शवणारी संख्या.

संदर्भांची सूची करणे आणि संदर्भग्रंथ सूचीत समावेश करणे

हार्वर्ड प्रणालीअंतर्गत मुख्य प्रबंधातील सर्व संदर्भांची सूची प्रबंधाच्या शेवटी, परिशिष्टांच्या आधी द्यावी. लेखकाच्या आडनावाच्या अकारविल्हे क्रमाने त्यांच्या संदर्भग्रंथांची सूची द्यावी. त्या सूचीस 'संदर्भ' असे शीर्षक द्यावे. सामान्यपणे या सूचीचे कुठल्याही प्रकारे उपविभाजन होत नाही. एकच सूची असल्याने वाचकांना दिलेल्या संदर्भांचे पूर्ण तपशीलवार वर्णन शोधून काढणे सोपे जाते.

याला पर्यायी प्रणाली म्हणजे प्रबंधात दिलेल्या सर्व संदर्भांची सूची शेवटी घालणे, शिवाय प्रबंधासाठी महत्त्वाचे असलेले किंवा विशेष स्वारस्य असलेले सर्व ग्रंथ समाविष्ट करणे. अशा ग्रंथांच्या निवडीचा निकष बदलत असतो. अशा ग्रंथांचे प्रबंध लेखनात मार्गदर्शन होते परंतु त्यांचा प्रबंधात संदर्भ देणे जरूरी नसते. असे ग्रंथ महत्त्वपूर्ण असतात पण प्रबंधाच्या पद्धती आणि विषयासाठी त्यांचे महत्त्व दूरत्वाने असते. असे ग्रंथ निवडल्यास, संदर्भ सूचीत आडनावाच्या अकारविल्हे क्रमाने त्यांचा समावेश करावा. ज्या सूचीत उद्धृत केलेले आणि उद्धृत न केलेले असे सर्व ग्रंथ समाविष्ट असतात तिला 'संदर्भग्रंथसूची' असे म्हणतात.

जरी संदर्भग्रंथसूचीपेक्षा संदर्भसूची हा अधिक सामान्य दृष्टिकोन असला तरी दोन्ही प्रणाली सर्वमान्य आहेत. जो ग्रंथ संदर्भग्रंथसूचीत समाविष्ट करण्याइतका महत्त्वाचा आहे, तो मुख्य प्रबंधात उद्धृत केला गेला नाही याचे आश्चर्य वाटू शकते, असाही युक्तिवाद केला जाऊ शकतो. तथापि हे एक दृष्टिकोन झाला, संदर्भग्रंथसूची करावी असे वाटत असेल तर ती न करण्याचे काहीच कारण नाही. संदर्भग्रंथ सूची आणि संदर्भ यामधील फरकावर प्रीसी (१९९४, पृ. क्र. २२६) मध्ये चर्चा केली आहे.

संदर्भसूचीची रचना करताना प्रकरण सहा मध्ये दर्शवल्याप्रमाणे साधारण शैलीचा अवलंब करावा. परंतु त्यात बऱ्याच विसंगती आणि चुका राहतात. पहिली चूक म्हणजे ठळक, कॅपिटल, अधोरेखित शब्द वापरून नक्षीदार सूची बनवणे. सूचीची एकमेव आवश्यक रचना म्हणजे तिरक्या अक्षरांचा वापर. पुस्तकाचे शीर्षक तिरक्या अक्षरात असावे, संपादित पुस्तकांत पुस्तकाचे शीर्षक तिरक्या अक्षरात असावे पण त्यातील प्रत्येक प्रकरणांची शीर्षके तिरक्या अक्षरात नसावीत. आणि शेवटी जर्नल्समधील लेखांच्या बाबतीत जर्नल्सची शीर्षके तिरक्या अक्षरात असावीत पण लेखांची शीर्षके तिरकी नसावीत.

काही वेळेस विद्यार्थी अनेक रकाने करतात, एकात लेखकाचे नाव दुसऱ्यात पुस्तकाचे नाव असे एकापुढे एक लिहीत जातात. याची काही आवश्यकता नसते कारण काही झाले तरी संदर्भसूचीत समाविष्ट असलेल्या मोठ्या प्रमाणातील विविध प्रकारच्या लिखित साहित्याचा विचार करता त्या सर्वांसाठी एकसारखा दृष्टिकोन ठेवणे अवघड आहे. एका पूर्ण ओळीत टाइप करणे आणि प्रत्येक लेखकासाठी नवीन ओळीत सुरुवात करणे सहज आणि सोपे आहे.

प्रत्येक संदर्भ पुस्तकाच्या शेवटी पुस्तक जिथे प्रकाशित झाले त्या जागेचे नाव, त्या प्रकाशकाचे नाव क्रमाने यावे. काहीवेळा विद्यार्थी एका प्रकाशनासाठी असा क्रम ठेवतात आणि सूचीतील पुढील नावांसाठी हा क्रम उलटा करतात. आणखी एक सामान्य विसंगती म्हणजे नेहमीच्या पद्धतीप्रमाणे लेखकाच्या पहिल्या नावाची आद्याक्षरे लिहिणे आणि नंतर मध्येच कधीतरी संपूर्ण नाव किंवा नावे लिहिणे. आद्याक्षरांनंतर पूर्णविराम द्यायचा असतो आणि त्यात सुसंगती असावी.

परिशिष्टांचा वापर

सामान्यपणे असे म्हणता येईल की प्रबंधाच्या योग्य आकलनासाठी अत्यावश्यक असल्याखेरीज परिशिष्टामध्ये कशाचाही समावेश करू नये. परिशिष्टामध्ये घातलेल्या अनेक गोष्टींमुळे प्रबंधाची गुणवत्ता विशिष्ट प्रकारे वाढते असं वाटण्याचा मोह होतो. परंतु असं घडत नाही. याउलट त्याने लक्ष विचलित होते. काही साहित्य हे प्रबंधासाठी आनुषंगिक असले की मोठी परिशिष्टे वाचणे विशेष गैरसोयीचे होते. प्रबंधाच्या योग्य आकलनासाठी जर काही साहित्य महत्त्वाचे असेल तर ते मुख्य प्रबंधात समाविष्ट करण्यासाठी जोरदार युक्तिवाद केला जातो. प्रबंधाचे चांगले आकलन व्हावे यासाठी काही साहित्य महत्त्वाचे असेल तर ते परिशिष्टात योग्य समाविष्ट केले जाते. म्हणून परिशिष्ट म्हणजे, प्रबंधाशी दूरान्वये संबंधित असलेले काहीही भरलेला प्रबंधाचा एक वाढीव भाग समजला जाऊ नये!

उदाहरण – पुस्तक बांधणी

परिशिष्टे त वाढली तर प्रबंधाची दोन स्वतंत्र खंडात बांधणी करावी लागेल हे लक्षात असावे. तुमच्यासाठी हे सर्व फक्त महागच होणार नाही तर प्रबंध जेव्हा परीक्षकाकडे टपालाने पाठवण्याची वेळ येईल तेव्हा अडचणीचे (आणि खर्चाचे) होईल.

प्रश्नावली आणि शेड्यूल्स (वेळापत्रके)

परिशिष्टामध्ये परंपरेने आणि अचूक समाविष्ट केलेल्या घटकांपैकी एक म्हणजे डेटा संकलनात वापरलेल्या प्रश्नावली. पूर्ण भरलेल्या प्रश्नावलींचा परिशिष्टामध्ये समावेश करणे हे सर्वसामान्य नाही. या अतिशय मोठ्या असून विशेष करून उपयुक्त ठरत नाहीत. काही प्रसंगी विशिष्ट प्रश्नाचे उत्तर चूक किंवा विशेष बरोबर नसते आणि तुम्हाला ते प्रश्नावली पूर्ण होण्यात काय समस्या आली हे दर्शवण्याकरता समाविष्ट करावे लागते. परंतु अपूर्ण प्रश्नावलीची एक चांगली प्रत पुरेशी असते. जेव्हा प्रबंधाच्या प्रकरणात डेटाचे वर्णन आणि विश्लेषण केले जाते तेव्हा मूळ प्रश्नावलीतील प्रश्नांसाठी कोणत्या स्वरूपाच्या सूचना दिल्या गेल्या होत्या हे जाणून घेण्यासाठी वाचक परिशिष्टाकडे जाऊ शकतात आणि प्रतिसादकांना दिलेल्या मूळ सूचना समजावून घेऊ शकतात. प्रश्नावलींसमवेतच प्रतिसादकांना पाठवलेल्या स्पष्टीकरणात्मक पत्रांचा आणि पत्रात किंवा सर्क्युलरमध्ये (परिपत्रकांमध्ये) प्रबंधातील नैतिक बाबींच्या केलेल्या चर्चांचा समावेश असतो. परिशिष्टांमध्ये समाविष्ट करण्यास या बाबी योग्य असतात कारण प्रबंधात केलेल्या या समस्यांवरील चर्चांबाबत संशोधनात कोणते व्यावहारिक उपाय योजले जातात ते वाचकांना समजून घेता येते. मुलाखतीच्या वेळापत्रकांचा समावेश करण्यातसुद्धा हेच तत्त्व लागू होते. मुलाखतीच्या वेळापत्रकाची एक कोरी प्रत समाविष्ट करावी. तीत मुलाखतींची किंवा मुलाखतीची प्रस्तावित नैतिक तत्त्वे कोणती असतील याबाबत प्राथमिक सल्ला असावा. या सर्व बाबींमुळे प्रबंधातील नमुना किंवा डेटा संकलनासंबंधीच्या चर्चा अधिक चांगल्या प्रकारे समजण्यास साह्य होते.

अधिकृत दस्तावेज

अधिकृत दस्तावेजांचा समावेश काळजीपूर्वक विचारांती करावा. ते खूप मोठे असतात आणि म्हणून त्यांचा समावेश संदर्भात करणे योग्य होईल. संबंधित अवतरणांचा समावेश मुख्य मजकुरात केला जातो आणि त्यामुळे परिशिष्टात संपूर्ण दस्तावेजाचा समावेश करणे टाळता येते. यातील मध्यम मार्ग म्हणजे दस्तावेजाच्या एक दोन पानांच्या प्रती परिशिष्टात समाविष्ट कराव्या. परिशिष्टांच्या सुरुवातीस एका अनुक्रमणिकेच्या पानात घातलेल्या दस्तावेजांचा निर्देश करावा.

सारांश – परिशिष्टे

- परिशिष्टात फक्त अत्यावश्यक दस्तावेजांचा समावेश करावा.
- काही गोष्टी परिशिष्टात घालण्याऐवजी मुख्य प्रबंधात घालण्याचा विचार करावा.
- मूळ डेटा अगदी अपवादात्मक घालावा.
- प्रश्नावलीची किंवा मुलाखतीच्या वेळापत्रकाची कोरी प्रत समाविष्ट करावी.
- लांबलचक अधिकृत दस्तावेज घालणे टाळावे.

सुसंगती, सुसंगती आणि आगेकूच

प्रबंध वाचन करताना त्याची मांडणी किंवा रचनेची पद्धत जेवढी लक्ष वेधून घेते, त्यापेक्षा जास्त, प्रबंधातील इतर कोणत्याही बाबतीतील कोणतीही विसंगती तुमचे लक्ष वेधून घेते. एकाच प्रकारचा डेटा एकाच पद्धतीने सादर केला जावा. एक डेटा एका प्रकारे एका प्रकरणात सादर करणे आणि नंतरच्या प्रकरणात पद्धतीत थोडा बदल करणे सहज घडू शकते. एकाच प्रकारच्या पद्धतीस धरून राहण्याचा सर्वतोपरि प्रयत्न करावा. जर त्याच प्रकारचा डेटा वेगळ्या प्रकारे समोर ठेवला तर त्याचे आकलन चुकीचे होते. वाचक त्याच गोष्टींची दीर्घ काळ तुलना करू शकत नाहीत.

म्हणूनच मांडणी आणि रचनेस फक्त सौंदर्यापुरतेच महत्त्व नाही. त्या महत्त्वाच्या आहेत कारण प्रबंधाचे आकलन होण्यास त्यांचे साह्य होते.

Further reading

Burnett, J. (2009) *Doing Your Social Science Dissertation*. London: Sage.
Hart, C. (2004) *Doing Your Master's Dissertation.* london: Sage.
Thody, A. (2006) *Writing and Presenting Research.* London: Sage.
Thomas, G. (2009) *How To Do Your Research Project.* London: Sage.
Wellington, J. J., Bathmaker, A. And Hunt, C. (2005) *Succeeding with Your Doctorate.* London: Sage.

विभाग दुसरा

तुमचे प्रबंध लिखाण

८

सुरुवातीची पाने आणि परिचय

या प्रकरणात आपण प्रबंधातील पहिल्या प्रकरणाआधीच्या सुरुवातीच्या पानांची रचना कोणकोणत्या प्रकारे करणे शक्य आहे याचा विचार करू. नंतर परिचयात्मक प्रकरणात तुम्ही समाविष्ट करावेत अशा निरनिराळ्या घटकांचा आपण विचार करू. विषय निवडीचे स्पष्टीकरण, आणि संशोधन उद्दिष्टांचे लेखन यावर आपण विशेषत्वाने चर्चा करणार आहोत.

अभ्यासाची धोरणे

उद्दिष्टे लिहिताना नेहमी वापरलेले क्रियापदांचे प्रकार फक्त तेवढ्याचपुरते उपयुक्त नसून सामान्यपणे संपूर्ण प्रबंधासाठी उपयुक्त ठरतात. म्हणून अशा क्रियापदांची एक सूची करणे ही एक चांगली कल्पना आहे. ही क्रियापदे शैक्षणिक प्रक्रियेचे वर्णन करतात आणि ती असे सूचित करतात की ती प्रक्रिया निश्चित निष्कर्षांपर्यंत न पोचता चालूच राहते. तुम्ही प्रबंध आणि शैक्षणिक पुस्तके वाचताना अशा क्रियापदांची नोंद करा. काही उदाहरणेः

- चर्चा करणे (एखादी कल्पना)
- परीक्षण करणे (प्रस्ताव)
- विश्लेषण करणे (काही डेटा)
- समन्वय साधणे (अनेक कल्पना किंवा विधाने)
- शोध घेणे (समस्या)
- चिंतन करणे (सैद्धांतिक प्रारूप)
- अन्वेषण करणे (अनेक संकल्पना)
- प्रस्ताव मांडणे (संभाव्य स्पष्टीकरण)
- पद्धतीत बसवणे (सुरुवातीचा काही डेटा)
- चाचणी करणे (गृहीत प्रमेय)

शीर्षक पृष्ठ, सारांश आणि अनुक्रमणिका

शीर्षक पृष्ठ महत्त्वाचे आहे कारण त्यावर प्रबंधाचे पूर्ण नाव, विद्यार्थ्याचे पूर्ण नाव अशी महत्त्वाची माहिती असते. शीर्षक पृष्ठावर ज्या पदवीसाठी प्रबंध सादर केला जाणार आहे तिचे नाव असते तसेच सादरीकरणाची तारीखही असते. शीर्षक पृष्ठावर कशी शब्दरचना करायची आहे त्याचा ठरावीक नमुना विद्यापीठानेच दिलेला असतो यातूनच शीर्षक पृष्ठाचे महत्त्व प्रतिबिंबित होते. शीर्षक पृष्ठावर लिहिण्याच्या विशिष्ट शब्दांचा नमुना समोरील पानावर पाहाः

उदाहरण – शीर्षकाची लांबी

प्रबंधाचे शीर्षक फार लांब असू नये. प्रबंधातील महत्त्वाच्या बाबींसंबंधी सविस्तर माहिती वाचकाला होईल इतका पुरेसा – आणि एवढाच तपशील त्यात असावा. सामान्यपणे त्यात अंतर्भूत असावेत असे दोन महत्त्वाचे मुद्दे म्हणजे अभ्यासविषय आणि उपयोजित संशोधन पद्धती . शीर्षके अशा प्रकारची असावीतः

व्यवसायातील निर्णयप्रक्रियेच्या नैतिकतेचा तात्त्विक शोध

किंवा

कनिष्ठ डॉक्टरांच्या कामाच्या आकृतीबंधाचा सांस्कृतिक अभ्यास

शीर्षक पृष्ठाची मांडणी करताना शीर्षक उठून दिसेल असे टाईप करणे फार महत्त्वाचे आहे. मजकुरातील वेगवेगळे भाग किती लहान मोठे असावेत याची कल्पना अन्य प्रबंध किंवा पुस्तके पाहून सहज लक्षात येऊ शकते. प्रबंधाचे वास्तवात काय कार्य आहे याचे वर्णन करणे हा 'अंशतः परिपूर्णतेसाठी' हे शब्द वापरण्यामागील उद्देश आहे. पदव्युत्तर पदवी आणि व्यावसायिक डॉक्टरेटच्या बाबतीत प्रबंधाव्यतिरिक्त अन्य घटकही पदवी मिळवण्यास कारणीभूत होतात. पीएचडीच्या बाबतीतही अजून तोंडी परीक्षा असते. परीक्षा प्रक्रियेचा हा अंगभूत भाग मानला जातो आणि तुमच्या तोंडी परीक्षेतील कामगिरीचे मूल्यमापन आणि प्रबंधाचे मूल्यमापन एकत्र करून सर्वंकष निकाल दिला जातो. शीर्षक पृष्ठाच्या रचनेची चर्चा सिलबर्ग (२००१, पृ. क्र. १७९) मध्ये केली आहे.

उदाहरण – प्रबंधाच्या शीर्षक पृष्ठावरील शब्दरचना

- समकालीन अभ्यासक्रमाच्या विकासावर प्लेटोचा प्रभाव
- ॲटोनिओ जे. स्मिथ
- युनिव्हर्सिटी ऑफ साऊथब्रिजच्या डॉक्टर ऑफ फिलॉसॉफी या पदवीच्या अंशतः परिपूर्णतेसाठी प्रबंधाचे सादरीकरण
- मार्च २००३

सारांश

शीर्षक पृष्ठानंतर लगतच्या पानावर सारांश दिला जातो. सारांश म्हणजे निष्कर्ष आणि परिणामाच्या विश्लेषणासहित मांडलेली प्रबंधाची रूपरेषा. या कारणासाठी सारांश लेखन हे प्रबंधाच्या सुरुवातीस करणे अवघड असते. सामान्यतः हा भाग प्रबंधाच्या सर्व भागांमध्ये सर्वात शेवटी लिहिला जातो. म्हणून सारांश लेखनाच्या धोरणांची चर्चा ११व्या प्रकरणाच्या शेवटी केली आहे. सारांश हा प्रबंधाचा सर्वात आवश्यक भाग आहे आणि बहुतेक वेळा परीक्षकांकडून तो सर्वात आधी वाचला जातो. म्हणून त्याचे लेखन स्पष्ट असणे महत्त्वाचे आहे. परीक्षकांसमोर प्रबंधाच्या स्वरूपाचे नेमके आणि स्पष्ट निवेदन मांडण्याची ही एक संधी असते. प्रबंधाचा विषय, त्यात उपयोजलेल्या पद्धती आणि प्रबंधासंबंधीचे पहिले मत बनविण्यासाठी ते सारांशाचा उपयोग करतील. नेहमीच्या प्रथेनुसार सारांश कागदाच्या फक्त एकाच बाजूस लिहिला जातो. डबल लाईन स्पेसिंग सोडून लिहिले तर प्रबंधाचा सारांश लिहिण्यास पुरेशी जागा राहणार नाही आणि काही विद्यार्थी सारांशासाठी कमी लाईन स्पेसिंग सोडतात. स्वतः सारांश लिहायला सुरुवात करण्यापूर्वी लिहिलेले अनेक सारांश उदाहरणादाखल वाचणे ही फार चांगली कल्पना ठरेल. सारांश लेखन ही फार अवघड कला आहे आणि त्यासाठी अनेकदा मसुदे लिहिणे आवश्यक आहे. सारांश या विषयावर वॉलकॉट(२००१, पृ. क्र. १५०–१) मध्ये चर्चा केली आहे.

अनुक्रमणिकेची पाने

प्रबंधातील या पुढची क्रमाने येणारी पाने म्हणजे अनुक्रमणिकेची पाने. परीक्षकांच्या दृष्टीने ही पाने फार महत्त्वाची असतात. प्रबंधाच्या रचनेची प्राथमिक कल्पना येण्यासाठी ते ही पाने फार काळजीपूर्वक वाचतात. आधीचे आणि पुढील विभाग कोणते आहेत हे पाहण्यासाठी ते वारंवार अनुक्रमणिका पाहतील. जेव्हा प्रबंध प्रथम लिहिला जात असतो तेव्हा तुम्हाला त्याच्या रचनेची स्थूलमानाने कल्पना असते. मुख्य प्रकरणांना शीर्षके देण्यापुरतीच ती मर्यादित असते. जसजसे तुमचे लिखाण पुढे सरकते तसतसे विभाग आणि उपविभागांची त्यात भर पडत जाते आणि अनुक्रमणिकेच्या पृष्ठांमध्ये त्यांची नोंद करणे गरजेचे ठरते. जर प्रकरणांमध्ये क्रमांक आणि उपक्रमांक प्रणालीचा उपयोग केला असेल तर त्यांचाही समावेश अनुक्रमणिकेच्या पृष्ठांमध्ये केला जाईल. प्रबंधाची एकूण रचनाच कळण्यास अवघड होण्याइतकीही तिची रचना इतकी गुंतागुंतीची नसावी, हे महत्त्वाचे आहे. प्रबंधाची आखणी तर्कशुद्ध आहे हे प्रबंध रचना आणि अनुक्रमणिकेतून परीक्षकांना स्पष्ट व्हावे हा सर्वात महत्त्वाचा मुद्दा आहे. अनुक्रमणिकेवर टाकलेल्या एका दृष्टीक्षेपात जर परीक्षकांना प्रबंध रचनेमागील तार्किकता कळली तर फारच मोठे साह्य होते. जरी अनुक्रमणिका हळूहळू तयार होऊ लागली तरी संपूर्ण प्रबंधाचे पृष्ठ क्रमांक शेवटच्या टप्प्यावरच देता येतात, जेव्हा संपूर्ण प्रबंधासाठी ते निश्चित होतात.

तालिका, आकृत्या, संक्षिप्त रूपे, महत्त्वाच्या संज्ञा आणि ऋणनिर्देश

मुख्य मजकुरात वापरलेली क्रमांक पद्धती वापरून स्पष्टपणे क्रमांक दिलेल्या तालिका तसेच आकृत्या प्रबंधात स्वतंत्रपणे सूचीत द्याव्यात. एकदा का पृष्ठांना क्रमांक दिले की ते तालिका आणि आकृत्यांच्या सूचीलाही दिले जावेत. प्रत्येक तालिका आणि आकृतीस स्पष्ट आणि अचूक शीर्षक द्यावे.

संक्षिप्त रूपे

कधी कधी सुरुवातीच्या पानांमध्ये प्रबंधात वापरलेल्या मुख्य संक्षिप्तरूपांचा तसेच संक्षिप्तरूपांवरून बनवलेल्या संज्ञांचा समावेश करणे उपयुक्त असते. संदर्भासाठी वाचकांना त्याचा उपयोग होऊ शकतो आणि सर्वसामान्यपणे वापरल्या गेलेल्या संक्षिप्त रूपांची पूर्वकल्पना येऊ शकते. पीएचडी अशा सर्वसामान्यपणे माहीत असलेल्या संक्षिप्त रूपांचा, समावेश करण्याची गरज नसते. जेव्हा सर्वप्रथम संक्षिप्त रूप वापरले जाते तेव्हा त्याचे स्पष्टीकरण देण्यासाठी पूर्ण रूप द्यावे. परंतु, जेव्हा प्रबंधात विविध प्रकारची संक्षिप्त रूपे वापरली जातात तेव्हा सुरुवातीस दिलेली सूची उपयुक्त संदर्भ होऊ शकते.

महत्त्वाच्या संज्ञा

काही वेळेस प्रबंधात एक किंवा दोन महत्त्वाच्या संकल्पना किंवा विचार मांडलेले असतात, त्यांचा वेगवेगळा अन्वयार्थ लागू शकतो. जर या संकल्पना तात्त्विक दृष्ट्या अवघड असल्या आणि त्यांचे संपूर्ण विश्लेषण करणे गरजेचे असले तर ही चर्चा प्रबंधाच्या मुख्य भागात समाविष्ट करणे उचित होईल. ही चर्चा बऱ्यापैकी जागा व्यापेल म्हणून ह्या चर्चेचा समावेश सुरुवातीच्या पानांत करणे योग्य होणार नाही. परंतु एखाद्या संज्ञेचा विशिष्ट उपयोग अधोरेखित करायचा असल्यास 'या प्रबंधासाठी 'क्ष' या संज्ञेचा वापर या संदर्भात असा केला आहे की' अशा शब्दात त्याचा सारांश देता येईल. प्रबंधाचे स्वरूप तसेच समाविष्ट करण्याच्या संज्ञा यांवर ते बऱ्याच प्रमाणात अवलंबून असेल, पण हे धोरण एक उपयोगात आणता येईल.

आणखी एक पर्यायी मार्ग म्हणजे जर अनेक संज्ञांचे स्पष्टीकरण द्यावे लागणार असेल, तर त्यांची शब्दसूची प्रबंधाच्या शेवटी देणे. ही सूची साधारणपणे संदर्भसूची नंतर असावी. शब्द सूचीत वापरण्यात आलेल्या विशेष संज्ञांचा समावेश करून त्यांची थोडक्यात व्याख्या दिली जावी. त्या संज्ञा अकारविल्हे दिल्या जाव्यात.

ऋणनिर्देश

अनेक विद्यार्थ्यांना त्यांना मिळालेल्या साह्याचा ऋणनिर्देश करावासा वाटतो, आणि तो तसा केल्यास प्रबंधाच्या सुरुवातीस एक ऋणनिर्देशसूची घातली जाते. ज्या व्याख्यात्यांनी विद्यार्थ्यांचे पर्यवेक्षक म्हणून काम केले किंवा ग्रंथालयातील कर्मचाऱ्यांनी साह्य केले त्यांच्या प्रति हा ऋणनिर्देश असतो. काही वेळा कुटुंबीयांनी केलेले साह्य सुद्धा विद्यार्थ्यांना ऋणनिर्देशित करावेसे वाटते. या ऋणनिर्देश पानावरील मजकूर थोडक्यात असावा.

सुरुवातीच्या पानांबद्दल लिहून झाल्यावर शेवटी हे लक्षात घेणे महत्त्वाचे आहे की या पानांवर रोमन क्रमांक दिले जातात. प्रबंधाच्या पहिल्या प्रकरणाच्या पहिल्या पानावर इंग्रजी क्रमांक दिले जातात. तेच पुढे क्रमाने दिले जातात.

विशिष्ट विषयावर संशोधन का केले जाते?

पहिल्या प्रकरणात समाविष्ट केले जावे अशा मुख्य घटकांचा आपण विचार करणार आहोत – परिचय. हे सर्वात महत्त्वाचे प्रकरण असते कारण परीक्षक ते सर्वप्रथम वाचणार असतात आणि त्यातून तुमची लेखनशैली आणि प्रबंधाच्या विषयाच्या व्यापक स्वरूपाविषयी त्यांचे मत बनणे अपरिहार्य असते. संशोधन अभ्यासाची तसेच त्याची सुरुवात करताना प्रभावी ठरलेल्या घटकांची सम्यक कल्पना देणे हा परिचयाचा मुख्य उद्देश असतो. ते पूर्वपीठिका तयार करते, त्यातूनच संशोधनाच्या पार्श्वभूमीची आणि पद्धतीची झलक मिळते. त्यात प्रबंधाची उद्दिष्टेही नमूद केलेली असावीत.

परिचयात्मक प्रकरणाची सुरुवात प्रबंधाचे स्वरूप सारांश रूपात लिहिलेल्या काही परिच्छेदांनी करावी. संशोधनाचा विषय, पद्धतीचे स्वरूप, संशोधनाची पार्श्वभूमी याचे थोडक्यात वर्णन केलेले असते. या सुरुवातीच्या परिच्छेदांतून वाचकांना प्रबंधाचे सार कळते आणि त्यामुळे उर्वरित भागाचे आकलन होण्यासाठी सुरुवातीलाच एक संदर्भ पुरवला जातो. प्रकरणाचा उर्वरित भाग या आधीच्या भागावर विस्तारला जातो आणि पुढे अभ्यासाच्या स्वरूपाकडे नेतो.

संशोधन संकल्पना कशी निर्माण झाली याबद्दल प्रस्तावनेत वाचणे हे अतिशय रंजक असते. विद्यार्थ्यांना संशोधनाची कल्पना विविध स्रोतातून मिळते. काही वेळा ते एखादी सुरुवातीची कल्पना घेऊन त्यांच्या पर्यवेक्षकांकडे जातात आणि त्यानंतर चर्चेच्या अनेक फेऱ्यांनंतर, एक एकवटलेली कल्पना उदयास येते. काही वेळा असेही होते की विद्यार्थ्यांनी आधीच्या एखाद्या संशोधनावर काही वाचन केलेले असते आणि मग त्यांना वाटते की ही कल्पना आणखी पुढे न्यायला संधी आहे. डेटा संकलनासाठी योग्य संदर्भ उपलब्ध असण्यावर हे अवलंबून असते. उदाहरणार्थ, पूर्ण देशातील हायस्कूल व्यवस्थापन सर्वेक्षणावरील संशोधनासंबंधी काही तुमच्या वाचनात आले तर तुम्हाला असे वाटू शकते की या संशोधनातील निष्कर्ष स्थानिक पातळीवरील अनेक शाळांना लागू होतात का याचा शोध घेणेही रंजक होऊ शकेल.

किंवा, संशोधनाची कल्पना शिक्षण व्यवस्थेतील व्यावहारिक समस्यांमधून घेता येईल. विशेषकरून कृती संशोधन संरचनेच्या बाबतीत हे लागू होते. उदाहरणार्थ, शिक्षकी पेशात असलेल्या शिक्षकाने जर संशोधन पदवीसाठी नाव नोंदणी केली असेल तर विद्यार्थ्यांसाठी क्षेत्रभेटी आणि परदेश भेटी कशा आयोजित केल्या जातात हे जाणून घेण्यात त्याला स्वारस्य असू शकेल. शिक्षकाला वाटेल की या आयोजन यंत्रणेत काही सुधारणा करण्यास वाव आहे. त्यानंतर हा कृती संशोधन अभ्यासासाठी पाया होऊ शकतो.

संशोधन कोणत्या मार्गाने सुरू झाले याबद्दल वाचकांना जाणीव होणे हा या प्रकरणाचा सर्वात महत्त्वाचा भाग आहे. जर त्यांना संशोधन कल्पना कशी अस्तित्वात आली आणि तिचा संशोधनाने पाठपुरावा केल्यावर ती निष्कर्षांपर्यंत कशी पोचली हे जाणून घेण्यात रस असेल तर प्रबंधामागील प्रेरणा समजण्यासही साह्य होईल.

या विषयाचे महत्त्व काय आहे?

कल्पनेच्या उगमावरील चर्चा संशोधनाच्या व्यापक महत्त्वाच्या शोधापर्यंत घेऊन जाते. उदाहरणार्थ, समजा आपल्या संशोधनाचा निवडलेला विषय म्हणजे अशा तरुण उमेदवारांची भरती जे शालेय शिक्षणात तसेच नंतरच्या काही अभ्यासक्रमात व उच्च शिक्षणात सामान्य विद्यार्थी होते. या संशोधनासाठी स्थळे म्हणजे स्थानिक विद्यापीठे आणि जवळपासची अनेक महाविद्यालये. जरी हे संशोधन बऱ्यापैकी स्थानिक पातळीवर केले गेले तरी त्यातून शिक्षणातील वाढत्या सहभागावर व्यापक स्वरूपात चर्चा घडवून आणण्यासाठी त्याचा परिणाम होतो.

संशोधन प्रकल्पात मोठ्या प्रमाणावरील सर्वेक्षणाचा समावेश नसेल तर बरेचसे समाजशास्त्रीय संशोधन कुठल्या ना कुठल्या बाबतीत मर्यादा असलेल्या पार्श्वभूमीवर केले जाण्याची शक्यता असते. समाज शास्त्रीय संशोधन हे अनेकदा वेळखाऊ असते याचे अंशतः कारण म्हणजे त्यात मानवी सहभागींकडून डेटा संकलित केला जातो. याचा परिणाम म्हणून, इतर कारणांबरोबरच संशोधनाचे आयोजन आटोपशीर व्हावे म्हणून त्याभोवती काही निर्देशांक उभे करण्याची गरज निर्माण होते. म्हणून व्यापक चित्राकडे पाहणे तसेच तुमचे संशोधन व्यापक चौकटीत कसे मांडले आहे हे स्पष्ट करण्याचा प्रयत्न करणे हे तुमच्यासाठी नेहमी उपयुक्त ठरेल. अशा चौकटीत सरकारची तात्कालिक धोरणे, पुढाकार, किंवा अन्य संशोधनातून दिसून आलेले सामाजिक कल, अशा घटकांचा समावेश होतो.

उदाहरण – संशोधनाचा सामाजिक हेतू

तुमच्या संशोधनाच्या महत्त्वावरील चर्चेत त्याच्या सामाजिक हेतूसंबंधी विचार करणे नेहमीच उपयुक्त असते. काही संशोधनाचे अन्य संशोधनापेक्षा अधिक थेट आणि स्पष्ट सामाजिक फायदे असतात. परंतु संशोधन अभ्यासाचा समाजाला संभाव्य फायदा नाही असे क्वचितच घडते आणि परिचयात याचे विश्लेषण करणे उपयुक्त ठरते.

संशोधनाचा संदर्भ स्पष्ट करणे

जमीन पूर्णपणे नव्याने नांगरणे हे संशोधनात फारच क्वचित घडते. बरेच वेळा एकासारखे एक संशोधन अभ्यास असू शकतात ज्यांचा डेटा साधारण सारख्या संदर्भात गोळा केलेला असतो. पूर्वी केल्या गेलेल्या संशोधन अभ्यासांच्या स्वरुपाची रूपरेखा दाखवणाऱ्या संदर्भाची पार्श्वभूमी जर परिचयाच्या प्रकरणातच स्थापित करता आली, तर त्याने फारच मदत होते. प्रबंध विषयाशी संबंधित असलेली संशोधन क्षेत्रे दाखवून दिली तर ते नेहमी फायद्याचे ठरते. सध्याचा अभ्यास ज्या संशोधन चौकटीत करता येऊ शकतो, ती सुस्थापित करण्यास त्याने मदत होते.

उदाहरणार्थ, प्रौढ विद्यार्थ्यांना उच्च शिक्षण घेताना येणाऱ्या अडचणींच्या अभ्यासाच्या संदर्भात, असेच संबंधित संशोधन अभ्यास केले गेले असू शकतील, अशी अनेक वेगवेगळी विषयक्षेत्रे असतात. या क्षेत्रात प्रौढ शिक्षण, विद्यार्थ्यांना प्रेरणा, शिक्षणाचे मूल्यांकन, अभ्यास कौशल्ये, शिक्षणाचे मानसशास्त्र आणि, समाजशास्त्र आणि दूरशिक्षण यांचा समावेश होतो. कुठलाही संशोधन अभ्यास अन्य संशोधनाच्या 'जाळ्या'संदर्भात पाहणे महत्त्वाचे आहे. जर या संशोधन क्षेत्रांच्या आपसातील संबंधांची रूपरेषा इथे देता आली तर साहित्य परीक्षण या प्रकरणाच्या रचनेचा तो पाया ठरेल. प्रत्येक क्षेत्रात जो अभ्यास झालेला आहे त्याची पुन्हा तपशीलवार उजळणी करून चालू अभ्यासासाठी संशोधनाचा एक मजबूत पाया रचला जाईल.

प्रबंध लेखनातील महत्त्वाच्या धोरणाचे हे केवळ एक उदाहरण आहे आणि ते त्यातील वेगवेगळ्या विभागांना जोडण्यासाठी आहे. पदव्युत्तर प्रबंध हा सुद्धा एक लांबलचक दस्तावेज असतो आणि त्यातील संलग्नता साध्य करणे हे नेहमीच सोपे नसते. या ठिकाणी, दुसऱ्या प्रकरणात ढोबळपणे कोणत्या क्षेत्रांचा समावेश केला जाईल याकडे निर्देश करण्याची संधी तुम्हाला मिळेल आणि त्यामुळे वाचकांना ज्या मार्गाने प्रबंध पुढे जाईल त्याच्याशी जुळवून घेण्यास साह्य होईल.

संशोधकाची पार्श्वभूमी

संशोधन प्रश्नाची व्याख्या करणे आणि त्या अनुषंगाने येणारे डेटा संकलन आणि त्याचे विश्लेषण हे उपक्रम असे आहेत ज्यांत संशोधकाच्या बाजूने, अन्वयार्थ लावण्याच्या प्रक्रियेचा निश्चितच समावेश असतो, याची समाजशास्त्रीय संशोधन वाढत्या प्रमाणात दखल घेत आहे. संशोधन प्रश्न शून्यातून निर्माण होऊ शकत नाहीत. संशोधक जिथे कार्यरत असतात त्या सामाजिक संदर्भाशी घडणाऱ्या अन्योन्य प्रक्रियेतून ते संशोधन प्रश्न विकसित करतात. कोणता संशोधन प्रश्न विकसित होतो, ते संशोधकाची आवड, संशोधकाने आधीच्या संशोधनांवर केलेले वाचन, आणि त्यांच्यावरचा पर्यावरणीय प्रभाव अशा अनेक घटकांवर अवलंबून असते.

अशा सर्व घटकांमधून आणि प्रभावांमधून संशोधकास संशोधन कल्पना सुचते, तिचे शेवटी तो प्रबंधात रूपांतर करतो.

शिक्षणक्षेत्र आणि समाजशास्त्रीय संशोधनातील बरेच संशोधन, संबंधित व्यवसायातील व्यावहारिक बाबी आणि समस्या यातून निर्माण होते. उदाहरणार्थ, शाळेमध्ये विद्यार्थ्यांच्या शिस्तीबद्दल काळजी असलेल्या एखाद्या शिक्षकास विद्यार्थ्यांच्या वर्तनातील एखाद्या विशिष्ट बाबतीत सुधारणा करण्यात स्वारस्य असू शकेल. तसेच एखादा समाजसेवक अमली द्रव्यांच्या समस्येसंबंधी काम करण्यात बराच वेळ व्यतीत करत असेल तर त्याला तरुणांना ड्रग्जसंबंधी अधिक चांगले शिक्षण देण्याचे धोरणांमध्ये रस वाटेल. तथापि, या प्रक्रियेचा सर्वात मोठा भाग म्हणजे संशोधक स्वतः संशोधन विषयाची निवड करतो. ही निवड अतिशय व्यक्तीसापेक्ष असते आणि त्यावर संशोधकाच्या पार्श्वभूमीचा आणि आवडीचा प्रभाव असतो.

या प्रक्रियेतील गुंतागुंतीची दखल घेणे अतिशय महत्त्वाचे आहे कारण प्रबंध विषयाची आणि पद्धतीची निवड यांना साधे सरळ समजून त्याकडे सहजच बघितले जाऊ शकते. वस्तुतः संशोधन विषयाची निवड ही घटकांच्या गुंतागुंतीच्या परस्परक्रियांवर आणि संशोधक त्यांचा अन्वयार्थ कसा लावतो यावर अवलंबून असते. ह्याची दखल घेतल्यावर , संशोधकाने यापैकी काही प्रभावांविषयी प्रबंधात नोंद करणे महत्त्वाचे आहे. अशी नोंद केल्याने फक्त गुंतागुंतीच्या निर्णयामागे असलेल्या पार्श्वभूमीचे स्पष्टीकरण होते असे नाही तर डेटा विश्लेषणात नंतर घेतलेल्या निर्णयाची दखल घेण्यासाठी वाचकाला संदर्भाची उपयुक्त माहितीही पुरविली जाते. संशोधन विषय जर संशोधकाच्या कामाच्या ठिकाणाशी संबंधित असेल तर संशोधकाच्या भूमिकेचे तसेच त्या ठिकाणाचे काम कसे चालते याच्याशी संबंधित बाबींचे वर्णन करणे महत्त्वाचे आहे. या ठिकाणीही कामाच्या ठिकाणाचे वर्णन करणाऱ्या एका बाबीचा विचार करून अन्य बाबी वगळण्याचा निर्णय अर्थ लावून घेतला पाहिजे.

संशोधन विषयाच्या निवडीसंबंधी काही बाबींचे स्पष्टीकरण परिचयात देण्याची संधी संशोधकाने घेणे महत्त्वाचे आहे. संशोधकाची शिक्षणाची पार्श्वभूमी संबंधित असेल तर त्या संशोधन विषयात स्वारस्य कसे निर्माण झाले हे स्पष्ट करण्यासाठी त्याचा उपयोग होईल. जर संशोधन संशोधकाच्या चालू नोकरीशी संबंधित असेल तर त्याने त्याच्या भूमिकेचे वर्णन करणे तसेच त्याचे आणि संशोधन विषयाच्या नातेसंबंधांचे विश्लेषण करणे सुसंगत होईल. आधीच्या संशोधनातून, ज्यात संशोधकाचा सहभाग होता, आत्ताचा संशोधन विषय उत्क्रांत झाला असेल तर त्या संशोधनासंबंधी काही वर्णन परिचयात करणे उचित होईल. सारांश, संशोधकाच्या वैयक्तिक पार्श्वभूमीचा जेवढा संदर्भ प्रबंध विषयाच्या निवडीसंबंधी जेवढा देता येईल, तेवढा परिचयात देऊन काळजीपूर्वक स्पष्टीकरण आणि विश्लेषण केले जावे.

संशोधन कुठे आयोजित केले जाते आणि का?

संशोधनाच्या व्यापक स्वरूपाचे आणि विषयाचे वर्णन करणे हे परिचयाचे प्रमुख उद्दिष्ट असते जेणेकरून नंतर दिलेल्या तपशिलाचे वाचकास सहजगत्या आकलन होऊ शकते. पद्धतीविषयीच्या प्रकरणात डेटा संकलन प्रक्रियेचे तसेच ते संकलन कुठे केले त्या स्थानाबद्दल सविस्तर चर्चा असते. म्हणून डेटा संकलनाच्या स्थानाच्या काही प्रमुख वैशिष्ट्यांचा परिचयात निर्देश करणे आणि संशोधन त्या मार्गाने का नियोजित केले याची कारणे देणे उपयुक्त ठरते. परिणामतः नमुना प्रक्रियेच्या काही बाबींचा उल्लेखही यात सामावलेला असू शकतो.

व्यवसायाभिमुख संशोधनात जेथे संशोधक त्यांच्या कामाच्या ठिकाणच्या जीवनासंबंधीच्या काही बाबींचा तपास करत असतो तेथे संशोधन कुठे आयोजित करायचे हा प्रश्न उपस्थित होतो. आपापल्या शाळेत शिकणाऱ्या

विद्यार्थ्यांबाबत शिक्षक नव्या दृष्टिकोनांचे अन्वेषण करत असतील, काही समाजसेवक, सामाजिक प्रकल्पात तरुणांनी सहभागी व्हावे म्हणून त्यांना प्रेरणा देण्याचे नवे मार्ग धुंडाळत असतील तर काही सामाजिक कार्यकर्ते दुर्बल मुलांच्या संरक्षणासाठी कोणती नवी धोरणे असावीत याचा शोध घेत असतील. जेव्हा संशोधकाची कामाची जागा हीच संशोधनाचीसुद्धा जागा असते, तेव्हा परिचयात दोन प्रमुख बाबींची दखल घ्यावी एक म्हणजे कामाच्या जागेशी संबंधित असलेल्या मुख्य वैशिष्ट्यांचे वर्णन करणे आणि दुसरे म्हणजे संशोधन त्या जागेवर का आयोजित केले त्याचे समर्थन करणे.

आपण अशी कल्पना करूया की फर्दर एज्युकेशन कॉलेज (ब्रिटनमधील शालाव्यतिरिक्त शिक्षणपद्धति) मध्ये विद्यार्थ्यांना धार्मिक शिक्षण देण्याच्या एका अभिनव उपक्रमाच्या व्यक्ति-अभ्यासावर एक प्रबंध आधारित आहे. संशोधक या धार्मिक शिक्षणाशी संबंधित आहे आणि त्याने त्याच्या परिणामकारकतेचा शोध घ्यायचे ठरविले आहे. या प्रबंधाच्या वाचकांना हे नवे धार्मिक शिक्षण समजून घेण्यासाठी महाविद्यालयाच्या संबंधित वैशिष्ट्यांमध्ये स्वारस्य असेल. या महाविद्यालयाच्या वर्णनाची सुरुवात, त्याच्या स्थानापासून म्हणजे त्याच्या छायेखालील प्रदेशाच्या वैशिष्ट्यांपासून, ते कोणत्या प्रकारच्या गावात किंवा शहरात आहे इथपासून होईल. कदाचित या वर्णनात विद्यार्थ्यांची तसेच सर्व कर्मचाऱ्यांची संख्या किती आहे, भौगोलिक दृष्ट्या हे कशाच्या जवळ आहे, त्याचा अलिकडचा इतिहास या सर्वांचा समावेश होतो. पुढे जाऊन यात महाविद्यालयातील विभागांची रचना, तेथे उपलब्ध असलेल्या अभ्यासक्रमांची व्याप्ती असे वर्णन केले जाईल. प्रबंधात या महाविद्यालयाचे नाव अज्ञात ठेवणे संशोधनातील नैतिकतेच्या दृष्टीने महत्त्वाचे असेल. म्हणून या वर्णनात्मक माहितीत ज्या शहरात हे महाविद्यालय आहे त्याचे नाव दिले जाणार नाही तसेच त्या महाविद्यालयाची ओळख पटण्यास साह्य होईल अशी कोणतीही वैशिष्ट्ये दिली जाणार नाहीत.

महाविद्यालयाचे ढोबळमानाने वर्णन केल्यानंतर धार्मिक शिक्षण प्रणालीशी विशेषत्वाने संबंधित असलेली वैशिष्ट्ये अधोरेखित करणे आवश्यक आहे. या वैशिष्ट्यांमध्ये विद्यार्थ्यांची महाविद्यालयातील अलिकडील शैक्षणिक कामगिरी, त्यांच्या महाविद्यालयातील उपस्थितीचा आकृतीबंध, भावी नोकरी शोधण्यातील कल यांचा सामावेश होतो. पद्धती प्रकरणात या बाबींवर अधिक विस्ताराने चर्चा केलेली असेल परंतु ह्या ढोबळ तपशिलामुळे वाचकांना संशोधन संदर्भाचे प्राथमिक आकलन होते.

तथापि, परिचयात संशोधकाने एका महत्त्वाच्या प्रश्नाचे उत्तर देणे बाकी असते. ते हे की या महाविद्यालयाची निवड व्यक्ती अभ्यासासाठी का केली. संशोधक या महाविद्यालयात व्याख्याता असल्याने, तो या वातावरणाशी परिचित असल्याने डेटा संकलनास सोईचे होईल हे या महाविद्यालयाची निवड करण्यामागचे प्रमुख कारण वाटेल. परंतु असे अजिबात नसूही शकते. या महाविद्यालयातील धार्मिक शिक्षण प्रणाली खरोखरच नवी आणि अभिनव असल्याने ती अन्य महाविद्यालयांसाठी प्रारूप होऊ शकते. या प्रणालीचे पद्धतशीरपणे केलेले अन्वेषण अन्य महाविद्यालयांना त्यांच्या स्वतःच्या प्रणाली विकसित करण्यात साह्य करू शकते. याशिवाय संशोधकाला असे प्रस्थापित करायचे असेल की हे महाविद्यालय अनेक बाबतीत अन्य शैक्षणिक महाविद्यालयांसारखे असल्याने अन्य महाविद्यालयांसाठी ह्या डेटाचे अधिकृतपणे सामान्यीकरण करता तो येऊ शकते. ह्या महाविद्यालयाची निवड करण्यामागे अनेक कारणे असू शकतील परंतु संशोधनाची कारणमीमांसा स्पष्ट करण्यासाठी त्यांची इथे स्पष्ट मांडणी करणे महत्त्वाचे आहे.

उदाहरण – संशोधन स्थानाची निवड

संशोधन करण्याच्या स्थानाचे वर्णन करताना आणि कदाचित त्याचे समर्थन करताना प्रत्यक्ष संशोधनाशी आणि त्याच्या उद्दिष्टांशी संबंधित असलेली कारणे देणे महत्त्वाचे आहे. कुठल्याही प्रकारे संशोधकाच्या सोयीशी संबंधित कोणतीही कारणे देऊ नयेत. संशोधनाचे स्थान संशोधकाच्या घराजवळ असू शकेल किंवा कामाच्या वेळेत तिथे भेट देऊन येणे शक्य असेल परंतु ही कारणे संशोधनाच्या बाबतीत समर्थनीय मानली जाणार नाहीत.

संशोधन उद्दिष्टे

उद्दिष्टे हा कुठल्याही प्रबंधाचा सर्वात महत्त्वाचा भाग असतो. त्यातून संशोधन अभ्यासातून काय साध्य अपेक्षित आहे हे नेमके आणि स्पष्ट व्यक्त व्हावे. तुम्हाला आत्ता माहीत नसलेल्या परंतु अभ्यासाच्या शेवटी आकलनाची अपेक्षा असणाऱ्या गोष्टी त्यातून व्यक्त होतात. डॉक्टरल प्रबंधात ज्ञानात मूलभूत योगदान करण्याची उद्दिष्टे मांडलेली असतात आणि ती साध्य केली जातील अशी अपेक्षा असते.

यशासाठी युक्ती – उद्दिष्टे

तुमची संशोधन उद्दिष्टे प्रबंधाच्या केंद्रस्थानी असतात. प्रबंधाला एकत्र बांधून ठेवणारा तो एक दुवा असावा.

संशोधन अभ्यासाच्या यश मापनाचे एक परिमाण म्हणजे उद्दिष्टे. तुम्ही जे काही साध्य करण्याची आशा करता ती जशी उद्दिष्टांमधून व्यक्त होते, तसे अभ्यासाचे मूल्यमापन करण्यासाठी ती एक परिमाण पुरवतात. प्रबंधाच्या समारोपात तुम्ही उद्दिष्टांकडे परत वळावे आणि ती किती प्रमाणात साध्य झाली यावर भाष्य करावे. जर त्यातील काही उद्दिष्टे साध्य झाली नाहीत तर संशोधनावर किंवा प्रबंधावर टीका झाली असा अर्थ होत नाही. सर्वात महत्त्वाची बाब म्हणजे उद्दिष्टे साध्य न झाल्याच्या संभाव्य कारणांचे विश्लेषण केले जाते. त्यातून हे निष्पन्न होते की उद्दिष्टे अशी मांडली जावीत की त्यातूनच ती कशी साध्य करावी हे स्पष्ट होईल. चांगल्या संशोधनाची उद्दिष्टे ही स्पष्ट, नेमक्या आणि तर्कशुद्ध पद्धतीने मांडली जातात.

प्रबंध लिहिताना उद्दिष्टे कधीही नजरेआड होऊ देऊ नयेत. उद्दिष्टांमुळेच प्रत्यक्ष किंवा अप्रत्यक्षपणे प्रबंधाची रचना बऱ्याच प्रमाणात निश्चित होते. उदाहरणार्थ, उद्दिष्टांमध्ये अंतर्भूत असलेल्या काही संज्ञा किंवा संकल्पना शोध अभ्यासाच्या मध्यवर्ती असण्याची शक्यता असते. या संकल्पनासुद्धा साहित्य परीक्षणातील मध्यवर्ती घटक असू शकतात. याशिवाय डेटाचे जेव्हा विश्लेषण केले जाते तेव्हा ते विश्लेषण उद्दिष्टांमध्ये अंतर्स्थापित असलेल्या महत्त्वाच्या कल्पनांवर कसा प्रकाश टाकताना दिसते याचा निर्देश करणे महत्त्वाचे आहे. दुसऱ्या शब्दांत, उद्दिष्टांच्या आशयाने काही प्रमाणात प्रभावित झाला नाही अशा प्रबंधाच्या कुठल्याही भागाची कल्पना करणे कठीण आहे.

उदाहरण – संशोधनाची प्रातिनिधिक उद्दिष्टे

महाविद्यालयीन शिक्षणातील अध्यापन सराव काळात शिक्षक प्रशिक्षणार्थींच्या अनुभवांच्या तपास अभ्यासावर खालील उद्दिष्टे आधारलेली आहेत.

१. शिक्षक प्रशिक्षणार्थींचा प्रत्यक्ष अध्यापनाच्या परिणामकारकतेविषयी काय दृष्टिकोन आहे त्याचा शोध घेणे.
२. महाविद्यालयाने त्यांना देऊ केलेल्या स्त्रोतांच्या स्वरूपाची तपासणी चौकशी करणे.
३. महाविद्यालयातील मेंटॉरने दिलेल्या आधाराच्या पातळीचे परीक्षण करणे.
४. प्रत्यक्ष अध्यापनातून अध्ययनाचा अनुभव याच्या वैधतेचे विश्लेषण करणे.

वरील उदाहरणातील उद्दिष्टांमध्ये लक्षात घेण्यासारखी अनेक वैशिष्ट्ये आहेत. या सर्वांमध्ये क्रियापद आहे, त्यातून तपासाची किंवा विश्लेषणाची सक्रिय प्रक्रिया निर्देशित होते. उद्दिष्टांची सूची देताना सुरुवातीस हे वाक्य लिहिल्यास उपयुक्त ठरतेः 'या संशोधन अभ्यासाची मुख्य उद्दिष्टे ही आहेत.' त्यामुळे प्रत्येक उद्दिष्ट वाचताना ते या प्रस्तावनेशी संबंधित आहे असे समजून वाचता येते. सुरुवातीच्या क्रियापदाची निवड महत्त्वाची असते. ती अशी असावी की त्यामुळे एक सातत्यपूर्ण प्रक्रिया सुचविली जाते. उद्दिष्टांची सुरुवात करताना 'शोध घेणे' या क्रियापदाचा उपयोग अयोग्य ठरेल कारण त्यामुळे संशोधन प्रक्रियेचे अंतिम स्वरूप सुचविले जाते. त्यातून असे सूचित होते की जर हा संशोधन प्रकल्प यशस्वी झाला तर या विशिष्ट विषयावर तो अंतिम भाष्य करेल.

उद्दिष्टे अशा प्रकारे व्यक्त केली जावीत की ती साध्य केल्याचे पुरावे स्पष्ट असावेत. उदाहरणार्थ, दुसऱ्या उद्दिष्टाच्या बाबतीत महाविद्यालयात जाऊन शिक्षक प्रशिक्षणार्थींना साह्य म्हणून दिल्या जाणाऱ्या शैक्षणिक स्त्रोतांच्या स्वरूपाबद्दल त्यांच्या मेंटॉरकडे विचारणा करण्याची कल्पना करता येते. असा तपास आपल्याला कुठे घेऊन जाईल हे माहीत नसते परंतु डेटाचा शोध घेण्यास कुठून सुरुवात करावी हे आपल्याला उद्दिष्टांवरून बऱ्यापैकी स्पष्ट झालेले असते.

उदाहरण – उद्दिष्टांचे परिष्करण

ज्या पदवीसाठी प्रबंध लिहिला जात आहे त्याची पातळी दिलेल्या उद्दिष्टांमधून व्यक्त व्हावी. उदाहरणार्थ, आधीचे चर्चा केलेले उद्दिष्ट पदव्युत्तर प्रबंधासाठी योग्य राहील. परंतु डॉक्टरल प्रबंधाचे उद्दिष्ट अशा शब्दात मांडले जावे की त्यामुळे तपासकार्य अधिक जाणकार पद्धतीने करण्याची प्रेरणा मिळेल. डॉक्टरल प्रबंधात उद्दिष्ट असे लिहिता येईल : 'महाविद्यालयाच्या स्त्रोतांच्या वितरणावर सकृतदर्शनी प्रभाव पाडणाऱ्या घटकांचे विश्लेषण करणे' हे उद्दिष्ट अधिक सफाईदार आहे कारण त्यातून महाविद्यालयात कदाचित कार्यरत असलेल्या सामाजिक प्रक्रियांचे परीक्षण करता येते.

शेवटी उद्दिष्टे अशा शब्दात मांडू नयेत की त्यावरून कुठलेही मूल्यविधान केलेले असते किंवा त्यात संशोधनाचा निष्कर्ष अध्याहृत असतो. उद्दिष्ट लिहिताना असे लिहिणे अयोग्य आहेः 'पुरविलेल्या स्त्रोतांचे अभिनव स्वरूप

तपासणे' कारण आपण असे गृहीत धरू शकतो की लेखकाचे असे म्हणणे आहे की स्रोत काही प्रमाणात अभिनव आहेत. दुसऱ्या शब्दांत, उद्दिष्टे तटस्थपणे लिहावीत, त्यात संशोधनाच्या निर्णयासंबंधी कुठलेही गृहीत अंतर्भूत नसावे. उद्दिष्टे नेहमी थोडक्यात आणि स्पष्टपणे दिली जावीत आणि त्यांना संदर्भ सुलभतेसाठी अनुक्रमांक दिले जावेत.

संशोधनाचे हेतू

बरेच प्रबंध संशोधनाचा उद्देश निर्देशित करण्यासाठी उद्दिष्टांच्या सूचीवर अवलंबून असतात. संशोधनाचा उद्देश ढोबळपणे निर्देशित करावा यासाठी उद्दिष्टे दिलेली असतात. तथापि काही विद्यार्थी त्या उद्दिष्टांचे उद्देशांमध्ये उपविभाजन करणे पसंत करतात. ही हेतूची अधिक नेमकी विधाने असतात. त्यात संशोधकास प्रत्यक्ष करण्याची इच्छा असलेल्या कृतींचे वर्णन असते. उदाहरणार्थ, 'संशोधन उद्दिष्टांच्या प्रातिनिधिक उदाहरणात' उद्देशांचे खालीलप्रमाणे विभाजन होते.

१. ज्यांनी अध्यापन सराव पूर्ण केला आहे अशा २५ विद्यार्थ्यांच्या नमुन्याच्या अर्ध रचित मुलाखती घेणे.
२. २१० विद्यार्थ्यांच्या गटास स्वतः पूर्ण करण्याची प्रश्नावली वाटणे.
३. अध्यापन सराव काळातील महत्त्वाच्या अपेक्षित परिणामांचे विश्लेषण करणे.

उद्देशांसाठी नेहमी जरी अगदी प्रत्येक वेळी नसली तरी 'वाटणे', 'मोजणे' अशा क्रिया अंतर्भूत असणारी क्रियापदे वापरली जातात. या अर्थी ती उद्दिष्टांपेक्षा अधिक कृतिप्रवण असतात. उद्दिष्टे संशोधन संरचना आणि पद्धतीच्या महत्त्वाच्या घटकांबद्दल प्राथमिक कल्पना देत असली तरी उद्दिष्टांचे उद्देशांमध्ये विभाजन करणे अत्यावश्यक नाही.

Further reading

Burton, D. and Bartlett, S. (2009) *Key Issues for Educational Researchers.* London: Sage
Lichtman, M. (2010) *Understanding and Evaluating Qualitative Educational Research.* London: Sage.
Silverman, D. (2004) *Doing Qualitative Research: A Practical Handbook.* 2nd edn. London: Sage.
Thody, A. (2006) *Writing and Presenting Research.* London: Sage.
Walliman, N. (2005) *Your Research Project: A Step- by-Step Guide for the First-Time Researcher.* 2nd edn. London: Sage.

९

साहित्याचे परीक्षण

साहित्य परीक्षण लिहिण्याच्या वेगवेगळ्या मार्गांचा आपण या प्रकरणात विचार करू. साहित्याचे उपविभाजन कसे करावे आणि संबंधित अभ्यासाच्या भासणाऱ्या उणिवांशी कसे जुळवून घ्यावे याच्या धोरणांचे आपण परीक्षण करू. इंटरनेटवरील साहित्य तसेच ऑनलाईन शोधाच्या निरनिराळ्या मार्गांनी मिळवलेल्या साहित्यासह अनेक प्रकारच्या संशोधन स्त्रोतांच्या उपयोगाची आपण चर्चा करू.

अभ्यासाची धोरणे

- संशोधन करताना तुम्हाला ज्या विषयात रस असेल त्या विषयाचा इंटरनेटवर शोध घ्या. त्यापैकी कोणते घटक प्रबंधात उद्धृत करता येतील आणि तुम्हाला कुठले घटक अयोग्य वाटतील हे ठरवा. या घटकांची स्वीकृती किंवा अस्वीकृती ठरवण्यासाठी वापरत असलेल्या निकषांची यादी करा.

(i) साहित्य परीक्षणाशी संबंधित सामान्य बाबी

साहित्य परीक्षणाचा हेतू

प्रबंध विषयाशी संबंधित साहित्यविषयक प्रकरण हे नेहमी मोठ्या प्रकरणांपैकी एक असते. साधारणपणे प्रबंधाच्या सुरुवातीस घातले जाणारे हे प्रकरण सहसा दुसऱ्या क्रमांकाचे प्रकरण असते. साहित्य परीक्षणाचा संबंध प्रामुख्याने संशोधन अभ्यासाच्या मुख्य विषयाशी निगडीत असलेल्या संशोधन आणि लेखनाशी येतो. पद्धतींशी संबंधित साहित्याशी त्याचा संबंध येत नाही. उदाहरणार्थ, कृती संशोधन अभ्यासात, कृती इतिहास, तत्त्वज्ञान आणि व्यवहार ह्या विषयांवरील साहित्य परीक्षणाचा या प्रकरणाऐवजी पद्धती या प्रकरणात विचार केला जातो.

'परीक्षण' ह्या शब्दाचा वापर रंजक आहे. याचा अर्थ असा नाही की तुम्ही पुस्तकाचे किंवा संशोधन लेखाचे तपशीलवार विश्लेषण किंवा चर्चा करता. हे साध्य करता येईल आणि त्याच वेळी विषयक्षेत्राची पुरेशी व्याप्ती पुरवता

येईल एवढी जागा नसेल. 'परीक्षण' या शब्दातून असे सूचित होते की तुम्ही संशोधन लेखातील किंवा अभ्यासातील आशयाचा स्थूलमानाने सारांश द्यावा आणि त्या क्षेत्रातील अन्य अभ्यासाशी काही संबंध स्पष्टपणे निर्देशित करावा आणि अशा प्रकारे त्या विषयक्षेत्रातील शैक्षणिक संबंध पोचवावे. शक्य झाल्यास प्रत्येक साहित्यावरील भाष्यातून अभ्यासातील कळीच्या निष्कर्षांचे थोडक्यात स्पष्टीकरण केले जावे आणि राष्ट्रीय किंवा आंतरराष्ट्रीय पार्श्वभूमीवर अभ्यासाचे सुप्त किंवा प्रत्यक्ष महत्त्व निर्देशित केले जावे.

उदाहरण – परीक्षण किंवा विश्लेषण

एखाद्या विषय क्षेत्रातील प्रत्येक संशोधनाची कालानुक्रमे सूची त्याच्या स्वरूपाच्या आणि त्यातील निष्कर्षांच्या सारांशासह सादर करणे हे साहित्य 'परीक्षणा'साठी योग्य होणार नाही. येथे 'परीक्षण' या शब्दाबाबत प्रश्न उद्भवतो. साहित्य परीक्षणात अन्य कशाहीपेक्षा 'विश्लेषण' असणे सर्वात महत्त्वाचे आहे. विश्लेषण प्रक्रियेत अनेक वेगवेगळे पैलू असू शकतात परंतु, उदाहरणार्थ तुम्ही साहित्याची वर्गवारी करण्याचा प्रयत्न करावा, त्या क्षेत्रातील संशोधन कसे विकसित झाले आहे आणि ते अन्य विषयांशी कशा प्रकारे संबंधित आहे हे दाखवून द्यावे. तसेच विश्लेषणात उल्लेख केलेल्या बाबींशी तुमचे संशोधन कसे एकरूप होते हे दाखविण्याचा प्रयत्न करा आणि संशोधन विषयाचा एकूण समाजावर कसा परिणाम झाला आहे हे निर्देशित करा.

साहित्य परीक्षण करण्याचा मुख्य हेतु म्हणजे संशोधन विषयाशी संबंधित असलली शैक्षणिक आणि संशोधन क्षेत्रे निश्चित करणे हा होय. प्रबंधाच्या या शीर्षकाचा विचार करा: 'दूरशिक्षणातील उच्च शिक्षणाच्या गुणवत्तेच्या खात्रीबाबत समस्या'. खरे पाहता, या शीर्षकातील विषयास वाहून घेतलेले पुरेसे साहित्य असायला हवे. परंतु असे पूर्णपणे असू शकत नाही आणि म्हणून या शीर्षकातील काही संकल्पनांचा विचार करणे आवश्यक आहे. या शीर्षकात तीन महत्त्वाच्या संकल्पना आहेत : 'गुणवत्तेची हमी', 'दूरशिक्षण', आणि 'उच्च शिक्षण'. दूरशिक्षणविषयीच्या उपलब्ध संशोधन अभ्यासात गुणवत्ता हमीसंबंधी काही बाबींचाही उल्लेख आला असेल. तसेच सर्वसाधारण उच्च शिक्षणासंबंधीच्या लेखांमध्ये दूरशिक्षणाच्या प्रभावाचा उल्लेख असू शकतो. सध्याच्या अभ्यासाशी सर्वात अधिक सुसंगत असलेले पूर्वीचे अभ्यास आणि संशोधन ज्यात समाविष्ट आहेत अशी शैक्षणिक क्षेत्रे निश्चित करणे हे साहित्य परीक्षणाचे प्रमुख कार्य आहे.

तिथून सुरू होणारे साहित्य परीक्षण सध्याच्या संशोधनासाठी पाया घालते. संशोधन अभ्यास आणि अन्य संबंधित कल्पनांचे विश्लेषण असलेल्या संशोधनाच्या संदर्भात प्रबंधाची मांडणी करते. नवीन प्रबंधाकडे एक अलगपणे केलेला अभ्यास अशा दृष्टिकोनातून न पाहता शैक्षणिक परंपरेत अस्तित्वात असलेला अभ्यास असे पाहावे आणि त्या परंपरेचे स्वरूप स्थापित करण्याचा प्रयत्न करणे हा साहित्य परीक्षणाचा हेतू असतो.

या प्रकरणात ज्याची चर्चा करणार आहोत, तो साहित्याचा प्रकार हा बहुत करून प्रबंध विषयाशी संबंधित केलेल्या संशोधनाचा अहवाल असतो. अशा संशोधनाबद्दल माहिती मिळण्याचे प्रमुख स्थान म्हणजे शैक्षणिक जर्नल्समधील लेख. दुसरा उपयुक्त स्रोत म्हणजे पुस्तिका आणि पत्रकांमध्ये प्रकाशित झालेले संशोधनाचे अहवाल.

सरकारी संस्था आणि काही अधिकृत संस्था बरेच वेळा लहान प्रमाणावरील संशोधन सुरू करतात आणि त्यांच्या व्यवसायात वितरण करण्यासाठी स्वतः त्याचे प्रकाशन करतात. अशी प्रकाशने म्हणजे संबंधित साहित्याचा एक उपयुक्त स्रोत असतो.

साहित्य परीक्षण या प्रकरणात चर्चा करण्यायोग्य पुस्तकांच्या प्रकारांबद्दल तुम्हाला खात्री नसेल. सोयीसाठी आपण शैक्षणिक पुस्तकांची या चर्चेकरता चार प्रकारात विभागणी करू. पाठ्यपुस्तके, मग ती शाळा, महाविद्यालये किंवा विद्यापीठांची असोत, साहित्य परीक्षण या प्रकरणात चर्चा करण्यास ती अयोग्य असतात. प्रस्थापित ज्ञानाचे प्रक्षेपण करणे हा पाठ्यपुस्तकांचा प्रमुख हेतू असतो. तुमच्या प्रबंधातील चर्चा विषयाचे आकलन होण्यासाठी पाठ्यपुस्तके अत्यंत उपयुक्त असतात परंतु साहित्य परीक्षणात त्यांचे मूल्यांकन करण्यासाठी ती अयोग्य असतात. असे असूनही, काही पाठ्यपुस्तके निव्वळ आताचे ज्ञान संक्रमित करण्याव्यतिरिक्त बरेच काही करत असतात. संकल्पना आणि कल्पनांच्या चर्चांमधून ती फक्त आकलन प्रक्षेपित करण्यापलीकडे जातात. काही प्रमाणात आपल्या आताच्या आकलनाचा विस्तार करतात. या श्रेणीत पुस्तकांचा समावेश आपल्या वैयक्तिक शैक्षणिक मतानुसार केला जातो. म्हणून, पाठ्यपुस्तके साहित्य परीक्षण प्रकरणातून कायमस्वरूपी वगळली जावीत असे तुम्ही म्हणू शकत नाही परंतु त्यांचा समावेश करताना दक्षता मात्र नक्कीच घेतली जावी.

अनुभवाधिष्ठित संशोधनावर आधारित नसल्यामुळे काही पुस्तके आकलनातील अडथळे वाढवण्यासाठी आहेत असे वाटते. ती एक विषय घेतात आणि त्या क्षेत्रातील आकलनात मुख्य योगदान देणाऱ्या लेखनाचे परीक्षण करतात. संकल्पना आणि कल्पनांचे विश्लेषण करून हीच गोष्ट ती पुढे नेतात त्यामुळे आकलनातील योगदानाचा विकास होतो. अशा पुस्तकाची काही वैशिष्ट्ये पाठ्य पुस्तकासारखीच असतील आणि या दोन्ही प्रकारांतील सीमारेषा विवादास्पद असू शकेल. तरीही तुम्हाला जी पुस्तके या श्रेणीत आहेत असे वाटते ती सामान्यपणे साहित्य परीक्षण प्रकरणात समावेश करण्यास योग्य आहेत.

त्यानंतर येतात ती संपादित पुस्तके. यात स्वतंत्र शैक्षणिक लेखकांनी लिहिलेल्या स्वतंत्र प्रकरणांची मालिका असते. एका मध्यवर्ती कल्पनेने सर्व प्रकरणे एकमेकांशी जोडलेली असतात आणि हे पुस्तक त्या क्षेत्रातील प्रख्यात शिक्षण तज्ज्ञाने संपादित केलेले असते. अशा प्रकारच्या पुस्तकातील प्रत्येक प्रकरण हे अधिकारपूर्णतेने लिहिलेले असून अनेकदा ते अनुभवाधिष्ठित संशोधनावर आधारलेले असते. काही प्रकरणे तात्विक स्वरूपाची असून त्यात त्या क्षेत्रातील वेगवेगळ्या महत्त्वाच्या कल्पनांचे सांकल्पनिक विश्लेषण केलेले असते. अशा संपादित केलेल्या पुस्तकातील प्रकरणे सामान्यपणे साहित्य परीक्षणात समाविष्ट करण्यास योग्य असतात.

उदाहरण – साहित्याच्या मर्यादा

मान्यताप्राप्त शैक्षणिक रूढींची पूर्तता न करणाऱ्या किंवा अपारंपरिक अशा प्रकारच्या साहित्याचा उपयोग करणेसुद्धा अगदी योग्य आहे. तथापि, अशा बाबतीत तुम्ही त्या साहित्याची निवड का केली त्या कारणांचे आणि त्याच्या मर्यादांचे स्पष्टीकरण करणे गरजेचे आहे. असे केल्यास हे दर्शविले जाते की तुम्ही याचा फक्त एक सोय म्हणून किंवा अन्य अशैक्षणिक कारणांसाठी वापर न करता त्याबद्दल विश्लेषणात्मक दृष्टिकोनातून विचार करत आहात.

अशीही काही पुस्तके आहेत की जी अनुभवाधिष्ठित अभ्यासावर आधारलेली आहेत. एका अर्थाने ही पुस्तके म्हणजे जर्नलमधील लेखांची मोठी आवृत्ती असते. ती प्रमुख संशोधन अभ्यासाची माहिती देतात आणि पुस्तक परीक्षणासाठी त्यांचा समावेश करणे योग्य असते.

या स्रोत साहित्याच्या मुख्य श्रेणीव्यतिरिक्त अन्य मार्गांनेही संशोधन अभ्यासाबद्दल माहिती दिली जाते. तुम्हाला अशी माहिती, *टाइम्स एज्युकेशनल सप्लिमेंट* सारख्या शैक्षणिक वृत्तपत्रात, रेडियो, टी. व्ही. वरील कार्यक्रमांत तसेच व्यावसायिक जर्नल्समध्ये आढळून येईल. बरेचदा अशा अहवालातून तुम्हाला पूर्ण अहवालातील फक्त गाळीव माहिती मिळते आणि जिथे शक्य आहे तिथे मूळ संशोधन अहवालाचे मूल्यमापन केले जावे. साहित्य परीक्षणाच्या पैलूंबद्दल आर्कसे आणि नाईट मध्ये (१९९९,पृ. क्र. ४७–९) मध्ये चर्चा केली आहे.

साहित्य परीक्षण लिहिण्याची शैली

साहित्य परीक्षण हे प्रकरण मोठे असू शकेल आणि त्याची काहीतरी रचना असणे आवश्यक आहे. पुस्तके आणि लेख एका विशिष्ट क्रमाने दिलेले नसल्यास साहित्यावरील चर्चा वाचण्याने गोंधळ होऊ शकतो. या कामाची आखणी करण्याचा सर्वात साधा मार्ग म्हणजे त्यांवर कालानुक्रमे चर्चा करणे. परंतु नेहमीच ही पद्धत योग्य ठरेल असे नाही. पुस्तकांचे विषयवार गट केले आणि प्रकाशनाची तारीख हा एकच निकष लावून क्रमाने लावली तरीही होणारी चर्चा गोंधळ निर्माण करते. दुसरी एक पद्धत म्हणजे वेगवेगळ्या प्रकाशनप्रकारानुसार पुस्तकांची रचना करणे. पुस्तकातील, जर्नलमधील लेखातील आणि एकल लेखक पुस्तकांचे स्वतंत्र गट करता येतील. असे करूनही वेगवेगळ्या विषयांवरील पुस्तकांची एकत्र चर्चा होईल. पुढील भागात विषयानुरूप साहित्याचे उपविभाजन करण्यासाठी कोणती धोरणे आखावीत याची चर्चा केली आहे. प्रकरणाला कुठल्यातरी प्रकारची रचना असणे महत्त्वाचे आहे कारण त्याशिवाय निरनिराळ्या संदर्भित केलेल्या पुस्तकांमधील दुवे आणि साम्यस्थळे यांवर चर्चा करणे अवघड आहे.

लेखन शैलीवरील आत्ताच्या चर्चेत आपण असे गृहीत धरूया की प्रकरणाची एकूण रचना प्रस्थापित केली गेली आहे आणि तुम्ही संशोधनावरील नव्या लेखावर चर्चा सुरू करत आहात. साहित्य परीक्षणाचा भाग कसा लिहिला जावा हे उदाहरणातून दिसून येते. आधी उल्लेख केलेल्या प्रबंधाच्या शीर्षकाशी : 'दूरशिक्षणातील उच्च शिक्षणाच्या गुणवत्तेच्या खात्रीबाबत समस्या' संबंधित आहे.

या उदाहरणातील प्रातिनिधिक लेखन शैली आणि रचना संपूर्ण साहित्य परीक्षणात कायम ठेवली आहे. या पद्धतीचे महत्त्वाचे वैशिष्ट्य म्हणजे उध्दृत केलेले प्रत्येक पुस्तक किंवा संशोधनाचा अंश याचा सारांश देऊन थोडक्यात चर्चा केली आहे. ही चर्चा एका परिच्छेदाइतकी असेल. चर्चेच्या सुरुवातीस आणि शेवटी, उद्धृत केलेल्या आधीच्या आणि नंतरच्या पुस्तकांसंबंधीचे दुवे प्रस्थापित केले आहेत. याशिवाय, प्रकरणाच्या अन्य भागात उद्धृत केलेल्या साहित्याच्या दुव्यांवरही तुम्ही भाष्य करू शकता. तुम्ही विकसित करत असलेल्या युक्तिवादास पुष्टी देण्यासाठी किंवा तुम्ही दिलेल्या सारांशास उदाहरण देण्यासाठी अवतरणे घालणे हे सामान्य आहे. साहित्य परीक्षणाचे प्रकरण बरेच ठिकाणी वर्णनात्मक असू शकते. म्हणजे त्यात आधीच्या संशोधनातील कळीच्या वैशिष्ट्यांचा सारांश दिला जाईल. जेव्हा संधी मिळेल तेव्हा तुम्ही साहित्यातील प्रवाहांची तसेच प्रत्यक्षपणे किंवा अप्रत्यक्षपणे सामयिक युक्तिवादास किंवा दृष्टिकोनास पुष्टी देणाऱ्या स्वतंत्र संशोधन क्षेत्रांची दखल घेतली पाहिजे. इतकेच नव्हे तर, साहित्यपरीक्षणात आधीच्या प्रकरणातील उद्दिष्टांचा आढावा घेतला जावा आणि त्यापैकी प्रत्येक उद्दिष्ट आधीच्या संशोधन अभ्यासाच्या संदर्भात ठेवले जावे.

उदाहरण – साहित्य परीक्षणाचा नमुना

आधीच्या अभ्यासातून सूचित केले जाते की शिक्षकांच्या हस्तक्षेपाचे प्रमाण हा दूरशिक्षण धोरणाच्या मानल्या जाणाऱ्या यशाबाबत एक महत्त्वाचा घटक आहे. जिथे नमुन्यातील विद्यार्थ्यांनी संगणकाधारित साहित्यावर अवलंबून एकट्याने शिकणे अपेक्षित होते तिथे त्यापेक्षा त्यांना शिक्षकांबरोबर बऱ्यापैकी संवाद हवा होता.

हे निष्कर्ष स्मिथ आणि जोन्स (२००३) यांच्या अभ्यासातून व्यक्त झाले होते. त्यांनी समाजशास्त्राच्या ८५ विद्यार्थ्यांच्या अर्धरचित मुलाखती घेतल्या. त्यांना प्रत्येकाला दूरशिक्षणाद्वारे तीन मॉड्युल्स शिकवण्यात आली होती. याशिवाय, प्रत्येक विद्यार्थ्यास प्रत्येक मॉड्युलससाठी एक तासाचे एक ट्युटोरिअल होते. अध्ययन–अध्यापन प्रक्रियेतील विविध घटकांचे त्यांना कितपत महत्त्व वाटले, असे विद्यार्थ्यांना विचारले गेले. संशोधकांनी असा अहवाल दिला की बहुसंख्य विद्यार्थ्यांना शैक्षणिक साधनांची रचना चांगली वाटली, परंतु ते विशेष करून ट्युटोरिअल्सची वाट पाहात होते. संशोधकांचे भाष्य होते :

> जेव्हा विद्यार्थी शिक्षकांशी समोरासमोर संपर्क साधण्यापासून वंचित असतात तेव्हा त्यांचे विचार ट्युटोरिअल्सच्या महत्त्वावर केंद्रित झालेले दिसले. कल्पनांवर लगेच अभिप्राय मिळण्याची संधी, थोडक्या काळात घडवून येऊ शकणाऱ्या चर्चांचे प्रमाण, तसेच अनुशिक्षकांकडून होणारी सकारात्मक समीक्षा आणि अनुशिक्षकांबरोबर होणाऱ्या मीटिंग्ज विद्यार्थ्यांच्या अभ्यासासाठी कशा उत्साहवर्धक आणि प्रेरक ठरतात त्यावर त्यांनी भाष्य केले. (स्मिथ आणि जोन्स, २००३: ५७)

दूर शिक्षणासंबंधी विद्यार्थ्यांची विरोधात्मक भूमिका अजिबात दिसली नाही परंतु त्यांनी समोरासमोर शिकणे व दूरशिक्षण यातील लाभांचे तुलनात्मक चिंतन केलेले दिसले.

उपलब्ध साहित्याचे उपविभाजन

साहित्य परीक्षण या प्रकरणाचे भागांमध्ये विभाजन केले तर ते वाचण्यास खूपच सुलभ होते. अशा रूपात लेखन करणेही सोपे होते. परंतु, प्रकरणाचे विभाजन करण्याची पद्धती निश्चित करणे हे नेहमीच सोपे नसते. यातील पहिली पायरी म्हणजे शीर्षकाशी सुसंगत अशा साहित्याचे प्राथमिक सर्वेक्षण करणे. या चर्चेसाठी आपण 'माध्यमिक शालेय अभ्यासक्रमातील बहुविध संस्कृती' असे शीर्षक असलेल्या प्रबंधाचा विचार करू. प्राथमिक सर्वेक्षणातून बहुविध संस्कृतीवरील अनेक प्रकाशने माहीत होतील परंतु या अनेक पुस्तकांत किंवा लेखांत बहुविध संस्कृतीवरील चर्चा एका विशिष्ट संदर्भात असतील. यासंदर्भात एकूण समाजातील, शिक्षण व्यवस्थेच्या विविध भागातील किंवा विविध व्यवसायातील बहुविध संस्कृतीचा समावेश असू शकेल. त्याचप्रमाणे माध्यमिक अभ्यासक्रमाच्या विविध पैलूंवर अनेक पुस्तके उपलब्ध असतील. माध्यमिक अभ्यासक्रमातील विविध क्षेत्रांतील विषयांवर स्वतंत्र पुस्तके निश्चितपणे उपलब्ध असतील. या साहित्य प्रकाराशिवाय शिक्षण व्यवस्थेतील संस्कृती, सांस्कृतिक संबंध, तुलनात्मक संस्कृती, तुलनात्मक धर्म आणि विविध धार्मिक गट यावरही प्रकाशने आहेत. इथे कदाचित बरेच जास्त संभाव्य विभाग आहेत आणि म्हणून प्रबंधाच्या विषयाशी सुसंगत असलेल्या मोठ्या स्थूल गटांची व्याख्या करणे आवश्यक ठरते.

या ठिकाणी आपण प्रबंधांच्या उद्दिष्टांकडे वळणे उपयुक्त ठरते कारण या उद्दिष्टांमुळे प्रबंधाला एक तात्पुरता ढाचा मिळतो ज्यात तुम्हाला साहित्य परीक्षणाची संयोजन सुरू करता येते. उदाहरणार्थ, निरनिराळ्या सांस्कृतिक गटांच्या शैक्षणिक यशाचा आढावा घेणे हे पहिले उद्दिष्ट आहे असे समजा. हे उद्दिष्ट असे सूचित करू शकल की वांशिकता आणि संस्कृतीच्या स्वरूपाविषयी चर्चा करणारे साहित्य हे एक संबंधित क्षेत्र आहे आणि या संज्ञांच्या भोवतालच्या काही सांकल्पनिक बाबींचे स्पष्टीकरण करण्याचा ते प्रयत्न करते. दुसरे संबंधित क्षेत्र म्हणजे शैक्षणिक यश, विशेषतः संस्कृती, धर्म किंवा वांशिकतेशी संबंधित यश असू शकेल.

दुसऱ्या शब्दात, साहित्य परीक्षणाच्या प्रकरणाचे उपविभाजन करण्याच्या शक्यतांचा विचार करण तुलनेने सोपे असले तरी ते उपविभाग बाकीच्या प्रबंधाशी काहीतरी सुसंगत असणे महत्त्वाचे आहे. नेहमीच एकरेषीय स्वरूपात लिखाण करणे सोपे नसते. उद्दिष्टे, साहित्य परीक्षण, पद्धती आणि डेटा ही सगळी एक अखंड, सुसंबद्ध गुंफण आहे आणि वेगवेगळ्या भागांमध्ये काही जवळचा संबंध आहे याची खात्री करून घेणे महत्त्वाचे आहे. साहित्य परीक्षण प्रकरणासाठी काही विभाग विकसित करण्यासाठी जी धोरणे वापरता येतील त्यांचा सारांश येथे दिला आहे :

सारांश – साहित्य परीक्षण विषयाचे उपविभाजन

साहित्य परीक्षण प्रकरणातील विषयक्षेत्र आणि विभाग निश्चित करण्यासाठी वापरल्या जाऊ शकणाऱ्या काही धोरणांचा हा सारांश आहे.

- उपलब्ध साहित्याचा अंदाज घेण्यासाठी शक्य तेवढ्या संबंधित क्षेत्रातील साहित्याचे सर्वेक्षण करा.
- संशोधन अभ्यासात महत्त्वाचे असलेले प्रमुख शब्द आणि संज्ञा निश्चित करण्यासाठी प्रबंधाच्या शीर्षकाचे तसेच तात्पुरत्या उद्दिष्टांचे विश्लेषण करा.
- कुठल्याही प्राथमिक डेटाचे किंवा पथदर्शी अभ्यासाचे परीक्षण करून विश्लेषण करा आणि तो डेटा तात्पुरत्या गटांमध्ये ठेवा.
- शीर्षक, उद्दिष्टे आणि कुठलाही प्राथमिक डेटा आणि उपलब्ध असलेले साहित्य यांची तुलना करा आणि प्रकरणासाठी गट ठरवा.
- साहित्य परीक्षणाची प्रक्रिया जसजशी उत्क्रांत होते तसतसे यापैकी काही गटांत सुधारणा करणे किंवा ते जोडण्याची तयारी ठेवा.

संबंधित साहित्याची उघड कमतरता हाताळणे

पर्यवेक्षक म्हणून माझ्याकडे येणारी नेहमीची समस्या म्हणजे जेव्हा विद्यार्थ्यांना परीक्षण करण्यायोग्य संबंधित साहित्य उपलब्ध होत नाही तेव्हा त्यांना ते शोधून देणे. मला वाटते अन्य पर्यवेक्षकांनाही असाच अनुभव येत असावा. योग्य ते साहित्य उपलब्ध होण्याचा प्रश्न प्रबंध शीर्षकाच्या विषयाच्या जवळपास असलेली पुस्तके किंवा लेख शोधण्यावर सामान्यतः आधारलेला असतो. परंतु असे अनेक संदर्भ शोधणे हे फार अवघड काम असते. उदाहरणार्थ, 'युएसए आणि इंग्लंडमधील कम्युनिटी कॉलेजेस – एक तुलनात्मक अभ्यास' या शीर्षकाच्या संशोधन अभ्यासात कम्युनिटी कॉलेजेसच्या तुलनात्मक अभ्यासास वाहून घेतलेले साहित्य शोधणे हे बऱ्यापैकी अवघड काम आहे. जर तुम्ही सर्व संभाव्य स्रोतांचा शोध घेतलात आणि तुम्हाला त्यामानाने फारच थोडे संदर्भ मिळाले तर तुम्ही तुमचे शोध क्षेत्र व्यापक केले पाहिजे.

तुम्ही ज्यांचा शोध घेऊ इच्छिता त्या विषयांमध्ये एकूण कम्युनिटी कॉलेजेस, युएसए मधील कम्युनिटी कॉलेजेस, इंग्लंडमधील कम्युनिटी कॉलेजेस आणि इंग्लिश आणि अमेरिकन शिक्षण व्यवस्थांचा तुलनात्मक अभ्यास हे विषय आहेत. या प्रत्येक शोधातून ज्यांचा शोध घेणे योग्य आहे अशी अन्य अनेक विषय क्षेत्रे समोर येतात. काही विषयांच्या शोधातून अनेक संदर्भ सापडतात तर काहींमधून फार थोडे संदर्भ सापडतात. यामुळे प्रकरणात कोणत्या स्रोत साहित्याचा समावेश करावा यासंबंधीच्या तुमच्या निर्णयावर परिणाम होतो. जेव्हा तुम्ही काही संदर्भ बघता तेव्हा ते तुमच्या विषयापासून खूप दूर गेल्यासारखे दिसतात आणि म्हणून तुम्हाला ते नाकारावेसे वाटतात. शोध क्षेत्राच्या तुमच्या निवडीवर परिणाम करणारा दुसरा महत्त्वाचा घटक म्हणजे तुमच्या प्रबंधाची लांबी. पीएचडी प्रबंध हा पदव्युत्तर प्रबंधापेक्षा वेगळा असतो. डॉक्टरेटसाठी साहित्याचा शोध घेत असताना पुरेसे संदर्भ शोधण्यासाठी तुम्हाला त्याच्या मूळ शीर्षकापासून लांब जावे लागेल. पदव्युत्तर प्रबंधात नेमकी याच्या उलट परिस्थिती असते. अशा प्रकारे परीक्षण करण्याच्या साहित्याची व्याप्ती निवडताना प्रागतिक विचार केला पाहिजे.

शेवटी एक असा विचार केला जातो की प्रबंधाचे शीर्षक निवडताना विद्यार्थी संभाव्य साहित्य किती प्रमाणात उपलब्ध आहे याचा विचार करतात. तुम्ही तुमचा प्रबंध किंवा प्रकल्प संपूर्णपणे एकरेषीय पद्धतीने हाताळू शकत नाही या युक्तिवादाचे हे उदाहरण आहे. तुम्ही संकलित करू शकत असलेला डेटा तसेच उपलब्ध होऊ शकणारे साहित्य विचारात न घेता संशोधनाच्या विषयाची तसेच प्रबंध शीर्षकाची निवड केलीत तर कालांतराने तुम्हाला संशोधन पूर्ण करणे अवघड होऊ शकेल.

उदाहरण – संशोधन एक नियोजित क्रम

संशोधन म्हणजे सहसा अशी तर्कशुद्ध नियोजित प्रक्रिया समजली जाते, ज्यात आधीची पायरी पूर्ण झाल्याखेरीज दुसरी पायरी येत नाही. अनेक बाबतीत हे अगदी अचूक चित्र आहे परंतु हे पूर्ण सत्य नाही. तुमचे संशोधन जसजसे विकसित होत जाते तसतसे तुम्हाला आधीच्या निर्णयांचा पुनर्विचार करावा लागतो. साहित्य परीक्षणासह संशोधन प्रक्रिया ही इतकी गुंतागुंतीची आहे की त्याचे एकदाच संपूर्ण मूल्यमापन करता येत नाही.

काही दृष्टींनी, एका प्रक्रियेचे यश इतर अनेक प्रक्रियांवर अवलंबून असते, अशा प्रकारे एकमेकांशी जोडलेल्या प्रक्रियांचे जाळे अशा प्रकारे संशोधनाकडे बघणे चांगले. संशोधनासाठी विषयाची निवड करताना, एक खबरदारी म्हणून, परीक्षणासाठी किती प्रमाणात साहित्य उपलब्ध होईल याचा आधी विचार करा. प्राथमिक शोधातून जर संबंधित साहित्य फारच थोडे उपलब्ध असल्याचे लक्षात आले तर शीर्षकाचा रोख थोडासा बदलला तरी संशोधनासाठी नवी दालने खुली होतील.

विस्तृत विविधतेतून साहित्याची निवड करणे

काही वेळा, अगदी क्वचित असले तरी, विद्यार्थ्यांना परीक्षण करता येण्याजोगे इतके विपुल साहित्य उपलब्ध होऊ शकते की कुठल्या साहित्याचा समावेश करावा हे ठरविणे अवघड होते. जर अशी परिस्थिती उद्भवली तर पहिली शक्यता म्हणजे तुम्ही निवडलेले शीर्षक खूपच व्यापक आहे. उदाहरणार्थ, जर तुम्ही 'पुढील शिक्षणातील अभ्यासक्रमाचा विकास' या विषयावर प्रबंध लिहीत असाल तर तुम्हाला अगदी नक्कीच प्रचंड प्रमाणात साहित्य

उपलब्ध होईल. संशोधनासाठी असा विषय असल्यावर तुम्हाला तार्किकतेच्या कुठल्याही आधारावर परीक्षणीय साहित्यात काटछाट करता येणार नाही. गोष्टी अधिक सुसंघटित करण्यासाठी तुम्हाला शीर्षक बदलावे लागेल.

एक धोरण म्हणजे विषय एका विशिष्ट काळापुरता मर्यादित करणे. त्यामुळे शीर्षक असे असेल '१९८० मधील पुढील शिक्षणाच्या अभ्यासक्रमाचा विकास'. व्यावसायिक शिक्षण आणि प्रशिक्षणातील अनेक घडामोडींचा समावेश असलेला हा ऐतिहासिक अभ्यास रंजक असू शकेल. अजूनही परीक्षणासाठी खूपच साहित्य असले तरी निदान विषय केंद्रित तरी झाला आहे. 'पुढील शिक्षणाच्या अभ्यासक्रम विकासावर केंद्र सरकारचा प्रभाव' या शीर्षकानुसार अभ्यासक्रम विकासावरील परिणामांचे परीक्षण करणे ही आणखी एक संभाव्यता असेल. पुन्हा इथेही, ज्याचे परीक्षण करणे आवश्यक आहे अशा साहित्याची व्याप्ती प्रमाणावर मर्यादित होईल. 'पुढील शिक्षणाच्या अभ्यासक्रम विकासासाठी आर्थिक साह्य' या शीर्षकामुळे एक वेगळाच रोख मिळतो. मध्यवर्ती कल्पना तीच ठेवून थोड्याशा कल्पकतेने तिच्याभोवती अनेक संभाव्य शीर्षके तयार करता येतील. प्रत्येक शीर्षकासाठी पद्धती आणि डेटा संदर्भात वेगळी गरज राहील आणि परीक्षणासाठी वेगळ्या प्रकारचे साहित्य निर्देशित केले जाईल.

संशोधन अभ्यासासाठी आणि प्रबंधासाठी व्यापक शीर्षक नेहमीच योग्य नसते, कारण त्या अभ्यासाच्या आवाक्यातील उद्दिष्टे साध्य करणे अवघड असते. विस्तृत प्रमाणातील साहित्याचे परीक्षण करणे ही आणखी एक गुंतागुंत असते. तुम्ही तुमच्या संशोधनाचा विषय आणि शीर्षक एका मर्यादित ठेवले असूनही तुमच्या समोर भरपूर साहित्य असेल तर तुम्हाला दुसरी धोरणे वापरावी लागतील. एक शक्यता म्हणजे फक्त विशिष्ट प्रकारच्या संशोधन अभ्यासाचा उपयोग करणे. अभ्यासक्रम विकसनाच्या उदाहरणात तुम्ही फक्त अशाच संशोधन अभ्यासांचा उपयोग कराल जे सध्याच्या पुढील शिक्षणातील व्याख्यात्यांनी आयोजित केले असतील, असे तुम्ही ठरवू शकता. ते संशोधन प्रक्रियेतील तज्ञ आहेत या पार्श्वभूमीवर तुम्ही ह्याचे समर्थन करू शकाल. आणखी एक शक्यता म्हणजे तुम्ही साहित्य एखाद्या अभ्यासक्रमापुरते किंवा शैक्षणिक कार्यक्रमापुरतेच मर्यादित ठेवाल. फक्त व्यावसायिक शिक्षणाशी किंवा शैक्षणिक कार्यक्रमाशी संबंधित असलेलेच साहित्य उपयोगात आणण्याचे तुम्ही ठरवू शकाल. शेवटी ज्या अभ्यासात अनेक महाविद्यालयांचे सर्वेक्षण आणि प्रत्येक महाविद्यालयाच्या व्यक्ती अभ्यासाचा शोध अंतर्भूत आहे अशाच अभ्यासांची तुम्ही परीक्षणासाठी निवड कराल. इथेही फार मोठा वाव आहे.

तुम्ही वापरलेल्या धोरणांचे स्पष्टीकरण देणे आणि त्यांचे समर्थन करणे प्रबंधात महत्त्वाचे आहे. अनुरूप परिस्थितीत वरीलपैकी कुठल्याही मार्गांचा वापर करणे व्यवहार्य होईल. परंतु, सर्वेक्षण करून साहित्याचा आकारमान कमी करण्यासाठी वापरली जाणारी धोरणे फार महत्त्वाची नसतात परंतु ती धोरणे निवडण्याची कारणे जास्त महत्त्वाची असतात. तुम्हाला असा युक्तिवाद करावासा वाटेल की निवडीच्या धोरणामुळे साहित्य अभ्यासाच्या विशिष्ट उद्दिष्टांशी संबंधित रहाते. किंवा, तुम्ही असेही सुचवाल की साहित्याच्या निवडीमागील दृष्टिकोनामुळे प्रबंध विषयाशी संबंधित छोटेछोटे अनुभवाधिष्ठित अभ्यास अधिक निवडले गेले. संशोधन संरचना आणि प्रबंध रचनेच्या अनेक आयामांप्रमाणेच निर्णयापूर्वीच्या नियोजनाकडं निर्देश करणे आणि त्या नियोजनाच्या पायाचे स्पष्टीकरण करणे अत्यंत महत्त्वाचे आहे.

विविध प्रकारच्या साहित्याचा उपयोग करणे

तुमच्या साहित्य परीक्षणासाठी साहित्य एकत्रित करताना आणि तुमच्या प्रबंधात सामान्यतः संदर्भ दिले जाताना शक्य तितक्या विविध प्रकारच्या साहित्यातून त्यांचा समावेश करणे ही एक चांगली कल्पना आहे. त्यामुळे प्रबंधात विविधता येऊन वाचकास त्यात रस वाटतो. काही विद्वान मर्यादित साहित्य प्रकार लिहितात, त्यामुळे तुम्ही जर व्यापक श्रेणीतील लेखकांचे संदर्भ देण्याची काळजी घेतली तर ते उपयुक्त ठरेल.

हे साध्य करण्यासाठी विद्यापीठातील ग्रंथालयातील कर्मचाऱ्यांची मदत कशी होईल हे विचारात घेणे योग्य होईल. विद्यापीठाच्या ग्रंथालयात प्रत्येक महत्त्वाच्या विषयासाठी एक तज्ञ ग्रंथपाल नियुक्त केलेला असतो. तुमच्या विषयांशी संबंधित विविध प्रकारच्या प्रकाशनांची त्याला माहिती असते आणि माहिती शोधणे आणि त्याचे व्यवस्थापन करणे हा त्यांच्या कामाचाच गाभा असल्याने त्यांना या बाबतीत व्याख्यात्यांपेक्षा जास्त माहिती असू शकते. नवे इलेक्ट्रॉनिक स्रोत, नियतकालिके आणि जर्नल्स ही सदैव उपलब्ध होतात आणि व्याख्यात्यांकडे याबाबतीत नेहमी अद्ययावत राहण्यासाठी वेळ किंवा माहिती नसते. तज्ज्ञ ग्रंथपाल तुम्हाला माहीत नसलेल्या पण अस्तित्वात असलेल्या स्रोतांचा फक्त निर्देशच करेल असे नाही तर नवीन प्रकाशने जसजशी येतील तसतशी त्यांची माहितीही देण्यास तयार असेल.

साहित्य प्रकाराबद्दल एक खबरदारीची सूचना देणे महत्त्वाचे आहे. संशोधनावर आधारलेले जास्तीत जास्त साहित्य वापरण्याच्या आवश्यकतेबद्दल आम्ही याआधीच भाष्य केले आहे. परंतु, काही वेळा तुम्हाला असे वाटेल की वृत्तपत्रांचा किंवा काही गंभीर विषयावरील साप्ताहिकांचा उल्लेख करावा. त्यातील एक दोन लेखांचा साहित्य परीक्षणात किंवा प्रबंधात अन्यत्र वापर करावा असे तुम्हाला वाटेल. हे योग्य आहे की अयोग्य हे बऱ्याच प्रमाणात तुमच्या प्रबंधाच्या स्वरूपावर अवलंबून असेल. उदा. चालू घडामोडीं वरील वृत्तपत्रीय लेख किंवा गंभीर लेखन करणाऱ्या नियतकालिकातील त्यावरील विश्लेषण आणि चर्चा या ऐतिहासिक किंवा राजकीय अभ्यासाशी सुसंगत असतील. तसेच विद्यापीठीय शिक्षणाच्या अर्थसाहाय्याचा इतिहास अशा विषयावरील प्रबंधात हे साहित्य मोलाचे ठरेल. त्यात मंत्र्यांची भाषणे आणि उपकुलगुरूंचे भाष्य यांतील वेच्यांचा समावेश असेल. अशा प्रकारचे साहित्य अन्य प्रबंधाशी सुसंगत नसेल आणि ते सामान्य, अशैक्षणिक आणि पुरेसे जोमदार नाही असे वाटू शकेल. दुर्दैवाने याबाबतीत काही कडक मार्गदर्शक तत्त्वे ठरवणे कठीण आहे आणि ते बरेचसे संदर्भावर अवलंबून असते. परंतु तरीही दक्षता घेणे महत्त्वाचे आहे. सामान्यतः स्रोत साहित्य वापरताना ते एका प्रतिष्ठित प्रकाशनाच्या विश्वासार्ह स्रोतातूनच घेतले गेले आहे याबद्दल तुम्हाला आत्मविश्वास असला पाहिजे. जर त्या स्रोताबद्दल काही शंका असेल आणि तरीही तुम्ही तो वापरण्याचे ठरवले असेल तर त्या शंकेचा उल्लेख प्रबंधात केल्यास उचित ठरेल. या व्यतिरिक्त तुमच्या प्रबंध विषयामुळे तुम्हाला असे अनेक स्रोत वापरावे लागले तर प्रबंधाच्या शेवटी त्यांची यादी देणे योग्य ठरेल कारण त्यामुळे अशा स्रोतातील आणि पारंपरिक शैक्षणिक स्रोतातील फरक ओळखता येईल.

यशासाठी युक्ती – साहित्याचा आवाका

संबंधित साहित्याचे शक्य तितके सर्व स्रोत उपयोगात आणा, आणि त्याच वेळी ते शैक्षणिकदृष्ट्या विश्वासार्ह आणि तुमच्या संशोधनाशी सुसंगत आहेत याची खात्री करून घ्या.

इंटरनेटवरील साहित्य

परीक्षण करण्यासाठी साहित्य शोधणाऱ्या संशोधकास इंटरनेटमुळे प्रचंड लाभ होऊ शकतो, परंतु त्याचवेळेस बऱ्याच बाबतीत दक्षता घेणे आवश्यक आहे.

सुप्रसिद्ध विद्वानांनी लिहिलेल्या मूळ लिखाणापर्यंत किंवा एरवी जे स्रोत शोधणे अवघड होते तिथपर्यंत इंटरनेटमुळे पोहोचता येते. बरेचदा जिथे तुम्हाला दूरवरच्या ग्रंथालयातील संग्रहालयात जावे लागले असते, तिथे तेच साहित्य तुमच्या संगणकावरही उपलब्ध होऊ शकते. इंटरनेटमुळे तुम्हाला दुर्मिळ साहित्याचे स्रोत कुठे शोधायचे

याचे स्पष्टीकरणही मिळेल, तसेच त्या स्त्रोत साहित्याच्या पार्श्वभूमीची माहिती मिळेल. एखाद्या विशिष्ट विषयाशी संबंधित शैक्षणिक नियतकालिकांवरील (इलेक्ट्रॉनिक किंवा अन्य) उपयुक्त माहितीही असेल.

इंटरनेटवरील संकेतस्थळे एखाद्या विषय किंवा लेखकाशी संबंधित अत्यंत उपयुक्त अशा संदर्भ ग्रंथसूची उपलब्ध करून देतात. दुसऱ्या संकेतस्थळांचे लिंक्सही अत्यंत उपयुक्त असतात. इंटरनेटवर थोडासा शोध घेतल्यास एखाद्या विषयाच्या अभ्यासास मदत देणाऱ्या संबंधित व्यावसायिक सोसायटीज किंवा विद्वानांच्या असोसिएशन्स आढळून येतील. काही वेळेस अशा संस्था, त्यांना ज्या विषयात विशेष शैक्षणिक स्वारस्य आहे अशा विषयांशी संबंधित नियतकालिकांचे किंवा संकलित पेपर्सचे प्रकाशन करतात. अशा संस्था आणि त्यांची प्रकाशने यांचा उल्लेख तुमच्या साहित्य परीक्षणात करण्याइतकी ती विद्वत्ता प्रचुर आहेत का याचा अंदाज तुम्हाला घ्यावा लागेल. यासाठी एक मार्गदर्शन म्हणजे त्या संस्थांचे अधिकारी आणि त्या संस्थांमध्ये योगदान देणाऱ्यांच्या यादीचे परीक्षण करणे. जर ते महाविद्यालये आणि विद्यापीठांशी संबंधित असतील तर त्यांतील संदर्भ देणे बऱ्यापैकी सुरक्षित असेल.

इतके फायदे असले तरी, इंटरनेटवरील संकेतस्थळे पाहताना तुम्ही दक्षता बाळगणे आवश्यक आहे. जेव्हा तुम्ही एखादे वेबपेज बघता तेव्हा ते तयार करण्यामागे काय उद्देश आहे तो जाणून घेतल्यास योग्य ठरेल. काही वेबपेजेस शैक्षणिक संस्थांनी निर्माण केलेली असतात आणि त्यांच्या इंटरनेटवरील पत्त्यातील 'edu' or 'ac' ने ते दर्शवलेले असते. याउलट काही वेबपेजेस व्यावसायिक संस्थांनी निर्माण केलेली असतात किंवा काही संस्थांनी आपली स्वतःची विचारप्रणाली प्रकाशित करण्यासाठी ती तयार केलेली असतात. अशा संकेत स्थळांवर शैक्षणिक बाबींवरील लेख असतील परंतु ते एका विशिष्ट दृष्टिकोनातून लिहिले गेले असतील. असे लेख उद्धृत करण्यापूर्वी काळजीपूर्वक विचार करावा.

अनेक वेबपेजेसवर लेखकाचे नाव किंवा कुठल्याही शैक्षणिक संस्थेशी असलेल्या संलग्नतेची नोंद नसते किंवा काही वेळेस लेखकाचे नाव गुप्त ठेवले जाते. अशा बाबतीत त्या संकेत स्थळाची शैक्षणिक विश्वासार्हता सिद्ध करणे, किंवा प्रबंधातील ग्रंथसूचीत त्याचा समावेश करणे अशक्य असते. अन्य काही बाबतीत संकेतस्थळाचा लेखक किंवा लेखिका त्यांचे नाव घालतात परंतु त्यातील शैक्षणिक संलग्नता सहजपणे दिसून येत नाही. त्यामुळे असे मत होते की ही वेबपेजेस एखाद्या प्रस्थापित संस्थेशी संलग्न असणाऱ्या शैक्षणिक उपक्रमाचा एक अधिकृत भाग म्हणून नसून लेखकाने ती स्वतःचे त्या विषयातील स्वारस्य दर्शवण्यासाठी लिहिली आहेत. तुम्ही विसंबून राहण्याइतपत ती नेहमीच अचूक असतील असे नाही किंवा शैक्षणिकदृष्ट्या वैधही नसतील म्हणून प्रबंधात ती उद्धृत करण्याआधी तुम्ही काळजीपूर्वक विचार करावा.

इंटरनेटवरील काही संकेतस्थळांवर ज्ञानकोशातील लेखांचा समावेश केलेला असतो. हे लेख विषयाशी संबंधित म्हणून अत्यंत उपयुक्त आणि माहितीपूर्ण ठरू शकतात, परंतु सामान्यतः ते प्रबंधात उद्धृत करण्यासाठी उचित नसतात. काही प्रकाशक नव्याने प्रकाशित झालेल्या पुस्तकातील वेचे इंटरनेटवर ठेवतात. ते संशोधकांसाठी अमूल्य स्त्रोत होऊ शकतात. आधीच्या सल्ल्यानुसार प्रबंधात उद्धृत करण्याआधी एखादे पुस्तक संशोधनावर आधारलेले आहे हे सिद्ध होणे गरजेचे आहे. विद्यापीठाशी किंवा अन्य शैक्षणिक संस्थांशी संलग्न असलेल्या लेखकांनी लिहिलेले पेपर किंवा शैक्षणिक निबंध इंटरनेटवर उपलब्ध होणे ही काही असामान्य गोष्ट नाही, परंतु लेखक जरी विद्यापीठाशी संलग्न असला तरी त्याचे नक्की पद काय आहे हे समजू शकत नाही. हा लेखक एखादा प्राध्यापक किंवा विद्यार्थीही असू शकतो. जेव्हा लेखकाचे पद निश्चितपणे माहीत नसते तेव्हा तो निबंध किंवा लेख उद्धृत करण्याआधी काळजीपूर्वक विचार करावा. सुदैवाने, काही लेखक त्यांच्या वेबपेजचा दर्जा मोकळेपणाने व प्रामाणिकपणे स्पष्ट करतात. काही वेळेस लेखक डिस्क्लेमरचा वापर करून असे नमूद करतात की लिखित साहित्य

हे संबंधित वाचनासाठी असून ते परीक्षिले किंवा तपासलेले नसल्यामुळे त्यावर एक अधिकृत स्रोत म्हणून विसंबू नये. मोकळेपणाने केलेली अशा संतुलित विधाने फार उपयुक्त ठरतात.

साहित्य किती जुने असावे?

या प्रश्नाचे थेट आणि तत्त्वतः उत्तर असे आहे की ते कितीही जुने असले तरी चालेल. रोमन इतिहासकारांचे लिखाण उद्धृत करून लिहिल्या गेलेल्या प्राचीन इतिहासावरील प्रबंधाची आपण सहज कल्पना करू शकतो. जे प्रसंग काळाच्या दृष्टीने आपल्यापेक्षा पूर्वीच्या काळातील इतिहासकारांच्या अधिक जवळचे होते त्यावर लिहिताना त्यांचे एक वेगळेच वर्चस्व होते. परंतु त्यांच्या काळी समकालीन इतिहासकारांप्रमाणे शैक्षणिक शिस्त नव्हती म्हणून त्यांचे लिखाण वाचताना याचे भान ठेवले पाहिजे. विशेषकरून जुने साहित्य वाचताना ते ज्या विशिष्ट दृष्टिकोनातून लिहिले गेले त्याबद्दल तसेच लेखकावर झालेल्या सामाजिक किंवा राजकीय प्रभावांबद्दल वाचकांना जागरूक राहिले पाहिजे.

शैक्षणिक संशोधन ही एक क्रमसंचयी क्रिया आहे. प्रत्येक पिढी तिच्या आधीच्या पिढीकडून शिकत असते आणि आताचे संशोधन, पूर्वसुरींच्या अंतर्दृष्टीवर आणि त्यांनी केलेल्या योगदानावर अपरिहार्यपणे उभारलेले असते. समकालीन संशोधन आणि प्रकाशने आधुनिक विद्वत्तेच्या वाढत्या जोरदार आग्रहांवर अवलंबून असतात आणि म्हणून शक्य तितक्या आधुनिक प्रकाशनातील उद्धृते घालण्यास प्राधान्य दिले जावे.

तरीसुद्धा, तपासाच्या बऱ्याच क्षेत्रातील अनेक तथाकथित अभिजात पुस्तके जरी वेगवेगळ्या काळातील असली तरी एखाद्या शाखेच्या विकासात इतकी महत्त्वाची ठरली की शैक्षणिक साहित्यात अजूनही त्यांचा उल्लेख केला जातो. एखाद्या संशोधन किंवा पुस्तकास अभिजात म्हणण्यामागे अनेक कारणे आहेत. काही क्षेत्रात प्रमुख सांस्कृतिक पुस्तकाचे पहिले भाषांतर अजूनही उद्धृत केले जाते. त्यानंतर आलेल्या पुस्तकांनी त्याला मागे टाकले असेलही परंतु त्या प्रकारचे पहिले पुस्तक म्हणून त्याचे महत्त्व आजही अबाधित आहे. अनेक क्षेत्रात एखाद्या दृष्टिकोनाचा किंवा मार्गाचा प्रणेता असलेल्यांची मूळ पुस्तके आजही उद्धृत केली जातात. कालांतराने अन्य लेखकांनी त्यांच्या मूळ कल्पनांमध्ये भर घातली असेल किंवा त्यांची व्याप्ती वाढवली असेल परंतु मूळ कामाचे मूल्य कायम रहाते. याशिवाय सर्व शैक्षणिक क्षेत्रात कालपरत्वे प्रसिद्ध पावलेले लेखक असतात आणि त्यांची पुस्तके फार मान्यता मिळालेली असतात. बरेचदा आत्ताच्या विद्वानांच्या लक्षात येते की त्यांच्या क्षेत्रातील पूर्वीच्या संशोधनास मर्यादा आहेत परंतु तरीही असे संशोधन त्या शैक्षणिक क्षेत्रातला शोध घेणारा पहिला प्रयत्न असल्याने अद्यापही त्याचा उद्धृतात उपयोग केला जातो. त्या काळातील ते संशोधन एक युगप्रवर्तक होते म्हणून त्याचे महत्त्व भविष्यकाळातही टिकून राहू शकले. जुन्या साहित्यातील उद्धृते देताना किंवा अवतरणे घालताना तुमच्याकडे त्याविषयी शैक्षणिक समर्थन असेल तरच दक्षतेने त्यांचा उपयोग करा.

(ii) इंटरनेटवर साहित्य शोध

संशोधन लेखांचा शोध

ऐतिहासिक अभ्यासासारख्या विशेष बाबी सोडून संशोधकांनी आणि विद्वानांनी शैक्षणिक जर्नल्सच्या कागदी प्रतींचा शोध घेण्यासाठी ग्रंथालयातील कपाटे धुंडाळणे आता दुर्मिळ होत चालले आहे. जेव्हा तुम्ही शैक्षणिक लेखांचा शोध घेत असता तेव्हा तुम्ही तुमच्या विषयक्षेत्राशी संबंधित अनेक इलेक्ट्रॉनिक डेटाबेसेसचा उपयोग करत असता. गुगल स्कॉलर (२०१२) हा सर्वात जास्त वापरला जात असलेला संदर्भ डेटा बेस आहे.

त्याच्या सर्च इंजिनद्वारे तुम्ही विषयाशी संबंधित विविध साहित्य शोधू शकता. त्यामुळे तुम्हाला प्रबंध, पुस्तके, मोनोग्राफ्स, आणि विशेषकरून जर्नलमधील लेख शोधता येतात. लेखांच नोंद त्यांचा लेखक,लेखाचा आशय,तो प्रकाशित झालेल्या जर्नलचे नाव या वैशिष्ट्यांनुसार क्रमाने केली जाते. तो लेख किती वेळा पाहिला गेला आहे हाही क्रमवारीचा एक निकष आहे. गुगल स्कॉलरमुळे तुम्ही व्यापक प्रमाणातील जर्नल्समधील लेखांपर्यंत पोहोचू शकता. विविध विषयांवर असे लेख उपलब्ध होऊ शकतात. तुम्हाला जर एखादा अधिक विशिष्ट डेटाबेस हवा असेल तर तसेही अनेक उपलब्ध आहेत. उदाहरणार्थ PsycINFO® (American Psychological Association,२०१२), तुम्हाला वर्तनवादी शास्त्र या क्षेत्रातील लेख शोधायला मदत करते. सध्याच्या डेटाबेसमार्फत २५,००० जर्नल्सपर्यंत पोहोचता येते. हा डेटाबेस आणि असे अन्य डेटा बेसेस लेखांच्या पूर्ण प्रति देत नाहीत याची कृपया नोंद घ्या. ते तुम्हाला संदर्भसूचीचा तपशील आणि सारांश देतील परंतु पूर्ण मजकुराची प्रत शोधून काढणे ही तुमची जबाबदारी राहील. तुमच्या विद्यापीठातील शैक्षणिक ग्रंथालयातून तुम्ही हे करू शकाल.

काही डेटाबेसेस मात्र लेखाचा संपूर्ण मजकूर देतात. एक उदाहरण म्हणजे Full Text (EBSCO,२०१२) सह SocINDEX™. या डेटाबेसमधून समाजशास्त्राच्या मुख्य उपशाखांची वीस लाखांवर पुस्तके पुरवली जातात. त्यात परिषदांमधील १६,८०० पूर्ण पेपर्स, आणि शैक्षणिक जर्नल्समधील ८९० पूर्ण लेख समाविष्टआहेत. दुसरा पूर्ण मजकूर देणारा डेटाबेस म्हणजे JSTOR® (२०१२). ही संस्था शैक्षणिक जर्नल्सचा पूर्ण मजकूर इलेक्ट्रॉनिकली संग्रहित करते आणि लोकांना शोध घेणे शक्य होते. सध्या इलेक्ट्रॉनिकली संग्रहित केलेली १४०० पेक्षा जास्त जर्नल्सच्या जुन्या प्रति या डेटाबेसवर उपलब्ध आहेत. यासाठी JSTOR® (२०१२) प्रकाशकांबरोबर अगदी नव्या जर्नल्सच्या प्रति संग्रहित करण्यासाठी करार करते.

शेवटी पीअर-परीक्षण झालेल्या साहित्याच्या मोठ्या ग्रंथालयातून घेतलेला सारांशाचा आणि उद्धृतांचा डेटाबेसचा मोठा संग्रह ज्यात आहे, त्या SciVerse®Scopus® (Elsevier B. V., २०१२) संस्थेचा उल्लेख करणे योग्य ठरेल. ही संस्था जवळजवळ १८,५०० शैक्षणिक जर्नल्समधील लेख ओळखते तसेच ५०० वेगवेगळ्या प्रकाशकांकडून साहित्य गोळा करते. आवश्यकता भासल्यास ती पूर्ण मजकूर उपलब्ध असलेल्या लिंक्स पुरवते. संशोधन लेख शोधण्यास उपयुक्त अशी ही काही सर्च इंजिन्स आणि डेटाबेसेस आहेत. या डेटाबेसेसचे प्रमाण इतके सर्वसमावेशक आहे की तुमच्या लक्षात येईल की साहित्य मिळणे ही अडचण नसून, परंतु प्रबंधात समाविष्ट होणाऱ्या लेखांची निवड आणि त्यांचे वाचन करणे हाच एक मोठा भाग आहे. तुम्हाला तुमची निवड करावी लागेल आणि विचारपूर्वक विश्लेषण करून तुमच्या साहित्य परीक्षणासाठी सर्व एकत्रित करावे लागेल.

प्रबंधांचा शोध घेणे

शैक्षणिक ग्रंथालयांनी पदव्युत्तर प्रबंध इलेक्ट्रॉनिकली संग्रहित करणे हे आता सामान्य झाले आहे. अशा ग्रंथालयात अजूनही जुन्या प्रबंधाच्या बांधलेल्या कागदी प्रति उपलब्ध होतील परंतु बऱ्याच ठिकाणी उपलब्धता वाढवण्यासाठी डिजीटायझेशनची प्रक्रिया सुरू झाली आहे. प्रबंधाचे अनेक इलेक्ट्रॉनिक डेटाबेसेस आहेत. ते शोधल्यास तुम्हाला तुमच्या स्वतःच्या संशोधनाशी संबंधित अभ्यास उपलब्ध होतील. OpenThesis (२००९) आणि नेटवर्कड डिजीटल लायब्ररी औफ थिसेस अँड डेसर्टेशन्स (NDLTD, २०१२) यासारखी उदाहरणे आहेत. अशा डेटाबेसेस मधून कदाचित तुम्हाला संपूर्ण प्रबंध आपोआप पाहायला मिळणार नाही आणि अन्य संस्थांना जोडणाऱ्या लिंक्सपर्यंत पोचावे लागेल. ब्रिटीश लायब्ररी (२०१२) Ethos (इलेक्ट्रॉनिक थिसिसेस ऑनलाईन सर्विसेस) Ethos ला सहकार्य करते. इथे यूकेच्या उच्च शिक्षण प्रणालीत निर्माण झालेल्या

प्रबंधांच्या प्रति संग्रहित केल्या जातात. ही संस्था जुन्या कागदी स्वरूपातील प्रबंधांचे डिजीटायझेशन करण्यात सक्रियतेने गुंतलेली आहे.

प्रबंध शोधास सामोरे जाण्याचा दुसरा मार्ग म्हणजे विद्यापीठातील संग्रह धुंडाळणे. अशा संग्रहांचा विकास संशोधन डेटाशी आणि लिखाणाशी सहज संपर्क या नव्या प्रवाहाशी घट्ट जोडला गेला आहे. सामान्यपणे बोलायचे तर सहज संपर्काच्या तत्त्वज्ञानास अशा संग्रहांचा पाठिंबा असतो आणि म्हणूनच तुम्ही फक्त स्वतःचेच विद्यापीठ नाही तर अन्य संस्थांच्या संग्रहांपर्यंत पोचून त्यांचा सल्ला घेऊ शकता. संस्था अशा संग्रहांचा उपयोग त्यांच्या विद्यार्थ्यांच्या, कर्मचाऱ्यांच्या तसेच संशोधकांच्या संशोधन आणि ज्ञानाचे जे फलित आहे त्याचा इलेक्ट्रॉनिकल संग्रह करण्यासाठी करतात. संग्रहांच्या डेटाबेसेसपैकी डायरेक्टरी ऑफ ओपन ॲक्सेस रीपॉझिटरीज (OpenDOAR, २०१०) सारख्या एका डेटाबेसचा वापर करणे हा शोध घेण्याचा सर्वात सोपा मार्ग आहे. या डेटाबेसमध्ये तुम्ही डायरेक्टरीतील रीपॉझिटरीजची यादी पाहू शकता. युनिवर्सिटी ऑफ नॉटिंगहॅममधील सेंटर फॉर रीसर्च कम्युनिकेशन्समार्फत OpenDOAR चे व्यवस्थापन केले जाते. प्रबंध उद्धृत करणे आणि विशेषतः रीपॉझिटरीजमध्ये उपलब्ध असणाऱ्या अन्य प्रकारच्या साहित्याचा एक फायदा म्हणजे ते तुलनेने नवीन असण्याची शक्यता आहे आणि म्हणून विशेष विषयांचे अत्याधुनिक विश्लेषण करण्याचा तो एक स्रोत आहे.

'ग्रे' साहित्याचा वापर

तुमच्या प्रबंधाच्या स्वरूपानुसार तुम्हाला थोडे कमी औपचारिक साहित्य परीक्षणासाठी घालावेसे वाटेल. त्यात उदाहरण म्हणून मिनिट्स ऑफ मीटिंग्ज, अप्रकाशित निबंध, पत्रिका, इ-मेल्स, परिपत्रके यांचा समावेश करता येईल. अशा प्रकारच्या साहित्याला 'ग्रे साहित्य' असे म्हटले जाते आणि त्यात औपचारिकरित्या कुठल्याही प्रकाशन संस्थेने प्रकाशित न केलेल्या साहित्याचा समावेश होतो. काही वेळा प्रकाशित साहित्य आणि ग्रे साहित्य यात फरक करणारी रेषा फारच अस्पष्ट असते. तुम्ही उद्धृत करायचे ठरवू शकाल असे संभाव्य साहित्य व्यापक प्रमाणावर उपलब्ध असते.

उदाहरण – ग्रे साहित्याच्या श्रेणी

- इलेक्ट्रॉनिक संपर्क माध्यमे उदाहरणार्थ, इ-मेल्स, इलेक्ट्रॉनिक अटॅचमेंट्स आणि सादरीकरणे.
- संस्थेतील कागदपत्रे उदाहरणार्थ, प्रचारसाहित्य, अहवाल, परिपत्रके, संख्याशास्त्रीय सारांश, कार्यक्रमपत्रिका, मिनिट्स ऑफ मीटिंग्ज, परिषदांमधील कार्यवाही.
- अभ्यास साहित्य, उदाहरणार्थ, अभ्यासक्रमांचे सारांश, वाचन याद्या, संदर्भग्रंथसूची, व्याख्यानांच्या नोंदी.
- विद्यार्थ्यांच्या नोंदी, उदाहरणार्थ, निबंध, डेसर्टेशन्स, अभ्यासक्रम, नोंदी, स्वाध्याय आणि भाषांतरे.

तुम्हाला आणखी काही उदाहरणे आठवतील – विद्यापीठाच्या सूचना फलकावर लावलेली माहिती, किंवा विद्यापीठाच्या शिक्षक कक्षाभोवती पसरलेले साहित्याचे नमुने यांचा तुम्ही फक्त विचार करा.

काही प्रकारच्या अभ्यासात ग्रे साहित्य विशेषत्वाने संबंधित असेल. तुमचे संशोधन राजकारणाशी संबंधित असेल तर पत्रके आणि पुस्तिकांमधील राजकीय आशय फार उपयोगी असेल. धर्मसंबंधी विषयाच्या बाबतीतही हे

लागू आहे. जर तुम्ही वांशिक अभ्यास करत असलात तर तुमच्या अभ्यासाच्या सामाजिक पार्श्वभूमीवर प्रकाश टाकणारे विविध प्रकारचे दस्तावेज तुम्ही शोधू शकाल. अशा प्रकारच्या संशोधनात प्रकाशित साहित्याशी तुलना करता ग्रे साहित्याच्या अनेक फायद्यांपैकी एक फायदा म्हणजे ते तुलनेने अधिक अलिकडचे असते. तुम्हाला ग्रे साहित्याचा अधिक पद्धतशीर शोध घ्यायचा असेल तर तुम्ही OpenGrey डेटाबेसचा वापर करू शकता. (Institut de l'Information Scientific et Technique, २०११) हा ग्रे साहित्याचा युरोपिअन व्यापक डेटाबेस आहे. त्यात विविध विद्या शाखांची प्रचंड प्रमाणात माहिती उपलब्ध आहे आणि त्याची प्रमुख भाषा इंग्रजी आहे.

परंतु, ग्रे साहित्याचे काही तोटे आपण लक्षात घेणे महत्त्वाचे ठरेल. त्याचा अचूक उल्लेख करण्याचा प्रयत्न करणे हीच एक मोठी समस्या आहे. पत्रके,पुस्तिका, परिपत्रके यासारख्या दस्तावेजात उपयुक्त माहिती असली तरी त्यात लेखक किंवा प्रकाशनाची तारीख दिलेली नसते. जेव्हा त्यांचा संदर्भ देण्याची वेळ येते तेव्हा तुम्हाला बरेचवेळा तडजोड करावी लागते, आणि जरी तुम्ही नेहमीच्या संदर्भ देण्याच्या पद्धतीनुसार तंतोतंत संदर्भ देऊ शकला नाहीत तरी तुम्हाला जेवढी उपलब्ध होईल तेवढी, संदर्भ ग्रंथ सूचीसारखी माहिती द्यावी लागेल. लेखकाचे नाव दिले नसेल तर त्या आशयाच्या सत्यता पडताळून पाहाणे कठीण होईल. तुमच्या युक्तिवादास पाठिंबा देणे किंवा ढोबळमानाने त्याच निष्कर्षांपर्यंत पोचलेल्या अन्य संशोधकांची नोंद ठेवणे हा संदर्भ देण्याच्या अनेक हेतूंपैकी एक हेतू आहे. जर तुम्ही दस्तावेज निर्माण करणाऱ्या लेखकाचे नाव किंवा निदान संस्थेचे नाव उद्धृत करू शकला नाहीत तर त्या उद्धृताचे मूल्य मर्यादित असेल. तथापि तुम्ही जर ग्रे साहित्याचा वापर तुमच्या परीक्षणात करणार असाल तर त्याच्या मर्यादांचा उल्लेख करणे उचित राहील कारण त्यामुळे तुमच्या वाचकांना कळेल की तुम्हाला याविषयी माहिती आहे. काही वेळेस दस्तावेजाचा आशय इतका चांगला असतो की लेखकाचे नाव माहीत नसल्याच्या त्रुटीची तो भरपाई करू शकतो.

ऑनलाईन लायब्ररी कॅटलॉग

अलिकडील काही वर्षात अनेक ग्रंथालयातील डेटाबेसेस एका केंद्रीय शोधातून उपलब्ध होण्याची क्षमता ही एक साहित्य शोधनातील सर्वात मोठी प्रगती ठरली आहे. WorldCat® (OCLC, २०१२) हा जगातील सर्व ग्रंथालयांचा एकत्रित सर्वात मोठ्या कॅटलॉगपैकी एक आहे. अनेक विविध माध्यमे उपलब्ध आहेत, परंतु पुस्तके आणि विद्वत्ताप्रचुर लेख यात संशोधकांना सर्वात अधिक रस असतो. WorldCat मधून एकदा तुम्ही साहित्य शोधू शकलात की मग ते साहित्य उपलब्ध असणारे सर्वात जवळचे ग्रंथालय ते तुम्हाला शोधून देते. परंतु तो दस्तावेज तुम्हाला संपूर्ण स्वरूपात उपलब्ध होईल की नाही हे तो दस्तावेज ज्या ग्रंथालयात आहे त्यावर आणि तुम्ही त्याचे सभासद आहात की नाही त्यावर अवलंबून असेल. संपूर्ण जगभरात ७०,००० च्या वर ग्रंथालये WorldCat शी संलग्न आहेत आणि साहित्य उपलब्ध करून देण्याबाबत प्रत्येकाच्या स्वतःच्या काही अटी आहेत. WorldCat हा मुळात संदर्भांचा अतिशय मोठा डेटाबेस आहे. त्याच्या साह्याने तुम्ही संदर्भ शोधू शकता परंतु तो तुम्हाला संपूर्ण पुस्तक किंवा दस्तावेज शोधण्यासाठी लिंक देईल किंवा देणारही नाही. संपूर्ण जगातील अनेक ग्रंथालये WorldCat मध्ये एकत्रित झाल्याने विविध भाषांमधील साहित्य तेथे उपलब्ध आहे.

Copac (Copac®, २०१२) ही प्रामुख्याने युके आणि आयर्लंडमधील शैक्षणिक आणि विद्वत्तापूर्ण ग्रंथ असलेल्या ग्रंथालयांची एक यापेक्षा लहान संघटना आहे. या संघटनेत ब्रिटिश लायब्ररी, द युनिवर्सिटी लायब्ररीज ऑफ ऑक्सफर्ड अँड केंब्रिज, द नॅशनल ट्रस्ट लायब्ररीज, द नॅशनल लायब्ररी ऑफ स्कॉटलंड, द लायब्ररी

ऑफ द नॅचरल हिस्ट्री म्युझियम, आणि यॉर्क मिन्स्टर लायब्ररी या ग्रंथालयांचा समावेश होतो. Copac हे स्वतः ग्रंथालय नसल्याने त्यात शैक्षणिक साहित्य उपलब्ध नसते. तुम्ही एखादे साहित्य शोधलेत तर तुम्हाला त्याची प्रत आंतरग्रंथालय पद्धतीने उसनी मिळवावी लागते. WorldCat प्रमाणे यातूनही अनेक भाषातील साहित्यापर्यंत पोचता येते.

जर तुम्ही एखाद्या देशाच्या संस्कृतीच्या काही बाबींवर संशोधन करत असलात तर असंख्य राष्ट्रीय ग्रंथालयातून इलेक्ट्रॉनिक डेटा बेसेसमार्फत एकत्रित केलेले कॅटलॉग्ज तुमच्यासाठी फारच उपयुक्त होऊ शकतील. द कॅनेडियन नॅशनल लायब्ररी कॅटलॉग, (AMICUS, २०१२) AMICUS हे अशा प्रकारच्या नॅशनल कॅटलॉगचे उदाहरण आहे. AMICUS कॅनडामधील जवळजवळ १३०० ग्रंथालयातील माहिती एकत्रित करते आणि एकाच शोध प्रक्रियेने ती उपलब्ध करून देते. ती पण फ्रेंच आणि इंग्रजी या दोन भाषांमध्ये उपलब्ध आहे.

अनेक ऑनलाईन लायब्ररी कॅटलॉग्जपैकी उपलब्ध असलेले हे काही थोडे कॅटलॉग्ज संशोधकांसाठी आणि विद्यार्थ्यांसाठी मौल्यवान स्रोत आहेत.

Further reading

Gilbert, N. (2001) *Researching Social Life.* London: Sage.

Hart, C. (1998) *Doing a Literature Review: Releasing the Social Science Research Imagination.* London: Sage.

Jesson, J. , Matheson, L. and Lacey, F. M. (2011) *Doing Your Literature Review: Traditional and Systematic Techniques.* London: Sage.

Machi, L. A. and McEvoy, B. T. (2009) *The Literature Review: Six Steps to Success.* Thousand Oaks,CA: Corwin Press.

Ridley, D. (2008) *The Literature Review: A Step-by-Step Guide for Students.* London: Sage.

१०

पद्धती

या प्रकरणात आपण संशोधनाच्या पद्धतींचे वर्णन कसे लिहावे याच्या धोरणांविषयी चर्चा करू. प्रबंधाच्या उद्दिष्टांतील नेमकेपणातून नमुन्याची आणि डेटा संकलनाची व्याख्या कशी निर्माण होते हे स्पष्ट करू. पद्धतींबद्दल लिहिताना वापरलेल्या काही संज्ञांचे तुम्ही परीक्षण करा आणि संशोधन पद्धतींची बलस्थाने व मर्यादा याविषयी चर्चा कशी करता येईल त्याचा शोध घ्या. शेवटी संशोधनातील नैतिकतेविषयी चर्चा करणाऱ्या पद्धतींचे मूल्यमापन होईल.

अभ्यासाची धोरणे

अशी कल्पना करी की संशोधन अभ्यासाविषयी तुमची मुलाखत घेण्यासंबंधी तुम्हाला विचारले आहे. त्यात भाग घेण्यास संमती देण्याआधी तुम्हाला ज्याची माहिती हवी आहे असे वाटेल अशा काही गोष्टींचा विचार करा. तुम्ही विचारले असते असे काही प्रश्न इथे दिले आहेत.

- संशोधकांनी काहीतरी स्वरूपात स्वतःची ओळख पटवली आहे का?
- ते कोणत्या विद्यापीठाशी किंवा नामांकित संशोधन संस्थेशी संलग्न आहत हे मला माहीत आहे का?
- माझा किती वेळ यात जाईल?
- मुलाखत कोठे घेतली जाईल?
- संशोधनाचा हेतू काय आहे?

तुम्हाला विचारावेसे वाटतील असे अनेक प्रश्न असतील. तुमची प्रश्नांची यादी तयार झाल्यावर समाजशास्त्रीय संशोधनातील महत्त्वाच्या अनेक नैतिक बाबींबद्दल तपशीलवार विचार करावा.

ज्ञानशास्त्र आणि पद्धतींमधील नातेसंबंध

आतापर्यंत प्रबंधात तुम्ही वाचकांचा प्रबंध विषयाशी परिचय करून दिला आहे, संशोधनाचा व्यापक संदर्भ स्पष्ट केला आहे आणि संशोधन संरचनेच्या आवश्यकतांचा थोडक्यात आराखडा दिला आहे. तसेच संशोधनाच्या उद्दिष्टांची स्पष्टपणे मोजणीसुद्धा केलीत. दुसऱ्या प्रकरणात तुमच्या विषयक्षेत्रात झालेल्या आधीच्या संशोधनाचे तुम्ही तपशीलवार विश्लेषण केलेत. पद्धतीवरील या तिसऱ्या प्रकरणात तुम्ही प्रस्तावनेत दिल्या गेलेल्या संक्षिप्त वर्णनाचा विस्तार कराल आणि संशोधन संरचना तपशिलाने स्पष्ट कराल.

पद्धतीची संकल्पना

पद्धतीच्या संकल्पनेशी निगडित असलेल्या विविध संज्ञांबद्दल इथे थोडक्यात सांगितल्यास योग्य ठरेल. प्रबंधातील ह्या प्रकरणास सामान्यतः 'पद्धती' असे शीर्षक दिले जाते आणि त्यात डेटा संकलनासंबंधी सैद्धांतिक तसेच व्यवहार्य बाबी दोन्हीं ची चर्चा केली जाते. परंतु 'पद्धती' ही संज्ञा अधिक विशिष्ट अर्थानेसुद्धा, जवळजवळ संशोधन संरचना या शब्दाला समानार्थी म्हणून वापरली जाते. या अर्थाने संपूर्ण संशोधन प्रकल्पाचे आयोजन व्यवहार्य पद्धतीने कसे केले गेले आहे हे दर्शविले जाते.

दुर्दैवाने 'पद्धती' आणि 'संशोधन संरचना' या दोन्ही संज्ञा वेगवेगळ्या लेखकांनी थोड्याशाच फरकाने वेगळ्या अर्थाने वापरल्या आहेत, आणि त्यांच्या उपयोजनातून त्यांचे नेमके संकल्पनात्मक स्पष्टीकरण करणे अवघड आहे. या प्रकरणात 'पद्धती' ही संज्ञा संशोधन करण्याच्या सैद्धांतिक आणि व्यावहारिक अशा दोन्ही बाजूंच्या संदर्भात सामान्य अर्थाने वापरली जाते.

पद्धतीसंबंधित समस्या

डेटासंकलन कोणत्या मार्गाने केले जावे याचा फक्त वर्णनात्मक तपशील देणारे हे प्रकरण नाही. ते त्यापेक्षाही अधिक आहे. ही चर्चा उद्दिष्टांपासून सुरू व्हावी, आणि स्वीकारलेल्या ज्ञानशास्त्रीय पवित्र्यातून डेटा संकलनाच्या व्यवहार्य पद्धतीसंबंधित बाबी आणि उद्दिष्टे यांना कसे जोडले जाते ते त्यातून स्पष्ट करावे. डेटा विश्लेषण करण्यासाठी आणि नमुना निवडीसाठी जो मार्ग इच्छिला आहे त्याचे विश्लेषण केले जावे. या प्रकरणात संशोधनात अंगभूत असलेल्या नैतिक बाबींचे मूल्यांकन करणे तसेच संशोधनातून या नैतिक तत्त्वांची परिपूर्ती होईल हे निश्चित करण्यासाठी कोणती व्यवहार्य धोरणे स्वीकारली जाणार आहेत याचे स्पष्टीकरण करणेही महत्त्वाचे आहे. तुम्ही निवडलेल्या पद्धतीचे संतुलित रसग्रहण करून दाखवावे आणि त्यातील काही अपेक्षित बलस्थाने आणि कमकुवत स्थानांचा निर्देश करावा. समारोपाच्या प्रकरणात आपण या चर्चेकडे पुन्हा येऊ शकतो, त्यावेळेस सिंहावलोकन करण्याच्या फायद्यामुळे तुम्ही संपूर्ण पद्धतीच्या फायदे आणि तोट्यांबद्दल एक माहितीपूर्ण चर्चा करू शकाल. पद्धतींच्या ह्या बाबीबद्दल क्लफ आणि नटब्राऊन (२००२, पृ. क्र. २१–४०) मध्ये चर्चा केली आहे.

लिहिताना कोणत्या काळाचा वापर करावा

या प्रकरणाच्या मुख्य आशयास सुरुवात करण्यापूर्वी हे प्रकरण लिहिताना कोणता काळ वापरावा याची चर्चा करणे उपयुक्त ठरेल. याबाबीबद्दल विचार करण्याचे दोन मार्ग आहेत. त्यापैकी एक म्हणजे अशी कल्पना करणे की जसजसे संशोधन प्रत्येक टप्प्यावर केले जाईल तसतसे प्रबंधाचे एक एक प्रकरण लिहिले जाईल. अशा परिस्थितीत आपण असे गृहीत धरू की डेटा अजून संकलित झाला नाही आणि म्हणून पद्धतीचे प्रकरण जास्त करून भविष्यकाळात

लिहिले जाईल. आपण लिहू की 'स्वीकारलेल्या अन्वयार्थी दृष्टिकोनातून, डेटाचा बहुसंख्य भाग अर्ध-रचित मुलाखतीतून गोळा केला जाईल.' याउलट,आपण असे गृहीत धरले की डेटा संकलित केल्यावर प्रबंधाचा बहुसंख्य भाग लिहिला गेला आहे, अशा परिस्थितीत आपण भूतकाळात लिहू की 'स्वीकारलेल्या अन्वयार्थी दृष्टिकोनातून, डेटाचा बहुसंख्य भाग अर्ध-रचित मुलाखतीतून गोळा केला होता.' माझ्या अनुभवाप्रमाणे बहुसंख्य विद्यार्थी नंतरचा मार्ग स्वीकारताना दिसतात आणि खरोखरच संशोधन पूर्ण झाल्यावर त्याचा जणू अहवाल दिल्याप्रमाणे लिहितात. यामुळे लेखन अधिक थेट होते कारण तुम्ही काळाच्या संदर्भात एक भूमिका घेऊ शकता आणि आधी घडून गेलेल्या घटनांवर लिहू शकता.

तथापि, तुम्ही जरी प्रामुख्याने भूतकाळात लिहिले तरी काही प्रसंगी तुम्हाला संकेतार्थ भविष्यकाळासारख्या वेगळ्या काळात लिहावेसे वाटेल. उदाहरणार्थ, तुम्हाला असे लिहावेसे वाटेल की 'जरी मुलाखती ह्या डेटा संकलनाच्या प्राथमिक पद्धती असल्या तरी योग्य वाटल्यास आपण चर्चातंत्राचा अवलंब करावा अशी चर्चा झाली होती.' सगळ्यात उत्तम धोरण म्हणजे एकूण दृष्टिकोन ठरवावा आणि वाक्याची तशी गरज भासल्यास काळात बदल करावा.

ज्ञानशास्त्र आणि डेटा संकलन

या प्रकरणात हे काळजीपूर्वक स्पष्ट करणे महत्त्वाचे आहे की डेटासंकलनाच्या धोरणांची निवड ही संशोधनासाठी स्वीकारलेल्या दृष्टिकोनाशी एकूण सैद्धांतिक आणि ज्ञानशास्त्रीय भूमिकेशी कशी सुसंगत आहे. प्रबंध विषयाच्या संदर्भातील तुमच्या ज्ञानशास्त्रीय भूमिकेची दखल न घेता, केवळ व्यक्तीअभ्यासाचा दृष्टिकोन अवलंबला जात होता किंवा सर्वेक्षण केले जात होते असे म्हणणे पुरेसे नसेल. संशोधन समस्या सोडवण्यासाठी ज्ञानाचे जे स्वरूप तुम्हाला वैध वाटते त्याबद्दल तुम्ही धरलेली गृहीते तुमच्या ज्ञानशास्त्रीय दृष्टिकोनात अंतर्भूत असतात,ती अध्याहृत असतील किंवा स्पष्ट सांगितली असतील. जर तुमचे संशोधन प्रश्न समाजातील मोठ्या प्रमाणावर असलेल्या प्रवृत्तींचा तपास करत असतील तर कदाचित तुम्ही अतिशय लहान नमुन्यातील प्रतिसादकांच्या अरचित मुलाखती ज्ञानशास्त्रीय दृष्ट्या वैध मानणार नाही. परंतु, अनेक संशोधन समस्यांच्या बाबतीत तुम्ही स्वीकारू शकाल अशा अनेक, वेगवेगळ्या ज्ञानशास्त्रीय भूमिका असण्याची शक्यता आहे. त्यापैकी प्रत्येक भूमिकेतून संशोधन प्रश्नाकडे पाहण्याचा वेगळा मार्ग परावर्तित होईल.

स्त्री मुख्याध्यापिकांच्या कामकाजी जीवनांच्या अभ्यासात, प्रत्यक्षार्थवादी ज्ञानशास्त्र, तिच्याबद्दलचे तिचे विद्यार्थी आणि सहशिक्षकांचे दृष्टिकोन मोजण्यासाठी मापनपट्टी असलेल्या प्रश्नावलीचा उपयोग करेल. यामुळे ज्ञान वस्तुनिष्ठ, तपासण्यायोग्य, आणि प्रतिकृती करण्यायोग्य असे मानले जाईल. याउलट, अन्वयार्थी ज्ञानशास्त्र स्त्री मुख्याध्यापिकांच्या भूमिकेचे वेगळे आकलन व्हावे म्हणून शोध घेईल. यामुळे ज्ञान हे मनुष्यप्राण्यांकडून निर्माण झालेले आणि ज्याबाबतीत चर्चा होतात, असे आहे असे मानले जाईल. शेवटी स्त्रीवादी ज्ञानशास्त्र, स्त्री मुख्याध्यापिकांच्या भूमिकेचा शोध पुरुष-वर्चस्वाच्या, पारंपरिक ज्ञानशास्त्राच्या संदर्भात आकलनात घेईल आणि त्यापासून मुक्त होताना, स्त्रीसुलभ मूल्ये शाळेतील वातावरण कसे बदलू शकतात त्याचे परीक्षण करेल. स्त्री मुख्याध्यापिकांच्या भूमिकेचे आकलन होण्यात आणि पुरुषी पूर्वसंकल्पनांपासून मुक्त होण्यामध्ये लिंग हा महत्त्वाचा घटक आहे अशी मूल्यभूमिका अशा ज्ञानशास्त्रात लिंग शब्दाचा वापर टाळावा असेल. ज्ञानाच्या लिंगाधिष्ठित स्वरूपावर यात भाष्य अंतर्भूत असेल.

डेटा संकलनाची एकच पद्धत वेगवेगळ्या ज्ञानशास्त्राच्या चौकटींत वापरली जाऊ शकतो हे निर्देशित करणेसुद्धा तितकेच महत्त्वाचे आहे. उदाहरणार्थ, मुलाखत पद्धतीचा वापर अन्वयार्थी आणि स्त्रीवादी अशा दोन्ही ज्ञानशास्त्रात

केला जाऊ शकतो. म्हणून एका विशिष्ट ज्ञानशास्त्राच्या संदर्भात वापरल्या जाणाऱ्या डेटा संकलनाच्या पद्धतीची कारणे तुम्ही स्पष्ट करावीत.

पद्धतीनिवडीचा संबंध प्रबंधाच्या उद्दिष्टांशी जोडणे

पद्धतीवरील प्रकरण लिहिताना ज्ञानशास्त्र आणि डेटा संकलन पद्धती या दोन्हींचा संबंध प्रस्तावनेत आधी प्रस्थापित केलेल्या उद्दिष्टांशी पुन्हा जोडण्यासाठी तुम्ही प्रयत्न केला पाहिजे. प्रबंधाचे मूल्यमापन बऱ्याच अंशी त्याच्या उद्दिष्टांच्या आधारे केले जाते. परीक्षकांनी प्रबंध वाचल्यावर ते पुन्हा उद्दिष्टे पाहतील आणि ती उद्दिष्टे तुम्हाला प्रबंधात किती प्रमाणात साध्य करणे शक्य झाले आहे याचे मूल्यमापन करतील. जर काही बाबतीत ती साध्य झाली नसतील तर ते त्यामागील कारणांची चर्चा वाचायला मिळावी अशी अपेक्षा करतील.

पद्धतीच्या चर्चेतून असे स्पष्टपणे प्रस्थापित व्हावे की त्यातून निर्माण होणाऱ्या ज्ञानाच्या प्रकारामुळे तर्कसंगतीने उद्दिष्टे साध्य होतील अशी अपेक्षा करता येईल. म्हणून उद्दिष्टे योग्य शब्दांत काळजीपूर्वक मांडली पाहिजेत. उद्दिष्टांच्या तपशिलात थोडा जरी फरक पडला तर त्यातून सहजपणे असे सूचित केले जाईल की पद्धतीची वेगळी अभिमुखता अधिक योग्य ठरली असती. स्त्री मुख्याध्यापिकेच्या भूमिकेशी संबंधित असलेल्या तीन वेगवेगळ्या उद्दिष्टांच्या शब्दरचनेकडे आपण पाहूया:

१ स्त्री मुख्याध्यापिकेकडे बघण्याच्या विद्यार्थ्यांच्या आणि कर्मचाऱ्यांच्या मनोवृत्तीचे मापन करणे.
२ स्त्री मुख्याध्यापिकेकडे बघण्याचा विद्यार्थ्यांचा आणि कर्मचाऱ्यांचा दृष्टिकोन कोणत्या मार्गांनी उत्क्रांत होत जातो त्याचा शोध घेणे.
३ प्रमुखशिक्षिकेकडे एक स्त्री म्हणून बघण्याच्या विद्यार्थ्यांच्या आणि कर्मचाऱ्यांच्या मनोवृत्तीचे विश्लेषण करणे.

वरवर पाहता ही तीन उद्दिष्टे फार वेगवेगळी नाहीत परंतु त्यातील काही कळीच्या शब्दांमुळे अंतर्भूत अर्थ बदलतो. पहिल्या उद्दिष्टातील 'मापन करणे' क्रियापदातून नेमक्या अशा दृष्टिकोनांचे अस्तित्व सुचवले जाते की ज्यांची संख्यात्मक गणती करता येते. ज्या पद्धतीने उद्दिष्ट व्यक्त केले आहे त्यातून प्रश्नावलीतील मापन पट्टीचा उपयोग करण्यास प्रवृत्त करणारे प्रत्यक्षार्थवादी ज्ञानशास्त्र सूचित केले जाते.

दुसरे उद्दिष्ट वेगळ्या प्रकारे मांडले आहे. 'उत्क्रांत होणे' या क्रियापदाच्या वापरातून असे गृहीत सूचित केले जाते की दृष्टिकोन हे स्थिर अस्तित्व नसून ते बदलत्या सामाजिक नातेसंबंधाबरोबर विकसित होते. या उद्दिष्टातून असे सूचित झाल्यासारखे वाटते की ही विकासाची प्रक्रियाच संशोधनाचे वैशिष्ट्य असेल आणि ज्या पद्धतींनी ही प्रक्रिया कार्यान्वित होईल त्या पद्धतींचीच छाननी करावी लागेल. या परीक्षण प्रक्रियेत संशोधकाच्या बाजूने अन्वयार्थी काम समाविष्ट असेल आणि म्हणूनच मुलाखतीतून संकलित केलेल्या डेटाच्या आधारे अन्वयार्थी ज्ञानशास्त्र योग्य असेल.

तिसऱ्या उद्दिष्टातील शब्द 'प्रमुख शिक्षिका म्हणून स्त्री' हे लिंग एक समस्या अशा अर्थावर 'स्त्री मुख्याध्यापिका' या शब्दांपेक्षा अधिक भर देतात. म्हणून हे उद्दिष्ट असे सूचित करते की स्त्रीवादी ज्ञानशास्त्र योग्य ठरेल, आणि जरी डेटा संकलनाची अनेक धोरणे वापरता आली तरी गुणात्मक दृष्टिकोन योग्य ठरेल.

यावरून दिसू शकेल की उद्दिष्टांच्या शब्दात थोडा जरी फरक केला तरी त्यातून व्यक्त होणाऱ्या ज्ञानशास्त्र आणि पद्धतीचा अर्थ बदलतो. परीक्षक उद्दिष्टांतील सूक्ष्म तपशिलासाठी त्यांचे काळजीपूर्वक वाचन करतात. संपूर्ण प्रबंधाची पद्धतीभिमुखता उद्दिष्टांशी सुसंवादात्मक असावी आणि संपूर्ण प्रबंधात सुसंगत दृष्टिकोनाचे पुरावे दिसावेत अशी ते अपेक्षा करतात.

संशोधनाची एकूण संरचना

आधीच्या विभागातील काही बाबींमधील गुंतागुंत सोडवल्यानंतर तुम्ही संशोधनासंबंधी काही कळीचे निर्णय घेतले असतील. संशोधनाच्या सैद्धांतिक बाजू निश्चित केल्या गेल्या असतील आणि आता तुम्हाला संशोधनाच्या प्रत्यक्ष तंत्राचे वर्णन करणे आवश्यक होईल. 'संशोधन संरचना' ही संज्ञा नेहमी संशोधन ज्या पद्धतीने आयोजित केले जाते त्या प्रागतिक बाजूचा उल्लेख करण्यासाठी वापरली जाते. ह्या बाबी तुम्ही वाचकांना स्पष्ट करून सांगणे आवश्यक आहे. तुमचे काही लिखाण वर्णनात्मक असेल परंतु ज्या पद्धतीने तुम्ही संशोधन आयोजित केले त्याची प्रत्येक टप्प्यावर कारणे देणे आणि युक्तिवाद मांडणे महत्त्वाचे आहे. तुम्ही जेव्हा संशोधन संरचनेबद्दल लिहायला सुरुवात करता तेव्हा संशोधनाच्या सुरुवातीचा विचार करा आणि वेगवेगळ्या टप्प्यांमधून पद्धतशीरपणे मार्ग काढत त्याचे कालक्रमानुसार वर्णन करा. तुमच्या स्मृतीस ताजेतवाने करण्यासाठी पुढे दिलेल्या प्रश्नांची स्वतःलाच उत्तरे द्या आणि ही संरचना आयोजित करण्याच्या पद्धतीचे पुरेसे समर्थन देता येईल याची खात्री करून घ्या.

उदाहरण – संशोधन संरचनेबद्दल लिहिणे

संरचनेसंबंधी लिहिण्यासाठी येथे काही प्रश्न तुम्ही स्वतःलाच विचारावे म्हणून दिले आहेत:

१ मी डेटा संकलन कोठून करायचे ठरवले? का ?
२ मी कोणत्या प्रकारचा डेटा संकलित करायचा ठरवला? का?
३ मी डेटा पुरवण्याविषयी कोणाला विचारले? का?
४ मी त्यांना कसे विचारले? मी तो मार्ग का वापरला ?
५ डेटा संकलनासाठी मी कोणत्या व्यवस्था वापरल्या? मी त्या व्यवस्था का वापरल्या?
६ संशोधन आयोजित करण्यासाठी मी लोकांकडे औपचारिक परवानगी मागितली का?
७ संशोधन कशा प्रकारे आयोजित केले जाईल किंवा त्याचा अहवाल दिला जाईल याची मी कोणाला हमी दिली होती का?
८ मी डेटा विश्लेषण कसे केले? त्याच पद्धतीने का केले?
९ निष्कर्षांचा मी प्रचार कसा केला? का?

तुम्ही स्वतःला विचारणे आवश्यक आहे असे हे काही प्रश्न आहेत. दुसरे अनेक प्रश्न तुम्हाला नक्कीच सुचतील.

धोरण

या प्रकरणातील नंतरच्या विभागात आपण संशोधन संरचनेच्या काही कळीच्या बाजूंचे परीक्षण करू उदा. नमुना, डेटा संकलन, डेटा विश्लेषण, आणि नैतिकता. त्याआधी, तुम्ही ज्या पद्धतीने संरचनेबद्दल लिहिता त्याविषयी मांडण्यायोग्य असे काही सामान्य मुद्दे आहेत. सर्वात महत्त्वाचा मुद्दा म्हणजे वाचकांना असे वाटले पाहिजे की संरचना प्रक्रियेस एका व्यापक धोरणाने चालना मिळाली आहे. संशोधनाच्या स्थळाविषयीच्या चर्चेची पद्धत हे त्याचे

साधे उदाहरण म्हणता येईल. अनेक व्यावसायिक तसेच शिक्षणतज्ज्ञ त्यांचे संशोधन त्यांच्या स्वतःच्या संस्थांमध्ये किंवा जिथे सहजपणे जाता येते अशा शेजारील शाळेत किंवा महविद्यालयात आयोजित करतात. या निवडीचे समर्थन करताना संशोधनावर आधारलेली कारणे देणे महत्त्वाचे आहे. उदाहरणार्थ, एखाद्या संस्थेची काही खास वैशिष्ट्ये असतील ज्यामुळे संशोधनातून अनेक रंजक निष्कर्ष निघू शकतील किंवा हे वैशिष्ट्य अशा प्रकारच्या अनेक संस्थांमध्ये असेल आणि म्हणून निघणाऱ्या कोणत्याही निष्कर्षांचे सामान्यीकरण करणे समर्थनीय ठरेल. किंवा त्या संस्थेत पूर्वी काही संशोधन केले गेले असेल आणि त्या संशोधनावर आधारित अधिक संशोधन केल्यास ते उपयुक्त ठरेल. अशी स्पष्टीकरणे महत्त्वाची असतात आणि नमुन्याच्या धोरणाविषयी चर्चेचा एक हिस्सा असतात किंवा पूर्वचिन्ह असतात.

प्रवेश मिळवणे

संशोधकासाठी संशोधन क्षेत्रात प्रवेश मिळवणे हे नेहमीच सोपे नसते आणि त्यासाठी परवानगी मिळवणे आवश्यक असते. प्रवेश प्रक्रियेचे वर्णन करणे आणि त्यासाठी वापरलेल्या धोरणांचे स्पष्टीकरण देणे हे सहसा रंजक आणि सुसंगत असते. या वर्णनातून डेटासंकलनासाठी आधी केलेल्या तरतुदींमधून तुमची दक्षताच दर्शवली जाते इतकेच नाही तर तुम्ही करत असलेल्या संशोधनाच्या संदर्भाचे स्वरूपही निर्देशित केले जाते. तुम्ही संशोधन करू इच्छित असलेल्या संस्थेच्या संबंधित 'रखवालदाराने' तुमच्या कामावर अनेक अटी घातल्या तर त्यातून त्या संस्थेतील साधारण वातावरण कसे आहे हे निर्देशित होईल. पर्यायाने ते तुमच्या संशोधनाशी निगडीत असेल.

तुमचे डेटा संकलन करण्याआधी तुम्ही संभाव्य प्रतिसादकांना भेटून त्यांना मदत मागाल किंवा ते संशोधनात सहभागी होऊ इच्छितात का ते विचाराल. तुम्ही प्रथम त्यांच्याशी लेखी संपर्क साधला असेल किंवा इ-मेल केली असेल किंवा प्रत्यक्ष भेटला असाल. यापैकी तुम्ही जो विशिष्ट मार्ग निवडाल त्यामागे नक्कीच काही कारणे असतील आणि त्याची पार्श्वभूमी प्रबंधात स्पष्ट करणे रंजक होईल.

उदाहरण – प्रतिसादकांशी संपर्क साधणे

विशेषतः गुणात्मक संशोधन अभ्यासात, संभाव्य प्रतिसादकांशी संपर्क साधण्याची प्रक्रिया म्हणजे एक किचकट अनुभव ठरू शकतो. तुम्ही जे काम करत आहात त्यात त्यांना रस उत्पन्न करता आला पाहिजे, साध्या भाषेत तुमच्या संशोधनाचे स्वरूप स्पष्ट करत आले पाहिजे, यात मदत करावीशी वाटेल अशी भावना त्यांच्यात जागवता आली पाहिजे, संशोधन समाजोपयोगी कसे आहे हे पाहण्यास त्यांना प्रोत्साहन देता आले पाहिजे, आणि त्यांच्या योगदानाचे महत्त्व काय आहे हे सूचित करत आले पाहिजे.

या प्रक्रियांमध्ये तुमच्या प्रतिसादकांबरोबर होणारा तुमचा संवाद गुंतागुंतीचा असेल आणि तो प्रबंधात नोंदवणे हे फार मोलाचे ठरेल.

कोणत्याही प्रकारे तुम्ही घेतलेल्या निर्णयप्रकाराचे समर्थन करणारे किंवा तशा समस्येचा उल्लेख करणारे संदर्भ तुम्ही पुरवू शकल्यास ते याठिकाणी फार उपयुक्त ठरेल. ज्यात प्रवेशाच्या बाबीचाच उल्लेख, परंतु थोड्या वेगळ्या प्रकारे केला आहे, अशा जर्नलमधील लेखाचे उदाहरण तुम्ही देऊ शकता . किंवा, तुम्ही तुमचेच धोरण परंतु वेगळ्या

कारणासाठी आंगिकारलेल्या संशोधनाचे उदाहरण देऊ शकता. पाठिंबादर्शक संदर्भ पुरवण्याची गरज पद्धती या प्रकरणास संपूर्णपणे लागू आहे. जिथे जिथे शक्य आहे तिथे तुम्ही विषयाच्या भोवतालचे वाचन केले आहे याचा आणि चर्चिलेल्या पद्धतीच्या बाबींवर टीकात्मक विचार केला आहे याचा दाखला द्यावा.

पथदर्शी अभ्यास

तुम्ही जरी संभाव्य प्रतिसादकांच्या निवडीवर खूप विचार केला असला तरी डेटासंकलनाची प्रक्रिया सुरळीतपणे पार पडेल याची खात्री देणे अवघड आहे. म्हणून बरेच संशोधक त्यांचे डेटा संकलनाचे धोरण लहान नमुन्यावर अजमावणे आणि ती प्रक्रिया नीट होते की नाही हे पाहणे पसंत करतात. अशा प्रकारच्या मुख्य संशोधनाआधी केल्या गेलेल्या अभ्यासास पथदर्शी अभ्यास असे म्हणतात. सामान्यपणे यात संकलित केलेले डेटा वापरण्याचा हेतू इच्छा नसतो. उलट,संशोधन प्रक्रियेचा प्रभाव अजमावणे हा मुख्य हेतू असतो. या कारणासाठी, मुख्य संशोधनातील नमुन्याचा भाग म्हणून सहभागी होणार नाहीत अशा प्रतिसादकांचा लहान गट निवडणे हे सामान्य आहे. तुम्ही त्यांच्याबरोबर डेटा संकलन प्रक्रियेतून जा, जाताना मुख्य अभ्यासात दृष्टोत्पत्तीस येतील अशा प्रक्रियेच्या सकारात्मक किंवा नकारात्मक वैशिष्ट्यांची काळजीपूर्वक पाहणी करा.

संख्यात्मक अभ्यासात तुम्ही त्यांना प्रश्नावलीच्या मसुद्याची प्रत भरायला द्या. तुम्ही खूपच जास्त प्रश्नांचा समावेश केला आहे का याची कल्पना येण्यासाठी प्रश्नावली पूर्ण करताना लागणाऱ्या वेळेवर तुम्ही लक्ष ठेवणे गरजेचे आहे. एकदा त्यांच्या प्रश्नावली भरून झाल्या की तुम्ही प्रतिसादकांना त्यांच्या अनुभवाविषयी विचारू शकता. खालील काही बाबीसंबंधी तुम्हाला त्यांच्याशी बोलोवेसे वाटेल.

- प्रश्नावलींच्या सुरुवातीस असणाऱ्या सूचना तुम्हाला कळल्या का?
- तुम्ही सर्व प्रश्नांची उत्तरे देऊ शकलात का?
- जर नाही तर त्याचे कारण काय?
- प्रश्नावली भरताना ती रंजक वाटली का, मजा आली का?
- तुम्ही त्यापैकी एखाद्या प्रश्नाने गोंधळून गेलात का?
- वापरलेली भाषा स्पष्ट आणि सहज समजण्याजोगी होती का?
- प्रश्नावलीची मांडणी स्पष्ट होती का?

या प्रश्नांना मिळालेल्या प्रतिसादानुसार तुम्ही प्रश्नावली सुधारू शकता आणि कदाचित मुख्य अभ्यासातील प्रतिसादाचे प्रमाण आणि डेटाची वैधता सुधारू शकता.

गुणात्मक संशोधनात मार्गदर्शी अभ्यासाचा एकूण हेतू तोच राहतो परंतु त्याची कार्यपद्धती थोडीशी वेगळी आहे. जर तुम्ही मुलाखत पद्धत वापरणार असाल तर तुम्ही प्रश्न मालिका आणि मुलाखतीचे वेळापत्रक तयार केले असेल. प्रस्तावित मुलाखती पार पाडा आणि त्या पूर्ण झाल्यावर प्रतिसादकांना त्यांच्या मुलाखतींवरील त्यांच्या प्रतिक्रिया विचारा. तुम्हाला त्यांना खालील काही प्रश्न विचारावेसे वाटतील:

- तुम्हाला मुलाखत रंजक वाटली का?
- विषयासंबंधीच्या तुमच्या कल्पना स्पष्ट होण्यास त्यांची मदत झाली का?
- संपूर्ण प्रक्रिया चालू असताना तुम्ही आरामात होतात का?
- तुमचे प्रतिसाद ध्वनिमुद्रित केले म्हणून तुम्ही खूष झालात का?

- काही प्रश्न असे होते का जे विचारले गेले नसते तर बरे झाले असते असे तुम्हाला वाटले?
- विषयाचा आढावा घेण्यासाठी मुलाखत फार लहान किंवा फार मोठी वाटली का?

तुम्हाला अभिप्राय मिळाल्यानंतर तुम्ही प्रश्नावलीचे वेळापत्रक बदलू शकता किंवा मुलाखतीची रचना सुधारू शकता. किंवा तुम्ही मुलाखतींची रचना सैल करण्याचे ठरवू शकाल.

गुणात्मक संशोधनाच्या, संस्कृतीवर्णनासारख्या इतर प्रकारात, रूढ मार्गदर्शी अभ्यास कमी सुसंगत असेल. संस्कृतीवर्णनासारख्या संशोधनात, तुम्ही नियोजित संशोधन परिस्थितीत लहान प्रमाणावरील तपास करून सुरुवात कराल. संकलित केलेला डेटा कदाचित संशोधनाच्या दुसऱ्या टप्प्याची माहिती देईल. ही चाचणी प्रक्रिया अनेकवेळा घेतली जाईल. परमतु या बाबतीत, निवडलेल्या संशोधन पार्श्वभूमीवर आयोजित केलेला, प्रत्येक अभ्यास हा सहसा एका तर्कसंगत संपूर्णाचा एक भाग असेल.

नमुन्याची निवड

शिक्षण आणि समाजशास्त्रातील बहुसंख्य संशोधनात माणसांकडून डेटा-माहिती गोळा केली जाते. तुम्ही डेटा कोणाकडून संकलित करणार हे ठरविणे ही संशोधन संरचनेची सर्वात अवघड बाजू आहे. या पुस्तकात या ठिकाणी यावर भर देऊन सांगितले पाहिजे की आपण पद्धती प्रक्रियेच्या क्षेत्रात विषयांतर करत नाही परंतु आपण याची खातरजमा करून घेत आहोत की प्रबंधात कोणत्या विषयांवर लिहावे याबाबत तुम्हाला स्पष्ट कल्पना आहे.

जनसंख्या

तुमच्या प्रबंधात तुम्ही चर्चा करावी अशा दोन संकल्पना म्हणजे 'संशोधन जनसंख्या' आणि 'नमुना'. उदाहरणार्थ, हायस्कूल शिक्षकांच्या शैक्षणिक गुणवत्तेसंबंधीच्या अभ्यासात तुम्ही हे स्पष्ट करावे की हे सर्व हायस्कूल शिक्षक नेवाडा राज्यातील आहेत का संपूर्ण पश्चिम ऑस्ट्रेलियातील आहेत का इंग्लंड आणि वेल्समधील आहेत आणि हे संशोधन कोणाला लागू आहे. ज्या सर्व व्यक्तींच्या संख्येस संशोधन परिणाम लागू करणे इच्छित असते त्यांना जनसंख्या असे म्हटले जाते. ही साधी परंतु अतिशय महत्त्वाची बाब असूनही बऱ्याच विद्यार्थ्यांकडून ती दुर्लक्षिली जाते. यावर स्पष्ट चर्चा होणे आणि जनसंख्येचे स्वरूप स्पष्ट करणे महत्त्वाचे आहे. प्रबंधाचे शीर्षक आणि उद्दिष्टांचे केलेले शब्दांकन हे संशोधन जनसंख्येचे स्वरूप दर्शवणारे प्रभावी निर्देशक आहेत.

नमुना

काही वेळा जनसंख्येतील प्रत्येक व्यक्तीकडून डेटा गोळा करणे शक्य असते तर काही वेळा ते उघडच व्यवहार्य नसते. जेव्हा जनसंख्या खूप मोठी असेल, किंवा भौगोलिक दृष्ट्या विखुरलेली असेल, किंवा कधी कधी जनसंख्येत असलेले लोक किती आहेत याचा आकडाच आपल्याला माहीत नसतो, तेव्हा हे साध्य करणे अवघड असते. उदाहरणार्थ, तत्त्वतः तुम्ही इंग्लंडमधील एका विशिष्ट स्थानिक शासकीय हायस्कूल शिक्षकांची नावे शोधू शकाल आणि त्यांना प्रत्येकाला प्रश्नावली पाठवू शकाल, परंतु इंग्लीश कौंटीमधील पोहता न येणाऱ्या सर्व लोकांना शोधणे व्यावहारिकदृष्ट्या अशक्य आहे. जेव्हा सर्व जनसंख्येतून डेटा संकलन करणे अवघड किंवा अशक्य असते तेव्हा त्या जनसंख्येचा एक उपविभाग किंवा नमुना निवडावा. यामागे हेतू असा असतो की नमुना हा जनसंख्येचा साधारणपणे प्रतिनिधित्व करतो आणि म्हणून नमुन्यामधून मिळवलेला डेटा बाकीच्या सर्व जनसंख्येस लागू करता येतो.

संभाव्यता नमुना

जर तुम्ही तुमच्या संशोधनात प्रत्यक्षार्थवादी दृष्टिकोन स्वीकारला असेल तर कदाचित तुम्ही संभाव्यता नमुन्याच्या मार्गाने जाल. या नमुन्यात संशोधन जनसंख्येतील प्रत्येक सदस्यास नमुन्यात समाविष्ट असण्याची संभाव्यता माहीत असेल. संभाव्यता नमुन्याचे उत्तम उदाहरण म्हणजे साधा यादृच्छिक नमुना ज्याचे उदाहरण म्हणून नेहमीच्या शब्दात सांगायचे तर 'चिठ्ठी काढण्याची प्रक्रिया.' जर तुम्ही यादृच्छिक नमुना निवडायचा ठरविलात तर तुम्हाला व्यक्ती निवडण्याच्या प्रत्यक्ष प्रक्रियेचे (उदाहरणार्थ, यादृच्छिक अंक तालिका-रँडम नंबर टेबल्स) वर्णन करावे लागेल. तुम्ही ज्या प्रक्रियेने नमुन्याचा आकार ठरविलात त्याचेही वर्णन करावे. यासाठी वापरता येऊ शकतील अशा अनेक वेगवेगळ्या संख्याशास्त्रीय कार्यपद्धती आहेत. जर तुम्ही माहीतगार संख्याशास्त्रज्ञ नसाल तर तुम्ही या मोजणीसाठी तज्ज्ञाची मदत घ्यावी. तथापि, प्रबंधात ही बाब वरवर हाताळू नये तर तुम्ही नमुना आकार कसा ठरविलात याबाबत अगदी स्पष्ट असावे.

काही संशोधन प्रकारात विशिष्ट निकषांची परिपूर्ती करणारे प्रतिसादक तुमच्या नमुन्यात समाविष्ट केले गेलेत याची खात्री करून घ्यावी अशी तुमची इच्छा असेल. उदाहरणार्थ, शैक्षणिक व्यवस्थापन प्रणाली आणि श्रेणीच्या अभ्यासात तुमची अशी इच्छा असेल की तुमच्या अंतिम नमुन्यात प्रत्येक श्रेणीतील कर्मचाऱ्याचा समावेश केला जावा. तुम्ही तुमच्या जनसंख्येचे विशिष्ट विभागात विभाजन करावे आणि त्या प्रत्येकातून यादृच्छिक नमुना घेतला जावा. या तंत्राला स्तरीय यादृच्छिक नमुना असे म्हटले जाते. अशा बाबतीत, तुम्ही निवडलेल्या स्तराचे समर्थन स्पष्ट करणे महत्त्वाचे असते. हे स्तर काहीना काही मार्गानी संशोधनाच्या उद्दिष्टांमागील कळीच्या हेतूंशी निगडीत असावेत. याठिकाणी आपण परत प्रबंधातील सुसंगतीच्या सामान्य केंद्रविषयाकडे येतो. प्रत्येक घटकचा अन्य घटकांशी तर्कसंगत संबंध असावा.

अ-संभाव्यता नमुना

संशोधनाच्या बऱ्याच प्रकारात, विशेषतः ज्यात गुणात्मक डेटा जास्त प्रमाणात वापरला जातो त्यात सहसा संभाव्यता नमुना वापरण्याचा प्रयत्न केला जात नाही. अन्वयार्थी दृष्टिकोन असलेल्या वैशिष्ट्यपूर्ण संशोधनातील तथाकथित अ-संभाव्यता नमुने हे नेहमी बरेच लहान असतात परंतु, त्यातून संकलित केलेला डेटा संभाव्यता नमुन्यापेक्षा बराच तपशीलवार असतो. जरी या दृष्टिकोनामुळे नमुन्याची प्रणाली वेगळी असली तरी नमुन्याच्या प्रकाराचे, नमुन्यातील लोकसंख्येचे, आणि त्या लोकांची निवड केलेल्या प्रक्रियांचे समर्थन करणे तुमच्यासाठी महत्त्वाचे आहे.

निरनिराळ्या अनेक मार्गांनी अ-संभाव्यता नमुने निर्माण केले जातात. सहेतुक नमुन्यांमध्ये संशोधक असे काही विशिष्ट संभाव्य प्रतिसादक शोधून काढतो जे संशोधन विषयावरील उपयुक्त डेटा पुरवण्यास सक्षम असतात. यात व्यक्ती सापेक्षतेचा घटक असतो कारण संशोधक प्रतिसादकात हव्या असणाऱ्या वैशिष्ट्यांसाठी स्वतःचा दृष्टिकोन ठरवत असतो. संशोधक असा प्रतिसादक शोधत असतो जो स्वतःला व्यक्त करू शकतो आणि ज्याला संशोधनास साह्य करण्याची इच्छा असते. याउलट, सहेतुक नमुना प्रक्रिया अशा लोकांना शोधायचा प्रयत्न करेल ज्यांना त्यांच्या अनुभवामुळे, ओळखींमुळे संशोधन प्रश्नासंबंधी काही विशेष मर्मदृष्टी असेल. उदाहरणार्थ, हायस्कूलमधील सार्वत्रिक परीक्षेच्या मूल्यांकन प्रक्रियेच्या संशोधन अभ्यासात बऱ्याच हायस्कूल शिक्षकांकडे देण्यासारखा उपयुक्त डेटा असेल. ज्या शिक्षकांनी परीक्षक मंडळाचे परीक्षक म्हणून काम केले असेल त्यांना एक अतिरिक्त आणि विशेष अंतर्दृष्टी लाभली असेल. ज्या परिस्थितीत प्रतिसादकांची व्यक्तिनिष्ठ निवड अंतर्भूत असते तेव्हा तुम्ही विशेषत्वाने त्या प्रक्रियेचे तसेच निवडीसाठी कोणते निकष वापरले त्याचे काळजीपूर्वक वर्णन करणे महत्त्वाचे आहे. प्रत्यक्षार्थवादी संशोधनाप्रमाणे या प्रकारच्या संशोधनातले निष्कर्ष संशोधन जनसंख्येपर्यंत नेणे शक्य होणार नाही.

परंतु तरीही, निष्कर्षांचे काही प्रकारे किती सामान्यीकरण करता येण्यासारखे आहे यावर विचार करणे आणि प्रबंधात या सुसंगततेची चर्चा करणे महत्त्वाचे वाटेल.

गुणात्मक संशोधनाच्या काही प्रकारात, योग्य नमुना असू शकणाऱ्या लोकांना शोधून काढणे अतिशय अवघड असते. त्यांना संशोधन विषयाचे प्रतिसादक म्हणून संबंदित असावेसे वाटत नाही हे त्यामागचे कारण असू शकते. मोठ्या संस्थांमधील सध्याच्या व्यवस्थापकीय तत्वप्रणालीशी असहमत असलेल्या कर्मचाऱ्यांच्या अभ्यासात, कर्मचारी जरी प्रतिसादक म्हणून स्वेच्छेने पुढे येणार नाहीत कारण त्यांना त्यांच्या व्यवस्थापकांशी शत्रुत्व करायचे नसते शिवाय त्यांना त्यांची नोकरी जाण्याचीही भीती वाटत असते. परंतु तरीही तुम्ही एखादा प्रतिसादक शोधू शकलात आणि त्या प्रतिसादकाने त्याच्याकारख्या विचारांचे आणखी एक दोन प्रतिसादक सुचवले तर तुम्हाला प्रतिसादकांचा बऱ्यापैकी नमुना गोळा करता येईल. अशा प्रकारच्या नमुना प्रक्रियेस स्नोबॉल नमुना असे म्हणतात. तुम्ही जर असे तंत्र वापरले असेल, तर नमुन्यातील व्यक्ती शोधण्याच्या प्रक्रियेचे थेट आणि पारदर्शक वर्णन करणे महत्त्वाचे आहे. सर्व नमुना प्रक्रियेत विशेषतः स्नोबॉल नमुन्यात महत्त्वाचे नैतिक मुद्दे असतात, ते प्रकरणात पुढे चर्चिले आहेत. एकूण काय तर, नमुना प्रक्रियेत अनेक गुंतागुंतीच्या बाबी उद्‌भवू शकतात आणि तुम्ही प्रबंधात त्याची सविस्तर चर्चा करण्याचा प्रयत्न करावा. नमुन्याच्या पैलूंची चर्चा डेनस्कोंब (२००२, पृ. क्र. १४२–६) आणि एरिकसन आणि नोसॅनचक (१९९२, पृ. क्र. ११७–३३) मध्ये केली आहे. तुमच्या नमुना संकलनाच्या धोरणांविषयी लिहिण्याआधी तुम्ही स्वतःला विचारावे अशा प्रश्नांचा सारांश येथे दिला आहे.

सारांश – तुमच्या संशोधन नमुन्याविषयी लिहिणे

खालील काही कळीच्या प्रश्नांची उत्तरे शोधावी.

- तुमच्या संशोधनातील जनसंख्येची व्याख्या तुम्ही कशी कराल?
- संशोधन जनसंख्येतून तुमचा नमुना तुम्ही कसा निर्माण कराल?
- संशोधन उद्दिष्टांना संबोधण्यासाठी नमुना योग्य डेटा पुरवेल का?
- नमुन्याचा आकार पुरेसा आहे का?
- जर तुमचा नमुना अ-संभाव्यता स्वरूपाचा असेल तर तुम्ही ज्या निकषाच्या आधारावर काही लोकांची निवड केली आणि काही लोकांना वगळले त्या निकषाचे वर्णन केले का?
- नमुन्याचे सामान्यीकरण संशोधन जनसंख्येसाठी किती प्रमाणात करता येण्याची तुम्हाला आशा आहे त्याची चर्चा केली का?

डेटा संकलनाची प्रक्रिया

पद्धती प्रकरणातील हा भाग लिहीपर्यंत तुम्ही जरी सगळा नाही तरी बहुतांश डेटा संकलित केला असेल. म्हणून, तुम्ही जी प्रक्रिया स्वीकारलीत तिचे तुम्ही वर्णन कराल आणि त्यामानाने हा विभाग लिहिणे अगदी सरळ असेल. परंतु तरीही, हा विषय वरवर हाताळला जाऊ नये हे महत्त्वाचे आहे. या वर्णनाच्या कळीच्या आवश्यकता म्हणजे पुरेसा तपशील पुरवला जावा आणि वापरलेल्या धोरणांमागील कारणे आणि त्यांचे समर्थन दिले जावे.

डेटा संकलनाची मुख्य प्रक्रिया सुरू करण्याआधी नियोजित संशोधन संरचनेचा शोध घेण्यासाठी तुम्ही पथदर्शी अभ्यास हाती घेतलेला असेल. जर तुम्ही हे धोरण स्वीकारलेले असेल तर त्यापासून काही फायदा झाला असल्यास तो तसेच त्यामुळे तुमची डेटा संकलन पद्धत सफाईदार होऊ शकली का ते स्पष्ट करणे उचित होईल. पथदर्शी अभ्यासाचे चांगले वर्णन लिहिण्यासाठी मागे जाऊन सुरुवातीला तो करण्याचा निर्णय घेतला, त्याबद्दल मनात विचार करा. त्यावेळेस तुमची विचारधारा कशी होती ते आठवण्याचा प्रयत्न करा आणि त्याचे तर्कशुद्ध, पद्धतशीर वर्णन करा. पथदर्शी अभ्यास आयोजित करण्यामागची कारणे विशद करा, संशोधन संरचनेबाबत आणि डेटा संकलनाविषयी तुम्हाला त्यावेळी असलेली काळजी तसेच पथदर्शी अभ्यासाने त्याचे ज्या पद्धतीने निराकरण झाले ते सर्व स्पष्ट करा. विशेषतः संशोधन धोरणांमध्ये जर काही बदल केलेले असतील तर त्यांचे वर्णन करा.

तुम्ही आयोजित केलेल्या आणि परिपूर्ण केलेल्या पद्धतीबद्दलच्या कोणत्याही पैलूविषयी लिहिण्यासाठी ह्याच तंत्राचा वापर केला जाऊ शकतो. टप्प्याटप्प्याने केलेल्या संशोधन नियोजन प्रक्रियेचा मागे जाऊन विचार करा आणि तुम्ही ज्या प्रकारे काम केले त्यामागील कारणांची मनातल्या मनात जुळणी करा. यापैकी बऱ्याच कारणांचा तुम्हाला विसर पडलेला असेल, परंतु अधिक काळजीपूर्वक विचार केल्यास तुम्हाला संशोधनातील सुरुवातीच्या काळात केलेल्या कामांची आठवण होऊ शकेल. आदर्श विचार करता, त्याचवेळेस या सर्वांची नोंद वहीत करून ठेवणे उपयुक्त ठरले असते परंतु प्रत्यक्षात संशोधन प्रकल्पाच्या सुरुवातीच्या काळात तुम्ही इतके व्यग्र असता की ते शक्य होत नाही.

डेटा संकलनाची इतकी वेगवेगळी धोरणे आहेत की त्यांचे वर्णन करण्याची सर्वोत्तम पद्धत कोणती याचा विचार करणे आवश्यक आहे. प्रत्यक्षार्थवादी संशोधनात डेटा संकलन प्रक्रियेची नेहमी काळजीपूर्वक आणि सर्वस्पर्शी व्याख्या केली जाते. उदाहरणार्थ, प्रश्नावलींचे नियोजन काळजीपूर्वक केले जाते आणि नमुन्याच्या स्वरूपाची नेमकी व्याख्या केली जाते. म्हणून या प्रक्रियेतून जाणे तसेच त्याचे तर्कशुद्ध टप्प्यात वर्णन करणे यात तुलनेने कमी अडचणी असतात. ही सर्व प्रक्रिया अगदी अचूक होती असे आमचे म्हणणे नाही, तर फक्त तिची व्याख्या करणे बरेच सोपे आहे. खरोखरच, प्रबंधाच्या शेवटी तुम्हाला संरचनेचे परीक्षण करावेसे वाटेल आणि त्या प्रक्रियेत सुधारणा करण्याचे अनेक मार्ग निर्देशित करावेसे वाटतील.

गुणात्मक डेटा

संशोधन संरचनेच्या अन्य प्रकारात विशेषतः जिथे मिश्र पद्धतीचा किंवा निव्वळ गुणात्मक डेटाचा मार्ग स्वीकारला आहे तिथे डेटा संकलनाची प्रक्रिया इतक्या पद्धतशीरपणे पुढे जाणार नाही. ग्राऊंडेड सिद्धांतातील सैद्धांतिक नमुन्याचे तंत्र हे याचे प्रमुख उदाहरण ठरेल. टप्प्यांमध्ये केलेले डेटा संकलन व विश्लेषण आणि डेटावर आधारलेल्या किंवा डेटामध्ये 'ग्राऊंडेड', किंवा स्थापित झालेल्या आणि तर्काने, विवेचनाने हळूहळू विकसित होत जाणाऱ्या सिद्धांतावर, या प्रकारचे संशोधन विसंबते. संशोधन कसे पुढे जाईल याची सुरुवातीला अगदी साधारण कल्पना असते. सुरुवातीला काही संशोधन प्रश्न किंवा कल्पना असेल आणि त्यामुळे थोडा डेटा संकलित करण्यास चालना मिळेल. मुख्य संशोधन प्रश्नाशी संबंधित असलेल्या काही संकल्पना किंवा केंद्रविषय निश्चित करण्यासाठी डेटाचे विश्लेषण केले जाईल. डेटाचा पुढील शोध घेण्यासाठी फलदायी ठरू शकण्याची क्षमता असलेले एक किंवा दोन संभाव्य केंद्रविषय मग त्यातून तुम्ही निश्चित कराल. या उदयास येणाऱ्या केंद्रविषयांवर प्रकाश टाकतील असे संशोधकाला वाटेल, त्या प्रकारे डेटा संकलित केला जाईल. संशोधनाच्या या दुसऱ्या टप्प्यात, सुरुवातीच्या प्रतिसादकांपेक्षा वेगळ्या प्रतिसादकांकडून डेटा संकलित केला जाईल. विकसित होणाऱ्या सिद्धांतामधून संशोधन

नमुने निश्चित होत जातील. 'सैद्धांतिक नमुने' या संज्ञेचा उगम इथे आहे. नव्या संकल्पना आणि केंद्रविषय जसे विकसित होत जातात, तसे संशेधनाची दिशा किंचित बदलत, अशा अनेक अवस्थांमधून, संशोधन पुढे जाईल. अंतिमतः, स्पष्टीकरणाचे व भाकीत करण्याचे मूल्य असलेला सिद्धांत विकसित करणे हा हेतू असतो.

या प्रकारच्या प्रक्रियेचे वर्णन पद्धतीच्या प्रकरणात करणे यात अडचण अशी आहे की डेटा संकलन आणि डेटा विश्लेषण हे एकमेकात गुंतलेले आहे. नंतरच्या प्रकरणांत जेव्हा निकालाचा आराखडा मांडला जाईल, तेव्हा बऱ्याचशा विश्लेषणाचे स्पष्टीकरण केले जाईल. तरीसुद्धा पद्धती प्रकरणात, विश्लेषणाच्या निकालाच्या अधिक तपशिलात न जाता तुम्ही प्रक्रियेचे सार, स्पष्ट करू शकता. पद्धती प्रकरण वाचल्यानंतर तुमच्या वाचकांना डेटा संकलनाच्या प्रक्रियेची आणि ती प्रक्रिया का स्वीकारली त्याच्या कारणांची स्पष्ट कल्पना येणे महत्त्वाचे आहे.

सांस्कृतिक संशोधन

सांस्कृतिक संशोधनासंबंधी लिहिताना अशाच प्रकारच्या अनेक समस्या येतात. जेव्हा तुम्ही डेटा संकलित करण्यासाठी नव्या सामाजिक संदर्भात प्रथम येता, तेव्हा प्रथम गोळा करण्याच्या डेटाच्या प्रकाराच्या संदर्भात तुमच्यापुढे अनेक पर्याय उपलब्ध असतील. कारखान्यातील शॉप फ्लोअरवरील लोकांची माहिती घेण्याचे ठरवल्यानंतर डेटा संकलनाची प्रक्रिया सुरू करण्याचे अनेक मार्ग असतील. त्या पार्श्वभूमीचे एकंदर वर्णन लिहिण्यापासून किंवा उत्पादन करणाऱ्या काही कामगारांच्या मुलाखतीपासून तसेच पर्यवेक्षकांशी बोलून किंवा कामगार संघटनेच्या सभेस उपस्थित राहून सुरुवात करता येईल . पर्याय अनेक आहेत. परंतु, संशोधक म्हणून अशा परिस्थितीत पुढे कसे जायचे हा निर्णय तुम्ही घेतला असेल. या निर्णयात व्यक्तिनिष्ठ घटक मोठ्या प्रमाणावर राहील आणि त्या निर्णयाच्या पायाविषयी पद्धती प्रकरणात चर्चा करणे महत्त्वाचे आहे. प्रबंधात संशोधन प्रक्रियेचे वर्णन करताना प्रक्रियेतील तार्किकता आणि ज्या पार्श्वभूमीवर निर्णय घेतला त्यावर भर दिला पाहिजे. भविष्यात खूप पुढे पाहून संशोधन प्रकल्पातील प्रत्येक टप्पा निश्चित करणे नेहमीच शक्य नसते. तथापि, प्रक्रियेसंबंधीचा प्रत्येक निर्णय ज्यावर आधारित होता ती कारणे नक्की सांगणे नेहमी शक्य झाले पाहिजे.

उदाहरण – डेटा संकलनाच्या प्रक्रियेचे समर्थन करणे

असा युक्तिवाद केला जाऊ शकतो की सांस्कृतिक संशोधनात (आणि अन्य प्रकारच्या संशोधनातही) तुम्ही डेटा कसा संकलित करता याला फारसे महत्त्व नसून तुम्ही काय केले आणि तसे का केले हे स्पष्ट करणे अधिक महत्त्वाचे आहे. तुमचे संशोधन एका विशिष्ट प्रकारे करण्याविषयी तुमच्याकडे स्पष्ट आणि तर्कशुद्ध कारणे आहेत आणि तुम्ही ती कारणे तुमच्या परीक्षकांस स्पष्ट करू शकलात तर ती फारच चांगली सुरुवात म्हणता येईल.

सांस्कृतिक संशोधनावर जिल आणि जॉन्सन (२००२, पृ. क्र. १२३–६०) आणि क्रेसवेल (१९९८, पृ. क्र. ५८–६१) आणि मिलर (१९९७) मध्ये चर्चा केली आहे.

डेटा विश्लेषण

पद्धती प्रकरण वाचताना, वाचक तुम्ही संकलित केलेला डेटा सादर केला जावा अशी अपेक्षा ठेवत नसून कोणत्या प्रक्रियेने डेटा संकलित केला आणि त्याचे विश्लेषण केलेयाचे आकलन होईल अशी आशा ठेवतो. प्रत्यक्ष डेटा विश्लेषण आणि त्या प्रक्रियेतून मिळालेले निष्कर्ष नंतरच्या प्रकरणांत सादर केलेले असतात. डेटा विश्लेषणाची प्रक्रिया शक्य तितक्या सुबोधपणे स्पष्ट केली आणि विशेषतः निवडलेल्या प्रक्रियेचा संबंध डेटाच्या प्रकाराशी जोडता आला तर समजण्यास साह्य होते.

संख्याशास्त्रीय विश्लेषण

संख्याशास्त्रीय चाचण्यांचा वापर हे या तत्त्वाचे उदाहरण आहे. जेव्हा विद्यार्थी प्रथम गुणात्मक डेटाच्या विश्लेषणाचा वापर करायला सुरुवात करतात, तेव्हा त्यांच्या लक्षात येत नाही की एका विशिष्ट प्रकारच्या डेटासाठी विशिष्ट संख्याशास्त्रीय चाचणीची संरचना केलेली असते. उदाहरणार्थ, काय स्क्वेअर चाचणी नाममात्र डेटासाठी तयार केली आहे. याशिवाय, वेगवेगळ्या चाचण्यांचे इतर चाचण्यांशी तुलना करता अनेक फायदे-तोटे असतात. यातून ओघानेच येते की प्रश्नावलींची रचना करताना त्यासाठी आपण कोणती संख्याशास्त्रीय चाचणी वापरणार आहोत याची जाणीव असणे गरजेचे असते. जेव्हा तुम्ही डेटा संकलनाच्या साधनाची संरचना करत असता तेव्हा डेटा विश्लेषणाची प्रक्रिया तुमच्या मनात असली पहिजे. या पुस्तकात परत परत आलेली ही कल्पना यामुळे दृढ होते आणि प्रबंध हे एक संपूर्ण आहे असे समजून कामण्यासाठी ही कल्पना आवश्यक आहे.

उदाहरण – डेटा संकलनाच्या साधनाची संरचना करणे

या तत्त्वांचा सारांश खालीलप्रमाणे असू शकेलः तुमच्या साधनाची संरचना करून नंतर या डेटाचे काय करायचे याचा विचार करू नका; तुम्हाला कशा प्रकारचा डेटा हवा आहे आणि तुम्ही त्याचे काय करणार आहात याचा विचार करा आणि नंतर साधनाची संरचना करा.

तुम्ही वापरलेल्या प्रश्नावलीचे कोणत्या प्रकारे सांकेतीकरण केले याचा पुरावा देण्यासाठी संख्याशास्त्रीय विश्लेषणाचा उपयोग होतो. प्रश्नावलीची कोरी प्रत परिशिष्टात समाविष्ट करण्याची पद्धत आहे आणि त्या नमुन्यावर सांकेतिक प्रणाली दर्शवता येते. अशा प्रकारचा प्रत्येक तपशील वाचकांना संपूर्ण संशोधन प्रक्रिया समजून घेण्यास साह्य करतो. तुमचा डेटा संख्यात्मक असो की गुणात्मक असो तुम्ही त्याच्या विश्लेषणासाठी कम्प्यूटर पॅकेज वापरले असेल. कम्प्यूटर विश्लेषणामुळे संशोधनाचे निष्कर्ष बदलू नयेत परंतु त्यामुळे तुमच्या वाचकांना ती एकूण प्रक्रिया समजून घेण्यास साह्य करते. कम्प्यूटर पॅकेजमधील एकूण डेटा आऊटपुटचे आकारमान आणि तपशील खूपच मोठा असल्याने त्यापैकी काही भागच समाविष्ट करणे ही नेहमीची पद्धत आहे. परंतु, वाचकांना विश्लेषण किती प्रमाणात केले जाते याची कल्पना यावी म्हणून डेटा आऊटपुटची काही नमुना पाने प्रबंधाच्या परिशिष्टात समाविष्ट करणे उपयुक्त होईल.

उदाहरण – डेटाचे संगणकीय विश्लेषण

हे लक्षात ठेवणे महत्त्वाचे आहे की डेटा विश्लेषणाची पॅकेजेस, तुम्ही त्यांना जे करायला सांगाल तेच करतील! तुम्ही कम्प्यूटर विश्लेषण सुरू करायच्या आधी, डेटा विश्लेषणाचा सिद्धांत गुणात्मक असो की संख्यात्मक असो, तुम्हाला समजणे गरजेचे आहे. तरच तुम्ही अचूक प्रक्रिया कराल आणि तुमचे निष्कर्ष तुम्हाला समजू शकतील.

कृती संशोधन

संशोधनाच्या प्रत्येक दृष्टिकोनाचा स्वतःचा असा एक डेटा विश्लेषणाचा आकृतीबंध असतो, आणि त्याचे पद्धती प्रकरणात स्पष्टीकरण देणे महत्त्वाचे असते. काही वेळा तुम्ही तुमच्या वाचकांच्या किंवा प्रबंधाच्या परीक्षकांच्या भूमिकेत जाणे उपयुक्त ठरते. त्यांना जर एकूण डेटा विश्लेषण प्रक्रियेची ओळख करून दिली नाही तर ते तुमच्या निष्कर्षांच्या प्रकरणांस कसा प्रतिसाद देतील याची कल्पना करा. त्यांना तुमचे सर्व निष्कर्ष पूर्णपणे समजतील का? विश्लेषण प्रक्रियेच्या अशा वैशिष्ट्यांचा विचार करा ज्यांमुळे त्यांना नंतरची प्रकरणे समजण्यास मदत होईल. उदाहरणार्थ, कृती संशोधनात सामान्यपणे एक चक्रीय प्रक्रिया अनुसरली जाते त्यात डेटा संकलन, त्यानंतर विश्लेषणाचा आणि डेटावरील चिंतनाचा कालावधी अंतर्भूत असतो चिंतनाच्या कालावधीमुळे डेटा संकलनाच्या पुढील टप्प्याचे अनुकूलन केले जाते. ही चक्रीय प्रक्रिया वेगवेगळ्या संशोधन रचनेत स्वीकारली जाईल परंतु तुम्ही वापरलेल्या प्रक्रियेचे तसेच त्या प्रक्रियेने तुम्ही ज्या प्रकारे संशोधन प्रश्नास संबोधले त्याचे तुम्हाला स्पष्टीकरण देणे गरजेचे आहे. कृती संशोधन ही मूलतः लोकसहभागाची संशोधन प्रक्रिया आहे त्यात मूळ संशोधन बाबीत अंतर्भूत असलेल्या लोकांचा सहभाग समाविष्ट आहे. उदाहरणार्थ, जर तुम्ही पदवीशिक्षण पूर्ण होण्याआधी ते सोडून देणाऱ्या विद्यार्थ्यांचा कृती संशोधनात तपास करणार असाल तर तुम्हाला त्यात विद्यार्थी, व्याख्याते, प्रशासक, पालक आणि अन्य या सर्वांना समाविष्ट करावेसे वाटेल. या वेगवेगळ्या श्रेणीतील लोकांशी संपर्क साधून तुम्हाला त्यांना संशोधन प्रकल्प स्पष्ट करावा लागेल. तुमच्या पद्धती प्रकरणात संशोधनात सहभागी करून घेण्याच्या विविध प्रक्रिया आणि कार्यपद्धती स्पष्ट करणे आवश्यक असेल.

गुणात्मक आणि संख्यात्मक विश्लेषणाची तुलना करणे

गुणात्मक आणि संख्यात्मक डेटाच्या विश्लेषणाच्या ढोबळ स्वरूपात एक शेवटचा फरक करावा. सामान्यपणे, प्रत्यक्षार्थवादी परंपरेतील विश्लेषण वस्तुनिष्ठतेचा प्रयत्न करते आणि विश्लेषणादरम्यान तुम्ही अलिप्त राहावे अशी अपेक्षा करते. याउलट, अन्वयार्थी परंपरेत प्रतिसादकाचा विश्लेषण प्रक्रियेवर बराच मोठा प्रभाव असतो. तुम्ही आणि प्रतिसादक यांच्याच अन्योन्य प्रक्रिया अधिक घडून येते आणि डेटा संकलनात प्रतिसादक तुमच्या डेटा विश्लेषणाच्या कल्पनांवर अनेक प्रकारे प्रभाव पाडू शकतो. जर तुमच्या संशोधनात असे घडले असेल, तर शक्य तितक्या तपशिलाने तुम्ही या प्रक्रियेवर चिंतन करून पद्धती प्रकरणात त्यावर लिहिण्याचा प्रयत्न करावा. या प्रक्रिया नेहमी फार गुंतागुंतीच्या असतात आणि त्यावर प्रकाश टाकणे नेहमीच सोपे नसते, तरीसुद्धा असा प्रयत्न केल्यास तुमच्या विश्लेषण कार्यपद्धतींचा अर्थ वाचकांना कळेल.

पद्धतीची बलस्थाने आणि मर्यादा

पद्धतीविषयी लिहिताना तुम्ही निवडलेल्या दृष्टिकोनाच्या मर्यादांवर चर्चा करणे ही एक चांगली कल्पना आहे. हे टीकात्मक आणि शैक्षणिक शैलीत लिहिण्याचा भाग असल्याने तुम्ही निवड केलेल्या संशोधन दृष्टिकोनाचे फायदे आणि मर्यादा तुम्हाला दिसल्या पाहिजेत. तुमच्या संशोधनाच्या निष्कर्षांवर तुमच्या दृष्टिकोनाच्या मर्यादांचे जितके परिणाम असतात तेवढेच त्याच्या बलस्थानांचे असतात. म्हणून तुमच्या दृष्टिकोनाच्या संतुलित आकलनासह लिहिणे आवश्यक आहे.

उदाहरणार्थ, संस्कृती वर्णन, संशोधकाने संशोधन क्षेत्राशी अथवा संदर्भाशी अगदी जवळचा संबंध प्रस्थापित करणावर बऱ्याच प्रमाणात अवलंबून असते. संस्कृती वर्णन करणाऱ्यासाठी डेटा संकलनाची प्रमुख पद्धत म्हणजे सहभागातून निरीक्षण. त्यातून असे सुचवले जाते की संशोधक हा एक अभ्यासल्या जाणाऱ्या परिस्थितीमधील कृतिशील सामाजिक घटक होतो. जेव्हा संस्कृती वर्णनकर्ता त्याला अपरिचित अशा परिस्थितीचे संशोधन करत असतो तेव्हा त्याला तिची दिशा समजण्यास तसेच प्रथम कोणती निरीक्षणे करायची हे ठरवण्यास वेळ लागतो. या सामाजिक पार्श्वभूमीमध्ये एखाद्या नवख्यास कुठल्याही प्रकारे सच्चा सहभागी मानला जाण्यासाठी बऱ्यापैकी वेळ लागेल.

ज्या वेळेस संस्कृतीवर्णन करणारे त्यांना परिचित असलेल्या पार्श्वभूमीचे वर्णन करण्याचे ठरवतात तेव्हा याविरूद्ध परिस्थिती निर्माण होते. शिक्षकांनी संशोधक म्हणून काम करण्याची परंपरेत असे नेहमी असे घडते. जेव्हा व्यावसायिक शिक्षक त्यांच्या शाळेत किंवा विशेष करून त्यांच्या वर्गात सांस्कृतिक संशोधन करण्याचे ठरवतात तेव्हा ते स्वतः एक सहभागी असतात. ते सामाजिक पार्श्वभूमीशी अगदीच परिचित असतील आणि त्यांना संशोधन पार्श्वभूमीच्या माहितीबद्दल काही समस्या नसेल. परंतु अशा अतिपरिचयामुळेच काही समस्या उद्‌भवतात. शिक्षक –संशोधकांना सामाजिक प्रसंग लक्षात येत नाहीत कारण ते शिक्षक म्हणून त्यांच्या दैनंदिन जीवनाचा भाग असतात. त्यांनी स्वतःला क्षेत्रापासून मानसिकरित्या लांब ठेवले पाहिजे आणि सामाजिक अन्योन्य क्रियांचे एका नवख्याच्या नजरेतून निरीक्षण केले पाहिजे. याउलट, एक फायदा नक्की आहे की ते त्या पार्श्वभूमीच्या अनेक पैलूंशी परिचित असल्याने त्यांच्या क्षेत्राविषयीच्या परिष्कृत ज्ञानाच्या आधारे एखादे रंजक क्षेत्र संशोधनासाठी विकसित करू शकतात.

आणखी एक पैलू म्हणजे विद्यार्थी हे क्षेत्र-संशोधकास कशा प्रकारे प्रतिसाद देतात. त्यांना जे त्यांचे शिक्षक म्हणून परिचित असतील त्यांना दिला जाणारा प्रतिसाद एखाद्या अपरिचित व्यक्तीस दिल्या जाणाऱ्या प्रतिसादापेक्षा वेगळा असेल. शिक्षक संशोधकांना शिक्षकापासून संशोधकापर्यंतची आणि परत शिक्षक असा भूमिका बदल करण्यात पद्धतीच्या समस्या येऊ शकतात. या बाबी काहीशा जटिल आहेत आणि त्यांची प्रबंधामध्ये चर्चा करणे आवश्यक आहे. एका अर्थाने, ज्यावर काही रामबाण उत्तरे असतील असे हे प्रश्न नाहीत. उलट, या पद्धतीविषयक बाबी असून तुम्ही लेखनातून त्याविषयीचे परिष्कृत आकलन दर्शवले पाहिजे. तुमच्या संशोधनातील तोटे कमी करण्याकरता आणि फायदे वाढवण्याकरता तुम्ही वापरलेली धोरणे स्पष्ट करावी. तुम्ही सर्व समस्या सोडवल्या हे दाखवणे हा तुमच्या लेखनाचा उद्देश नसून, ज्या समस्या उद्‌भवतील त्याविषयीची जागरूकता दाखवणे हा उद्देश आहे.

नैतिक बाबींविषयी लिहिणे

तुम्ही अमलात आणलेल्या पद्धतीविषयी लिहिताना, तुमच्या संशोधनातील सहभागींना तुम्ही एक माणूस म्हणून आस्थेने, संवेदनशीलतेने आणि आदराने वागवण्यासाठी काय केले याचे स्पष्टीकरण द्या. संशोधनातील नैतिकतेतून

निर्माण होणाऱ्या समस्या नेहमीच सहजपणे सोडवल्या जात नाहीत. नैतिक बाबींचे स्वरूपच गुंतागुंतीचे असते, आणि त्यांचा परामर्ष कसा घ्यावा याबाबत लोकांमध्ये प्रामाणिक मतभेद असतात. याशिवाय, नैतिकतेच्या समस्या सोडवण्यासाठी नीतीमत्तेचे अभिजात सिद्धांत आणि प्रसिद्ध नीतीतत्त्वज्ञांचे विचार साह्य करत असले तरी, असे सिद्धांत अचूक उत्तरे देण्यापेक्षा एक सामान्य मार्गदर्शन पुरवतात.

ज्ञात मान्यता

जरी संशोधन नैतिकतेच्या क्षेत्रात संदिग्धतेचा विशिष्ट घटक अंतर्भूत असला तरी सामाजिक संशोधनाच्या व्यापकतेशी संबंधित असलेली कार्यपद्धतीची काही प्रस्थापित तत्त्वे आहेत. त्यापैकी सर्वात उत्तम तत्त्व म्हणजे ज्ञात मान्यतेचे तत्त्व. या तत्त्वानुसार प्रतिसादक संशोधनात सहभागी होण्याआधी त्यांना संशोधनाच्या स्वरूपाविषयी आणि त्यांच्या त्यातील भूमिकेविषयी पूर्ण जागरूक केले जाईल हे संशोधकास बंधनकारक असेल. एक संशोधक म्हणून तुम्ही या तत्त्वाची परिपूर्ती केली पाहिजे, तुमच्या प्रतिसादकांना संशोधनाविषयी माहिती देण्याकरता तुम्ही काय केलेत हे प्रबंधात नमूद केले पाहिजे.

ज्ञात मान्यतेचे तत्त्व ही संकल्पनाच गुंतागुंतीची आहे. काही प्रतिसादक संशोधकाच्या स्थानामुळे किंवा 'संशोधन' या शब्दामुळेच प्रभावित होतील आणि प्रक्रियेचे स्वरूप नीट न कळताच त्यात सहभागी होतील. नंतर त्यांना भाग घेतल्याबद्दल खेद वाटेल. अन्य काही जण संशोधन प्रकल्पात सहभागी होतील आणि प्रश्न विचारल्यास त्यांना काही प्रमाणात चिंता वाटेल किंवा ताण येईल. अन्य काहीजण संशोधन कार्यक्रमात भाग घेतील परंतु त्यांना हेही माहीत नसेल की त्यांचे काही प्रतिसाद संशोधनाच्या लेखी अहवालात छापले जातील. यातील कुठलीही परिस्थिती नको आहे आणि प्रतिसादकांना संशोधनात सहभागी व्हायचे आहे किंवा नाही हे ठरवता यावे यासाठी संशोधक त्यांना सर्व माहिती देतो याची खात्री करून घेण्यासाठी ज्ञात मान्यतेचे तत्त्व तयार केले आहे.

उदाहरण – संशोधन समजून घेण्यासाठी प्रतिसादकांना साहाय्य करणे

संशोधक म्हणून आपण नेहमी अवघड आणि पारिभाषिक भाषा वापरतो. संभाव्य प्रतिसादकांना तुमचे संशोधन कळण्यासाठी अशा प्रकारची भाषा पूर्णपणे समजू शकणार नाही. परिणामतः ते त्यांची ज्ञात मान्यता देऊ शकणार नाहीत. तुम्हाला तुमच्या संशोधनाचे वर्णन अचूक, तरीही कळेल इतपत सोपे करावे लागेल.

जेव्हा तुम्ही तुमच्या भावी प्रतिसादकांशी प्रथम संपर्क कराल तेव्हा तुम्ही त्यांना संशोधनातील कळीच्या मुद्द्यांचा सारांश द्यावा. प्रक्रियेतील सर्व बाजूंचे स्पष्टीकरण देणे वेळेअभावी शक्य होणार नाही. दिलेल्यापैकी किती प्रमाणातील माहिती त्यांच्या सहभागी होण्याच्या निर्णयाशी संबंधित आहे हे त्यांच्या अंदाजावर अवलंबून असेल. उदाहरणार्थ, संशोधन संरचनेच्या विकासाचा एक भाग असलेल्या सैद्धांतिक अभ्यासात त्यांना स्वारस्य नसेल. परंतु, त्यांच्याकडून डेटा कसा पुरवला जावा, त्यांना कशा प्रकारचे प्रश्न विचारले जावेत यासारख्या संशोधनातील बाबींमध्ये त्यांना स्वारस्य असू शकेल. त्यांचे नाव संशोधनाशी जोडले जाऊ नये आणि कोणत्याही प्रकारे त्यांनी व्यक्त केलेली मते त्यांच्याशी व्यक्तिशः जोडली जाऊ नये अशा त्यांना हमी हवी असेल. त्यांना संशोधनाविषयी अन्य माहितीही हवी असू शकेल परंतु या काही मुख्य बाबींविषयी त्यांना काळजी असू शकेल.

तुमच्या संभाव्य प्रतिसादकांना तुम्ही संशोधनाच्या ज्या बाजू स्पष्ट केल्यात त्यांचे तुमच्या प्रबंधात वर्णन करणे अपेक्षित आहे. माहिती देण्यासाठी तुम्ही कोणती पद्धत वापरली तेही निर्देशित करणे गरजेचे आहे. तुम्ही सर्वांना सारखीच माहिती देण्याचा प्रयत्न करण्याची खबरदारी घेतलीत याकडे एक नैतिक बाब म्हणून पाहिले जाईल. याची खात्री करण्याचा एक मार्ग म्हणजे एक माहिती देणारे पत्रक तयार करून संभाव्य प्रतिसादकांना वाटणे. प्रतिसादक आणखी प्रश्न विचारू शकतील परंतु या पद्धतीने सर्वांना एक प्रमाणित माहिती दिली जाईल. ज्ञात मान्यतेच्या तत्त्वावरील चर्चा बेली (१९९६, पृ. क्र. ११) मध्ये आहे.

अनामिकत्व आणि गोपनीयता

अनामिकत्व आणि गोपनीयता या अनेक प्रकारे एकमेकांशी संबंधित संज्ञा आहेत. संशोधनात, डेटा पुरवणाऱ्या व्यक्तीची ओळख अंतिम प्रबंधात उघड केली जाऊ नये या इच्छेशी अनामिकत्व संबंधित आहे. याउलट, गोपनीयता म्हणजे पुरवलेल्या डेटापर्यंत पोचू शकणाऱ्या व्यक्तींची व्याप्ती. संशोधकासाठी डेटा गोपनीय असणे म्हणजे तो किंवा तीच फक्त डेटापर्यंत पोचू शकतात. संशोधन प्रबंधाच्या बाबतीत उघडच असे असणार नाही. परीक्षक आणि शैक्षणिक पर्यवेक्षक निश्चितच प्रबंध वाचतील. म्हणून इथे नैतिक मुद्दा हा आहे की ज्ञात मान्यतेच्या संदर्भात, डेटाचा मागोवा घेत संशोधनातील प्रतिसादकांपर्यंत पोचता येते का आणि डेटा वाचण्याची संधी कोणाला असेल, हे माहीत करून घेण्याचा हक्क प्रतिसादकांना आहे.

या मुद्द्यांबाबत निखालस खात्री देणे सोपे नाही, परंतु, वापरता येतील अशी अनेक प्रस्थापित धोरणे आहेत. अनामिकत्वाची खात्री देण्याची सर्वात सामान्य पद्धत म्हणजे काल्पनिक नावांचा, अक्षरांचा किंवा आकड्यांचा वापर करून प्रतिसादक निश्चित करणे. बऱ्याच बाबतीत अनामिकत्व राखण्यासाठी ही पद्धत प्रभावी ठरते परंतु, त्यातही काही संभाव्य समस्या आहेत. या कामातील भूमिकेत प्रतिसादकाने नाव असलेल्या हायस्कूलमधील 'हेड ऑफ इंग्लीश' असे नाव घेतले तर त्याला ओळखणे फार अवघड होणार नाही. जर प्रतिसादकाने स्वतःविषयी डेटात काही माहिती उघड केली तरी त्यावरून त्याची संभाव्य ओळख उघड होईल. म्हणून प्रबंध लेखकाने त्यांच्या प्रबंधात व्यक्ती आणि संस्थांना अनामिक ठेवण्याबाबत विचार केला पाहिजे आणि त्यांची ओळख उघड करणारे संकेत वगळले पाहिजेत.

गोपनीयता ही थोडी अधिक कठीण गोष्ट आहे कारण शेवटी प्रबंध कोणापर्यंत जाणार आहे हे कळणे अवघड असते. सर्वात प्रथम पर्यवेक्षक तो वाचतील, त्यांच्यानंतर परीक्षक वाचतील. काही पदव्युत्तर प्रबंध फक्त त्यांच्यापर्यंतच पोचतील. याउलट, प्रबंध डॉक्टरल किंवा पदव्युत्तर असला आणि तो शैक्षणिक ग्रंथालयात ठेवला गेला तर अनेक जणांना तिथपर्यंत पोचता येईल. अनेक विद्यापीठात बाहेरील सदस्यांना ते विद्यार्थी नसले तरी ग्रंथालयात जाता येते आणि अशा प्रकारे ग्रंथालयात ठेवलेला प्रबंध सार्वजनिक क्षेत्रात उपलब्ध होऊ शकतो. तत्त्वतः अनेक लोकांना तिथपर्यंत पोचता येते परंतु प्रत्यक्षात फार थोडेजण तो वाचतात.

प्रतिसादकांनी प्रत्यक्ष डेटा पुरवण्याआधी त्यांच्याबरोबर अनामिकत्व आणि गोपनीयता यांच्या मर्यादांबाबत चर्चा केली जाते हे महत्त्वाचे तत्त्व आहे. त्यानंतर ते व्यक्तिशः ठरवू शकतात की त्यांना संशोधनात पुढे जायचे आहे किंवा नाही. महत्त्वाचे म्हणजे ते जो डेटा पुरवणार असल्याचे ठरवतात त्याचे स्वरूप आणि प्रमाणही ठरवू शकतात. उदाहरणार्थ, जर त्यांना अनामिकत्वाची खात्री नसेल आणि त्यांना त्यांच्या कार्यस्थळाचा डेटा देण्याबद्दल सांगण्यात आले तर ते ज्या प्रकारची माहिती देतील त्याच्यावर परिणाम होईल.

मुलाखतीतील आचारसंहिता

प्रतिसादक तणावरहित राहावेत आणि डेटा संकलन प्रक्रियेवर त्यांचे नियंत्रण आहे असे वाटावे म्हणून तुम्ही केलेले उपाय स्पष्ट करण्यासाठी संशोधन वर्णनाच्या आचारसंहितेतील हा महत्त्वाचा घटक आहे. उदाहरणार्थ, काही प्रतिसादक मुलाखत प्रक्रियेस घाबरतात आणि त्यांची ही भीती तुम्ही अनेक उपायांनी कमी करू शकता. तुम्ही अशी खात्री द्याल की मुलाखत अतिशय प्रसन्न आणि ताणरहित, पुरेशा गोपनीय वातावरणात घेतली गेली. प्रतिसादकांना तुम्ही प्यायला पाणीही देऊ केले असेल. अनेक संशोधक, संवादातील अचूकता राहावी म्हणून मुलाखतींचे ध्वनिमुद्रण करणे पसंत करतात परंतु याच प्रक्रियेमुळे आचारसंहितेच्या अनेक समस्या उद्‌भवतात. जरी प्रतिसादकांना ध्वनिमुद्रण केलेले आवडत असले तरी त्यांना काही प्रश्नांना उत्तरे द्यावीत असे वाटणार नाही किंवा त्यांच्या काही भाष्याचे ध्वनीमुद्रण केले जाणे त्यांना आवडणार नाही. अशी परिस्थिती हाताळण्याच्या धोरणाचे वर्णन करणे गरजेचे आहे.

उदाहरण – मुलाखत देणाऱ्याकडे नियंत्रण देणे

काही संशोधक अशी सोय करतात की टेपरेकॉर्डर मुलाखत देणाऱ्याच्या जवळ ठेवतात आणि ती प्रक्रिया सुरू होण्याआधी त्यांना असा सल्ला देतात की जर तुम्हाला मुलाखत ज्या पद्धतीने पुढे जात आहे ते आवडत नसेल तर तुम्ही ते यंत्र बंद करू शकता. त्यामुळे मुलाखत देणाऱ्यांना असे वाटेल की ते नुसते निष्क्रिय सहभागी नसून परिस्थिती त्यांच्या नियंत्रणाखाली आहे.

याशिवाय काही प्रतिसादक विचारू शकतात की ध्वनिमुद्रणाच्या फिती नष्ट करण्याआधी कशा आणि किती काळपर्यंत संग्रही ठेवल्या जातील. प्रतिसादकांना खात्री देण्यासाठी तुमचे याबाबत स्पष्ट धोरण असणे चांगले.

संशोधनातील नैतिकतेचे महत्त्व वाढते आहे, आणि प्रतिसादकांना न्याय्य आणि समान पद्धतीने वागवले गेले तसेच त्यांच्याशी संबंधित असलेल्या संशोधनाच्या सर्व बाजूंची त्यांना माहिती दिली गेली याची खात्री देण्यासाठी तुम्ही कोणते उपाय केले आहेत त्याचे स्पष्ट वर्णन करणे आवश्यक आहे. नैतिकतेच्या अन्य शाखांप्रमाणेच, संशोधन नैतिकतेत योग्य कृती किंवा नैतिक दुविधा सोडवण्याबाबत लोकांचे नेहमी एकमत होत नाही. संशोधन नैतिकतेविषयी तुम्ही तुमचे धोरण ठरवलेत की तुमच्या पर्यवेक्षकांचा सल्ला घेणे तसेच विद्यापीठातील औपचारिक नैतिकता समितीकडे त्यांच्या टिप्पणीसाठी पाठवणे योग्य ठरेल. याने तुमच्या धोरणात सुधारणा करण्यासाठी तुम्हाला उपयुक्त टिप्पणी मिळतील. कमीतकमी तुम्हाला हा दिलासा राहील की तुम्ही तुमच्या कल्पना तज्ज्ञांकडे परीक्षणासाठी पाठवल्या. जर तुम्ही हा मार्ग अनुसरला असेल तर नैतिक बाबींसंबंधी तुम्ही औपचारिक मान्यता घेतली आहे याचा पुरावा म्हणून तुमच्या प्रबंधात त्याचा उल्लेख करावा. संशोधनातील नैतिकता यावर सॅप्सफर्ड आणि जप मध्ये (१९९६, पृ. क्र. ३१८–२२) चर्चा केली आहे.

यशासाठी युक्ती – नैतिकता

संशोधनात सहभागी असलेल्या सर्वजणांना योग्य वागणूक दिली याची हमी देण्यासाठी तुम्ही योजलेल्या विविध उपायांची तुम्ही चर्चा केली आहे याची खात्री करून घ्या.

संशोधनातील मोबदल्यासंबंधी

जेव्हा लोकांनी तुमच्या संशोधनात साह्य करावे यासाठी विशेषतः डेटा पुरवणाऱ्या प्रतिसादकांकडे तुम्ही जाता तेव्हा त्यांना जर वेळ असेल तर ते तुम्हाला आनंदाने मदत करतात. त्यांना कदाचित तुमच्या संशोधनाची पार्श्वभूमी जाणून घेण्यात तसेच डेटा पुरवण्यासंबंधी तुम्ही त्यांच्याकडे जाण्याची कारणे जाणून घेण्यात स्वारस्य असू शकते. डेटा संकलनाची प्रक्रिया-मग ती प्रश्नावली असो की मुलाखत हीच त्यांना रंजक वाटेल आणि त्यात सहभागी होण्याच्या आनंदाव्यतिरिक्त त्यांची कुठल्याही मोबदल्याची अपेक्षा नसेल. परंतु काही संशोधक असा युक्तिवाद करतील की डेटा पुरवण्यासाठी लोकांनी त्यांचा वेळ द्यावा अशी आपली अपेक्षा असेल तर त्यांना निदान त्याचा काहीतरी मोबदला दिला जावा. डेटा संकलनात जर फक्त छोट्या प्रश्नावली किंवा छोट्या मुलाखती असतील तर कुठल्याही प्रकारच्या मोबदल्याची अपेक्षाही केली जाणार नाही किंवा तो आवश्यकही नाही. परंतु जर तुम्हाला तुमच्या प्रतिसादकांनी एखाद्या लांबलचक प्रक्रियेत उदाहरणार्थ, मानसशास्त्राच्या प्रयोगशाळेतील चाचण्यांच्या मालिकेत सहभागी व्हायला हवे असेल तर त्यांना थोडासा आर्थिक मोबदला देणे तुम्हाला समर्थनीय वाटेल.

याच्या बाजूने केला जाणारा मुख्य युक्तिवाद असा असतो की जीवनातील कुठल्याही क्षेत्रा लोकांना जर त्यांचा वेळ मागितला तर आपण ते घेत असलेल्या त्रासाबद्दल त्यांना काही पैसे देऊ इच्छितो. मग संशोधनातील या प्रतिसादकांनी कुठलाही मोबदला न घेता त्यांचा वेळ द्यावा अशी अपेक्षा आपण का करावी? सकृतदर्शनी हा युक्तिवाद योग्य आहे. तथापि, संशोधन प्रक्रियेच्या एक दोन बाजू अशा आहेत की त्या मोबदला देण्यासाठी पूर्णपणे अनुरूप नाहीत.

आपण अशी आशा करतो की संशोधनातील प्रतिसादक प्रश्नांची उत्तरे देताना शक्य तितके वस्तुनिष्ठ असतील आणि कुठल्याही बाह्य घटकाच्या प्रभावाखाली येणार नाहीत. संशोधक म्हणून उच्च वैधता असलेला डेटा संकलन करता येणे तुमच्यासाठी महत्त्वाचे आहे. संशोधनातील वैयक्तिक स्वारस्य याखेरीज मदत करण्याचे प्रतिसादकास दुसरे कोणतेही कारण नसेल तर त्याचे प्रतिसाद वस्तुनिष्ठ असण्याची पूर्ण शक्यता असेल. याउलट, तुम्ही आणि तुमचे प्रतिसादक यांच्यात आर्थिक संबंध आले तर संभाव्य आर्थिक लाभांमुळे प्रतिसादक फारच प्रभावित होतील. आर्थिक व्यवहार चालू राहावे म्हणून ते तुम्हाला आवडतील असे प्रतिसाद देण्याचा प्रयत्न करतील. यातून निर्माण होणारा डेटाच्या वैधतेचा धोका टाळण्यासाठी तुम्ही ही बाब मोकळेपणाने प्रतिसादकांशी बोलू शकता. म्हणून सर्व दृष्टीने पाहता, कुठलाही मोबदला न घेता प्रतिसादकांनी त्यांचा वेळ दिला तर ते योग्य ठरेल.

पद्धती वेगळी हवी होती का?

प्रबंधात कुठेतरी, संशोधन संरचनेच्या एकूण यशाचे तसेच डेटा संकलन आणि विश्लेषणाच्या धोरणांचे पुनरावलोकन करावे. उद्दिष्टांचे स्वरूप, आणि एखाद्या विशिष्ट प्रकारचा डेटा किती प्रमाणात उपलब्ध आहे याचा आपला अंदाज यासारख्या अनेक कारणांवर आधारित आपण पद्धतींची निवड करतो. एखादा विशिष्ट संशोधन प्रश्न सोडवण्यासाठी तुम्हाला वापरता आले असते असे अनेक वेगवेगळे मार्ग असतात. तुमच्या प्रबंधासाठी तुम्ही निवडलेला मार्ग कमी-अधिक प्रमाणात यशस्वी असेल. तुमच्या एकूण धोरणावर तुम्ही चिंतन केले आहे आणि ते किती प्रमाणात यशस्वी झाले आहे याचे पुरावे तुमच्या प्रबंधाचे परीक्षक शोधतील. त्यातील उघडपणे दिसणाऱ्या बलस्थानांविषयी आणि कमजोरींविषयी काटेकोर संतुलित चर्चेची अपेक्षा करतील. याशिवाय, तुम्ही ज्या प्रकारे पद्धतीमध्ये पूर्वानुभवावरून सुधारणा केली असेल, त्याचे वस्तुनिष्ठ विश्लेषण वाचायला मिळेल अशी अपेक्षा करतील. अशा प्रकारच्या चर्चेचे सादरीकरण प्रबंधाच्या समारोपात करणे सोपे आणि तर्काला धरून होईल

किंवा या विश्लेषणाचे काही घटक या प्रकरणात असतील. महत्त्वाचे हे, की तुम्ही या बाबींसंबंधी काळजीपूर्वक केलेली चर्चा योग्य जागी घालणे.

संशोधनाचे नैतिक समर्थन

जेव्हा तुम्ही हाती घेत असलेल्या संशोधनाचो स्वरूपा संभाव्य प्रतिसादकांना स्पष्ट करून सांगत असता तेव्हा त्यांना तुमच्या संशोधनामागची कारणे सांगणेही योग्य ठरेल. मुख्य उद्देश अर्थातच, तुम्हाला संशोधनातील पदवी मिळवायची आहे हा असेल. हे उचित कारण आहे, परंतु आणखीही काही अतिरिक्त कारणे असतील. एखाद्या सामाजिक समस्येचे निराकरण करण्यासाठी तुम्ही कृती संशोधन आयोजित करत असाल. किंवा, ज्यांना काही समस्या आहेत अशा लोकांच्या तुम्ही मुलाखती घेत असाल आणि संशोधन निष्कर्षांमुळे इतर लोक प्रेरित होऊन परिस्थितीत सुधारणा करतील अशी तुम्हाला आशा वाटेल. दुसऱ्या शब्दात सांगायचे तर संशोधनाच्या उद्दिष्टांना नैतिक आयाम असेल.

संशोधनाचा अर्थातच कुठलाही प्रत्यक्ष नैतिक हेतू नसेल. एखाद्या बाबीच्या आपल्या एकंदर आकलनात भर घालण्याशी ते संबंधित असेल. संशोधकाचा उद्देश एकूण मानवी ज्ञानात भर घालणे हा असेल आणि नंतर लक्षात येईल की ते ज्ञान कोणीतरी अनैतिक हेतूने वापरत आहे. मूळ संशोधनावर याचा अजिबात परिणाम होणार नाही. तथापि, संशोधनात सहभागी होण्यास सांगितलेल्या संभाव्य प्रतिसादकास प्रकल्पाच्या नैतिक आयामाविषयी चर्चा करावी असे वाटणे साहजिकच आहे. त्यांना तुमच्या संशोधनाच्या नैतिक हेतूचे तुम्हाला किती आकलन झाले आहे याविषयी विचारावेसे वाटेल.

म्हणून, जेव्हा तुम्ही संशोधनाच्या पद्धतीच्या बाबींवर लिहिता तेव्हा तुम्ही तुमच्या संशोधनसंरचनेच्या अनेक नैतिक बाबींचा विचार केला आहे हे दर्शवणे महत्त्वाचे आहे. संशोधन हे डेटा संकलन आणि विश्लेषणापेक्षा अधिक असते याची तुम्हाला जाणीव आहे हे दर्शवणे महत्त्वाचे आहे. संशोधन म्हणजे ज्याच्याशी इतरांचे जीवन निगडीत आहे अशी कृती असून तुमच्या संशोधनाच्या इतरांवर होणाऱ्या परिणामांचा तुम्ही विचार केला आहे हे दर्शवणे महत्त्वाचे आहे.

संशोधनाचे प्रायोजिकत्व

संशोधनाच्या नैतिक आयामावर दुष्परिणाम करणारी एक बाब म्हणजे त्याचा वित्तपुरवठा. अनेक संशोधन विद्यार्थी स्वतःच पैसा घालण्याची शक्यता असते; म्हणजे ते विद्यापीठास नेहमीप्रमाणे शिक्षण-शुल्क भरतात. परंतु काही विद्यार्थ्यांस व्यावसायिक प्रायोजकाकडून प्रत्यक्ष किंवा अप्रत्यक्षपणे काही अंश-रक्कम मिळते. संशोधन गटाचा प्रमुख, सहसा विद्यापीठातील एक ज्येष्ठ शिशक सदस्य, एका विशिष्ट प्रकल्पाच्या अर्थसाह्यासाठी अर्जसाह्य मिळवण्यात यशस्वी झाल्याने असे अनुदान मिळू शकते. अतिरिक्त अर्थसाह्यामुळे, एखाद-दोन डॉक्टरल विद्यार्थी नेमता येतात, ते एकूण प्रकल्पासाठी डेटा संकलित करतील आणि त्यातील काही संकलित डेटा स्वतःच्या प्रबंधासाठी वापरतील. अतिरिक्त संशोधन अर्थसाह्यातून त्यांचे पूर्ण किंवा अंशतः शिक्षण शुल्क देता येते. या व्यवस्थेचे सार असे की व्यावसायिक प्रायोजकास त्यांचे हितसंबंध असलेल्या काही एका विशिष्ट बाबीचे अन्वेषण करायचे असते आणि ते विद्यापीठातील संशोधकांच्या गटास संशोधन आयोजित करण्यासाठी अर्थसाह्य करण्यास तयार असतात.

अशा प्रकारच्या अनुदानांमुळे संशोधन आयोजनाच्या कुठल्याही बाबी बदलण्याचे काही कारण नसते तरीसुद्धा 'ज्ञातमान्यता' कार्यपद्धतीत प्रतिसादकांना या साह्याच्या मूळ स्रोतांसंबंधी सांगावे का याचा विचार करणे योग्य होईल.

काही प्रतिसादकांचा प्रायोजकांनी साह्य केलेल्या संशोधनास तत्त्व म्हणून किंवा काही राजकीय कारणांमुळे आक्षेप असू शकेल. त्यामुळे त्यांना ज्ञात निर्णय घेता यावा म्हणून अनुदानासंबंधी माहिती देणे तर्कसंगत होईल. अशा प्रकारच्या दिलेल्या माहितीची प्रबंधात नोंद केली जावी. या बाबीची दुसरी बाजू म्हणजे संशोधन अनुदानाच्या स्त्रोतांविषयी पारदर्शकपणे माहिती देऊ शकला नाहीत तर तुम्ही आणि तुमच्या संशोधनातील सहाध्यायींवर पद्धतीमध्ये अथवा संशोधनातील अन्य बाबींसंबंधी पूर्वग्रह बाळगल्याचा आरोप केला जाईल. असे दोषारोप हे पूर्णतः निराधार असतील, परंतु पारदर्शकतेमधील थोडीशी उणीवही बिनबुडाच्या संशयास कारणीभूत होईल. म्हणून लोकांना अनुदानाच्या स्त्रोताविषयी सर्वतोपरी कळवण्याची खबरदारी घेणे उचित होईल. ह्याचीही तुमच्या प्रबंधात नोंद घ्यावी किंवा ते स्पष्ट करावे.

प्रतिसादकांच्या डेटासंबंधी त्यांचा सल्ला घेणे

अनेक संशोधकांना असे वाटते की प्रतिसादकांनी म्हटलेले जे समाविष्ट केले आहे ते अचूक असून योग्य प्रकारे परिवर्तित झाले आहे याची तपासणी करण्यासाठी प्रतिसादकांना डेटा विश्लेषण किंवा पूर्ण प्रबंध वाचता येईल अशी खात्री देणे ही एक चांगली कल्पना आहे. हे एक चांगले नैतिक तत्त्व आहे हे समजण्यासारखे आहे. मुलाखतीच्या दरम्यान जे काही बोलले गेले त्यातील काही वगळणे तुम्हाला आवश्यक वाटेल आणि त्यातून इच्छित अर्थाला बाधा येऊ शकेल. प्रतिसादकास डेटाच्या सादरीकरणाचे परीक्षण करण्याची परवानगी देऊन तुम्ही आवश्यक त्या नैतिक तत्त्वाचे अनुसरण करता आहात असे दिसेल. परंतु या पद्धतीमुळे अनेक संभाव्य अडचणी येऊ शकतील.

पहिली अडचण असेल ती (लॉजिस्टिक्स) सामुग्री व्यवस्थापनाची. मुलाखतीच्या संशोधनात उदाहरणार्थ, तुम्ही सर्वप्रथम मुलाखतीच्या टेप्सच्या नोंदी तयार कराल, प्रत्येक प्रतिसादकास ती टेप आणि त्या नोंदी पुरवल्या जाव्यात आणि त्या त्यांना तपासायला सांगाव्यात हा उद्देश असेल. जर ३०–४० प्रतिसादक हे करणार असतील तर ते बरेच वेळखाऊ होईल. प्रत्येक प्रतिसादकाबरोबर नोंदींच्या स्वरूपाविषयी काही मतभेद असू शकतील त्याची चर्चा करावी लागेल आणि योग्य ती कारवाई करणे मान्य करावे लागेल.

जर याउलट, प्रतिसादकांना नोंदी आणि विश्लेषण वाचण्याची मान्यता देण्याचा उद्देश असेल तर परिस्थिती अधिक गुंतागुंतीची होईल. काही प्रतिसादकांना तुमचे विश्लेषण आणि तुमचा निष्कर्ष मान्य नसेल. याचे कारण, ते जर अशैक्षणिक क्षेत्रातील असतील तर त्यांना वापरलेल्या विश्लेषणाच्या पद्धती कळणार नाहीत किंवा त्यांना असेही वाटेल की त्यामागील उद्देश किंवा अर्थ चुकीचे आहेत. कोणत्याही परिस्थितीत तुम्ही फार मोठ्या दुविधेत सापडाल. नैतिकतेने वागायचे झाले तर आणि प्रतिसादकांचा सल्ला घ्यायचा तर तुम्हाला प्रबंधावर पुन्हा बरेच काम करावे लागेल किंवा असे निर्देशित करावे लागेल की प्रतिसादकांच्या टिप्पणींची नोंद घेतली परंतु काहीही बदल केले जाणार नाहीत. जर प्रबंधाच्या काही भागांचे पुनर्लेखन केले जाणार असेल तर प्रबंधात आणि त्याच्या निष्कर्षांमधील सुसंगती नष्ट होण्याचा धोका राहील. दुसऱ्या बाबतीत प्रतिसादकांना असे वाटेल की त्यांची मते विचारूनही त्याकडे दुर्लक्ष केले गेले. जरी सल्ला घेण्याच्या या धोरणामागे सर्वोत्तम नैतिक उद्देशांची प्रेरणा असली , तरी परिणाम सुखावह नसू शकतील आणि प्रतिसादकांचे शत्रुत्व पत्करण्यामुळे ज्या काही नैतिक जमेच्या बाजू असल्या तरी त्याही नकारात्मक होतात.

ही एक गुंतागुंतीची समस्या आहे परंतु या परिस्थितीतील तर्क असे दर्शवतो की कोणत्या तरी टप्प्यावर तुम्हाला डेटा आणि त्याच्या विश्लेषणाची पूर्ण जबाबदारी घ्यावी लागेल आणि त्यानंतर प्रतिसादकांचा सल्ला घेतला जाणार नाही. अनामिकत्वाच्या प्रक्रियेतून शक्यतो अशी खात्री मिळाली पाहिजे की जरी चुका असल्या तरी त्या नाव असलेल्या व्यक्तीपर्यंत त्या जाऊ नयेत. ही जबाबदारी तुम्ही कोणत्या बिंदूवर स्वीकारता त्यावर मग चर्चा होते.

अनामिकत्व असतानाही काही प्रतिसादक मुलाखतीच्या दरम्यान जे काही बोलतील ते विचाराअंती त्यांना वगळावेसे वाटेल. प्रत्येक मुलाखतीतील नोंदी त्या त्या मुलाखत देणाऱ्यास देणे आणि त्यांना जे काही समाविष्ट करू नये असे वाटत असेल ते गाळून टाकण्यास सांगणे असा समझौता व्हावा. त्यानंतर डेटा संशोधकाच्या नियंत्रणाखाली आला असे मानले जाईल. यास पर्याय म्हणजे शक्य तितके अनामिकत्व राखले जाईल आणि प्रतिसादक प्रबंध वाचेल परंतु अंतिम प्रबंधात बदल करणार नाही असे निवेदन ज्ञात मान्यता शिष्टाचारात समाविष्ट केले जावे.

संशोधनातील नैतिकतेची गुंतागुंत या बाबीवरील चर्चेतून दर्शवली जाते. नैतिकदृष्ट्या पक्की वाटत असलेली तत्त्वे प्रस्थापित करणे काही वेळा तुलनेने सोपे असते परंतु, ज्यामुळे संशोधन आणि लेखन प्रक्रिया खूपच क्लिष्ट होणार नाही अशा व्यावहारिक कृतीमध्ये ती रूपांतरित करणे अधिक कठीण होऊ शकते.

Further reading

Crotty, M. (1998) *The Foundation of Social Research: Meaning and the perspective in the Research Process.* London: Sage.

Frankfort- Nachmias,C. and Nachmias,D. (2007) *Research Methods in the Social Sciences.* 7th edn. London: Macmillan (Worth).

McNiff, J. and Whitehead, J. (2009) *Doing and Writing Action Research.* London: Sage.

Miles, M. B. and Huberman, A. M. (1994) *Qualitative Data Analysis – An Expanded Sourcebook.* 2nd edn. London: Sage.

Silverman, D. (2004) *Doing Qualitative Research : A Practical Handbook.* 2nd edn. london: Sage.

Thomas, G. (2009) *How to do Your Research Project.* London: Sage.

Walliman,N. (2005) *Your Research Project : A Step-by-Step Guide for the First Time Researcher.* 2nd edn. London: Sage.

११

डेटा विश्लेषणाची प्रकरणे

या प्रकरणात आपण तुमची डेटा विश्लेषणाच्या सादरीकरणाची वेगवेगळी धोरणे कोणती त्याचा शोध घेऊ. तसेच डेटाचे उपविभाजन प्रकरणांमध्ये कसे करावे आणि गुणात्मक आणि संख्यात्मक अशा दोन्ही डेटा प्रकारांचे सादरीकरण कसे करावे याचा विचार करू. ज्यामुळे तुमचे वर्णन उघड आणि पारदर्शक राहील असा डेटाच्या स्वीकृती आणि अस्वीकृतीचा अहवाल तुम्ही कसा देणे आवश्यक आहे या बाबीचा विचार करू. याशिवाय प्रबंधात कच्च्या डेटाची किती उदाहरणे समाविष्ट करावीत त्या प्रमाणांची चर्चा करू.

अभ्यासाची धोरणे

- विविध श्रेणींमधील शैक्षणिक जर्नल्समधील लेखांकडे पाहा आणि त्यातील तालिका आणि आकृत्या कशा विविध प्रकारे सादर केल्या आहेत त्याची नोंद घ्या. तुमच्या स्वतःच्या डेटाचा विचार करा आणि तो सादर करण्याच्या वेगवेगळ्या पद्धतींचाही विचार करा. गुणात्मक डेटासुद्धा तालिकेच्या स्वरूपात सादर करता येतो. निरनिराळ्या उदाहरणांकडे पाहा आणि तुम्ही त्या धोरणांचा उपयोग कसा केला असता हे विचारात घ्या. त्या धोरणांचा तुमच्या डेटा सादरीकरणात उपयोग होईल का? तुमच्या वाचकांना तुमचा युक्तिवाद समजून घेण्यात त्यांचे साह्य होईल का?

प्रकरणाच्या शीर्षकांची यादी ठरवणे

तुम्ही प्रबंधाच्या सर्वात मोठ्या भागाचे लिखाण सुरू करत आहात. त्यात तुम्ही संकलित केलेला डेटा, त्याचे विश्लेषण, त्याच्या निकालांचे किंवा शोधाचे सादरीकरण या सर्वांचा समावेश होतो. कदाचित हा भाग पहिल्या तीन प्रकरणांपेक्षा मोठा होईल म्हणून डेटा सादरीकरणाचे वेगवेगळ्या प्रकरणात विभाजन करणे आवश्यक आहे. डेटाचे स्वरूप कसे आहे आणि तुम्ही त्याचे उपविभाजन कोणत्या प्रकारे करण्याचे ठरविले

आहे यावर प्रत्यक्ष प्रकरणांची संख्या अवलंबून असेल. तुम्हाला साधारणपणे तीन ते सहा प्रकरणांची गरज भासेल. प्रत्येक प्रकरणास शीर्षक असावे आणि त्या शीर्षकातून त्या प्रकरणातील डेटाचे स्वरूप प्रतिबिंबित व्हावे.

ही प्रकरणे लिहायला घ्यायच्या आधी तुमच्या डेटाचे बरेचसे विश्लेषण पूर्ण केल्यास अधिक चांगले होईल. विश्लेषण न करता तुमच्या प्रकरणाची मध्यवर्ती कल्पना निश्चित करणे अवघड होईल. या प्रकरणांचे नियोजन करताना अनेक बाबींचा विचार करावा लागतो. जर तुम्ही संख्यात्मक डेटा संकलित केला असेल उदाहरणार्थ, प्रश्नावलीतून, तर सुरुवात करताना, पूर्ण केलेल्या प्रश्नावलींच्या स्वरूपात तुमच्यासमोर प्रचंड प्रमाणात डेटा असेल परंतु त्याचे विश्लेषण केल्यानंतर तो झपाट्याने कमी होऊन वर्णनात्मक संख्याशास्त्र आणि संख्याशास्त्रीय संबंधाच्या तुलनेने कमी संख्येत उरेल. काही प्रश्नातून तुम्ही डेटा स्तंभालेखाच्या स्वरूपात किंवा तक्त्याच्या स्वरूपात रूपांतरित करू शकता परंतु निदानात्मक संख्याशास्त्राच्या बाबतीत डेटा संख्याशास्त्रीय महत्त्वपूर्णतेच्या काही अंदाजांपर्यंत नाट्यमयरित्या कमी होतो. जरी असा डेटा बऱ्यापैकी महत्त्वाचा असला तरी दीर्घ प्रबंधासाठी आवश्यक असणारी शब्दसंख्या निर्माण करण्यासाठी त्या डेटावर पुरेशा लांबीची चर्चा करणे नेहमीच सोपे नसते. गुणात्मक डेटाच्या संदर्भात उलटाच प्रश्न उद्भवतो. तुलनेने कमी मुलाखती रूपांतरित केल्या तरी त्यातून फार मोठ्या प्रमाणावर डेटा निर्माण होतो. तुम्ही शेवटी ज्या डेटावर चर्चा करणार असाल त्या डेटाबद्दल चोखंदळ राहिलात तरी तुमच्या लक्षात येईल की प्रबंधाची अंतिम शब्दमर्यादा वाढवण्यापेक्षा कमी करण्यासाठी तुम्ही उपाय शोधत आहात. या कारणास्तव काही संशोधक त्यांच्या संशोधन संरचनेत काही गुणात्मक तर काही संख्यात्मक डेटा संकलित करून एकत्र आणण्याचा प्रयत्न करतात.

प्रकरण शीर्षके निश्चित करताना डेटा संकलन पद्धतीची नावे वापरण्यापेक्षा डेटा विश्लेषणात अंतर्भूत असलेल्या मध्यवर्ती कल्पनांशी संबंधित शीर्षकांना अधिक पसंती दिली जावी. तुम्ही एखाद्या प्रकरणास 'मुलाखतींचा डेटा' आणि दुसऱ्या प्रकरणास 'सर्वे डेटा' असे नाव देऊ शकता. परंतु, हा अतियांत्रिक दृष्टिकोन सोडल्यास, एखाद्या विशिष्ट विषयाशी निगडित दोन्ही प्रकारचा डेटा मिळणे शक्य होईल. उदाहरणार्थ, उच्च माध्यमिक शालेय व्यवस्थापन आणि प्रशासनाच्या अभ्यासात शालेय व्यवस्थापनातील विविध प्रकारच्या बैठकांच्या भूमिकेवरील डेटा उपलब्ध होईल. असा डेटा अनेक स्रोतांमधून घेतला जाईल. डेटा जर पुरेसा असला तर अशा डेटाभोवती पूर्ण प्रकरण तयार करून त्याला नाव देता येईल, 'शालेय व्यवस्थापनात सभांची भूमिका'. डेटातून निर्माण झालेले केंद्रविषय प्रकरणाच्या शीर्षकांतून प्रतिबिंबित झाले पाहिजेत आणि त्यांचे शेवटी निष्कर्षात संश्लेषण झाले पाहिजे आणि त्यांनी संशोधनाच्या मूळ उद्दिष्टांना संबोधले पाहिजे.

गुणात्मक डेटातील केंद्रविषय आणि संकल्पनांच्या विकासात प्रक्रियेबद्दल पारदर्शी असण्याचा प्रयत्न करणे महत्त्वाचे आहे. केंद्रविषय जसे विकसित होतात तसे उत्क्रांत होणाऱ्या सिद्धांतांचे आकलन होण्यासाठी त्या केंद्रविषयात काही संबंध निर्माण करण्याचा प्रयत्न करणे महत्त्वाचे आहे. काही केंद्रविषय हे अधिक महत्त्वाचे असतात आणि त्यातून प्रकरणाची शीर्षके तयार होतात तर अन्य कमी महत्त्वाचे असतात त्यांच्यापासून प्रकरणातील उपविभागीय शीर्षके तयार होतात. की केंद्रविषय आणि संकल्पनांची उत्क्रांती कशी झाली आहे आणि ते एका गटात का आहेत हे तुमच्या प्रबंधाच्या वाचकांना कळू शकले पाहिजे. शेवटी निष्कर्षात, नियतरीतीच्या (अल्गोरिदम) स्वरूपात केंद्रविषयातील संबंध दर्शवणे शक्य होईल.

डेटातून निवड

आदर्श जगात संशोधन प्रश्न सोडवता येण्यासाठी संकलित केलेला सर्व डेटा आवश्यक ठरेल अशी संशोधन प्रकल्पाची संरचना असती. परंतु अशी परिस्थिती फारच क्वचित असते आणि तुम्हाला लक्षात येईल की डेटापैकी काही डेटा टाकून द्यावा लागतो. तुम्ही संकलित केलेला सर्व डेटा वापरणार नाही याचे कारण मागे वळून पाहता संशोधन प्रश्नाच्या दृष्टीने त्यापैकी काही कृत्रिम वाटेल किंवा तो डेटा प्रचंड असेल. डेटापैकी काही डेटा टाकून देण्याचा तर काही डेटा ठेवण्याचा निर्णयावर परिणाम करणारे अनेक घटक असतात. महत्त्वाचे काय तर तुम्ही वापरत असलेल्या डेटाची निवड करण्यासाठी तुमच्याकडे स्पष्ट धोरण असेल आणि ते धोरण तुम्ही प्रबंधात स्पष्ट कराल. प्रबंधात किंवा जर्नलमधील लेखात अशी स्पष्टीकरणे नेहमी दिली जात नाहीत. अशा न दिलेल्या स्पष्टीकरणामुळे, गाळलेल्या डेटात खरोखरच काही संभाव्य रंजक निष्कर्ष असतील का याचा विचार वाचकांच्या मनात रेंगाळत राहील. विश्लेषणासाठी डेटा निवडण्याच्या धोरणात पारदर्शीपणा ठेवून असे धोके टाळता येतात. डेटा निवडीसाठी विविध निकष उपलब्ध आहेत आणि त्यांचा सारांशामध्ये निर्देश केला आहे.

सारांश – डेटा निवडीसाठी निकष

विश्लेषणासाठी डेटाची निवड करताना वापरता येईल आणि नको असलेला डेटा टाकून देता येईल यासाठी अनेक धोरणे आहेत. यापैकी प्रत्येक धोरण हे इतरांपेक्षा एका संदर्भाशी अधिक संबंधित आहे.

- जर प्रतिसादकांच्या एका विशिष्ट प्रमाणात सर्वांनी एखादी विशिष्ट बाब उचलून धरली तर तो डेटा निवडला जाईल.
- आधीच्या संशोधनातील निष्कर्षांशी काही डेटा सहमत असेल.
- काही प्रतिसादक हे कळीचे प्रतिसादक मानले जावे आणि त्यांनी पुरविलेला डेटा साधारणपणे विश्लेषणात समाविष्ट केला जावा असा व्यक्तिनिष्ठ निर्णय काही संशोधक घेतील.
- जेव्हा पद्धतीची त्रिकोणमिती वापरली जाते तेव्हा काही विशिष्ट प्रकारचा डेटा दोन पद्धतींच्यामध्ये येईल.
- काही बाबी दुसऱ्या बाबींपेक्षा अधिक महत्त्वाच्या आहेत असे निर्देशित करून प्रतिसादक स्वतःच डेटामधील चढता क्रम सूचित करतील.
- प्रतिसादकांच्या नंतरच्या नमुन्यांकडून संकलित केलेल्या डेटात आधीच्या प्रतिसादकांपेक्षा वेगळे असे काही केंद्रविषय किंवा बाबी पुन्हा उद्‌भवतील.

गुणात्मक डेटाच्या बाबतीत, जसे मुलाखतीतून किंवा निरीक्षणातून काढलेल्या डेटाची निवड ही महत्त्वाची बाब असते. अशा बाबतीत डेटाचे आकारमान इतके मोठे असते की निवड करणे आवश्यक असते. जिथे हा डेटा ग्राउंडेड सिद्धांताचा एक भाग म्हणून वापरला जात आहे तिथे निवडीसाठी वापरलेला निकष स्पष्ट करणे महत्त्वाचे असते, कारण विकसित होणाऱ्या अंतिम सिद्धांताचे स्वरूप, संशोधनाच्या प्रत्येक टप्प्यावर वापरलेल्या डेटा निवडीच्या धोरणावर अवलंबून असते, काही वेळेस समाजशास्त्रीय संशोधनात डेटात रुजलेला सिद्धांत विकसित करण्याचा उद्देश नसतो परंतु संकलित डेटाचे अस्तित्वात असलेल्या सर्वसामान्य विचारांच्या चौकटीत विश्लेषण करणे हे

असते. असे प्रकारविचार हे नेहमी दुसऱ्या संशोधन अभ्यासातून काढले जातात आणि त्यात एखाद्या विशिष्ट विषय क्षेत्रातील डेटाचे विश्लेषण आणि अन्वयार्थ काढण्यासाठी उपयुक्त असणाऱ्या संकल्पना अंतर्भूत असतात. जेव्हा अशी संकल्पनात्मक चौकट किंवा प्रकार विचार डेटा विश्लेषणासाठी वापरले जातात तेव्हा काही डेटा त्यात बसू शकत नसेल म्हणून टाकून दिला जाईल. हा दोष नाही परंतु डेटाचा काही भागच वापरला जाण्याची प्रक्रिया समजावी म्हणून वाचकास विश्लेषण प्रक्रिया स्पष्ट केली जावी.

उदाहरण – प्रकारविचाराचा वापर करताना

जर तुम्ही अशा प्रकारचे विश्लेषण करण्याचे ठरविलेत तर तुम्ही एका विशिष्ट प्रकारविचाराची निवड का केली हे तुम्हाला स्पष्टपणे मांडावे लागेल. प्रकारविचारांचा मूळ विकास आणि तुमच्या संशोधन संदर्भातील त्याचा उपयोग यात काही संबंध प्रस्थापित करावा लागेल दुसऱ्या शब्दांत, तुम्हाला त्याची सुसंबद्धता प्रस्थापित करावी लागेल.

गुणात्मक डेटाच्या विश्लेषणासंबंधी लिहिताना

जर तुमच्या संशोधनात गुणात्मक डेटा मोठ्या प्रमाणावर अंतर्भूत असेल तर तुमची डेटा विश्लेषणाची प्रकरणे बऱ्यापैकी मोठी असतील. तुम्ही पुरवत असलेल्या डेटातील वेच्यांची संख्या हे त्याचे एक कारण आहे, तसेच डेटा विश्लेषणाचे स्पष्टीकरण देण्यासाठी करावे लागणारे अतिरिक्त लेखन हेही एक कारण आहे. ही प्रकरणे बरीच मोठी होतील आणि केवळ त्यातील साहित्याच्या व्याप्तीमुळे, वाचन करताना वाचक थोडे गोंधळून जाणे सहज शक्य आहे. तुम्ही वापरत असलेली विश्लेषण प्रक्रिया स्पष्ट करणे आणि संशोधन प्रक्रियेची आठवण म्हणून त्या प्रक्रियेकडे वारंवार परत येणे महत्त्वाचे आहे. उपशीर्षके सुद्धा एक मार्गदर्शक म्हणून उपयोगी पडतात कारण ती विकसित होणारे केंद्रविषय आणि विश्लेषणाचे स्वरूप निर्देशित करतात. हे लक्षात घेण्यासारखे आहे की गुणात्मक अभ्यासात, प्रबंधातून तुम्ही शक्य आहे तितक्या 'खुणा' वाचकांना पुरवल्या पाहिजेत. याआधी काय झाले आणि पुढे येणाऱ्या विश्लेषणात काय असेल याची आठवण देणाऱ्या या खुणा असतील. उदाहरणार्थ, तुम्ही असे म्हणाल, 'हा केंद्रविषय पुढच्या प्रकरणात येईल तेव्हा आपण शिक्षकांकडील काही डेटाचे आणखी विश्लेषण करू.' किंवा तुम्ही असेही म्हणू शकता 'बहुसंख्य मुलाखत देणारे आधीच्या प्रकरणात चर्चा केलेल्या शिकवण्याच्या शैलीच्या विषयाशी ह्या संकल्पनेचा संबंध जोडतात असे दिसते.' असे 'दिशादर्शक' डेटा विश्लेषणाच्या प्रकरणांमध्ये काही संबंध दर्शवण्यासाठी मदत करतात आणि समारोपाच्या प्रकरणातील चर्चेची तयारी म्हणूनही भूमिका पार पाडतात.

डेटाविषयीच्या तुमच्या लेखनात केंद्रविषय आणि संकल्पनांचे विश्लेषण असेल. परंतु तुम्हाला उल्लेख कराव्याशा वाटतील अशा इतरही बाबी असतील. विकसित होणारे काही केंद्रविषय तुम्हाला माहीत असलेल्या आधीच्या संशोधनातील निष्कर्षांशी संबंधित असतील. तुमच्या मध्यकालीन निष्कर्षांना पुष्टि देण्यासाठी याचा उल्लेख करणे सुसंगत ठरेल. त्याचप्रमाणे अन्य संशोधनात न आढळलेल्या नवीन संकल्पना तुमच्या डेटातून सुचविल्या जातील. संकल्पनेच्या चालू असलेल्या तपासाच्या पुष्ट्यर्थ याचा उल्लेख करण्याचे तुम्ही ठरवाल. सर्व बाबतीत, तुमच्या डेटातील अवतरणे आणि वेच्यांवर आधारित तुमच्या निश्चित विधानांना पुरावे देण्याचा प्रयत्न तुम्ही करावा. ब्रायमन आणि बर्जेस (१९९४) आणि डे (१९९३) मध्ये गुणात्मक डेटाच्या विश्लेषणाची चर्चा केली आहे.

गुणात्मक डेटा सादर करणे

गुणात्मक डेटाचे सादरीकरण केल्याने तुम्हाला बऱ्यापैकी पुढाकार घेण्याची संधी मिळते. संख्याशास्त्रीय डेटापेक्षा या सादरीकरणातील औपचारिकता या थोड्या कमी नेमकेपणाने निश्चित केलेल्या असतात आणि प्रबंधात डेटा समाविष्ट करण्याचे नवे आणि अभिनव मार्ग विकसित करणे शक्य होते. डेटा सादरीकरणातून संकलनाच्या वेळी असलेली मूळ डेटाची अचूकता आणि वैधता प्रतिबिंबित व्हावी ही प्रमुख गरज असते.

विषय अभ्यासावर किंवा संस्कृती अभ्यासावर लिहिताना साधारणपणे थोडीशी संशोधन पार्श्वभूमी वर्णन करणे आवश्यक आहे. शाळा असो, कॉलेज असो, किंवा वा व्यापारी पार्श्वभूमी असो, संशोधन अभ्यासाचे माहितीपूर्ण गुणग्रहण करण्यासाठी संशोधन क्षेत्रास स्वरूप असणे आवश्यक आहे. क्षेत्राचे अचूक वर्णन करण्यातली प्रमुख समस्या म्हणजे त्यातून संशोधन स्थान कोठे आहे ते उघड होण्याची शक्यता असते. त्यामुळे प्रतिसादकांची ओळख उघड होण्याचा धोका निर्माण होतो. याला संरक्षक म्हणून पार्श्वभूमीस नेहमी काल्पनिक नाव देणे पुरेसे ठरते आणि त्या पार्श्वभूमीच्या सहज ओळखता येणाऱ्या वैशिष्ट्यांचा उल्लेख काळजीपूर्वक करावा. सर्वसाधारणपणे, वाचकांच्या दृष्टीने संशोधन स्थळ कळणे फारच रंजक असू शकते आणि त्यामुळे डेटाचे स्वरूप कळण्यास फार मोठे साह्य होते. क्षेत्रीय संशोधनाची केस उदाहरण म्हणून फरदर एज्युकेशनच्या (प्रौढ लोकांना पदवीचे आणि व्यावसायिक प्रशिक्षण देणाऱ्या) कॉलेजांमध्ये लागू करू आणि वर्णन करण्यास उपयुक्त ठरतील अशा कॉलेजच्या वैशिष्ट्यांची यादी करू.

उदाहरण – क्षेत्रीय संशोधनः संशोधन पार्श्वभूमीचे वर्णन करणे

जर तुम्ही पुढील शिक्षणाच्या कॉलेजात संशोधन आयोजित केले असेल तर संशोधनाचा संदर्भ स्पष्ट करण्यासाठी तुम्ही खालील वैशिष्ट्यांविषयी सामान्य पद्धतीने लिहाल:

- कॉलेजची सर्वसाधारण रचना, त्याचे ढोबळ स्थान (उदाहरणार्थ, उत्तर इंग्लंड)
- विद्यार्थी स्रोत क्षेत्राचे स्वरूप
- प्रवेश घेतलेल्या विद्यार्थ्यांची संख्या
- कॉलेजची शैक्षणिक आणि व्यवस्थापन रचना
- उपलब्ध अभ्यासक्रमांची व्याप्ती
- आसपासच्या शैक्षणिक संस्थांशी नातेसंबंध
- शैक्षणिक आणि सहायक कर्मचारी वर्ग
- कॉलेजचे संसाधनस्रोत
- विभागांनुसार आणि अभ्यासक्रमांनुसार विद्यार्थ्यांची संख्या

कॉलेजचे नाव आणि स्थान अज्ञात ठेवले आहे असे गृहीत धरून वरील तपशिलातून कॉलेजची ओळख उघड व्हायचे काही कारण नाही.

क्षेत्रीय संशोधनाच्या वर्णनात पार्श्वभूमीचा नकाशा किंवा फोटो देणे उपयुक्त ठरेल. त्यामुळे डेटास उपयुक्त माहितीची पार्श्वभूमी मिळेल. ती काळजीपूर्वक तयार केल्यास त्यातून संस्थेची ओळख उघड होणार नाही.

मुलाखतीतून घेतलेला डेटा हा गुणात्मक डेटाचा सर्वात सर्वसामान्य प्रकार आहे. मुलाखती ध्वनिमुद्रित करणे, त्यातून मजकूर लिहिणे आणि त्या मजकुरातून लहान वेचे प्रबंधात समाविष्ट करणे ही रूढ पद्धत आहे. पुस्तकातील किंवा लेखातील अवतरणांप्रमाणेच वेचेसुद्धा परिच्छेदात आत घेऊन सादर केले जातात. यामुळे सादरीकरण आणि मांडणीच्या समस्या उद्भवतात परंतु काही लेखक या दोन प्रकारच्या वेच्यांमध्ये फरक ठेवणे पसंत करतात. उदाहरणार्थ, मुलाखतीतील डेटा लहान फॉंटसाईझमध्ये सादर केला जातो तर लेखातील अवतरणे ही तिरक्या अक्षरात लिहिली जातात.

मुलाखतीच्या डेटाच्या सादरीकरणात ध्वनिमुद्रणातून ट्रान्सक्रिप्ट करतानाच्या – लिप्यातराच्या अचूकतेचा मुद्दा नक्कीच असतो. जेव्हा तुम्ही ध्वनिमुद्रित केलेली मुलाखत ऐकता तेव्हा मुलाखत देणारा (आणि घेणारा) बोलताना वेगवेगळ्या प्रकारचे विराम घेतो, थांबतो, पुन्हा सुरुवात करतो, पुनरुक्ती करतो, काही शब्दांवर भर देतो, संवादात उद्‌गारवाचके वापरतो. तरीही लेखातून संशोधनाच्या मिळणाऱ्या अहवालाचे परीक्षण केल्यास साधारणपणे एक सर्वसाधारण लिप्यंतर शैली दिसून येते, ज्यात या संभाषण आकृतीबंधाच्या विविधतेची फारच कमी नोंद होते. या प्रचंड मोठ्या भाषिक विविधतेत संवादाचा बराचसा अर्थ कायम राखलेला असतो. संशोधन अहवालाच्या नियमांची नोंद टीका म्हणून नव्हे तर फक्त भाष्य करण्यायोग्य आहे म्हणून घ्यावी. यास फक्त अपवाद म्हणजे संस्कृतीपद्धती संशोधनात लिप्यंतराच्या ओळींना क्रमांक देणे, आणि संवादाच्या आकृतीबंधात अंतर्भूत असलेल्या विविधतेचा निर्देश करण्यासाठी उच्चारदर्शक चिन्हांचा वापर करणे. मुलाखतीच्या डेटाचा अहवाल देताना तुम्हाला स्वीकृत मार्गापासून ढळण्याची आवश्यकता नाही. परंतु, वापरात आणलेल्या ट्रान्सक्रिप्शन पद्धतीचे आणि त्या मार्गातील अंतर्भूत तत्त्वे थोडक्यात स्पष्ट करणे उपयुक्त ठरेल. हे स्पष्टीकरण लांबलचक असले पाहिजे असे नाही, परंतु डेटाच्या वैधतेचे काही निकष ठरविणे हा त्याचा महत्त्वाचा फायदा राहील.

उदाहरण – ट्रान्सक्रिप्शनची शैली

तुम्ही ज्याप्रकारचे विश्लेषण करायचे ठरविले आहे ते तुम्ही स्वीकारायचे ठरवलेल्या ट्रान्सक्रिप्शनची शैलीतून प्रतिबिंबित व्हावे. जर तुम्ही अर्थाच्या सूक्ष्म छटांचा शोध घेऊ इच्छित असाल तर तपशीलवार ट्रान्सक्रिप्शन प्रणालीची गरज भासेल. याउलट जर तुम्ही ढोबळ संकल्पना किंवा मध्यवर्ती कल्पनांचा शोध घेणार असाल तर थोड्या तपशिलाची पद्धत पुरेशी व्हावी.

संस्कृतीसंशोधनात अनेक कळीचे प्रतिसादक असले तर प्रत्येकाचा थोडक्यात चरित्र तपशील पुरवणे उपयुक्त ठरेल. संशोधनाच्या स्वरूपावर तपशिलाचे स्वरूप अवलंबून असेल, पण वाचकाला त्या प्रत्येक व्यक्तीशी जोडून घेता येण्याइतकी ती पुरेशी असावी. प्रत्येक प्रतिसादकाच्या चरित्राला एक काल्पनिक नावही देता येईल. असा तपशील परिशिष्टात किंवा प्रबंधाच्या सुरुवातीस घालता येईल. या तपशिलामुळे वाचकास नेहमी संशोधन पार्श्वभूमीची अधिक वास्तववादी कल्पना करता येईल आणि समाजातील कार्य करणाऱ्यांचे जीवन आणि अन्योन्यक्रिया अधिक चांगल्या प्रकारे समजून घेता येतील.

संशोधन पार्श्वभूमीसंबंधी संदर्भिक उपयुक्त माहिती पुरविणे आणि कळीचे प्रतिसादक आणि त्यांची ओळख उघड करण्यातील धोके यात अर्थातच संतुलन राखले गेले पाहिजे. प्रतिसादकांची ओळख पारखता येईल इतपत

त्याची वैयक्तिक माहिती उघड करू नये याबाबत जागरूक असणे महत्त्वाचे आहे. प्रतिसादकाबद्दल काही निर्देश करता यावा म्हणून काही डेटातील वेच्यांना सांकेतिक खुणा दिल्या तरी हीच समस्या उद्‌भवेल.

जेव्हा प्रबंधात गुणात्मक डेटा सादर केला जातो तेव्हा प्रतिसादकांमधील फरक न करणे सर्वसामान्य आहे. एकूण नमुन्याचे स्वरूप वर्णन केले जाते परंतु त्या नमुन्यातील सर्व प्रतिसादकांना असे वागवले जाते की ते सर्व एकच आहेत. जरी हे नेहमी मान्य असले तरी या मार्गाची एक समस्या अशी आहे की एका प्रतिसादकाकडून दुसऱ्या प्रतिसादकापेक्षा मिळालेला जास्त डेटा समाविष्ट केला आहे. समाविष्ट करण्यास अयोग्य म्हणून किती डेटा नाकारला गेला त्याविषयी काहीच सूचना नसेल. प्रबंधात समाविष्ट करण्यासाठी निवडला गेलेला डेटा हा एकूण संशोधन नमुन्याच्या संतुलित दृष्टिकोनाचे प्रतिनिधित्व करत नसू शकेल. प्रतिसादकांचा एखादा उपगट एखाद्या बाबीसंबंधी विशिष्ट दृष्टिकोन बाळगतो का आणि दुसऱ्या उपगटाचे अगदी वेगळे मत आहे का हे ओळखणे या दृष्टिकोनात फार अवघड होऊ शकेल. संशोधन नमुन्यातील अनेक सामाजिक आणि आर्थिक घटक एखाद्या बाबींवरील त्यांच्या दृष्टिकोनाशी संबंधित असतील परंतु विश्लेषणात हे संबंध कदाचित कधीही पृष्ठभागावर येणार नाहीत. यावरील उपाय म्हणजे डेटामधील वेच्याच्या शेवटी संकेत घालणे, ज्यातून प्रतिसादकाशी संबंधित चले परावर्तित होतील.

डेटातील वेच्यांना घालण्याच्या संकेतांचा सर्वात साधारण प्रकार म्हणजे प्रतिसादकांचे लिंग निर्देशित करणे. अवतरणाच्या शेवटी 'एम' किंवा 'एफ' घालून लिंग निर्देशित करता येते. यामुळे संशोधकास स्त्री पुरुषांच्या प्रतिसादातील संभाव्य फरक ओळखण्याची शक्यता निर्माण होते. लिंगभावाबाबतीत काही निश्चितपणे बोलणे शक्य नसेल परंतु भविष्यातील संभाव्य तपासक्षेत्राचा निर्देश करणे शक्य असेल. संकेत ओळख संशोधनाच्या संपूर्ण स्वरूपातून आणि अभ्यासाच्या मूळ उद्दिष्टांपासून सुरू व्हावी. उदाहरणार्थ, शिक्षकांच्या कारकिर्दीसंबंधी संशोधनात, शिक्षकांचे अंदाजे वय सांगणे आवश्यक असेल. उदाहरणार्थ, संशोधक प्रतिसादकांचे ढोबळमानाने तीन वयोगटात वर्गीकरण करेल, या तीन वयोगटांना अ, ब, क अशी नावे देईल. वेगवेगळ्या वयोगटातील शिक्षकांच्या दृष्टिकोनात फरक सुचविण्याकरता या संकेत पद्धतीचा वापर केला जाईल. संशोधन विषयावर अवलंबून असलेले इतर अनेक संभाव्य संकेत आहेत परंतु त्यात संस्कृती, शैक्षणिक इतिहास किंवा रोजगार यासारखी चले अंतर्भूत असू शकतील.

डेटातील वेच्यांना लागू केलेल्या अशा संकेतांमुळे विश्लेषणाच्या पुढील शक्यतांमध्ये वाढ होऊ शकते परंतु त्यात अशी समस्या आहे की ते प्रतिसादकांचे आणखी तपशील उघड करतात. हा तपशील, अनामिकतेच्या प्रयत्नास बाधा आणण्याची शक्यता दूरची असते, आणि याबाबतीत जर काही खरोखर प्रश्न असेतील तर ज्ञात मान्यतेचे नियम पाळून प्रतिसादकांबरोबर चर्चा करावी.

शेवटी, गुणात्मक संशोधनाशी संबंधित एका मुद्द्याचा उल्लेख केला पादिजे तो म्हणजे दोन संशोधन पार्श्वभूमींची आणि दोन विषय अभ्यासाची तुलना करणे. संशोधन संरचना करताना कोणत्याही दोन बाबींची उदाहरणार्थ, दोन शाळा, दोन औद्योगिक कंपन्या, किंवा कोणत्याही दोन संस्था, किंवा दोन पार्श्वभूमी यांची तुलना करण्याचा मोह होतो. या संरचनांमधील एक मूलभूत समस्या म्हणजे अशा तुलनेत अनेक चले अपरिहार्यपणे समाविष्ट असतील. काही चलांचा परिणाम कमी करून किंवा नष्ट करून दुसऱ्या चलांशी संभवनीय तुलना करणे अतिशय अवघड आहे. गुणात्मक संशोधनात डेटाच्या समृद्धतेमुळे आणि जटिलतेमुळे कुठल्याही अर्थपूर्ण मार्गाने चलांना अलग करणे अवघड असल्याने अशी तुलना विकोपास जाते. परिणामतः डेटाचे कोडिंग करण्याचे वरील धोरण एका पार्श्वभूमीचा तपास करताना किंवा एक विषय अभ्यास करताना जरी उपयुक्त असले तरी हे धोरण दोन विषय अभ्यासात अर्थपूर्ण तुलना करण्याचा प्रयत्न करताना वापरल्यास त्यात अनेक समस्या अंतर्भूत असतील.

ग्राऊंडेड सिद्धांताच्या विश्लेषणाविषयी लिहिणे

चलांच्या अन्योन्यक्रियांवरील गृहीतकाचा किंवा तात्पुरत्या विधानाचा विकास विषयक्षेत्रातील ज्ञान विकासाच्या पारंपरिक दृष्टिकोनात अंतर्भूत असतो. या गृहीतकाच्या सत्यासत्यतेवर प्रकाश टाकण्याकरता संशोधक डेटा संकलित करतो. अशी अनुमानिक प्रक्रिया प्रत्यक्षार्थवादी संशोधनाची कोनशिला असते. परंतु गुणात्मक डेटाच्या विश्लेषणात काही वेगळे दृष्टिकोन नेहमी वापरले जातात. मुख्य पद्धतीपैकी एक पद्धत म्हणजे ग्राऊंडेड थिअरी. तिचे प्रथम वर्णन ग्लेसर आणि स्ट्राऊसच्या (१९६७) सुप्रसिद्ध लेखनात केले आहे. समाजशास्त्रीय सिद्धांताचा विकास करण्याकरता गृहीतकाची चाचणी घेण्यापेक्षा आपण काळजीपूर्वक डेटाचे विश्लेषण करून सिद्धांताची रचना करतो हे या पद्धतीचे सार आहे. दुसऱ्या शब्दात आपले सिद्धांत डेटात ग्राऊंडेड – स्थापित – असतात आणि त्या डेटातूनच ते निर्माण होतात. या प्रक्रियेस अनुमानिक म्हणण्यापेक्षा प्रवर्तनिक म्हटले जाते.

या दृष्टिकोनाचा एक तात्त्विक बळकट पाया असा की आपल्या प्रतिसादकांना जग जसे समजले आहे आणि त्याचे आकलन झाले आहे त्याचे स्वरूप दाखवणे. लोकांना आणि वस्तूंनान त्यांचा जो अर्थ वाटतो, त्या जाणिवेत आपल्याला स्वारस्य असते. दुसऱ्या शब्दात सांगायचे तर संशोधक म्हणून आपण आपल्याला आकलन झालेला अर्थ आपल्या प्रतिसादकांवर लादण्याचा प्रयत्न करत नाही. आपले प्रतिसादक ज्या पद्धतीने जगाकडे पाहतात त्या मार्गांचा शोध घेण्यात आपल्याला मूलतः स्वारस्य असते.

उदाहरण – प्रतिसादकांचा दृष्टिकोन

बऱ्याचशा गुणात्मक पद्धती प्रतिसादकांच्य दृष्टिकोनातून जग समजून घेण्याचा प्रयत्न करतात. असे म्हणायचे नसते की हा एकच दृष्टिकोन महत्त्वाचा आहे परंतु फक्त असे म्हणायचे असते की गुणात्मक संशोधनातून जगाकडे पाहण्याच्या या दृष्टिकोनाचा शोध घेतला जातो. संशोधक ज्या समाजशास्त्रीय व्याख्या निर्माण करतात त्यांचा वापर करण्याऐवजी प्रतिसादक काय विचार करतात हे समजून घेण्याचे काम हा दृष्टिकोन करतो.

प्रतिसादकांकडून मिळालेला डेटा, निरीक्षणे, संभाषणात्मक किंवा मुलाखतीचा डेटा किंवा दस्तावेज असो, ते बारकाईने तपासणे व त्यात या मार्गाने आपण हे काम करू शकतो. ग्राऊंडेड सिद्धांतात डेटा विश्लेषण हे डेटा संकलनाशी समांतर पुढे जाते. तुमच्या निवडलेल्या पार्श्वभूमीवरील संशोधनाच्या सुरुवातीस तुम्हाला डेटा संकलनाची सुरुवात कोठून करायची याचा निर्णय घ्यावा लागतो. आधीचे डेटा विश्लेषण तशाच प्रकारचे अधिक डेटा संकलन सूचित करेल किंवा थोडा वेगळा डेटा गोळा करण्याकडे निर्देश करेल. मग डेटाच्या ह्या नवीन भागाचे विश्लेषण केले जाईल आणि तो कदाचित पुढील डेटाचा स्रोत निर्देशित करेल. दुसऱ्या शब्दात सांगायचे तर डेटांचे विभाग संकलित करण्यात आणि तुम्ही ज्या पद्धतीने त्या डेटास अर्थ देता त्यात सतत अन्योन्य क्रिया घडत असते. जेव्हा तुम्ही प्रथम डेटा संकलन सुरू करता, तेव्हा तुमच्या लक्षात येईल की डेटाच्या अनेक संकल्पना किंवा श्रेणी आहेत. या श्रेणींमुळे तुम्हाला डेटाचा सारांश करण्यास किंवा त्याचा अर्थ लावण्यास मदत होईल. तुम्हाला असे वाटेल की या श्रेणींचा विस्तार करण्याकरता किंवा त्या स्पष्ट करण्याकरता आणखी डेटाची आवश्यकता आहे. तुमच्या श्रेणी वापरून पुढील डेटा संकलन सूचित करण्याच्या या प्रक्रियेला सैद्धांतिक नमुना म्हटले जाते. नमुना

संकलन आणि डेटासंकलन जसजसे पुढे जाईल तसतसे तुम्ही वेगवेगळ्या श्रेणींमधील संबंधांचा शोध घ्याल. उदाहरणार्थ, एक श्रेणी दुसऱ्या श्रेणीवर कसा परिणाम करते किंवा कदाचित कोणती श्रेणी अन्य श्रेणींवर सर्वात जास्त प्रभाव टाकते हे समजून घ्यायचा तुम्ही प्रयत्न कराल. वेगवेगळ्या श्रेणीतील संबंध परिणामतः तुमच्या उत्क्रांत होत जाणाऱ्या ग्राऊंडेड सिद्धांताची रचना करतात. अंतिमतः, तुम्ही अशा एक टप्प्यावर पोचता जिथे आणखी सुसंगत डेटा संकलन करायचे नसेल आणि तुम्हाला तुमचा ग्राऊंडेड सिद्धांत जसा आहे तसा सादर करावासा वाटेल. परंतु, असे सर्व सिद्धांत तात्पुरते असतात आणि दुसरा कुणीतरी आणखी डेटा संकलित करून ते सिद्धांत खोटे ठरवेपर्यंतच फक्त वैध ठरतात, या बाबीवर भर देणे उचित ठरेल. अशा परिस्थितीत, तुम्हाला तुमचा सिद्धांत नव्या डेटाच्या प्रकाशात सुधारावासा वाटेल आणि दुसरे कोणी याच्या विरोधी डेटा संकलित करते का हे थांबून पाहावेसे वाटेल.

तालिका ११.१ तालिका सादरीकरणः केवल संख्या

अभ्यास विषयातील शाळेतील शिक्षकांची सर्वोच्च अर्हता. शैक्षणिक वर्ष २००२/३. (n = ८६)			
	पहिली पदवी	पदव्युत्तर पदवी	डॉक्टरेट
शिक्षकांची संख्या	६९	१५	२

गुणात्मक डेटा सादरीकरणाची उदाहरणे

गुणात्मक डेटाचे विश्लेषण करण्यासाठी वापरण्यात येणारे अनेक सैद्धांतिक दृष्टिकोन आहेत. यात सिंबॉलिक इंटरॲक्शनिझम, घटनामानसशास्त्र, संस्कृतीवर्णन, कृती संशोधन, ग्राऊंडेड थिअरी, आणि सहभागयुक्त निरीक्षण याचा समावेश होतो. कोणतीही सैद्धांतिक भूमिका घेतलेली असली, तरी संशोधनात संकलित केलेल्या गुणात्मक डेटात प्रामुख्याने निरीक्षणात्मक वर्णने किंवा मुलाखतींचा समावेश असतो. निरीक्षणात्मक वर्णनाच्या काल्पनिक उदाहरणापासून आपण सुरुवात करू. सायंकालीन महाविद्यालयात घेतला जाणरा हा समाजशास्त्राचा पदवीपूर्व वर्ग आहे. सर्व विद्यार्थी प्रौढ आहेत आणि त्यापैकी काही सरळ कामावरून थेट वर्गात येतात.

उदाहरण – निरीक्षणात्मक डेटा

वर्ग संध्याकाळी ६ वाजता सुरू व्हायला हवा. त्यावाळेस फक्त सुमारे १० विद्यार्थी हजर असतात आणि शिकवणे सुरू करण्यापूर्वी शिक्षक १० मिनिटे थांबतात. सर्व हजर असल्यास २२ विद्यार्थी असावेत. शिक्षक हजर असलेल्यांना बाकीच्या विद्यार्थ्यांबद्दल विचारतात. हळूहळू शिक्षक आधीच्या आठवड्यातील शिकवण्याचा आढावा घेऊन शिकवण्यास सुरुवात करतात. विद्यार्थी ६.१० ते ६.४० च्या दरम्यान येतात. बरेच जण कामावरून थेट आल्याप्रमाणे त्यांच्याकडे बॅग्ज असतात. अनेकजण येताना कॉफी घेऊन येतात आणि वर्गात बसल्याबरोबर ते सँडविचेस खायला सुरुवात करतात. ही प्रथाच आहे असे दिसते. जे उशीरा येतात ते न चुकता शिक्षकांची माफी मागतात. ते वर्गात व्यत्यय न आणता शांतपणे प्रवेश करतात. शिक्षक जे शिकवतात त्याच्या काळजीपूर्वक नोट्स घेतात. शिक्षकांनी त्यांना सांगितले आहे की शेवटी ते त्यांना

(पुढे चालू...)

(पुढे चालू...)

प्रोजक्शन स्लाईड्सच्या प्रती देतील. कोणीही विद्यार्थी प्रश्न विचारत नाहीत. वेळोवेळी शिक्षक त्यांना कितपत आकलन झाले आहे हे पाहण्यासाठी लहान लहान प्रश्न विचारतात. एक विद्यार्थी शिक्षकांच्या सर्व प्रश्नांची उत्तरे देतो. 'कोणाला काही दुसरे मत द्यायचे आहे का?' किंवा असेच काही शिक्षक विचारतात, परंतु इतरजण फार क्वचितच उत्तरे देतात. शिक्षकांना विद्यार्थ्यांना चर्चेत सहभागी करून घ्यायचे आहे असा साधारण समज होतो. वर्ग दोन तासांचा असतो. सात वाजता ५ मिनिटांची सुट्टी असते. काही विद्यार्थी शिक्षकापाशी जाऊन काही प्रश्न विचारतात आणि त्यांना त्यांच्या पहिल्या नावाने हाक मारतात. संपूर्ण वातावरण मैत्रीपूर्ण असते. जेव्हा पुन्हा शिकवणे सुरू होते तेव्हा शिक्षक वर्गाचे गटांत विभाजन करतात आणि त्यांना चर्चेसाठी विषय देतात. वर्गात फेरी मारून ते खात्री करून घेतात की विद्यार्थ्यांना काय करायचे आहे ते समजले आहे. काही विद्यार्थी त्यांना पुढील आठवड्यात सादर करण्याच्या निबंधाविषयी प्रश्न विचारतात. एकंदर सोळा विद्यार्थी उपस्थित आहेत आणि वर्गातले वातावरण पूर्णपणे चिकाटीने काम करण्याचे आहे.

या वर्णनाचे विश्लेषण करण्याकरता ग्राऊंडेड थिअरीचा दृष्टिकोन स्वीकारायचा असेल तर आपण या गटातील परिश्रमाच्या पुराव्याचा विचार करण्यापासून सुरुवात करू शकू. जरी काही विद्यार्थ्यांना वर्गात यायला उशीर झाला तरी एकूण अभ्यासाकडे ते गंभीरपणे पाहतात असे मत होते. काही विद्यार्थी दमले तरी सरळ कामावरून वर्गात येतात, येताना बरोबर स्वतःचे खाणेपिणेही आणतात आणि मिळालेल्या वेळात शिक्षकांशी सल्लामसलत करतात. हे प्रौढ विद्यार्थी ज्या गंभीरपणे अभ्यासाकडे पाहतात त्याचा निर्देश करण्यासाठी आपण 'अभ्यासातील चिकाटी' ही संकल्पना विकसित करण्याचे ठरवू. या टप्प्यावर ही संकल्पना तात्पुरती आहे आणि विद्यार्थ्यांच्या प्रेरणेच्या काही पैलूंचे परीक्षण करण्याकरता आपणास अधिक डेटा कदाचित काही विद्यार्थ्यांच्या मुलाखतींमधून गोळा करणे आवश्यक वाटेल. एका विद्यार्थ्याच्या काल्पनिक मुलाखतीच्या डेटातील वेचा खाली दिला आहे.

उदाहरण – मुलाखतीचा डेटा

मुलाखतकार: तुमच्या गटातील बरेचजण प्रेरित झालेले दिसत आहेत. तुम्ही अभ्यासाबाबत जागरूक आहात का?

विद्यार्थी: हो. असं मी म्हणेन. आम्ही सरासरी विद्यार्थ्यांपेक्षा थोडे मोठे आहोत म्हणून आम्ही थोडे जास्त जागरूक आहोत.

मुलाखतकार: तर. तुम्ही हुकलेल्या संधीची भरपाई करत आहात असं तू म्हणशील का?

विद्यार्थी: मला वाटतं, तसंच काहीसं. माझ्यापुरतं बोलायचं तर शाळेत असताना मी दुर्लक्ष केलं--- आता मात्र माझ्यासाठी ही पदवी महत्त्वाची आहे. मला माझ्या आई-वडीलांना आणि मैत्रिणीला हे सिद्ध करून दाखवायचं आहे की मी हे करू शकतो.

मुलाखतकार: आणि तुला स्वतःला?

विद्यार्थी: नक्कीच. मला माहीत आहे की मी हे करू शकतो. मी सतत समाजशास्त्राचा अभ्यास करत असतो आणि मला सध्याची ही नोकरी सोडायची आहे.

मुलाखतकार: तू कुठे नोकरी करतोस?

विद्यार्थी: मी एका गराजमध्ये सुट्या भागाच्या विभागात काम करतो. मला कार्सची खूपच आवड होती पण आता मला त्यातून बाहेर पडायचे आहे.

मुलाखतकार: समाजशास्त्रातील पदवी घेऊन तू पुढे काय करशील?

विद्यार्थी: ते बरंच भविष्यात येईल परंतु मला डॉक्टर---- सारखं व्हायचं आहे. मी तो विषय शिकवू शकेन, इतकं मला त्या विषयाचं ज्ञान घ्यायचं आहे. मला तेच करायचं आहे आणि मला ते जमू शकेल.

ह्या लघु मुलाखतीतून आपल्या सुरुवातीच्या 'अभ्यासातील चिकाटी' ह्या संकल्पनेवर प्रकाश पडतो आहे असं दिसत आहे. आपल्याकडे तात्पुरते स्पष्टीकरण असे असेल की संबंधित विद्यार्थ्यांने त्याच्या पूर्वायुष्यात शैक्षणिक संधीचा लाभ घेतला नाही आणि म्हणून आता तो खूप परिश्रम करण्यास प्रेरित झाला आहे. त्यानंतर नातेवाईकांना स्वतःबद्दल समर्थन देण्याबाबतची बाब आणि अधिक चांगली नोकरी मिळण्याची प्रेरणा या बाबीही येतात. अशा प्रकारे काही रंजक डेटा उपलब्ध झाल्याने पुढील शोधासाठी पाया तयार झाला. तुम्हाला अधिक मुलाखती आणि अन्य वर्गांची निरीक्षणे घेण्याची गरज भासेल. प्रगल्भ विद्यार्थ्यांच्या प्रेरणा पातळीस प्रभावित करणाऱ्या संकल्पनांची व्याप्ती तुम्हास तयार करता यावी.

संख्यात्मक डेटाच्या विश्लेषणासंबंधी लिहिणे

डेटा संकलनाच्या पार्श्वभूमीचे स्पष्टीकरण केले आहे याची खात्री करून घेणे ही संख्यात्मक डेटाची चर्चा करताना पहिली आवश्यकता आहे. तुम्ही पद्धतीच्या प्रकरणात याचा आधीच उल्लेख केला असेल परंतु नमुना प्रक्रिया, सर्वेक्षणाचा प्रकार, डेटा संकलनाची साधने आणि प्रतिसादाचा दर या सर्व बाबींना संबोधले गेले आहे याची तपासणी करणे आवश्यक आहे.

मोठ्या प्रमाणावरील वर्णनात्मक डेटा स्तंभालेख आणि रेषीय आलेखाच्या स्वरूपात सादर करता येतो. तसेच, खालील उदाहरणाप्रमाणे संख्यात्मक विश्लेषण तुमच्या चर्चेतही समाविष्ट करता येतेः

> नमुन्यात एकूण ३३६ शिक्षक होते, त्यापैकी ५७% शिक्षक म्हणाले की विद्यार्थ्यांना निवासी कार्यक्रमात नेण्यात सहभागी होण्याची त्यांना इच्छा नव्हती.

साधा संख्याशास्त्रीय डेटा अशा प्रकारे अंतर्भूत करता येतोः

> नमुन्यातील शिक्षकांच्या सरासरी वय ३७.५ वर्षे होते.

काही वेळा नेमकी आकडेवारी तुमच्या चर्चेत देण्याची तुमची इच्छा नसते कारण त्यात बरीच आकडेवारी असते आणि ती वाचकाचे मन विचलित करू शकते, किंवा त्याची नेमकी मूल्ये तालिकेत घालता येतात. अशा बाबतीत तुम्ही तुमच्या युक्तिवादाचे व्यापक स्वरूप स्पष्ट करण्यासाठी तुमच्या चर्चेत अंदाजे आकडे घालू शकता आणि नंतर अचूक आकडेवारीसाठी तालिकेचा संदर्भ घेऊ शकता. या दृष्टिकोनाचे उदाहरण आहे :

> सर्वेक्षण केलेल्यांपैकी साधारण एकचतुर्थांशांनी, कोणतातरी अंशकालीन पदव्युत्तर अभ्यासक्रम करण्याचे ठरविले होते. (तालिका ३.२ पाहा)

काहीवेळेस तुमच्या स्वतःच्या अनुभवाधिष्ठित डेटात नसलेल्या आणि तुम्हाला दुय्यम स्रोतातून मिळालेल्या संख्यात्मक प्रवाहांचा उल्लेख तुमच्या चर्चेत करावासा वाटेल. उदाहरणार्थ, तुम्ही समाजातील त्रुटीच्या किंवा आर्थिक प्रवाहांचा उल्लेख कराल. अशा बाबी तुमच्या प्राथमिक डेटाहून वेगळ्या असल्याचे ओळखणे महत्त्वाचे आहे. दुय्यम स्रोतापासून मिळालेल्या सर्व संख्यात्मक डेटासाठी तपशिलवार संदर्भ पुरवले आहेत याची तपासणी करणे ही एक चांगली कल्पना आहे.

डेटा विश्लेषणाच्या प्रकरणात तुम्ही चर्चा केलेल्या चलांचा संबंध प्रश्नावलीसारख्या डेटा संकलनाच्या साधनाशी सहजपणे जोडता येतो याची काळजीपूर्वक तपासणी करणे उचित होईल. एक संशोधक आणि प्रबंध लेखक म्हणून तुम्ही विश्लेषणाच्या प्रक्रियेच्या फार जवळ असता आणि गृहीत धरण्यासाठी वाचकांना वर्णने पुरवणे सोपे असते, ही गृहीते फारच कृत्रिम असतात. नेहमी स्वतःला वाचकाच्या भूमिकेत ठेवण्याचा प्रयत्न करा आणि ही वर्णने तुम्हाला कळू शकली असती का असा प्रश्न स्वतःला विचारा. काहीवेळेस चलांच्या विस्तृत व्याप्तीची चर्चा करताना वाचक सहजपणे गोंधळून जाईल आणि हे सर्व प्रश्नावलीतील प्रश्नांशी कसे संबंधित आहे हे त्याला न समजणे याचा विसर पडणे काहीवेळा सहज शक्य आहे. सर्वात उपयुक्त धोरण म्हणजे वेळोवेळी वाचकाला प्रश्नावलीचा संदर्भ देणे आणि अशा प्रकारे प्रश्न आणि चलांमधील संबंधांचे दृढीकरण करणे.

संख्यात्मक डेटाचे सादरीकरण

विश्लेषणातून निर्माण झालेल्या संख्यात्मक डेटाचे सादरीकरण करताना ज्या आकडेमोडीतून डेटा साकारला ती प्रबंधाच्या मुख्य मजकूरात घालण्याची आवश्यकता नाही. काही विशिष्ट परिस्थितीत अशा आकडेमोडीची उदाहरणे परिशिष्टात घातली जावी परंतु मुख्य मजकूरात ती निश्चितच अनावश्यक असेल. अशा मोजणीतून निर्माण झालेल्या सारांश आकडेवारीचा समावेश करणे गरजेचे आहे.

संख्यात्मक डेटाचे सादरीकरण करण्याचा सर्वात साधारण मार्ग म्हणजे तालिकेचा वापर. तालिका क्रमांक ११.२ मध्ये याचे उदाहरण दिले आहे.

अशा तालिका सादर करताना नमुन्याचा आकार (n) चा समावेश करणे आणि तसेच स्तंभातील आकड्यांची परिमाणे स्पष्ट करणे महत्त्वाचे आहे. (इथे शेकडेवारी) उदाहरणाप्रमाणे केवल संख्या असलेल्या तालिकांचा समावेश करणे उपयुक्त ठरेल. निष्कर्षात्मक संख्याशास्त्राच्या संदर्भात चाचणी सांख्यिकीची कुठलीही आकडेमोड समाविष्ट करण्याची आवश्यकता नाही. काय स्क्वेअर चाचणीचे उदाहरण घेता, तुम्ही तुमच्या चर्चेत फक्त चाचणी सांख्यिकीच्या संगणनविषयक मूल्याचा, स्वतंत्रता पातळ्यांचा, आणि कुठल्या पातळीवर सांख्यिकी महत्त्वपूर्ण आहे किंवा महत्त्वपूर्ण नाही याच्या निर्देशाचा अंतर्भाव केला पाहिजे.

उदाहरणार्थ, गृहपाठ वेळेत सादर केला की नाही यासंदर्भात केलेल्या लिंगभेदभावाच्या अभ्यासाचा अहवाल खालीलप्रमाणे सादर केला जाईलः

तालिका ११.२ संख्यात्मक डेटाचे तालिकेतून सादरीकरण

शीर्षकः शिक्षक आणि निवासी कार्यक्रम
मुलांना निवासी कार्यक्रमात नेऊ इच्छिणाऱ्या शिक्षकांना (n = १४५) असे वाटले :

	हो	नाही	नक्की नाही
	%	%	%
तुम्ही पुरेसे प्रशिक्षित आणि अर्हताधारक असता तर, मुलांना बाहेरील कार्यक्रमात नेण्याची तयारी	८१	१७	२
पुरेसे कर्मचारी बरोबर असतील असे गृहीत धरून मुलांना परदेशी नेण्याची तयारी	६९	२१	१०

गृहपाठ सादरीकरणातील स्त्री-पुरुष भेदाच्या महत्त्वपूर्णतेची चाचणी घेण्याकरता कायस्क्वेअर सांख्यिकीची मोजणी केली, परंतु ५% पातळीवर संख्याशास्त्रीयदृष्ट्या कुठल्याही महत्त्वपूर्ण फरकाची नोंद झाली नाही. (Chi square ३.०६, df = १, p>०.०५).

या प्रणालीतून तुम्ही तुमचा निष्कर्ष अगदी स्पष्टपणे मांडू शकता परंतु तुमची आकडेमोडवाचकास तपासता येईल असा कच्चा डेटा पुरवला जाऊ शकत नाही.

नमुन्याचा डेटा परिशिष्टात घालणे

प्रबंधात मोठ्या प्रमाणावर कच्चा डेटा समाविष्ट करणे हे सर्वसाधारण नाही. डेटा संख्यात्मक असो वा गुणात्मक, हे दोन्हीलाही लागू आहे. म्हणून तसेच काही खास कारण असल्याशिवाय तुम्ही पूर्ण झालेल्या प्रश्नावलीपैकी कुठलीही प्रश्नावली घालू शकत नाही. परंतु तुम्ही कोऱ्या प्रश्नावलीची एक प्रत परिशिष्टात समाविष्ट करू शकता. त्यामुळे डेटा संकलनाच्या पद्धतीचे आकलन होईल आणि डेटा विश्लेषण प्रकरणात चर्चिलेल्या चलांशी प्रश्नावलीतील बाबींचा संबंध जोडता येईल.

पूर्ण झालेल्या प्रश्नावली समाविष्ट न करण्याचे कदाचित प्रमुख कारण म्हणजे त्या परिशिष्टातील खूप जागा व्यापतात. परंतु याला पर्याय आहे. जर तुम्ही प्रश्नावलींचे विश्लेषण करण्यासाठी समाजशास्त्रासाठी असलेली Statistical Package (SPSS) वापरणार असाल तर तुम्ही SPSS ची डेटा इनपुट शीट परिशिष्टात समाविष्ट करू शकता. प्रश्नावलीतून मिळालेल्या सर्व चलांची यादी उभ्या स्तंभात घालता येते. प्रश्नावलीतील पर्यायी प्रतिसादांपासून चलांचे सांकेतीकरण केले जाईल. अशा प्रकारे तुम्ही जर एक सांकेतिक प्रश्नावली तसेच डेटा इनपुट स्प्रेडशीट पुरवलीत तर वाचक त्यांना वाटल्यास तुमच्या कुठल्याही संख्याशास्त्रीय मोजण्या तपासू शकतील. प्रश्नावली आणि डेटा इनपुट शीट परिशिष्टात अतिशय कमी जागा व्यापतील.

यशासाठी युक्ती – विश्लेषणातील पारदर्शकता

ज्या पद्धतीने तुम्ही तुमच्या डेटा विश्लेषणाचे वर्णन करता त्यात शक्य तितके स्पष्ट आणि पारदर्शक राहण्याचा प्रयत्न करा. त्यामुळे तुमचा प्रबंध अधिक आकलनीय होण्यास साह्य होईल.

गुणात्मक डेटाच्या बाबतीत त्यात अंतर्भूत असलेल्या साहित्याच्या निव्वळ आकारमानामुळे या प्रश्नावर तुलनेने सोपा असा उपाय नाही. गुणात्मक डॉक्टरल संशोधनासाठी घेतलेल्या मुलाखतीचे लिप्यंतर अनेक पाने व्यापेल. ही सर्व पाने समाविष्ट करण्याची रूढी नाही, त्यातील काही वेचेच प्रबंधाच्या मुख्य मजकुरात समाविष्ट केले जातील. मुलाखतीच्या संवादातील वेगवेगळे घटक दर्शवणारी नमुन्याची पाने समाविष्ट करण्यासाठी तुम्ही निवडू शकता. तुम्ही कदाचित हेही दर्शवू शकाल की प्रबंधात समाविष्ट करण्यासाठी तुम्ही कोणत्या पद्धतीने डेटाची निवड केलीत आणि डेटा नाकारलात. यामुळे तुम्हाला तुम्ही वापरलेल्या विश्लेषण प्रक्रियेचे स्पष्टीकरण देण्यास साह्य होईल. याशिवाय, भाषिक डेटाचे तपशिलवार विश्लेषण करायचे असल्यास तुम्ही उच्चारचिन्हांची प्रणाली वापरलीत तर त्याची उदाहरणे देणेही उपयुक्त ठरतील.

Further reading

Field, A. (2005) *Discovering Statistics Using SPSS.* 2nd edn. London: Sage.

Glaser, B. G. and Strauss, A. L. (1967) *The Discovery of Grounded Theory.* Chocago, IL: Aldine.

Hoy, W. K. (2009) *Quantitative Research in Education: A Primer.* London: Sage.

Martens, D. M. (2009) *Research and Evaluation in Education and Psychology.* 3rd edn. London: Sage.

Richards, L. (2005) *Handling Quantitative Data: A Practical Guide.* London: Sage.

Silverman, D. (2006) *Interpreting Qualitative Data: Methods for Analyzing Talk, Text and Interaction.* 3rd edn. London: Sage.

१२

निष्कर्ष

या प्रकरणात आपण चांगल्या निष्कर्षाच्या अत्यावश्यक आशयाकडे पाहूया. उद्दिष्टांचे परीक्षण कसे करावे आणि तुमच्या संशोधनाने ज्ञानात योगदान कसे दिले यावर कसा भर द्यावा याची चर्चा करूया. संशोधनाच्या प्रक्रियेवर चिंतनात्मक चर्चा कशी लिहावी तसेच सारांश कसा लिहावा यावर आपण विचार करूया. तुमच्या स्वतःच्या निष्कर्षाची रचना करून तो लिहिण्यासाठी मदत करणाऱ्या एका तपासयादीने या प्रकरणाचा समारोप केला आहे.

अभ्यासाची धोरणे

- शैक्षणिक जर्नलमधील काही संशोधनपर लेख वाचा, आणि ज्यायोगे संशोधनात सुधारणा करता आली असती अशा कोणत्याही सहज मार्गाचा विचार करा. लेखात ह्या संभाव्य मर्यादांचा उल्लेख आणि त्यावर चर्चा केली आहे का? जर तुम्ही हे संशोधन करत असता तर तुम्ही त्या मर्यादा कशा हाताळल्या असत्या?
- या सरावासाठी प्रबंधापेक्षा लेखांचा वापर करण्याचा फायदा असा की जर्नलमधील लेख पटकन वाचून होतात. परंतु, या सरावातून तुम्ही जी महत्त्वाची कौशल्ये विकसित करता ती तुम्हाला तुमच्या प्रबंधाला लागू करावी लागतील.

युक्तिवादातील सर्व धागे एकत्र आणणे

प्रास्ताविक प्रकरणातून जसे वाचक संशोधनाच्या प्राथमिक संपर्कात येतात आणि म्हणून ते महत्त्वाचे असते तसेच निष्कर्षाचे प्रकरणही महत्त्वाचे असते कारण तुमचे निष्कर्ष परीक्षकांसमोर किंवा वाचकांसमोर स्पष्ट करण्याची ती शेवटची संधी असते. निष्कर्षाच्या कार्यांपैकी एक मूलभूत कार्य म्हणजे संशोधनाची उद्दिष्टे साध्य करताना जी प्रगती झाली तिचा सारांश देणे. प्रबंध हा एक फार लांबलचक दस्तावेज असतो आणि वाचक निष्कर्षापर्यंत पोचेतो त्यांना

त्यापैकी बऱ्याचशा साहित्याचा विसर पडलेला असू शकतो. म्हणून आत्तापर्यंत मांडलेल्या कळीच्या मुद्द्यांची आठवण करून देणे महत्त्वाचे आहे.

उदाहरण – प्रबंधाचा सारांश काढणे

परीक्षकांना तुमच्या प्रबंधाच्या पूर्णतेचे एका वाचनात आकलन होणे फार अवघड होईल. प्रबंधाच्या सर्वात महत्त्वाच्या घटकाची त्यांना आठवण करून देण्यासाठी ते तुमच्या निष्कर्षांवर अवलंबून राहतील. निष्कर्ष लिहीत असताना याचा विचार करा आणि परीक्षकांनी ज्या बाबी लक्षात ठेवाव्या असे तुम्हाला वाटत असेल त्यावर अधिक भर द्या.

हे करण्याकरता आधीच्या डेटा सादरीकरणाच्या प्रकरणातील कळीच्या मुद्द्यांबाबत तुमची स्वतःची स्मृती चाळवा आणि त्यांचे आकलन होईल अशा तर्कसंगत स्वरूपात एकत्रित करून मांडणी करा. जिथे जिथे शक्य आहे तिथे कळीच्या मुद्द्यांमधील दुवे दर्शविण्याचा प्रयत्न करा. या सारांश करण्याच्या प्रक्रियेत तुम्ही पुढे जाल तसे, प्रबंधात जिथे ह्या मुद्द्यावर मूळ चर्चा केलेली आहे, तिथे वाचकांना परत जाता यावे, म्हणून त्या विभागाचा किंवा पृष्ठ क्रमांकाचा संदर्भ तुम्हाला द्यावासा वाटेल. या चर्चेदरम्यान संबंधित शैक्षणिक लेखांतून काही अवतरणे किंवा डेटातून काही वेचे तुम्हाला त्यात समाविष्ट करावेसे वाटतील. परंतुही अवतरणे नवी असावीत, आधीच्या प्रकरणात समाविष्ट केलेल्याची पुनरुक्ती नसावी.

उद्दिष्टे साध्य झाली का याचे परीक्षण करणे

परीक्षकांना जर प्रबंधाचे एकदम जलद मूल्यमापन करण्याची इच्छा असेल तर ते उद्दिष्टे वाचू शकतात, निष्कर्ष वाचू शकतात आणि उद्दिष्टातील गरजा निष्कर्षातून किती प्रमाणात पूर्ण झाल्या याचा विचार करू शकतात. यातून प्रबंधाचे अपुरे चित्र मिळते परंतु यातून निदान विद्यार्थ्याने उद्दिष्टांची दखल घेण्याचा प्रयत्न केला होता की नाही हे तपासले जाते.

जर उद्दिष्टे काळजीपूर्वक व्यक्त केलेली असतील तर तुम्हाला जे साध्य करण्याची आशा आहे ते सर्व त्यात एकवटलेले असावे. इतकेच नव्हे तर ज्या पद्धतीने उद्दिष्टे लिहिली आहेत त्यातून प्रबंधाची विशिष्ट शैक्षणिक पातळी व्यक्त व्हावी. जर आपण ढोबळमानाने एकाच विषयावरील दोन प्रबंधांची कल्पना केली आणि त्यापैकी एक पदव्युत्तर आणि दुसरा डॉक्टरल पातळी वरील असेल तर त्यांची उद्दिष्टे वेगवेगळ्या पद्धतींनी व्यक्त केली जावीत. अनेकदा उद्दिष्टांमध्ये वेगळी क्रियापदे वापरून हा फरक साध्य करता येतो. उदाहरणार्थ, डॉक्टरल उद्दिष्टांमध्ये विद्यार्थ्यांनी 'विश्लेषण करणे', 'सिद्धांत विकसित करणे' किंवा 'गृहीताची चाचणी घेणे----' अपेक्षित असते. पदव्युत्तर प्रबंधात 'शोध घेणे', 'परीक्षण करणे', किंवा 'सर्वेक्षण करणे' या क्रियापदांवर अधिक जोर दिला जातो. यात फार कठोर फरक करणे शक्य नसते परंतु वरील उदाहरणांतून फरकाचा मूळ हेतू निर्देशित केला जातो.

विचार केल्यावर जर तुम्हाला असे वाटले की कोणत्याही प्रकारे तुमची उद्दिष्टे साध्य झाली नाहीत तर ह्या केंद्रविषयाचा शोध घेणे आवश्यक ठरेल. संशोधनाच्या साध्यतेविषयी तुम्हाला जे काही किंतू आहेत ते तुम्ही स्पष्टपणे मांडले पाहिजेत आणि उद्दिष्टांमधील जे घटक साध्य झाले नाहीत ते नेमकेपणाने निर्देशित करावेत. नंतर त्याची कारणांचे निरूपण करण्याचा प्रयत्न करावा. प्रबंधाची उद्दिष्टे साध्य करण्यात अपयश येणे हा तुमच्या

कामातील मोठा दोष आहे असे नाही. उद्दिष्टे थोडीफार अतिमहत्त्वाकांक्षी असू शकतील आणि अनेक बाबींचा विरुद्ध प्रभाव पडल्याने यशस्वी परिपूर्णता शक्य झाली नसेल. उदाहरणार्थ ग्राऊंडेड थिअरीत उद्दिष्टांमध्ये डेटा संकलन आणि विश्लेषणाच्या तीन फेऱ्या गृहीत धरल्या असतील. दुसऱ्या फेरीनंतर बऱ्याच प्रतिसादकांनी काही कारणाने त्यांच्या राहत्या जागा बदलल्या त्यामुळे तुम्ही डेटा संकलन पूर्ण करण्यासाठी त्यांच्याशी संपर्क साधू शकला नाहीत असेही झाले असेल. परिणामतः सिद्धांत मर्यादित झाला असेल. तुमची सर्व उद्दिष्टे साध्य करणे आवश्यक आहे असे मानले नाही तरी त्या अपयशाची तुम्हाला जाणीव असणे आणि त्याचे तर्कशुद्ध स्पष्टीकरण देऊ शकणे अत्यावश्यक आहे हे संशोधनातील सर्वपरिचित सत्य आहे.

ज्ञानात योगदान देण्यावर भर देणे

डॉक्टरल पदवीसाठी असलेले निकष व्यक्त करताना त्यांचे नेमके शब्द प्रत्येक विद्यापीठानुसार थोडे वेगळे असतात. त्या निकषात प्रबंधाने 'एका विशिष्ट शैक्षणिक क्षेत्रातील ज्ञानात मूलभूत योगदान करावे' असे जे म्हटलेले असते त्याचे एक पर्यायी विधान असते. जरी काही पदव्युत्तर प्रबंध खरोखरच एखाद्या क्षेत्रातील ज्ञानात भर घालत असले तरी असा वाक्यांश पदव्युत्तर प्रबंधाच्या निकषांत सामान्यपणे नसतो.

'ज्ञानात मूलभूत योगदान' ही संकल्पना स्पष्ट करणे सोपे नाही. प्रत्येक शिक्षणतज्ज्ञाची या संकल्पनेबाबतची समजूत थोडी वेगळी असेल. परंतु डॉक्टरल प्रबंधाची कल्पना यावर आधारलेली असल्याने या वाक्यांशाच्या अर्थाचा शोध घेणे उचित ठरेल. यातील कळीचा शब्द आहे 'मूलभूत'. रोजच्या भाषेत आपण 'मूलभूत' हा शब्द दोन वेगळ्या प्रकारे वापरतो. उदाहरणार्थ, आपण एखाद्या चित्राबद्दल बोलताना ते मूळचे आहे असे आपण म्हणतो. याचा अर्थ असा होतो की ती कला त्या कलाकारने निर्माण केली असून ती प्रत किंवा प्रतिकृति नाही. आपण पुस्तकाची मूळ आवृत्ती असे म्हणतो याचा अर्थ ती पहिली आवृत्ती असून नंतरची नाही. त्याचप्रमाणे आपण या वाक्यांशाचा वापर करताना म्हणू 'ट्यूडर वास्तुशास्त्राचे मूळ उदाहरण' त्यातून असे सूचित होते की ती वास्तू बांधल्यापासून काहीही बदल न होता आहे तशीच आहे. 'मूलभूत' या शब्दाचे हे उपयोजित अर्थ असे सुचवितात की मूलभूत ज्ञान हे नव्याने विकसित झालेले ज्ञान आहे, ते आधीच्या अस्तित्वात असलेल्या ज्ञानात केलेल्या सुधारणांचे प्रतिनिधित्व करत नाही.

कोणीतरी समस्येवर एक असाधारण उपाय विकसित केला आहे किंवा एखादी गोष्ट करण्याचा नवा मार्ग शोधून काढला आहे हा रोजच्या वापरातील 'मूलभूत' या शब्दाचा दुसरा अर्थ आहे. नंतर आपण अशा गोष्टींचा 'मूलभूत' म्हणजेच अभिनव किंवा एकमेव असा उल्लेख करतो. या अर्थाने आपणहा शब्द 'नव्या क्षेत्राचा शोध घेणारी' किंवा 'नव्या प्रांतात शिरणारी' असा अर्थ सूचित करण्याकरता वापरतो. हा मूलभूत शब्दाचा अर्थ 'ज्ञानाच्या मूलभूत योगदानास' कसा लागू केला जाऊ शकतो ते आपल्याला दिसू शकेल.

यशासाठी युक्ती – ज्ञानात योगदान

विशेषतः डॉक्टरल प्रबंधात, तुम्ही तुमच्या संशोधनातून ज्ञानात केलेल्या मूलभूत योगदानासंबंधी स्पष्ट विधान केले आहे याची खात्री करून घ्या.

परंतु, आपण जर 'मूलभूत' हा शब्द दोन्ही अर्थाने एकाचवेळी वापरला तर डॉक्टरल प्रबंधाने ज्ञानात त्या प्रकारे प्रथमच केले जाणारे आणि अभिनव असणारे असे दोन्ही प्रकारे योगदान करावे असे वाटेल. तुमचा प्रबंध या आवश्यकतांची संपूर्णपणे परिपूर्ती कशी करेल याचा विचार करणे सोपे नसेल परंतु तुम्ही तुमच्या निष्कर्षात या

बाबीची दखल घेणे आवश्यक ठरेल. तुमच्या संशोधनाने आणि प्रबंधाने ज्ञानात योगदान कसे केले आहे हे स्पष्ट करण्याची पराकाष्ठा तुम्ही केली पाहिजे आणि मूलभूततेच्या संदर्भात त्या ज्ञानाचे मूल्यमापन केले पहिजे. ही बाब टाळण्याऐवजी आणि सर्व गोष्टी तुमच्या उर्वरित प्रबंधातून आपोआपच स्पष्ट होतील अशी आशा करण्याऐवजी तिला स्पष्टपणे संबोधले पाहिजे.

उदाहरण – मूलभूत योगदान

काही विद्यार्थ्यांची अशी कल्पना असते की ज्ञानात मूलभूत योगदान म्हणजे जगाकडे बघण्याचा दृष्टिकोन बदलू शकणारे काहीतरी भव्य असावे! असे नसते. हे योगदान अगदी लहानसे असू शकेल तरीही ते मूलभूत असेल. ते जग बदलवणारे नसले तरी काळजी करू नका, पण तुमचे योगदान स्पष्ट दिसत आहे याची खात्री करून घ्या.

व्यवहार्य शिफारसी विकसित करणे

अनेक विद्यार्थ्यांना व्यवहार्य शिफारशींची यादी देऊन प्रबंधाचा समारोप करणे आवडते. तो एक उद्दिष्टांचा वेगळा भाग म्हणून दिला नसेल आणि त्यामुळे तुम्हाला ते करणे आवश्यक नसेल, तर साधारणपणे तुम्ही हे टाळावे. आपण चर्चा केल्याप्रमाणे डॉक्टरल पातळीवरील प्रबंधात मुख्य फलित ज्ञानात मूलभूत योगदान हे असले पाहिजे. व्यवहार्य शिफारशी करण्याच्या प्रयत्नापेक्षा हे अधिक महत्त्वाचे आहे. व्यवहार्य शिफारशींमुळे मुख्य फलितापासून लक्ष विचलित होईल. पदव्युत्तर पातळीवरील प्रबंधात थोडी अधिक प्रागतिक अभिमुखता असते म्हणून त्यात काही शिफारसी समाविष्ट करणे अधिक उचित ठरेल.

शिफारसी समाविष्ट करणे योग्य आहे असे तुम्ही ठरवले, तर त्या कोणाला केल्या जात आहेत ते तुम्ही स्पष्ट करणे आवश्यक आहे. काही प्रबंधात शिफारसींची एक लंबीचौडी यादी दिसेल, त्यातील काही शिक्षकांना उद्देशून असतील, काही सरकारला तर काही स्थानिक शैक्षणिक अधिकाऱ्यांना तर काही संशोधनाशी संबंधित अन्य अनेक लोकांना किंवा संस्थांना उद्देशून असतील.

शिफारसी अशाच व्यक्ती किंवा संस्थांना संबोधित केलेल्या असतात, जे त्या शिफारसींवर विचार करून त्या अमलात आणू शकतील.

असेही शक्य आहे की डॉक्टरल प्रबंधातील, ज्ञानातील काही मूलभूत योगदान हे काही व्यवहार्य शिफारसी म्हणून अंतर्भूत होऊ शकेला. हा संशोधनातील अंगभूत घटक असेलच असेही नाही. उदाहरणार्थ, ज्ञानात मूलभूत योगदान असे असेल की प्राथमिक शालेय विद्यार्थ्यांना संगणकाचा वापर एका विशिष्ट प्रकारे शिकवल्यास माहिती तंत्रज्ञान कौशल्ये हस्तगत करण्याचा त्यांचा वेग वाढलेला दिसतो, याच्याशी सुसंगत शिफारस अशी राहील की शाळांमध्ये ही पद्धत स्वीकारली जावी. परंतु तरीही प्रबंधात एखादी विशिष्ट शिफारस लिहिणे आवश्यक नसेल. संशोधन निष्कर्षांचा पुरेसा प्रसार झाला तर ते सार्वजनिक क्षेत्रात येतात आणि योग्य वाटल्यास धोरणकर्ते त्यांचा उपयोग करतात. संशोधन प्रबंधातून निष्पन्न झालेल्या सर्व शिफारसींचा धोरणकर्त्यांनी विचार करावा अशी अपेक्षा करणे अवास्तव आहे. कोणत्याही परिस्थितीत कुठल्याही शिफारसींचा स्वीकार करण्यापूर्वी संशोधनाची पुनरावृत्ती करणे आणि अन्य संशोधकांनी त्यातील निष्कर्षांची

सर्वंकष पुनर्तपासणी करणे योग्य होईल. संपूर्णपणे फक्त एकाच अभ्यासावर आधारलेले प्रस्ताव धोरणकर्त्यांनी स्वीकारावे अशी अपेक्षा कुणी करू शकत नाही.

शेवटी याची नोंद घ्यावी की काही प्रकारचे संशोधन अभ्यास व्यवहार्य शिफारसी विकसित करण्यासाठी सुरू होत नाहीत. अशा प्रकारचे नाव घेण्यासारखे संशोधन म्हणजे कृती संशोधन. कृती संशोधनातील तात्विक प्रगतीवाद, जॉन ड्युई आणि कर्ट लेविन यांच्या लेखनाचा बौद्धिकदृष्ट्या ऋणी आहे. कामाच्या ठिकाणातील व्यवहार्य समस्या आणि प्रश्न यांना संबोधणे आणि त्यावर तात्पुरते उपाय शोधून काढणे हा कृती संशोधनाचा दृष्टिकोन राहिला आहे. म्हणून संशोधन समस्या सोडवण्यासाठी कृती संशोधन अभ्यासातून काही व्यवहार्य धोरणे मिळतील अशी सर्वसाधारणपणे अपेक्षा केली जाते.

उदाहरण – व्यावसायिक डॉक्टरेट्स

व्यावसायिक डॉक्टरेट्स हा नवा प्रकार साधारणपणे व्यवसायांशी निगडित असतो, आणि अशा उदाहरणांमध्ये काही व्यवहारी शिफारसींसह प्रबंधाचा निष्कर्ष काढणे अधिक सुसंगत होईल. जर तुम्ही व्यावसायिक डॉक्टरेट करत असाल तर अशा शिफारशीसंबंधी तुमच्या पर्यवेक्षकाशी चर्चा करणे ही एक चांगली कल्पना आहे.

प्रबंधाच्या मर्यादा

तुमच्या संशोधनाचे आयोजन अचूक असेल किंवा तुमचा प्रबंध परिपूर्ण असेल अशी अपेक्षा तुमचे परीक्षक करणार नाहीत. ते अशा निष्कर्षाच्या विभागाची अपेक्षा करतील जेथे त्यांनी वेगळ्या प्रकारे काम केले असते, किंवा तुमच्या प्रबंधातील असा भाग ते शोधून काढतील ज्यात त्यांनी स्वतः कमी अधिक तपशील दिला असता किंवा तो भाग वेगळ्या प्रकारे लिहिला असता. त्यांना असे वाटणे स्वाभाविक आहे. परंतु, तुम्ही तुमच्या संशोधनाच्या मर्यादांवर विचार केला असेल आणि त्याची तुमच्या प्रबंधात चर्चा केली असेल अशी अपेक्षा ते करतील. असे चिंतन घालण्याची योग्य जागा म्हणजे समारोपाचे प्रकरण. दुसऱ्या शब्दांत, तुम्ही तुमच्या प्रबंधाचे टीकाकार असावे आणि त्याची समीक्षा करावी अशी अपेक्षा परीक्षक करतील. म्हणजे तुम्ही प्रबंधाला हीन लेखून बोलावे असे नसून, कोणत्या मार्गांचा प्रबंध आणि संशोधन अधिक चांगले झाले असते याचा तुम्ही काळजीपूर्वक आणि विश्लेषणात्मक विचार करावा.

हे साध्य करण्यासाठी तुम्ही उद्दिष्टांपासून सुरुवात करून,मागे वळून संपूर्ण संशोधन प्रकल्पाकडे पाहिले पाहिजे आणि कुठलाही दृष्टिकोन किंवा निर्णय बदलला असता अधिक चांगले झाले असते असा विचार केला पाहिजे. संशोधनात कोणत्या संभाव्य सुधारणा करता आल्या असत्या हे शोधण्यासाठी स्वतःला विचारण्यासाठी काही नमुना प्रश्न खाली दिले आहेत.

तुम्ही तुमच्या संशोधना आणि ती प्रक्रिया कोणत्या मार्गांनी सुधारता आली असती याचाही विचार केला आहे असे तुम्ही परीक्षकांना पटवून देऊ शकलात तर ते तुमच्या कामाबद्दल अधिक सकारात्मकतेने विचार करतील.

उदाहरण – प्रबंधाचा टीकात्मक विचार करणे

तुमच्या संशोधन प्रकल्पाचे आणि प्रबंध लेखनाचे सिंहावलोकन करा आणि स्वतःला खालील प्रश्न विचारा :

- मी उद्दिष्टांत सुधारणा करायला हवी होती का?
- ती खूप जास्त विस्तृत आहेत का किंवा अतिसंकुचित आणि मर्यादित आहेत का?
- मी संबंधित साहित्यासाठी पुरेसा व्यापक शोध घेतला का?
- मी पाहायला हवी होती अशी अन्य संशोधन क्षेत्रे आहेत का?
- मी निवडलेल्या पद्धतींना काही व्यवहार्य पर्याय होते का?
- माझे नमुने निवडण्यासाठी मी बरोबर धोरण वापरले का?
- डेटा संकलन करताना मी आणखी कोणत्या प्रकारे काळजी घेऊ शकलो असतो का?
- मी अधिक पूर्णपणे परामर्श घ्यायला हवा होता अशा काही नैतिक बाबी होत्या का?
- डेटा विश्लेषण करताना मी पुरेशी मेहनत घेतली का?
- प्रबंध वाचकांना मी माझ्या प्रक्रिया पुरेशा स्पष्ट केल्या का?
- मी हाताळायला हवे होते असे विश्वासार्हता आणि वैधतेचे प्रश्न होतेका?
- या पातळीवरील प्रबंधाच्या गरजा माझ्या निष्कर्षांतून पूर्ण होतात का?

पुढील संशोधनाच्या शक्यता

संशोधन अभ्यास हा अन्य तशाच अभ्यासांपासून वेगळा केलेला बौद्धिक कृतीचा एक अलग तुकडा आहे असे साधारणपणे मानले जात नाही. तो अस्तित्वात असलेल्या सातत्याचाच एक भाग आहे असेच त्याकडे पाहिले जाते. तो आधीच्या संशोधनात भर घालतो आणि त्याच क्षेत्रात भविष्यात अन्य संशोधन घडेल याची ग्वाही देतो. तुमच्या प्रबंधातून संशोधन कृतीचा हा घटक व्यक्त होतो हे महत्त्वाचे आहे.

वास्तविक साहित्य परीक्षण प्रकरण लिहून तुम्ही यातील एका भागाची दखल घेतलेली आहे. त्यात या क्षेत्रातील आधीच्या संशोधनाचे विश्लेषण आहे आणि तुमच्या सध्याच्या संशोधनाशी त्याचा दुवा जोडलेला आहे. परंतु तुम्ही भविष्याकडे पाहाता आणि भावी विद्यार्थ्यांना आणि संशोधकांना शोध घेण्यासाठी दिशा दाखवता हेही महत्त्वाचे आहे.

एका अर्थी आधीच्या भागात चर्चा केलेल्या मुद्द्याचा हा एक दुसरा घटक आहे. प्रबंधाच्या नोंदवलेल्या मर्यादा पुढील कामाचे क्षेत्र दर्शवतील. तुम्ही तुमच्या संशोधनाविषयी खालील उदाहरणातील प्रश्न स्वतःला विचारू शकता त्यातून तुम्हाला पुढील संशोधनाच्या संभाव्यतेचा विचार करण्यास साह्य होईल.

उदाहरण – पुढील संशोधन

तुमचे संशोधन वाढवण्यासाठी कोणते मार्ग आहेत ते स्पष्ट करण्यासाठी खालील प्रश्न साह्य करतील.

- माझ्या संशोधन विषयासाठी दुसरी पद्धत वापरता येईल का, जेणेकरून संशोधन बाबीविषयी नवीन दृष्टिकोन मिळेल?
- माझे निष्कर्ष कुठल्याही प्रकारे अपूर्ण होते का?
- अशा क्षेत्रात नवीन अभ्यासाने शोध घेता येईल का?
- काही विषय किंवा संकल्पनांचा शोध घेण्यासाठी डेटा अपुरा होता का?
- पुढील संशोधन अन्य अभ्यासाशी किंवा क्षेत्राशी असलेले दुवे निर्देशित करेल का?

पुढील संशोधनाची क्षेत्रे सुचवताना ते संशोधन कसे केले जावे याचे नियोजन करण्याची गरज नसेल. तुम्ही तपासाची दिशा थोडक्यात निर्देशित करायला हवी.

संशोधन प्रक्रियेचे चिंतनात्मक वर्णन

काही संशोधन परंपरांमध्ये विशेषतः संस्कृती आणि अन्य अन्वयार्थी दृष्टिकोनात एक संशोधक म्हणून तुमच्यात आणि प्रतिसादकात असलेली अन्योन्यक्रिया प्रबंधात स्पष्ट करणे अनेकदा आवश्यक असते. अन्वयार्थी संशोधनात संशोधनातील सहभागी, संशोधन क्षेत्र,आणि तुम्ही एका अशा अन्योन्यक्रियेत, जोमदार प्रक्रियेत गुंतलेले असता ज्यात प्रत्येकजण दुसऱ्यावर परिणाम करतो. त्या क्षेत्रातील किंवा संशोधन संदर्भातील तुमच्या हस्तक्षेपाचा महत्त्वपूर्ण परिणाम असू शकेल. वातावरण अजिबात बदलणार नाही अशा अपेक्षेने तुम्ही वर्गात बसून पाठाचे निरीक्षण करू शकत नाही. जरी विद्यार्थ्यांच्या आणि शिक्षकांच्या वर्तणुकीत स्पष्ट बदल दिसला नाही तरी वर्गातील नवागताच्या जाणिवेने संपूर्ण वातावरणात फरक पडेल असे कोणीही साधारणपणे समजू शकेल.

समजा तुम्ही कॉलेजच्या शिक्षक कक्षात डेटा संकलन करत आहात, तुम्ही शिक्षक कक्षात जाता, बसता,आणि तेथील एका शिक्षकास प्रश्न विचारता. कॉलेजात होणारे सायंकालीन पाठ किती असतात यासंबंधी प्रश्न आहेत. तुम्ही तो विषय निवडला आणि शिक्षकाला त्यावर विचार करायला सांगितले यातूनच एका अर्थी सामाजिक पार्श्वभूमी बदलली. कदाचित तुमचे बोलणे अन्य शिक्षकांच्या कानावर पडले असेल. तेसुद्धा या विषयावर विचार करू लागले असतील. कदाचित नवे संभाषण सुरू होईल. इतकेच नव्हे तर तुम्हीसुद्धा मूळ प्रश्न विचारण्याच्या एका विशिष्ट पद्धतीची निवड केली असेल. त्या अभिव्यक्तीच्या पद्धतीतून तुमच्या काही पूर्वसंकल्पना आणि गृहीते प्रतिबिंबित झाली असतील. तुम्ही ज्या प्रकारे प्रश्न विचारलात त्यामुळे काही प्रमाणात शिक्षकाने त्या बाबीवर दिलेल्या उत्तराचे अनुकूलन झाले. त्याचप्रमाणे शिक्षकाने दिलेल्या उत्तराचा तुमच्यावर परिणाम झाला आणि त्याप्रमाणे तुम्ही तुमचा पुढील प्रश्न विचारला. थोडक्यात म्हणजे सामाजिक पार्श्वभूमीवर आणि सहभागींवर तुमचा परिणाम होतो आणि सहभागी तुमच्या दृष्टिकोनावर परिणाम करतात.

अन्वयार्थी दृष्टिकोनात असे मान्य केले गेले आहे की संशोधक सामाजिक जगाचा तटस्थ, वस्तुनिष्ठ निरीक्षक नाही. तर, संशोधन क्षेत्राशी अन्योन्य संबंध कसा ठेवावा, कोणत्या प्रकारचे प्रश्न विचारावेत, कोणत्या समस्या मांडाव्यात, त्या कशा मांडाव्या यासंबंधी तो सतत निर्णय घेत असतो. त्याचवेळेस, संशोधक, सहभागींकडून

प्रश्न विचारले जातील अशी अपेक्षा करतो आणि त्या प्रश्नांचा त्यांच्या सामाजिक पार्श्वभूमीबद्दलच्या दृष्टीवर परिणाम होईलहे त्यांना चांगले वाटते. सामाजिक पार्श्वभूमीवर घडणाऱ्या या गतिशील परस्परक्रियांना रिफ्लेक्सिव्हिटी असे म्हणतात. या प्रक्रियेत विशेष करून वैयक्तिक सामाजिक कर्ते सामाजिक जगाचा विचार करतात आणि त्याचा अर्थ लावायचा प्रयत्न करतात. आपल्या बौद्धिक आणि सामाजिक विकासात अनेक घटक असतात आणि ते स्वतः सामाजिक जगाशी ज्या प्रकारे संबंधित असतात त्यावर परिणाम करतात त्याची दखल अन्वयार्थी संशोधक घेतात आणि त्यांच्या स्वतःचे आणि संशोधन सहभागींचे प्रतिसाद, दोन्हींचा अन्वयार्थ लावतात. संशोधकाने या वैयक्तिक घटकांपैकी काहींचे वर्णन आणि विश्लेषण केले, तर संशोधन क्षेत्रास आणि त्यातून निर्माण होणाऱ्या डेटास सामोरे जाताना संशोधकाने ठेवलेल्या दृष्टिकोनाचे गुणग्रहण करण्यास संशोधन वाचणाऱ्यांना मदत होते याची ते दखल घेतात. अशी चिंतनात्मक वर्णने विशेषकरून संस्कृती अभ्यासात वाढत्या प्रमाणात सामान्य होऊ लागली आहेत. चिंतनात्मक वर्णनाद्वारे चर्चा होऊ शकेल अशा बाबींचा विचार करणे रंजक आहे.

तुमच्या चालू संशोधनाच्या विषयापर्यंत तुम्ही कोणत्या मार्गाने पोहोचलात त्याची चर्चा करणे नेहमी रंजक ठरेल. उदाहरणार्थ, तुमच्या पूर्वीच्या नोकऱ्यांमुळे तुम्हाला काही विशिष्ट बाबींमध्ये रस निर्माण झाला असेल. जर तुमच्या नोकरीतील अनुभव आणि तुमच्या संशोधन विषयाची निवड यात काही संबंध असेल तर तुमचा विषयाकडे बघण्याचा दृष्टिकोन समजून घेण्यास वाचकांना साह्य होईल. आपण ज्या प्रकारच्या पदांवर काम केले आणि त्या पदांची पातळी याचा प्रभाव, आपल्या डेटाच्या आकलनाच्या व विश्लेषणाच्या पद्धतीवर पडतो. तुमच्या शैक्षणिक इतिहासाची चर्चा करणे नक्कीच सुसंगत होईल. उदाहरणार्थ, तुम्ही एका विशिष्ट विषयात तुमचा डॉक्टरल प्रबंध लिहीत असाल तर तुमची पहिली पदवी कुठल्याही वेगळ्या शाखेची असू शकते. मानसशास्त्रज्ञास एखाद्या समस्येकडे समाजशास्त्रज्ञापेक्षा वेगळ्या दृष्टिकोनातून पाहण्याचे प्रशिक्षण मिळाले असेल परंतु तरीही ते दोघे शिक्षणशास्त्रात संशोधन करत असतील. या विद्याशाखीय पार्श्वभूमीची काही चर्चा संशोधनाशी सुसंगत ठरेल. आपण ज्या प्रकारे संशोधनास सामोरे जातो त्यात वैयक्तिक आवडही फार मोठी भूमिका बजावते. फ्लिक (१९९८, पृ. क्र. ६) मध्ये रिफ्लेक्सिव्हिटीची चर्चा केली आहे.

चिंतनात्मक वर्णन लिहिताना संशोधन क्षेत्राविषयी तसेच ज्यांच्याकडून तुम्ही डेटा संकलित केलात त्यांच्याविषयीच्या तुमच्या प्रतिक्रिया विचारात घेणे महत्त्वाचे आहे. यामुळे तुम्हाला, डेटाच्या तुमच्या आकलनाचे अनुकूलन करणाऱ्या घटकांचे विश्लेषण करण्यासाठी, मोठा चिंतनात्मक विचार करावा लागेल. परंतु असे आत्मचिंतन जरी मर्यादित असले आणि साध्य करण्यास अवघड असले तरी संशोधन विषयाशी संबंधित असलेले तुमच्या वैयक्तिक आणि शैक्षणिक इतिहासाचे वर्णन हा नक्कीच तुमच्या प्रबंधातील रंजक भाग ठरेल.

सारांश – चिंतनात्मक वर्णनातील संभाव्य आशय

तुमच्या वैयक्तिक आणि बौद्धिक इतिहासाची खालील वैशिष्ट्ये चिंतनात्मक वर्णनात समाविष्ट करण्याचा विचार करू शकता:

- तुम्ही शिक्षण घेतलेली संस्था आणि तुम्ही प्राप्त केलेली शैक्षणिक अर्हता.
- याचा तुमच्या संशोधनातील स्वारस्यावरील तसेच संशोधन विषयाच्या निवडीवरील प्रभाव, असल्यास.
- काळानुसार तुमची बौद्धिक आवड कशी विकसित झाली.
- तुमच्या नोकरीचा इतिहास आणि तुमच्या संशोधन आवडीशी त्याचा काही संबंध असल्यास त्यावर चर्चा.
- तुमच्या वैयक्तिक आवडी आणि छंद आणि संशोधन विषय यातील काही संबंध, असल्यास.
- तुमच्या संशोधनाचा तुमच्यावर वैयक्तिक प्रभाव आणि त्या अनुभवातून तुम्ही शिकलेल्या गोष्टी.
- संशोधन प्रतिसादकांशी असलेल्या अन्योन्य क्रियेवर चिंतन आणि त्यातून काय शिकलात यावर चर्चा.

सारांश लेखन

सारांश लिहिण्यापूर्वी प्रबंधाचा निदान पहिला मसुदा पूर्ण करणे हे सर्वात उत्तम असेल. तेव्हाच तुम्हाला सारांश कशाच्या आधारावर लिहायचा याची तुम्हाला पूर्ण माहिती मिळेल. पुस्तकाच्या या टप्प्यावर सारांशाची चर्चा करण्याचे हे कारण आहे.

सारांश हे प्रबंधाचे लघुरूप असते. ते शीर्षकाच्या पानानंतर लगेचच प्रबंधात घातले जाते. सहसा सारांश ए४ आकाराच्या एका पृष्ठावर लिहिला जावा. परंतु काही संशोधक सारांश लहान फॉंटमध्ये टाईप करतात किंवा जास्त तपशील मावावा म्हणून दोन ओळींमधील अंतर कमी ठेवतात. याचा अतिरेक करू नये. १० किंवा ११ फॉंट साईझ व दीडओळींच्या स्पेसिंगने सारांश एका पृष्ठावर बसवणे शक्य व्हायला हवे.

सारांशामधून प्रबंधातील प्रत्येक कळीच्या बाबीची रूपरेखा दिली जावी. परीक्षकांसाठी आणि ग्रंथालयातील वाचकांना हा आढावा वाचून प्रत्यक्ष प्रबंधातील तपशिलाचा संदर्भ समजायला मदत होते. पूर्ण झालेल्या प्रबंधाचे वर्गीकरण करण्यासाठी ग्रंथपाल सारांशाचा उपयोग करतात जेणे करून संदर्भ म्हणून त्याचा वापर करू इच्छिणाऱ्या भावी विद्यार्थ्यांना तो शोधणे सोपे जाते. सारांश लेखनाची चर्चा ब्रॉज (२०००, पृ. क्र. १३१) आणि ॲलिसन (१९९७, पृ. क्र. १०) मध्ये केली आहे.

सारांश लेखन हे एक साहित्यिक कौशल्य आहे आणि स्वतःचा सारांश लिहिण्यास सुरुवात करण्यापूर्वी अन्य प्रबंधातून अनेक सारांशाचे वाचन करण्याने मदत होईल. लेखनशैली स्पष्ट आणि नेमकी असावी. तुम्हाला कोणत्याही बाबतीत तपशिलात जाण्याची गरज नाही फक्त प्रबंधातील कळीच्या आशयाचा सारांश द्या. सारांश लिहिण्याच्या आधी प्रबंध एकदा चाळून पाहा, त्यातील पद्धती, डेटा विश्लेषण, निष्कर्ष यांमधील मुख्य मुद्द्यांची नोंद घ्या. नंतर या बाबी कोणत्या सर्वोत्तम अनुक्रमाने मांडायच्या ते ठरवा आणि नंतर त्या संक्षिप्त, वर्णनात्मक शैलीत सारांश करा.

ABSTRACT

This study investigates the perceptions of key stakeholders in midwifery education concerning the involvement of service users in student assessment. It identifies the key stakeholders in specific interest groups, as expert professional and expert lay people, parents, student midwives, qualified midwives who mentor students in clinical practice and the heads of midwifery education in University Departments. The work starts from the premise that assessment is an underestimated means of enhancing students' learning and the development of competence to practise as a registered midwife.

The inquiry opens by examining the professional context in which maternity services are provided. It identifies the relationships that midwives form with the women and their families for whom they care.

These considerations are followed by an interrogation of the literature that reveals a rich variety of interlocking concepts that are apposite considerations in terms of the assessment of student midwives and the involvement of women in it. This firmly links the problem to previous research and provides a sound rationale for the conduct of the study.

Interpretivism is advanced as a suitable philosophical framework for the prosecution of the study that offers a methodological rationale for a pragmatic, mixed methods investigation. The study design presents a raison d'être for a phased approach to the work and data are accrued variously from qualitative and quantitative sources.

Although the focus of the work concerned the role of users of maternity services in student assessment and found considerable support for their involvement, what emerged has wider consequences for teaching and learning, the overall student experience and also for women as health service consumers.

Having examined the principle dynamics that influence student learning in clinical placements, the study concludes that there is a superficial disharmony between learning and assessment yet it claims the two are mutually complimentary. The inclusion of women in teaching and learning is seen as a potent means to add an extra element to the definition of competence and to add to the authenticity of its assessment.

आकृती १२.१ सारांशाचे उदाहरण

निष्कर्षासाठी पडताळणी यादी

प्रत्येक प्रबंध वेगळा असतो, प्रत्येक निष्कर्षात समाविष्ट करण्याच्या सर्वसमावेशकबाबींची यादी करणे अवघड असते. तथापि, खालील यादी तुम्हाला तुमच्या अभ्यासाचे समारोपात्मकप्रकरण प्रभावीपणे मांडण्यास साह्यभूत व्हावी:

- ☐ वाचकांना तुमच्या प्रबंधातील उद्दिष्टांची आठवण देऊन सुरुवात करा.
- ☐ तुम्ही किती प्रमाणात ही उद्दिष्टे साध्य केली आहेत त्याचे मूल्यामापन करा.
- ☐ जर काही उद्दिष्टे अजिबातच पूर्ण झाली नसतील तर त्याची कारणे द्या.
- ☐ तुम्ही अमलात आणलेल्या पद्धतीचे परीक्षण करा आणि काही समस्या आली असल्यास त्याची चर्चा करा.
- ☐ तुमच्या संशोधनात सिद्धांत तपासून पाहिला असेल तर आता तुम्हाला त्या सिद्धांताविषयी कितपत आत्मविश्वास वाटतो?

- ☐ जर तुमच्या संशोधनातून एखादा सिद्धांत निर्माण झाला असेल तर त्या सिद्धांताचा स्पष्टपणे सारांश द्या.
- ☐ तुमचा सिद्धांत खोटा ठरवण्यासाठी काय केले पाहिजे ते स्पष्ट करा.
- ☐ तुमच्या संशोधनातून निर्माण झालेल्या ज्ञानातील मूलभूत योगदानाचे स्पष्ट प्रतिपादन करा.
- ☐ तुमच्या संशोधनातून साधित झालेल्या व्यवहार्य शिफारसी करायच्या असतील तर त्या स्पष्टपणे मांडा आणि त्या कोणासाठी आहेत त्याचे स्पष्टीकरण द्या.
- ☐ तुमच्या संशोधनाचा परिणाम म्हणून पुढील अभ्यासाचा काही विचार केला जावा असे तुम्ही सूचित कराल का?
- ☐ चिंतनात्मक वर्णन सुसंबद्ध झाले असते असे तुम्हाला वाटत असेल, तर ते इथेच दिले जावे किंवा परिशिष्टाचा भाग म्हणून दिले जावे.

Further reading

Craswell, G. (2004) *Writing for Academic Success: A Postgraduate Guide.* London: Sage.

Gillett, A. Hammond, A. and Martala, M. (2009) *Successful Academic Writing.* Harlow: Pearson Education.

Murray, R. (2011) *How to Write a Thesis.* 3rd edn. Maidenhead: Open University Press.

Silverman, D. (2004) *Doing Qualitative Research: A Practical Handbook,* 2nd edn. London: Sage.

Thody, A. (2006) *Writing and Presenting Research.* London: Sage.

१३

प्रबंध पूर्ण करणे

तुमच्या प्रबंधाचा पहिला मसुदा पूर्ण झाल्यावर तो कोणत्या प्रकारे तपासणे आवश्यक आहे, याचा विचार आपण या प्रकरणात करू या. साधारणपणे तुमचे पर्यवेक्षक मुद्रितशोधन प्रक्रिया, संदर्भ तपासणे, आणि पृष्ठ क्रमांक तसेच ज्या इतर वेगवेगळ्या बाजू तपासतील, त्यांच्याकडे आपण पाहू. अंतिमतः प्रबंध साधारणपणे कशा पद्धतीने सादर केले जातात, त्याचा आपण विचार करू.

अभ्यासाची धोरणे

- हे प्रकरण वाचल्यावर आणि तुमच्या हस्तलिखिताच्या स्वरूपाचा विचार केल्यावर तुमच्या प्रबंधाचे मुद्रितशोधन करण्यासाठी स्वतःची एक पडताळणीची यादी व प्रक्रिया तयार करा.

पहिला पूर्ण मसुदा तयार करणे

प्रबंध पूर्ण करणे, हा एक मोठा उपक्रम आहे. म्हणून ह्या कामाचे विभाजन करणे आणि वेगवेगळ्या वेळी लिखाण होणे अपरिहार्य आहे. परंतु एक वेळ अशी येते की तुम्हाला हे वेगवेगळे विभाग एका अखंड स्वरूपात जोडावे लागतात. या टप्प्यावर प्रत्येक स्वतंत्र विभाग किंवा प्रकरण हे सुरुवातीच्या कच्च्या मसुद्याच्या स्वरूपात असते. एकूण प्रबंधाची कल्पना आल्यावर काही बाबींची चर्चा करण्याचे तुम्ही ठरविलेले असते. त्यामुळे अनेक प्रकरणातील बराचसा मजकूर गाळला जाऊ शकतो. इतकेच नव्हे तर, जेव्हा सर्व स्वतंत्र विभाग तुम्ही टेबलवर मांडता आणि तुम्हाला पूर्ण अभ्यासाची प्रथमच कल्पना येते तेव्हा प्रबंधाच्या विकासातील ती महत्त्वाची घटना असतो.

या टप्प्यावर तुम्ही खरोखरच सर्व विभाग तयार ठेवण्याचा प्रयत्न करावा. प्रबंधाच्या शेवटी समाविष्ट करण्यासाठी संदर्भसूची तयार ठेवावी. तुम्ही जे दस्तावेज परिशिष्टात घालू इच्छिता ते गोळा करावेत, शीर्षक पृष्ठ तसेच सारांश तयार करावा आणि हे सर्व सुरुवातीस समाविष्ट करावे. जेव्हा तुम्ही जमा केलेले दस्तावेज बघाल तेव्हा तुम्हाला

त्याच्या आकाराची आणि प्रमाणाची कल्पना येईल. वेगवेगळ्या कम्प्यूटर फाईल्स किंवा प्रिंटआऊटच्या ऐवजी त्याला एका पुस्तकाचे किंवा प्रबंधाचे स्वरूप येण्याची ही पहिलीच वेळ असेल. गाळल्या गेलेल्या तालिकांची किंवा भर घालावी लागेल अशा परिच्छेदांची तुम्ही नोंद केली असेल. परंतु निदान तो प्रबंध आता आकार घेऊ लागला आहे!

उदाहरण – पुरेसा वेळ घेणे

तुमच्या प्रबंधाचे शेवटचे प्रकरण पूर्ण झाल्यावर सुटकेचा निःश्वास टाकणे आणि एक मोठे काम हातावेगळे झाले, असा विचार करणे खूपच सोपे आहे. परंतु एक प्रकारे ही तर कामाची सुरुवात आहे! जर तुम्ही तुमच्या प्रबंधाला एका पूर्ण कामाचे स्वरूप देण्याच्या प्रक्रियेत घाई केलीत तर तो प्रबंध पास करण्याचा विचार करण्याआधी तुमचे परीक्षक त्यात अपेक्षित असणाऱ्या सुधारणांची एक भली मोठी यादी देतील. तुमच्या पास होण्याच्या संधींविषयी पूर्वग्रह निर्माण न करता परीक्षण प्रक्रियेच्या आधीच तुम्ही शक्य तितका चांगला प्रबंध तयार करणे, अधिक उचित ठरेल.

काम आता जवळजवळ संपले आहे, असे तुम्हाला कदाचित वाटेल. परंतु अद्याप बरेच काम करायचे शिल्लक आहे! मसुद्यांच्या या संग्रहाचे एका पूर्ण सफाईदार प्रबंधात रूपांतर करण्यास सुरुवात करण्याचे वेगवेगळे मार्ग आहेत आणि हे साध्य करण्यासाठी आता मी तुम्हाला काही धोरणे सुचवीन. पाने चाळून, मोठ्या चुका आणि गळती शोधणे हा पहिला टप्पा. मुद्रितशोधन गंभीरपणे सुरू करण्यासाठी प्रबंध एका विशिष्ट दर्जापर्यंत सफाईदार करणे हा याचा हेतू असेल.

या टप्प्यावर तुम्ही प्रत्येक शब्द वाचणार नाही, परंतु प्रबंधाची कमकुवत मांडणी, गाळला आहे असे वाटणारा मजकूर, चुकीच्या क्रमाने लावलेली पाने आणि ज्या आकृत्या पुन्हा काढाव्या लागणार आहेत, अशा सर्वांची दखल घ्याल. जिथे भर घालणे किंवा सुधारणा करणे आवश्यक आहे. त्या संबंधित पानांवर हायलायटर पेनने स्पष्टपणे खुणा करण्याचा प्रयत्न करा. सुधारणांची गरज असलेल्या कच्च्या मसुद्याच्या काही बाबींची यादी सारांशात घाला.

सारांश – पहिला मसुदा सुधारणे

प्रबंधाचे, मुद्रितशोधनास योग्य अशा सफाईदार दस्तावेजामध्ये रूपांतर करण्यासाठी तुम्ही खालील काही बाबी तपासून पाहू शकता.

- सुरुवातीच्या पानांत अतिरिक्त पानांची भर घालावी लागणार नाही ना याची तपासणी करा. राहिलेले भाग लिहा आणि अपूर्ण आणि अव्यवस्थित आकृत्या नीट पूर्ण करा.
- सर्व पानांवर क्रमांक आहेत, याची खात्री करून घ्या.
- प्रबंधाच्या सुरुवातीच्या अनुक्रमणिकेच्या भागास पान क्रमांक द्या.

(पुढे चालू...)

(पुढे चालू...)

- सर्व आकृत्यांना आणि तालिकांना क्रमांक आणि शीर्षके आहेत याची तपासणी करा.
- हे सर्व सुरुवातीच्या तालिका आणि आकृत्यांच्या यादीत समाविष्ट आहे, याची खात्री करून घ्या.
- प्रबंधाच्या एकूण छपाईच्या दर्जाची तपासणी करा.
- एका पानाच्या तळापासून दुसऱ्या पानाच्या सुरुवातीपर्यंत कुठलाही मजकूर छापताना सुटला नाही ना, याची खात्री करून घ्या.
- उपशीर्षके पानावर योग्य ठिकाणी असून पानावरील तळाच्या ओळीत लिहिलेली नाहीत ना, हे तपासा.
- प्रत्येक प्रकरण नव्या पानावर सुरू होत आहे आणि प्रत्येक प्रकरणाच्या मथळ्याची आणि शीर्षकांची मांडणी एकाच प्रकारे केली आहे, याची खात्री करून घ्या.
- संपूर्ण प्रबंधात संदर्भ देण्याची एकच पद्धत अनुसरली आहे, याची खात्री करून घ्या.
- शेवटच्या संदर्भ सूचीत, ग्रंथांची नावे अकारविल्हे पद्धतीने न देण्यासारखी मोठी चूक झाली नाही ना, याची खात्री करून घ्या.
- परिशिष्टातील दस्तावेजांना क्रमांक दिल्याची तसेच ते अनुक्रमणिकेत घातल्याची किंवा परिशिष्टात त्याची 'की' दिल्याची खात्री करून घ्या.

या टप्प्यावर तुम्ही करत असलेल्या काही बदलांमध्ये नंतर आणखी सुधारणा करण्याची गरज भासेल. आताच पृष्ठ क्रमांक घालणे योग्य ठरेल, कारण एकदा का तुम्ही पूर्ण प्रबंध हाताळण्यास सुरुवात केलीत की पानांचा क्रम चुकीचा लागणे सहज शक्य आहे. काही वेळेस प्रबंधाचे मुद्रितशोधन करता आणि लहानशा चुका दुरुस्त केल्यावर पृष्ठ क्रमांकात थोडेसे बदल होऊ शकतील. चुका सुधारल्यास पानावरील उपशीर्षके वर खाली सरकू शकतात. उपशीर्षके जर पानाच्या अगदी तळाजवळ आली तर त्याची दुरुस्ती करणे गरजेचे ठरेल. काही मोठ्या सादरीकरणाच्या चुका राहू नयेत हा या टप्प्यावर हस्तलिखित तयार करण्याचा मुख्य हेतू आहे.

एकसंधता आणि अंतर्गत सुसंगती तपासणे

सादरीकरणाच्या बाबींमधील अंतर्गत सुसंगती तपासणे, ही पुढची पायरी असेल. या प्रकारच्या तपासणीचे महत्त्वाचे उदाहरण म्हणजे मजकूरातील प्रबंधाच्या शेवटी असलेल्या संदर्भसूचीमध्ये सर्व संदर्भांचा समावेश केला आहे ना, याची खात्री करून घेणे.

पुन्हा एकदा सांगायचे तर, हे तपासण्यासाठी तुम्हाला प्रबंधातील सर्व मजकूर वाचण्याची गरज नाही. पानावरून नजर फिरवताना या गोष्टी सहजपणे लक्षात येऊ शकतात. मजकूरातील उद्धृतांमध्ये जेव्हा तुम्ही उद्धृतांचा वापर न करता फक्त लेखकाच्या नावाचा उल्लेख करता तेव्हा फक्त आडनावचा आणि प्रकाशन वर्षाचा उल्लेख करणे गरजेचे असते. अवतरणे दिलेली असल्यास ती जेथून घेतली तेथील पानक्रमांकसुद्धा देणे आवश्यक असते. प्रत्येक संदर्भ देताना त्याच्या ग्रंथाचे नाव प्रबंधाच्या शेवटी असलेल्या संदर्भसूचीत आहे ना आणि लेखकाचे आडनाव आणि प्रकाशनाचे वर्ष संदर्भग्रंथात जे आहे तेच आहे ना, याची खात्री करून घ्यावी. अंतर्गत सुसंगतीची ही महत्त्वाची तपासणी आहे. शेवटी दिलेल्या संदर्भ ग्रंथांच्या सूचीतील पद्धतीत काही किरकोळ चुका आणि गळती तुम्हाला कदाचित आढळून येतील. परंतु, मद्रितशोधनाच्या पुढील टप्प्यापर्यंत या दुरुस्त्या थांबवता येतील. याक्षणी फक्त

संदर्भाची सूचीत नोंद झाली आहे आणि नाव आणि वर्ष तेच आहे, याची खात्री करून घेणे महत्त्वाचे आहे. संपूर्ण प्रबंधात संदर्भ देण्याच्या प्रणालीमध्ये सातत्य आहे, याची खात्री करून घेण्याचा प्रयत्न करा.

प्रत्येक प्रकरणाचे क्रमांक, शीर्षके अनुक्रमणिकेप्रमाणेच आहेत, याकडे काळजीपूर्वक लक्ष द्या. त्याचप्रमाणे उपशीर्षकेही अनुक्रमणिकेतील विभागाप्रमाणेच आहेत, याची तपासणी करा. तसेच उपविभागातील सुरुवातीचे आणि शेवटचे पान क्रमांक तसेच प्रकरणांचे पान क्रमांक अनुक्रमणिकेप्रमाणे आहेत, याची खात्री करून घ्या.

उदाहरण – पानांना क्रमांक देणे

प्रबंधातील तपासायच्या शेवटच्या गोष्टींपैकी एक म्हणजे पान क्रमांक. मजकूरातील छोट्याशा बदलामुळेदेखील पान क्रमांक बदलतात आणि फाईलीत नवे पान निर्माण होते. याशिवाय तुम्ही मजकूरात विशिष्ट पानावरील एखाद्या तालिकेचा उल्लेख केलेला असेल. जर तुमचे पान क्रमांक बदलले तर अशा बाबीत अचूकता राहणार नाही आणि ते तुमच्या वाचकांसाठी निराशाजनक ठरेल. म्हणून बाकी सर्व सुधारणा करून झाल्यावर पानक्रमांक तपासणे योग्य ठरते.

काही वेळा लेखक वेगवेगळा डेटा ओळखता यावा म्हणून टिप्पणीची पद्धत वापरतात. उदाहरणार्थ, गुणात्मक किंवा मुलाखतीतील डेटा सादर करताना स्त्री–पुरुषांकडून आलेला संदर्भ ओळखण्याकरता एम किंवा एफ अशी अक्षरे घालू शकतात. तसेच शैक्षणिक अभ्यासात विद्यार्थी किंवा शिक्षकांसाठी पी किंवा टी अशा अक्षरे वापरू शकतात. जर तुम्ही अशी काही प्रणाली वापरली असेल तर प्रबंधात सगळीकडे ती चिन्हे सुसंगतपणे वापरली गेली आहेत, याचा तपास करा. प्रबंधाच्या एका भागातील घटक हे दुसऱ्या भागातील घटकांशी सुसंगत असतील याची तपासणी करण्याचा प्रयत्न करणे, हा प्रक्रियेच्या या टप्प्याचा मुख्य हेतू आहे.

मुद्रितशोधन

प्रबंध तपासण्याच्या प्रक्रियेचे विभाजन करण्याचे कारण म्हणजे वेगवेगळ्या प्रकारच्या चुका एकाच वेळी तपासणे अवघड आहे. जर तुम्ही व्याकरणातील चुका आणि युक्तिवादाची गुणवत्ता एकाचवेळी तपासली तर व्याकरणाच्या चुका युक्तिवादाच्या मूल्यांकनात अडथळा निर्माण करतील. जेव्हा तुम्ही व्याकरणाच्या किंवा विरामचिन्हांच्या चुका असलेले वाक्य वाचता, तेव्हा तुमचे वाक्याच्या आशयाकडे दुर्लक्ष होते. काही जण एकाच वेळी रचना, सुसंगती, टायपिंगच्या चुका आणि शैक्षणिक आशय तपासण्यात तरबेज असतील. जर असे असेल तर तुम्ही एकाच वेळेस सर्व प्रबंध तपासू शकाल. परंतु असे करण्यात तुम्हाला आत्मविश्वास वाटत नसेल, तर मी असे सुचवेन की तुम्ही हा दृष्टिकोन स्वीकारा आणि प्रबंध टप्प्याटप्प्याने तपासा.

काहीजण ज्या सामान्य प्रक्रियेने प्रबंध तपासला जातो त्यालाच मुद्रितशोधन असे म्हणतात. परंतु, या भागात मी मुद्रितशोधन हा शब्द व्याकरणाच्या चुका, विरामचिन्हे, टायपिंगमधील चुकांना उद्देशून वापरणार आहे. या टप्प्यात तुम्ही सर्व मजकूराचा शब्दन् शब्द काळजीपूर्वक वाचणे आवश्यक आहे. हे करत असताना तुमच्या पर्यवेक्षकांबरोबर ज्यांची चर्चा करणे आवश्यक आहे, अशा काही संभाव्य महत्त्वाच्या शैक्षणिक बाबी तुमच्या लक्षात येतील. अशा बाबींची नोंद ठेवणे आणि त्या मजकूरावर खुणा करून ठेवणे योग्य ठरेल. याशिवाय मुद्रितशोधनप्रक्रियेचा मुख्य

हेतू म्हणजे प्रबंधातील भाषेच्या चुका तपासणे. तुम्हाला ज्या शब्दांच्या शुद्धलेखनाविषयी निश्चिती वाटत नव्हती ते तपासा. या खेरीज तुम्हाला हवा असलेला अर्थच शब्दातून आणि वाक्यरचनेतून व्यक्त होत आहे ना, हे काळजीपूर्वक तपासा. नेहमी आढळणारी चूक म्हणजे वाक्ये नको तितकी लांब असतात. वाक्यांच्या निव्वळ लांबीमुळे युक्तिवाद किंवा वाक्याचा अर्थ फार गुंतागुंतीचा होतो. अर्थातील सुसंबद्धता तपासण्याचा सर्वोत्तम मार्ग म्हणजे प्रबंधाचे मोठ्याने वाचन करणे. जर तुम्ही मनातल्या मनात प्रबंध वाचून अर्थ तपासलात तर चुकांकडे दुर्लक्ष होणे साहजिक असते. याउलट, जेव्हा तुम्ही उच्चारलेला शब्द ऐकता तेव्हा त्यातील गोंधळवून टाकणारी वाक्ये ओळखणे सोपे होते. तुम्ही दुसऱ्या कोणाला तरी प्रबंधाचे वाचन करायला सांगितलेत तर अधिक चांगले होईल. त्यामुळे तुम्हाला वाक्य रचनेतील आणि अर्थातील कुठलीही समस्या ओळखणे शक्य होईल. विरामचिन्हांमधील चुका शोधण्यासाठी हीच पद्धत उपयोगी ठरेल. जर तुम्ही विरामचिन्हांनुसार दुसऱ्या कोणाला प्रबंधाचे वाचन करायला सांगितले तर तुम्ही त्यातील चुका ओळखू शकाल. तथापि, अर्थ चटकन कळावा म्हणून वाचकाने स्वतःची विरामचिन्हे घालू नयेत, असा सल्ला द्यावा.

उदाहरण – तपासणीचे महत्त्व

परीक्षक त्यांच्या कारकिर्दीत अनेक प्रबंध वाचतात आणि त्यातील मुद्रितशोधनाच्या तसेच स्पेलिंगच्या चुका शोधण्यात पटाईत होतात. त्यांना पानावरील सर्वप्रथम ओळखू येणाऱ्या चुका या स्पेलिंगच्याच असू शकतात. परीक्षक ही माणसेच असतात आणि प्रबंधात लहानसहान चुका होणे स्वाभाविक आहे, हे ते समजू शकतात. परंतु जर खूप चुका असतील तर त्यामुळे परीक्षकांना तुमचा शैक्षणिक युक्तिवाद समजणे, आणखी अवघड जाईल.

एकाअर्थी, मजकुरातील तार्किक आणि कार्यकारण भावाच्या चुका शोधणे, यापासून ही प्रक्रिया वेगळी करता येत नाही. युक्तिवादातील चुका ह्या नेहमी व्याकरणातील चुकांशी संबंधित असतात. आपण इथे फक्त लहान प्रमाणातील चुकांविषयी बोलत आहोत, मोठ्या गळतीच्या चुकांविषयी नाही. जर तुम्हाला तुमच्या युक्तिवादाच्या ढोबळ प्रवाहांविषयी किंवा तुम्ही सादर केलेल्या पद्धतीविषयी काही शंका असतील, तर तुम्ही तुमच्या पर्यवेक्षकाच्या लक्ष त्यांच्याकडे वेधले पाहिजे.

सगळ्यात शेवटी असलेली संदर्भ सूची हा या विभागातील प्रबंधाचा शेवटचा भाग तुम्ही तपासाल. आवश्यक ते सर्व संदर्भ घातले गेले आहेत, याची तुम्ही आधी खात्री करून घेतलेली आहेच. परंतु आता प्रत्येक नाव तंतोतंत आहे ना हे तपासणे आवश्यक आहे. जर तुम्ही हार्वर्ड प्रणालीसारखी प्रमाणित प्रणाली अनुसरत असाल तर त्याची परिपूर्ती करणे गरजेचे होईल. लांबलचक संदर्भसूचीचे मुद्रितशोधन करणे, हे फार कष्टाचे काम असू शकते पण हे मुद्रितशोधन करणे आवश्यक आहे. कारण परीक्षकांना चुका आणि विसंगती शोधून काढण्याची सवय असते. संदर्भसूचीतील दुर्लक्षिल्या जाऊ शकतील अशा काही चुका खालीलप्रमाणे:

- लेखकाच्या आडनावानंतर साधारणपणे त्यांच्या पहिल्या नावाची आद्याक्षरे येतात. काही वेळा तुम्ही त्यांचे पहिले नाव पूर्ण लिहिलेले असेल. संदर्भांच्या अन्य बाबींप्रमाणे याबाबतीतही सुसंगतता असणे गरजेचे आहे.

- समजा जरी तुम्ही हार्वर्ड प्रणाली अनुसरत असलात तरी वेगवेगळ्या जर्नल्समध्ये आणि पुस्तकांमध्ये थोडीशी वेगळी विरामचिन्हे वापरलेली असतात. स्वल्पविराम, कोलन, आणि पूर्णविराम ही चिन्हे वापरताना त्यात सुसंगती असणे आवश्यक आहे.
- तिरक्या अक्षरांचा वापर, हे एक असे क्षेत्र आहे ज्यात विसंगती येऊ शकते. पुस्तकाची शीर्षके तिरक्या अक्षरात असावीत परंतु जर्नलच्या बाबतीत मात्र तुम्ही फक्त जर्नलचेच नाव तिरक्या अक्षरात लिहिले आहे ना, हे तपासा.
- काहीवेळा प्रकाशनाचे स्थळ आणि प्रकाशकाचे नाव संदर्भाच्या शेवटी देताना विद्यार्थी सुसंगती ठेवत नाहीत. साधारणपणे प्रकाशनाचे स्थळ आधी टाईप करून नंतर प्रकाशकाचे नाव टाईप करतात. प्रकाशनाचे स्थळ हे एखाद्या शहराचे, गावाचे नाव असावे, परंतु काऊंटी, राज्य, देशाचे नाव नसावे. याशिवाय केंब्रिज युनिवर्सिटी प्रेस अशा प्रकारचे प्रकाशकाचे नाव देताना स्थळाचे नाव गाळू नये तर ते 'केंब्रिज : केंब्रिज युनिवर्सिटी प्रेस' अशा पद्धतीने समाविष्ट करावे.

पर्यवेक्षकांच्या समूहाने करावयाच्या तपासण्या

प्रबंधाच्या वरीलप्रमाणे सर्व तपासणी केल्यावर स्पेलिंगच्या आणि व्याकरणाच्या तुलनात्मक दृष्ट्या कमी चुका असलेला दस्तावेज तुमच्याकडे असेल. तुम्ही त्यातील आशयाच्या किंवा युक्तिवादाच्या संभाव्य मोठ्या चुका शोधलेल्या असतील. तुमच्या पर्यवेक्षकाकडे किंवा पर्यवेक्षकांकडे देण्यासाठी प्रबंध आता तयार झाला आहे. प्रबंध लिहित असताना तुम्ही प्रत्येक प्रकरण स्वतंत्रपणे पर्यवेक्षकांना दिले असेल आणि त्यांनीही त्यावर अंतरिम भाष्य केले असेल. परंतु त्यांच्या दृष्टिकोनातून पूर्ण प्रबंधाच्या एका लहानशा भागावर निश्चित प्रतिसाद देणे अवघड असू शकते. पूर्ण प्रबंधाच्या एकूण गुणवत्तेचे मूल्यांकन करण्याआधी त्यांनी पूर्ण प्रबंध वाचणे आवश्यक आहे.

पर्यवेक्षक जर एकापेक्षा जास्त असतील तर तुम्ही त्यांना संपूर्ण प्रबंधाच्या पुरेशा प्रति पुरवल्या पाहिजेत. पानांचे क्रमांक बरोबर घातलेले असतील तर प्रबंधाची कुठल्याही प्रकारे बांधणी करण्याची गरज नाही. ती पाने एक साध्या पुठ्ठ्याच्या फायलीत ठेवली तरी चालेल. तुम्ही मुद्रितशोधनाकडे काळजीपूर्वक लक्ष दिले असल्याने, वाक्यरचनेतील चुकांमुळे प्रबंध वाचन करताना पर्यवेक्षकांचे लक्ष विचलित होणार नाही. त्यांना आशयावर आणि युक्तिवादावर पूर्ण लक्ष केंद्रित करता येईल. तथापि, प्रबंध वाचनासाठी तुम्हाला पर्यवेक्षकांना पुरेसा वेळ द्यावा लागेल, विशेषकरून प्रबंध डॉक्टरल पातळीवरील असल्यास.

प्रबंध वाचत असताना पर्यवेक्षक स्वतःलाच अनेक प्रश्न विचारत असतील. आत्तापर्यंत त्यांच्या मनात पुढे येऊ घातलेल्या तोंडी परीक्षेविषयी विचार असतील आणि ते तुम्हाला विचारल्या जाऊ शकणाऱ्या प्रश्नांचा विचार करत असतील. ज्याकडे परीक्षकांचे लक्ष वेधले जाऊ शकेल अशा संभाव्य त्रुटींचा ते शोध घेतील. तुमचा प्रबंध वाचत असताना पर्यवेक्षक स्वतःला जे प्रश्न विचारू शकतात असे काही प्रश्न उदाहरणादाखल खाली दिले आहेत.

उदाहरण – पर्यवेक्षकांनी प्रबंधाची केलेली तपासणी

तुमच्या प्रबंधाच्या मसुद्यासंबंधी पर्यवेक्षक स्वतःला जे प्रश्न विचारू शकतात, त्यांची उदाहरणे खालीलप्रमाणे आहेत.

- सारांश स्पष्टपणे लिहिला आहे का आणि त्यामुळे प्रबंध अचूकपणे संक्षिप्त होतो का?
- प्रस्तावनेतून संशोधन प्रश्न स्पष्टपणे मांडला जात आहे का?
- उद्दिष्टे स्पष्टपणे मांडली आहेत का आणि ती साध्य करण्यासारखी आहेत का?
- प्रबंधाच्या शैक्षणिक पातळीसाठी साहित्य परीक्षण पुरेसे व्यापक आहे का?
- परीक्षण केलेले साहित्य प्रबंध विषयाशी सुसंगत आणि पुरेसे समकालीन आहे का?
- संशोधनाची संरचना संशोधनाच्या उद्दिष्टांशी संबंधित आहे का?
- पद्धतीच्या वर्णनातून, संशोधन संरचना आणि संशोधन विषयाशी संबंधित असलेल्या संशोधन पद्धतीची पुरेशी दखल घेणे निर्देशित केले जाते का?
- डेटाचे पुरेसे आणि योग्य प्रकारे विश्लेषण केले गेले आहे का?
- या विश्लेषणातून मिळणारे निष्कर्ष आणि परिणाम तर्कशुद्ध पद्धतीने मिळतात का?
- अभ्यासात अंतर्भूत असलेल्या नैतिक बाबींची पुरेशी चर्चा झाली आहे का?
- प्रबंधाची भाषाशैली त्या शैक्षणिक पातळीसाठी योग्य आहे का?

प्रत्येक पर्यवेक्षक साधारणपणे हस्तलिखितावर सकारात्मक बाबींची नोंद घेऊन त्याविषयी आणि प्रबंधात जिथे सुधारणा अपेक्षित आहेत, त्याविषयी टीकात्मक भाष्य करेल. प्रत्येक पर्यवेक्षकाने प्रबंधातील कमतरतांची आणि बलस्थानांची तसेच अंतिम सादरीकरणाआधी करायच्या सुधारणांचे लेखी नोंद तयार करणे, साहजिक आहे. डॉक्टरल प्रबंधाच्या बाबतीत जेव्हा दोन किंवा अधिक पर्यवेक्षक असतात, तेव्हा त्यापैकी प्रत्येकजण स्वतंत्रपणे प्रबंधाचे वाचन करेल आणि स्वतःचा थोडक्यात अहवाल देईल. त्यांनी संपूर्णपणे सारख्याच बाबींवर त्यांचे भाष्य केंद्रित केले नसणे, अपरिहार्य आहे. तथापि, जर काही मोठ्या उणिवा असल्या आणि त्यात सुधारणा करण्याबाबत त्यांचे दृष्टिकोन थोडे वेगळे असले तरी त्या उणिवा सर्वांनाच आढळल्या असतील अशी आशा करता येईल. काही झाले तरी तुम्हाला फीडबॅक देण्याआधी पर्यवेक्षकांनी आपसात भेटले पाहिजे. प्रबंधाच्या एकूण गुणवत्तेबाबत असलेल्या त्यांच्या मतभेदांविषयी त्यांनी चर्चा केली पाहिजे आणि तुम्हाला भेटण्याआधी ते मतभेद सोडवले आहेत, याची खात्री करून घेतली पाहिजे. पर्यवेक्षकांनी तुम्हाला तर्कसंगत सल्ला देणे आवश्यक आहे. औपचारिक सादरीकरणाआधी प्रबंध योग्य दर्जाचा व्हावा म्हणून त्यात करावयाच्या मुख्य दुरुस्त्यांबद्दल त्यांचे एकमत झाले पाहिजे. ते तुम्हाला त्यांचे स्वतंत्र अहवाल देतील किंवा एकच संयुक्त अहवाल देतील. कोणत्याही परिस्थितीत, ते जेव्हा तुम्हाला भेटतील तेव्हा प्रबंध सादरीकरणासाठी पूर्ण तयार होण्याआधी त्यात करावयाचे सर्व बदल त्यांनी एकेक करून तुम्हाला सांगितले पाहिजेत. जर तुम्हाला काही शंका असतील तर तुम्ही त्या तेव्हाच त्यांना विचारल्या पाहिजेत.

पर्यवेक्षकांच्या मते ज्या बाबी निश्चितपणे बदलल्याच पाहिजेत त्या गृहीत धरून आणि ते ज्या बाबी तुम्हाला बदलण्यासंबंधी विचार करायला सांगतील त्यानुसार ते त्यांचा सल्ला ठरवतील. उदाहरणार्थ, जर त्यांना वाटले की काही महत्त्वाची पुस्तके साहित्य परीक्षणाच्या प्रकरणातून वगळली गेली आहेत तर ती पुस्तके त्यात समाविष्ट केली

जावीत अशी जोरदार शिफारस करतील. त्याचप्रमाणे, जर त्यांना असे वाटले की पद्धतीच्या प्रकरणातील चर्चा काही बाबतीत मर्यादित आहे तर ते हा पण एक आवश्यक बदल आहे असे मानतील. याउलट, डेटा सादरीकरणाबाबतच्या किंवा युक्तिवादाचा क्रमातील काही समस्या ते तुमच्या नजरेस आणून देतील. परंतु त्यात बदल करायचे की नाही ते तुमच्या तारतम्यावर सोपवतील.

पर्यवेक्षकांनी करावयाच्या तपासण्या आणि विद्यार्थ्यांनी करावयाच्या तपासण्या

जर तुमच्या पर्यवेक्षकांनी प्रबंधात काही प्रमुख बदल करण्याची विनंती केली तर तुमचा मुख्य पर्यवेक्षक ते बदल निदान वाचण्याची तरी इच्छा व्यक्त करेल. संशोधन प्रबंध परीक्षणासाठी सादर करण्याआधी तुमच्या मुख्य पर्यवेक्षकाने त्यास औपचारिक मान्यता द्यायला हवी, याची नोंद घ्यावी. तुमचा वरिष्ठ पर्यवेक्षक तुमचे लिखाण शेवटी एकदा तपासू इच्छितो हे यामागचे एक कारण आहे. ज्यात अर्थ मोठ्या प्रमाणात बदलला आहे असे पुन्हा लिहिलेले भाग त्याला किंवा तिला तपासावेसे वाटतील. किरकोळ सुधारणा करून पर्यवेक्षक तपासणी तुमच्यावर सोपवतील. जेव्हा सर्व बदल केले जातील तेव्हा परीक्षा प्रक्रियेसाठी छापून आणि बांधणी करून पुरेशा प्रति काढण्यास तुम्ही सुसज्ज व्हाल.

यशासाठी युक्ती – मुद्रितशोधन

तुमचा प्रबंध काळजीपूर्वक तपासा. नंतर करण्यापेक्षा तोंडी परीक्षेच्या आधी सर्व चुका सुधारा.

तात्पुरती बांधणी

प्रबंधाची बांधणी आणि सादरीकरणाबाबतीत प्रत्येक विद्यापीठाच्या आवश्यकता वेगवेगळ्या असतात. या आवश्यकता विद्यापीठाच्या नियमांच्या हस्तपुस्तिकेत छापलेल्या असतील. तोंडी परीक्षेनंतर काही सुधारणा कराव्या लागू शकतील म्हणून प्रबंधाची बांधणी तात्पुरती करणे ही एक नेहमीची पद्धत आहे. तात्पुरत्या बांधणीत सर्व पाने कण्यावर एकत्र बांधलेली असतात परंतु मागे आणि पुढे मुलायम आवरण असते. बाईंडर्सकडे तुम्हाला एकच निश्चित अशी प्रबंधाची प्रत द्यावी लागेल. ती प्रत बाईंडरकडे देण्याआधी खाली दिल्याप्रमाणे काही गोष्टी तपासणे योग्य ठरेल.

उदाहरण – बाईंडिंग पूर्व अंतिम तपासण्या

तात्पुरत्या बाईंडिंगआधी खालील गोष्टींची पटकन तपासणी करा.

- मुखपृष्ठावरील शीर्षकाचे शब्दांकन अचूक आणि योग्य आहे का?
- मुखपृष्ठानंतर सारांश लगेच आहे का?
- साधारणपणे काही पानांची तपासणी करून पृष्ठ क्रमांक योग्य क्रमाने घातले आहेत का आणि मागील छपाईतील काही पाने कोरी राहिली आहेत का, ते पाहावे.
- परिशिष्ट समाविष्ट आहेत का ते तपासावे.

तुमच्या अभ्यास संचालकाने तुम्हाला किती प्रति लागतील ते कळवले असेलच. साधारणपणे प्रत्येक परीक्षकाला एक प्रत, परीक्षाप्रक्रियेदरम्यान विद्यापीठात ठेवण्यासाठी एक प्रत, आणि अभ्यास संचालकास एक प्रत याप्रमाणे प्रति लागतील. तुमच्यासाठीही एक प्रत बांधून घ्यावी. ही प्रत तुम्हाला तोंडी परीक्षेच्या आधी उजळणीसाठी तसेच परीक्षेदरम्यान संदर्भ पाहण्यासाठी लागेल.

प्रबंध सादरीकरणाची प्रक्रिया

तुमचा अभ्यास संचालक तुम्हाला डॉक्टरल प्रबंधाच्या प्रति सादर करण्याची औपचारिक पद्धत काय आहे, याबद्दल माहिती देईल. या प्रक्रियेअंतर्गत तुम्हाला विशिष्ट पदवीसाठी प्रबंध सादर केला जात आहे अशा अर्थाचे एक औपचारिक निवेदन सही करून सादर करावे लागते. प्रबंध सादरीकरणाची संपूर्ण जबाबदारी विद्यापीठाच्या नियमांप्रमाणे तुमची असते. परंतु जरी अभ्यास संचालकाने या सादरीकरणास मान्यता दिली तरी यशाची खात्री नसते. तुमचे मूल्यमापन फक्त प्रबंधातील लेखी आशयावरूनच फक्त केले जात नाही तर तोंडी परीक्षेत तुम्ही स्वतःचा बचाव कसा करता, यावरही ते अवलंबून असते.

एकदा प्रबंध सादर केल्यावर तोंडी परीक्षेपर्यंत बराच वेळ असतो. तोपर्यंत तुमच्या परीक्षकांना विद्यापीठाकडून मान्यता मिळालेली असते आणि ते कोण आहेत हेसुद्धा तुम्हाला कळलेले असते. या प्रक्रियेतील निःपक्षपातीपणा जपण्यासाठी तोंडीपरीक्षेपर्यंत तुम्ही परीक्षकांशी औपचारिक संपर्क न साधणे महत्त्वाचे आहे.

पदव्युत्तर प्रबंधाच्या बाबतीत सादरीकरणाची प्रक्रिया अभ्यासक्रमातील एखाद्या मॉड्युलवरील स्वाध्यायाचे सादरीकरण करण्यापेक्षा फारशी निराळी नसेल. तुम्हाला तुमच्या प्रबंधाच्या दोन प्रति सादर कराव्या लागतील आणि डॉक्टरल प्रबंधाप्रमाणेच त्यांची बांधणी तात्पुरत्या स्वरूपाची असेल. एकदा परीक्षाप्रक्रिया पूर्ण झाली आणि आवश्यक ते बदल केले गेले की प्रबंधाची कायमस्वरूपी बांधणी केली जाते आणि साधारणपणे तो विद्यापीठाच्या ग्रंथालयात ठेवला जातो किंवा त्याची इलेक्ट्रॉनिक प्रत विद्यापीठाच्या भांडारात साठवली जाते.

Further reading

Churchill, H. and Sanders, T. (2007) *Getting Your PhD: A Practical Insiders Guide.* London: Sage.

Craswell, G. (2004) *Writing for Academic Success: A Postgraduate Guide.* London: Sage.

Hart, C. (2004) *Doing Your Master's Dissertation.* London: Sage.

Silverman, D. (2004) *Doing Quantitative Research: A Practical Handbook.* 2nd edn. London: Sage.

Thody, A. (2006) *Writing and Presenting Research.* London: Sage.

१४

प्रबंधाची तयारी करताना निष्कर्ष प्रकाशित करणे

प्रबंधावर काम करत असताना शैक्षणिक लेख प्रकाशित करण्याच्या प्रयत्नांच फायदे आणि तोटे कोणते याचे आपण परीक्षण करू. तुमच्या लेखासाठी विषयाची निवड कशी करावी, योग्य जर्नल कसे निवडावे, आणि त्यांच्या आवश्यकतांची परिपूर्ती कशी करावी यावर आम्ही तुम्हाला सल्ला देऊ. शेवटी विशेषतः शैक्षणिक जर्नलमधील तज्ज्ञ-परीक्षणाची प्रक्रिया कशी असते त्याची चर्चा करू.

अभ्यासाची धोरणे

- तुमच्या लेखासाठी तुम्हाला योग्य वाटतील अशा अनेक जर्नल्सची निवड करा. प्रत्येक जर्नलच्या संपादकास थोडक्यात पत्र लिहून, तुम्ही संशोधन विद्यार्थी असून तुमचे काही काम तुम्ही प्रकाशित करू इच्छित आहात असे कळवण्याचा विचार करा. सादर केलेल्या लेखांचे मूल्यमापन करताना ते कोणते निकष वापरतात त्याची यादी ते संपादक तुम्हाला पाठवू शकतात का आणि काही साधारण सल्ला देऊ शकतात का याची विचारणा करा. तुमचा लेख लिहिण्यात याची मदत होईल.

फायदे आणि तोटे

जेव्हा तुमचा प्रबंध यशस्वीरित्या पूर्ण होईल तेव्हा त्याची एक प्रत तुमच्या विद्यापीठाच्या ग्रंथालयात ठेवली जाईल. विद्यार्थी, संशोधक आणि शिक्षकवर्ग त्या प्रबंधाचा मार्गदर्शनासाठी उपयोग करतील आणि अन्य विद्यापीठात तो खरोखरच आंतरग्रंथालय पातळीवर उसना मागवला जाईल. तुमच्या प्रबंधाचा अन्य प्रबंधांत, पुस्तकांत आणि लेखात संदर्भ म्हणून समावेश होईल. परंतु, कदाचित अशा पद्धतीने तुमचा प्रबंध फार मोठ्या वाचकवर्गापर्यंत पोचणार नाही.

काही विद्यार्थी त्यांचे प्रबंध लेखन चालू असतानाच किंवा प्रबंध लिहून पदवी मिळाल्यावर त्यांच्या संशोधनाचा काही भाग प्रकाशित करण्याचे ठरवतात. इथे आपण संशोधन चालू असताना त्यातील निष्कर्ष प्रकाशित करण्याचे जे काही फायदे आणि तोटे आहेत त्याच्याशी संबंधित असलो, तरी हाच सल्ला संबंध प्रबंध पूर्ण झाल्यावर प्रकाशनाची जी काही तंत्रे आहेत त्यालाही मोठ्या प्रमाणावर लागू पडतो. प्रबंध लेखनाच्या अन्य बाबींप्रमाणेच याही बाबतीत तुम्ही विद्यापीठाचे संबंधित नियम काळजीपूर्वक पाहिले पाहिजेत.

प्रबंध लेखन ही एक दीर्घकाळ चालणारी प्रक्रिया होऊ शकते. खरेतर ती इतकी दीर्घकाळ चालू शकते की केवळ कामाच्या अवाढव्य आकारमानामुळे तुमचा धीर सुटू शकतो. प्रबंध लेखकाला काही अंतरिम उद्दिष्टे नसतात आणि काही अंतरिम पारितोषिकेही मिळत नाहीत. जेव्हा तुम्ही एखादा शिकवला जाणारा अभ्यासक्रम करत असता तेव्हा त्या अभ्यासक्रमाचे मॉड्युलमध्ये उपविभाजन होते आणि प्रत्येक मॉड्युलच्या शेवटी तुम्हाला स्वाध्याय सादर करावे लागतात आणि त्या मॉड्युलमध्ये पास व्हावे लागते. प्रबंधात अशी टप्प्यांवर पारितोषिके नसतात. म्हणून जर्नलमध्ये छोटे लेख लिहिणे हे फार उत्तेजक काम होऊ शकते त्यामुळे प्रबंध लेखनासाठी अधिक प्रेरणा मिळून उत्साह वाढू शकतो.

जर्नलमध्ये लेख लिहिण्याने तुम्हाला तुमच्या डेटाच्या काही भागाचे विश्लेषण करण्याची संधी मिळेल. एका अर्थी हा संपूर्ण विश्लेषणाचा सरावच होऊ शकेल. तुम्ही डेटाचा लहान भाग विचारार्थ घेऊ शकाल आणि त्यापासून विकसित होऊ शकणाऱ्या निष्कर्षांचा शोध घेऊ शकाल. याव्यतिरिक्त शैक्षणिक लेखनाचा हा एक उपयुक्त सराव होऊ शकेल. लेख हा एक स्वयंपूर्ण असा लेखनाचा एक हिस्सा असतो ज्याला सुरुवात, मध्य आणि शेवट असतो. ते प्रबंधाचेच एक लघुरूप असते. अशा पूर्ण झालेल्या कामाची झलक बघायला मिळणे हीसुद्धा एक उपयुक्त संधी असते.

काही विशिष्ट पूर्वनिश्चित गरजांची परिपूर्ती करण्यासाठी लिहावे लागणे ही एक उपयुक्त शिस्त आहे. बऱ्याच शैक्षणिक जर्नल्समध्ये 'लेखकांसाठी सूचना' असा एक खास विभाग असतो. त्यात लिखाणाचे सादरीकरण कसे करावे याविषयी एक नमुना दिलेला असतो. या आवश्यकतांनुसार कराव्या लागलेल्या लिखाणातून आणि व्यावसायिक शिक्षण तज्ज्ञांनी अंमलात आणलेल्या शैक्षणिक लेखनातील काही औपचारिक आवश्यकतांची दखल घेण्यास सुरुवात करणे बोधप्रद ठरते.

जर तुम्ही तुमचा लेख प्रकाशित करण्यात यशस्वी झालात तर तुम्हाला व्यक्तिशः समाधान मिळेलच परंतु त्यामुळे तुमच्या प्रबंधाचे अप्रत्यक्षपणे मूल्यही वाढेल. विद्यापीठे साधारणपणे अशी अपेक्षा करतात की तुम्ही तुमच्या प्रकाशनाचा उल्लेख प्रबंधात कराल आणि नक्कीच त्याची प्रत प्रबंधाच्या शेवटी समाविष्ट कराल. नियमांनुसार हे प्रकाशन प्रत्यक्ष प्रबंधात घातले जाईल, परिशिष्टात जाईल की प्रबंधाच्या मलपृष्ठाशी कुठल्या प्रकारे तो जोडले जाईल. अशा प्रकाशनाचे मूल्यांकन प्रबंधाचा एक अंगभूत घटक म्हणून व्हावे का हा चर्चेचा विषय आहे. जर तो परिशिष्टात घातला गेला असेल तर त्याचे मूल्यांकन केले जावे असे गृहीत धरायला हवे. जर तो प्रबंधाच्या शेवटी फक्त जोडला असेल तर त्याचे वाचन केले जाईल परंतु कदाचित औपचारिकपणे त्याचे मूल्यांकन केले जाणार नाही. काहीही असले तरी, प्रबंध पूर्ण करत असताना तुम्ही त्यापैकी काही भाग प्रकाशित करण्यात पुढाकार घेतला होता या वस्तुस्थितीमुळे परीक्षकांवर वाईट परिणाम तर निश्चित होणार नाहीत. जर्नलमधील लेखांचे तज्ज्ञ-परीक्षण स्वतंत्रपणे केले जाते आणि त्यातून असे निर्देशित केले जाते की निदान अन्य दोन शिक्षण तज्ज्ञ आणि जर्नलचा संपादक यांच्या दृष्टीने तरी तुमचा प्रबंध प्रकाशित करण्याच्या योग्यतेचा होता. दुसरा महत्त्वाचा फायदा असा की जर तुम्ही डॉक्टरेटसाठी प्रबंध लिहीत असाल आणि उच्च शिक्षणात कारकीर्द करण्याची महत्त्वाकांक्षा बाळगून असाल तर प्रकाशित शैक्षणिक लेख तुमच्या वैयक्तिक माहितीमध्ये घालण्यास फारच उपयुक्त ठरेल.

उदाहरण – तुमची शैक्षणिक कारकीर्द

संशोधनाचे काम करत असताना प्रबंध यशस्वीपणे पूर्ण करण्याच्या कामातही साहजिकच गढला असाल. परंतु त्याच वेळेस तुम्ही तुमची अर्हता, तुमची कारकीर्द विकसित करण्यासाठी कशी उपयोगात आणणार आहात यावर विचार करणेही योग्य ठरेल. तुम्हाला शैक्षणिक कारकीर्द करण्याची इच्छा असेल तर शैक्षणिक जर्नलमधील प्रकाशने ही तुमची महत्त्वाची जमेची बाजू असते. तुम्ही कुठल्या बाबींवर लिहू शकाल आणि ते लेख तुमच्या प्रबंधावरील कामाशी कसे संबंधित असतील यावर चिंतन करणे योग्य ठरेल. त्यानंतर हळूहळू तुम्ही तुमच्या स्वतःच्या शैक्षणिक निपुणतेचे क्षेत्र विकसित कराल.

असे म्हणताना, प्रबंधावर काम करत असताना जर्नलमध्ये लेख छापण्याचा प्रयत्न करण्याचे काही संभाव्य तोटेही आहेत. प्रबंधाशी तुलना करता शैक्षणिक लेख लहान वाटू शकतात. परंतु ६,००० किंवा त्यापेक्षा अधिक शब्दांसाठी वेळ तर द्यावाच लागेल. प्रकाशन करण्यासाठी गुणवत्तेचा दर्जा गाठायचा असेल तर तुम्हाला वाचनास आणि मुद्रितशोधनास बराच वेळ द्यावा लागेल. हे काही पर्यवेक्षकांना प्रबंध पूर्ण करण्याच्या मूळ उद्देशापासून अनावश्यक कारणाने विचलित होणे वाटेल आणि ते तुम्ही तसे करू नये असा सल्ला देतील. जर तुम्ही लेख लिहिण्याची मोहीम हाती घेण्याचे ठरविलेत तर प्रबंधाचे वेळापत्रक मागे पडणार नाही ना, तुम्ही पुरेसा वेळ त्याला देऊ शकाल का याचा गंभीरपणे विचार करणे उचित होईल.

आणखी एक संभाव्य तोटा म्हणजे, तुमचा लेख प्रकाशित करण्यासाठी तुम्ही सर्वाधिक योग्य जर्नलची निवड करू शकालच असे नाही. सोयीसाठी जर्नल्सची दोन प्रकारात विभागणी होईल : व्यावसायिक जर्नल्स आणि शैक्षणिक जर्नल्स. या दोन्ही प्रकारांना विभागणारी रेषा ही नेहमीच अचूक असणार नाही आणि म्हणून खालील थोडक्यातील चर्चा हे अपरिहार्यपणे सामान्यीकरण ठरते.

व्यावसायिक जर्नल्स ही साधारणपणे अध्यापन, समाजकार्य किंवा वैद्यक व्यवसाय अशा विशिष्ट व्यवसाय संस्थांशी संबंधित असतात. त्यात काही संशोधनावर आधारलेले लेख असू शकतील पण त्यात व्यवसायातील समकालीन मध्यवर्ती कल्पना,आणि समस्या याविषयी चर्चा करणारे लेखही समाविष्ट असतील. त्यात वैशिष्ट्यपूर्ण संबंधित फोटो असतील आणि व्यवसायातील प्रमुख व्यक्तींची भाष्येही असतील. ती व्यवसायिक संघटना किंवा व्यवस्थापन संस्थांच सहयोगाने प्रकाशित केली जात असतील.

शैक्षणिक जर्नल्स अधिक औपचारिक स्वरूपात असतात आणि संशोधनावर आधारलेले लेख प्रकाशित करतात. जर्नलच्या एका कव्हरच्या आत लेखकांसाठी छापलेल्या मार्गदर्शनपर नोंदींनुसार लेखांचे स्वरूप बऱ्यापैकी ठराविक मांडणीचे असेल. अशी जर्नल्स म्हणजे विद्वानांनी लिहिलेले संशोधन लेख प्रसिद्ध होण्याचा एक मार्ग असे मानले जाते. प्रकाशनासाठी स्वीकारले जाण्याआधी तज्ज्ञांकडून लेखांचे वाचन होते. संपादकाने लेखांना अंतिम स्वीकृती देण्याआधी तज्ज्ञांनी त्यात काही सुधारणा सुचवणे हे साधारण आहे. शैक्षणिक वर्तुळात व्यावसायिक जर्नल्सपेक्षा अशा जर्नल्सचा दर्जा उच्च समजला जातो. इतकेच नव्हे तर काही शैक्षणिक जर्नल्स ही अन्य शैक्षणिक जर्नल्सपेक्षाही दर्जेदार समजली जातात. उदाहरणार्थ, काही अधिक प्रतिष्ठित विद्यापीठांशी संलग्न असलेल्या जर्नल्सचा दर्जाही उच्च समजला जाईल. अतिशय उच्च दर्जाच्या जर्नलकडून लेख स्वीकारला जाणे तितक्याच प्रमाणात अवघड असेल.

उदाहरण – प्रकाशित होण्याचे फायदे

तुमचा लेख प्रकाशित होण्याच्या मुख्य बाबीखेरीज तुमचे नाव जर्नलमध्ये येणे याचे कित्येक संभाव्य फायदे आहेत. अन्य संशोधक आणि विद्वान तुमच्या संशोधनाविषयी चर्चा करण्यासाठी तुमच्याशी संपर्क साधतील किंवा ते सुद्धा संबंधित क्षेत्रात काम करत आहेत याची तुम्हाला माहिती देतील. तुमचे संशोधन परिषदेत सादर करण्यासाठी किंवा अन्य प्रकारे लोकांबरोबर काम करण्यासाठी तुम्हाला आमंत्रण येईल.

जर्नल्समधील ठळक फरकांचा शोध घेतल्यावर लेख प्रबंधाला जोडायची जर तुमची इच्छा असेल तर व्यावसायिक जर्नलमधील प्रकाशन योग्य होणार नाही. त्याचप्रमाणे, तुम्ही लेख प्रकाशित केलेले जर्नल जर अतिशय प्रतिष्ठित असेल तर प्रबंधास जोडल्यावर लेखाचा मोठा प्रभाव पडण्याची शक्यता राहील. तथापि जर अतिशय उच्च दर्जाच्या जर्नलमध्ये लेखाचे प्रकाशन करण्याचा तुम्ही प्रयत्न केलात आणि त्यात सतत अयशस्वी झालात तर त्याचा उलटा परिणाम होईल. प्रकाशन करावे अशी उमेद बाळगण्यास सर्वाधिक योग्य जर्नल कोणते असेल याविषयी तुमच्या पर्यवेक्षकांचा सल्ला घेणे सर्वोत्तम राहील. प्रबंध लिहिताना लेख प्रकाशित करण्यात फायदे तसेच तोटेही आहेत. परंतु तुमच्या प्रबंधात यशस्वी होण्याकरता ते आवश्यक नाही ही बाबही लक्षात घेतली जावी.

प्रकाशनासाठी निष्कर्षांमधला एक घटक निवडणे

प्रबंध, विशेषकरून डॉक्टरल प्रबंधाचे सार जर्नलमध्ये ६,००० शब्दाच्या लेखात लिहिण्याचा प्रयत्न करणे ही काही साधारण बाब नाही. डेटाचा लहानसा भाग घेऊन त्याचे लेखासाठी विश्लेषण करणे हे अधिक सामान्य आहे. फार मोठ्या अभ्यासात गुंतलेले व्यावसायिक संशोधकही हेच धोरण अंमलात आणतात. ते संशोधनाचे लहान-लहान भागांमध्ये उपविभाजन करण्याचा प्रयत्न करू शकतील आणि या विभागांवरील अहवाल एकाच जर्नलच्या वेगवेगळ्या अंकांमध्ये किंवा वेगवेगळ्या जर्नल्समध्ये प्रकाशित करतील. अशा प्रकारे त्यांचे संशोधन व्यापक वाचक वर्गापर्यंत पोचेल.

तुम्ही तुमच्या संशोधनाच्या किंवा प्रबंधाच्या एखाद्या विशिष्ट भागाचे रूपांतर जर्नलमधील लेखात करण्याचे ठरवताना काही घटक विचारात घेण्यासारखे आहेत. अनेक जर्नल्समधील वेगवेगळे लेख वाचून त्यांची रचना कशी केली आहे हे समजून घेणे ही सुरुवातीची एक चांगली कल्पना आहे. जर्नलमधील लेखाच्या लांबीवरील मर्यादा हा मुख्य घटकच त्याच्या रचनेवर नियंत्रण घालतो. सर्वसामान्यपणे असे सरसकट म्हणणे अवघड आहे परंतु लेखाच्या सुरुवातीस थोडक्यात प्रस्तावना असलेली तुम्हाला दिसेल, त्यात संशोधनाचा संदर्भ स्पष्ट केलेला असेल आणि कदाचित त्या लेखाचा मोठ्या अभ्यासाशी असलेला संबंधही स्पष्ट होईल. त्यानंतर साहित्याचे परीक्षण थोडक्यात असेल, त्यात निदर्शक संदर्भांचा विशेषतः अगदी अलिकडील किंवा समकालीन संशोधनाचा उल्लेख केलेला असेल. त्यानंतर अगदी थोडक्यात पद्धतीचा आणि नमुन्यांचा निर्देश असेल व त्यापाठोपाठ डेटा, डेटा विश्लेषण आणि त्याचे निष्कर्ष असतील. तुमच्या लक्षात येईल की डेटा सादरीकरण आणि त्याचे विश्लेषण यासाठी अतिशय कमी जागा उपलब्ध असेल. लेखासाठी कोणता डेटा निवडायचा याची अनेक धोरणे तुम्हाला उपयोगात आणता येतील. जर तुम्ही तुमच्या प्रबंधात गुणात्मक डेटा वापरत असाल तर व्यक्ती अभ्यासासाठी तुम्ही अनेक प्रतिसादकांची किंवा महत्त्वाच्या प्रतिसादकांची निवड करू शकाल. याउलट, संशोधनातील विशिष्ट मध्यवर्ती कल्पनेशी संबंधित

असलेल्या मुलाखतीच्य डेटाच्या एका भागाचा सारांश देऊ शकाल. डेटा जर संख्यात्मक असेल किंवा सर्वेक्षण प्रश्नावलीतून मिळवलेला असेल तर प्रश्नावलीतील प्रश्नगटातून मिळवलेला डेटा तुम्हाला उपयुक्त ठरेल. हे सर्व प्रश्न सामयिक मध्यवर्ती कल्पनेने किंवा संशोधनाने एकमेकांशी संबंधित असणे आवश्यक आहे. डेटा म्हणजेच प्रबंध असे गृहीत धरून तुमच्या प्रतिसादकांनी संशोधनात सहभागी होताना कदाचित मूळ मान्यता दिली असेल हे लक्षात घेणे महत्त्वाचे आहे. जर्नलमधील लेख अधिक व्यापक वाचक वर्गाकडून वाचले जातात. त्यासाठी डेटाचा वापर करताना आणखी काही संमती घ्यावी लागेल असे तुम्ही वापरत असलेल्या डेटाच्या स्वरूपावरून तुम्हाला वाटेल. शैक्षणिक जर्नलमधील लेखांचे प्रकाशन यावर वुड्स (१९९९, पृ. क्र. ११२–२७) मध्ये चर्चा केली आहे.

योग्य शैक्षणिक जर्नलची निवड करणे

आपण चर्चा केल्याप्रमाणे व्यावसायिक जर्नल आणि शैक्षणिक जर्नलमध्ये बऱ्यापैकी फरक असू शकेल. परंतु, सर्व शैक्षणिक जर्नल्स सारखी नसतात आणि तुम्ही ज्या जर्नलकडे लेख पाठवता त्याबद्दल तुम्ही काळजीपूर्वक विचार करणे शहाणपणाचे ठरेल. काही विद्यार्थी आणि लेखक शैक्षणिक लेख लिहितात आणि त्यांना जे जर्नल विषयानुरूप योग्य वाटेल त्याकडे ते लेख पाठवतात. यामुळे कदाचित लेख स्वीकारला जाईलही परंतु लेख प्रकाशित करण्याचे हे नेमके आणि सर्वोत्तम सुनियोजित धोरण नाही.

पर्यायी ढोबळ धोरण म्हणजे तुमच्या संशोधनाशी सर्वाधिक संबंधित वाटेल अशा जर्नलची काळजीपूर्वक निवड करावी आणि त्यात आधी प्रकाशित झालेल्या नमुन्याच्या शक्यतो जवळ जाईल अशी तुमच्या लेखाची रचना करावी. साधारणपणे जर्नलची निवड करण्याचा प्रमुख निकष म्हणजे विषय. विषयानुसारच जर्नल वैशिष्ट्यपूर्ण असतात आणि हे त्यांच्या शीर्षकावरून दिसून येते. परंतु एकाच जर्नलमध्ये प्रकाशित झालेल्या लेखांचे परीक्षण केल्यास त्यातून विषयांची व्यापकता दिसून येईल. त्यापैकी काही लेख जर्नलच्या मूळ विषयाशी थेट संबंधित असतील तर काही दूरान्वये संबंधित आहेत असे वाटेल. आधीच्या अंकातील लेखांचे लेखक कोण आहेत हे पाहण्याची कल्पनासुद्धा चांगली आहे. त्यापैकी बरेचजण जर नामांकित विद्यापीठातील प्राध्यापक असतील तर तुम्हाला दुसरे जर्नल अधिक योग्य वाटेल. योग्य विचार करता, तुम्ही तुमच्या विषयातील असे जर्नल शोधून काढावे की त्यात अनेक संशोधन विद्यार्थ्यांचे लेख त्यांच्या पर्यवेक्षकाच्या नावानिशी किंवा नावाशिवाय प्रकाशित झालेले दिसतील.

यापुढची पायरी म्हणजे तुम्ही ज्या प्रकारचे लेख लिहू इच्छिता तसेच लेख त्या जर्नलमध्ये प्रकाशित होत आहेत याची खात्री करून घेणे आणि त्यातील आधीच्या लेखांच्या रचनेची पाहणी करणे. काही लेखक लेख पाठवण्याआधी जर्नलच्या संपादकाशी सल्लामसलत करतात आणि त्यांचा लेख विचारात घेतला जाईल अशा प्रकारचा आहे का याची चाचपणी करतात. तथापि, एखाद्या विशिष्ट जर्नलमध्ये प्रकाशित झालेल्या लेखांचे प्रकार साधारणपणे कसे आहेत हे जर्नलच्या आधीच्या अंकांवरून बऱ्यापैकी स्पष्ट व्हावे.

या टप्प्यावर तुमच्या प्रस्तावित लेखाविषयी तुमच्या पर्यवेक्षकाशी चर्चा करणे शहाणपणाचे ठरू शकेल. पर्यवेक्षक फक्त तुम्हाला योग्य जर्नल्स सुचवतील असे नाही तर ते तुमच्या लेखाचे सहलेखक होण्यासही तयार होतील. पर्यवेक्षकांचे नाव तुमच्या नावाबरोबर लेखावर घातले जावे असे ते सुचवतील. लेख लिहिण्यात आणि त्यातील बौद्धिक आशयात त्यांचे योगदान असेल असे गृहीत धरल्यास त्यांचे नाव घालण्याची सूचना योग्य आहे.

यशासाठी युक्ती – शैक्षणिक जर्नलची निवड करणे

जेव्हा तुम्ही तुमचा लेख लिहीत असाल तेव्हा तो कोणत्या जर्नलकडे पाठवणार आहात त्याचा काळजीपूर्वक विचार करा. सर्वात योग्य जर्नल कुठले असेल याबाबत अनुभवी प्राध्यापकांचा सल्ला घ्या.

शैलीसंबंधित नोंदी अनुसरणे

ज्या जर्नलकडे लेख पाठवायचा आहे त्याची निवड केल्यानंतर त्या जर्नलच्या सादरीकरणाच्या ज्या आवश्यकता आहेत त्यांची पूर्तता करण्याचा अधिकाधिक प्रयत्न करा. आधीच्या लेखांचे नमुना म्हणून वाचन करून तुम्ही मुख्य आवश्यकता काय असतील याचा अंदाज घेऊ शकाल. तरीही बऱ्याच जर्नल्सच्या प्रत्येक अंकांमध्ये लेखकांसाठी काही मार्गदर्शनपर नोंदी असतात. त्यांना शक्य तेवढे अनुसरणे हिताचे ठरते.

तुम्हाला प्रकाशक तुमच्या लेखाच्या मुद्रित तसेच इलेक्ट्रॉनिक प्रती सादर करण्यास सांगतील. दोन्ही प्रती एकसारख्या असणे फार महत्त्वाचे आहे. लेखात प्रकाशनाआधी काही सुधारणा करायची असेल तर तुम्ही सुधारित लेखाची कागदी तसेच इलेक्ट्रॉनिक प्रती सादर करणे गरजेचे ठरेल. लेखकांसाठीच्या मार्गदर्शनपर नोंदींमध्ये नेहमी लेखाची शाब्दिक लांबी किती असावी हे नमूद केलेले असेल. तुम्ही या नियमाचे पालन करावे कारण संपादकांनी आणि प्रकाशकांनी त्यांना प्रत्येक अंकात किती लेख घालायला आवडेल हे ठरवलेले असते. लेखाच्या शीर्षक पृष्ठावर तुमचे नाव न घालता ते एका स्वतंत्र कागदावर लिहून ते जोडायला तुम्हाला सांगितले जाऊ शकेल . जेव्हा तो लेख परीक्षकाकडे संपादक पाठवतील तेव्हा त्याच्या लेखकाची अनामिकता राखली जावी हे त्यामागील कारण असेल. परीक्षकाला जर्नलमध्ये लिहिणारा लेखक व्यक्तिशः माहीत असू शकतो. अशा वेळेस अनामिकता राखून लेखाचे वाचन वस्तुनिष्ठपणे होण्याची खात्री बाळगता येते.

तुम्ही कोणती संदर्भ प्रणाली वापरणे जर्नलकडून अपेक्षित आहे यासंबंधी मार्गदर्शन केले जाईल. याची परिपूर्ती करणे सगळ्यात उत्तम. अप्रमाणित पद्धतीने लेख लिहिल्यास त्याबाबत संपादकाचे पहिले मत चांगले होणार नाही आणि लेखात नंतर सुधारणा करता येत असल्या, तरी तुम्हाला आणि जर्नलच्या कर्मचाऱ्यांना त्यावर बऱ्याच प्रमाणात काम करावे लागेल.

तज्ज्ञ परीक्षणाची प्रक्रिया

तुम्ही पाठवलेला लेख मिळाल्याची जर्नलचा संपादक पोच देईल आणि त्यावरील भाष्यासाठी तो तज्ज्ञांकडे पाठवेल. शैक्षणिक जर्नल्सची स्वतःची विद्वानांची मंडळे असतात, त्यांना जर्नलमधील विषयांचे ज्ञान आणि अनुभव असतो, सादर झालेल्या लेखांचे वाचन करून त्यावर भाष्य करण्याचे त्यांनी मान्य केलेले असते. या मंडळास सामान्यपणे संपादकीय मंडळ असे म्हटले जाते. जगभरातील विविध विद्यापीठांचे व्याख्याते आणि प्राध्यापक या मंडळाचे सभासद असतात. जर्नलचे गुणवत्ता प्रमाण ठरवण्यात तज्ज्ञ हे महत्त्वाचे घटक असतात. ते लेखांचे वाचन करतात आणि जर्नलच्या मान्यताप्राप्त निकषांवर त्यांचे मूल्यमापन करतात. लेखाच्या हस्तलिखितावर भाष्य लिहून त्यात सुधारणा कोठे अपेक्षित आहे त्याची नोंद करतात. त्यांनी लेखाचे लिखित मूल्यमापन करावे आणि संपादकाने लेख स्वीकारावा, विशिष्ट सुधारणा करून तो स्वीकारावा किंवा नाकारावा यावर अंतिम निर्णय द्यावा अशी जर्नलची त्यांच्याकडून अपेक्षा असते.

संपादक लेखाच्या दोन प्रती निदान दोन परीक्षकांकडे पाठवेल. त्यांना सर्वसाधारणपणे लेखाच्या लेखकाचे नाव माहीत नसावे. याच कारणास्तव लेखकाचे नाव लेखावर न लिहिता स्वतंत्र कागदावर लिहून सादर करावे. हे दोन्ही तज्ज्ञ त्यांचे अहवाल स्वतंत्रपणे पूर्ण करून संपादकाकडे पाठवतात. दोन्ही पंचांचे निर्णय सारखे असले तर प्रकाशनाचा औपचारिक निर्णय लेखकापर्यंत पोहोचवणे संपादकाला सोपे जाते. परंतु दोन्ही पंचांनी वेगवेगळे निर्णय दिले तर संपादकाला तडजोड करून काही निर्णय घ्यावा लागतो. जर्नलचा अंतिम निर्णय तुम्हाला संपादकाकडून कळवला जातो.

शैक्षणिक जर्नल्स निश्चितच काही लेख नाकारतात आणि वेगवेगळ्या जर्नल्सचे नाकारण्याचे प्रमाणही वेगवेगळे असेल. तथापि, जर्नल्सच्या आधीच्या प्रकाशित झालेल्या लेखांप्रमाणे दर्जा राखून काळजीपूर्वक लेख लिहिले तर तुमचा लेख काही थोड्याफार सुधारणा करून स्वीकारला जाण्याची आशा बाळगायला हरकत नाही. तुम्ही सर्व सुधारणा केल्यावर तुमचा लेख स्वीकारला जाईल आणि जर्नलच्या विशिष्ट अंकात प्रकाशित करण्यासाठी पाठवला जाईल. जेव्हा अंतिमतः तो प्रकाशित होतो तेव्हा बरीच जर्नल्स त्या अंकाची एक प्रत किंवा तसेच लेखाच्या अनेक प्रती लेखकाकडे पाठवतात. या प्रती तुम्ही तुमच्या प्रबंधाच्या बांधणीत घालू शकता.

बरीच शैक्षणिक विषयांवरील गंभीर जर्नल्स 'पूर्णपणे तज्ज्ञांनी परीक्षण केलेली' अशी स्वतःच्या जर्नलची जाहिरात करतात. याचा अर्थ वर उल्लेखिलेली पंचांची प्रणाली ही जर्नल्स अनुसरतात. शैक्षणिक विद्वत्तेच्या ढोबळ प्रमाणांची परिपूर्ती करणारे लेखच प्रकाशनासाठी स्वीकारले जातील हे ह्या प्रणालीतून निश्चित केले जाते.

परंतु, प्रत्येक जर्नलचे निकषाचे तपशील आणि हे निकष लागू करण्याच्या पद्धती नक्कीच वेगवेगळ्या असू शकतील. तुमचा लेख एका जर्नलने नाकारल्यास तुम्ही फार निराश होऊ नये. तुमचा लेख दुसरे जर्नलही स्वीकारणार नाही असा त्याचा अर्थ नाही. तुमचा लेख नाकारला तरी तुम्हाला कदाचित संपादकाने त्यावर केलेली काही विधायक टिप्पणीही वाचायला मिळेल. त्या टिप्पणीवर विचार करून तुमच्या लेखात थोडीफार सुधारणा करा. नंतर ते दुसऱ्या जर्नलला पाठवण्याचा परत प्रयत्न करा. मधल्या काळात तुमच्या पर्यवेक्षकाने सुधारित आवृत्ती वाचल्यास आणि त्यावर काही भाष्य केल्यास त्याचा उपयोग होईल.

तुमच्या लेखाच्या प्रगतीचा आढावा घेणे

वर उल्लेखिलेल्या प्रणालीत अनेक गुण आहेत परंतु अन्य प्रणालींप्रमाणेच ही प्रणालीसुद्धा परिपूर्ण नाही. या प्रणालीतील एक नकारात्मक वैशिष्ट्य म्हणजे ती फार वेळ खाणारी आहे आणि लेखकांसाठी नैराश्य आणणारी आहे कारण विशेषतः तुम्ही एका वेळेस फक्त एकाच जर्नलकडे लेख पाठवावा अशी जर्नलची अपेक्षा असते. तुम्ही तुमचा लेख सादर केल्यावर काही दिवसातच तुम्हाला टपालाने किंवा इ-मेलने पोच यावी. अन्यथा तुमचा लेख नीट पोचला याची पावती मिळावी अशी विनंती करणे उचित होईल. त्यानंतर तज्ज्ञ-परीक्षणाची प्रक्रिया पूर्ण होण्यास तुम्ही वेळ देणे आवश्यक होईल. चार ते सहा आठवड्यात काही प्रतिसाद मिळाला नाही तर संपादकाला काम कुठवर आले आहे याचा अहवाल मागणे योग्य होईल. यानंतर तुम्ही निर्णय मिळेपर्यंत प्रत्येक दोन किंवा तीन आठवड्यांनंतर चौकशी करू शकता.

या प्रणालीतील मूलभूत समस्या म्हणजे साधारणतः संपादक, उपसंपादक, आणि संपादकीय मंडळातील सदस्य विद्यापीठातील अध्यापक असतात आणि त्यांच्या नेहमीच्या कार्यभाराव्यतिरिक्त जर्नलचे काम ते अतिरिक्त काम म्हणून करत असतात. अध्यापन, संशोधन आणि गुणांकन याकडे त्यांना मुख्यतः लक्ष द्यावे लागत असल्याने काही वेळा होणारा उशीर अपरिहार्य असतो.

Further reading

Craswell, G. (2004) *Writing for Academic Success: A postgraduate Guide.* London: Sage.
Gilbert, N. (2006) *From Postgraduate to Social Scientist: A Guide to Key Skills.* London :Sage.
Silverman, D. (2004) *Doing Qualitative Research: A Practical Handbook.* 2nd edn. London: Sage.
Thody, A. (2006) *Writing and Presenting Research.* London: Sage.
Wilkinson, D. (2005) *The Essential Guide to Postgraduate Study.* London: Sage.

१५

तोंडी परीक्षा

या प्रकरणात आपण तोंडी परीक्षेच्या स्वरूपाविषयी चर्चा करणार आहोत. तुमचे पर्यवेक्षक तुम्हाला तोंडी परीक्षेची तयारी करण्याकरता ज्या प्रकारे मदत करतात आणि तुम्ही स्वतः कोणत्या प्रकारची तयारी करू शकता, याचा शोध घेणार आहोत. या प्रकरणात तोंडी परीक्षेची साधारण रचना कशी असते आणि नेहमी प्रश्न विचारले जाणारे प्रश्न कशा प्रकारचे असतात, हे स्पष्ट केले आहे. तोंडी परीक्षेत परीक्षकांशी संवाद साधण्यासाठी आम्ही काही धोरणेही सुचवणार आहोत. शेवटी, तोंडी परीक्षेच्या प्रक्रियेचे संभाव्य निष्कर्ष काय असतील याचे आम्ही विश्लेषण करू.

अभ्यासाची धोरणे

- आधीच्या संशोधन विद्यार्थ्यांशी त्यांच्या तोंडी परीक्षेविषयी आणि त्यांना कोणत्या प्रकारचे प्रश्न विचारले गेले, याविषयी बोला.
- कोणत्याही दोन तोंडी परीक्षा सारख्या नसतात हे लक्षात ठेवा!

तुमच्या पर्यवेक्षकाची भूमिका

संशोधन प्रबंध तयार करण्याच्या प्रक्रियेतील वायवा वोसे किंवा तोंडी परीक्षा हा परमोच्च बिंदू आहे. मात्र स्वतंत्र पदव्यांसाठी काही थोड्या फार फरकाने वेगवेगळ्या पद्धती आहेत, याची आपण या टप्प्यावर नोंद घेतली पाहिजे. सामान्यतः बोलायचे तर 'संशोधन पदवी' या वर्गात मोडणाऱ्या बऱ्याचशा पदव्यांमध्ये तोंडी परीक्षा हा मूल्यांकन प्रक्रियेतील शेवटचा टप्पा असतो. म्हणून सामान्यतः एमफील, डीएड (डॉक्टर ऑफ एज्युकेशन), पीएचडी अशा पदव्यांसाठी तोंडी परीक्षा असते. परंतु काही विद्यापीठात एमफील पदवीसाठी तोंडी परीक्षा नसते. ज्यात शिकवणे हा घटक असतो, अशा बऱ्याचशा पदव्युत्तर पदव्यांमध्ये संशोधन पदवीसाठी तोंडी परीक्षा घेतली जात नाही. संबंधित विद्यापीठात शिकवणारे एक किंवा दोन परीक्षक लेखी स्वरूपातील प्रबंध तपासतात आणि नंतर त्या अभ्यासक्रमातील बहिःस्थ परीक्षकाकडेसुद्धा तो वाचनासाठी पाठवला जातो. काही वेळेस बहिःस्थ परीक्षक नियमानुसार बऱ्याच

विद्यार्थ्यांना त्यांच्या प्रबंधाविषयी त्यांच्या बरोबर चर्चा करण्यासाठी व्यक्तिशः भेटतो. यालाही तोंडी परीक्षा म्हणता येईल परंतु संशोधन पदवीच्या तोंडी परीक्षेसारखा हा जास्त औपचारिक प्रसंग नसतो. अन्य बाबतीत कोणतेही मूल्यांकन करण्यासाठी बहिःस्थ परीक्षक पूर्णपणे लिखित प्रबंधावर अवलंबून असतो. या प्रकरणातील उर्वरित चर्चा संशोधन पदवीच्या तोंडी परीक्षेशी संबंधित आहे.

चौथ्या प्रकरणात परीक्षकांची नियुक्ती साधारणपणे कोणत्या पद्धतीने होते, यावर आपण चर्चा केली आहे. विद्यापीठाच्या नियम व प्रक्रियेनुसार परीक्षकांची नियुक्ती केली गेली आहे, याची खात्री करून घेण्यात तुमच्या मुख्य पर्यवेक्षकाचा प्रामुख्याने सहभाग असेल. एकदा त्यांची अधिकृतपणे नियुक्ती झाली की तुम्हाला त्यांची माहिती देण्यात येईल. परंतु या प्रक्रियेतील निःपक्षपातीपणास बाधा येऊ नये म्हणून तुम्ही तोंडी परीक्षेच्या आधी परीक्षकांबरोबर कुठल्याही प्रकारचा संपर्क न ठेवणे महत्त्वाचे आहे.

उदाहरण – परीक्षकांची शैक्षणिक पार्श्वभूमी

एकदा तुम्हाला तुमच्या परीक्षकांची ओळख अधिकृतपणे सांगितली की त्यांच्या वैयक्तिक संशोधन व प्रकाशनांबद्दल शोध घेणे रंजक व उपयुक्त ठरू शकेल. त्यांना कोणत्या विषयांच्या संशोधनात रस आहे याची तुम्हाला कल्पना येईल आणि ते कुठल्या प्रकारचे प्रश्न तुम्हाला विचारू शकतील याचे अचूक मार्गदर्शन झाले नाही तरी ते कोणते मुद्दे उपस्थित करू शकतील, ते सूचित होईल.

वेगळ्या विद्यापीठातील एक परीक्षक (बहिःस्थ परीक्षक) आणि एक तुम्ही शिकत असलेल्या विद्यापीठातील परीक्षक (अंतःस्थ परीक्षक) असे सर्वसामान्यपणे असते. काही वेळेस तिसरा परीक्षकही असू शकतो. एकदा त्यांची नियुक्ती झाली की तुमचा पर्यवेक्षक तुम्हाला तोंडी परीक्षेसाठी सोईच्या तारखा सुचवायला सांगेल, आणि नंतर सर्वांच्या सोयीची तारीख ठरवेल. तुम्ही शिकत असलेल्या विद्यापीठात तोंडी परीक्षा घेतली जाईल. तुमचा पर्यवेक्षक इतर कर्मचाऱ्यांच्या मदतीने एक खोली आरक्षित करून अल्पोपहाराची सोय होईल याची खात्रीशीर व्यवस्था करेल. बहिःस्थ परीक्षकांना भेटून विद्यापीठात आणण्याची सोय केली जाईल. परीक्षकांचा गट तोंडी परीक्षेच्या आधी खाजगी चर्चा करण्यासाठी भेटेल आणि त्यांची चर्चा पूर्ण झाल्यावर तोंडी परीक्षा सुरू होईल.

तोंडी परीक्षेच्यावेळी पर्यवेक्षक सहसा विद्यापीठात हजर असतील पण प्रत्यक्ष प्रसंगात सहभागी होणार नाहीत. परंतु काही वेळेस तुम्ही विनंती केल्यास पर्यवेक्षकांना तोंडी परीक्षेस हजर राहण्याची नियमानुसार परवानगी मिळते, पण पर्यवेक्षक चर्चेत भाग घेत नाहीत. तुमचे पर्यवेक्षक तोंडी परीक्षेच्या आधी तुम्हाला पाठिंबा देण्यासाठी आणि दिलासा देण्यासाठी भेटतील.

अंतःस्थ आणि बहिःस्थ परीक्षकांची भूमिका

तुमच्या तात्पुरत्या बांधणी केलेल्या प्रबंधाच्या प्रती सर्व नियुक्त परीक्षकांकडे पाठवल्या जातील. ते हस्तलिखित वाचून समासामध्ये अनेक नोंदी करून ठेवतील. तोंडी परीक्षेच्या आधी त्यांना प्रबंधावर लेखी अहवाल लिहावा लागेल आणि तो विद्यापीठास सादर करावा लागेल. अहवालाबरोबरच त्यांना हा प्रबंध तोंडी परीक्षेपर्यंत जाण्याच्या

योग्यतेचा आहे हेही नमूद करावे लागेल की. असेही होऊ शकते की प्रबंध इतक्या सामान्य गुणवत्तेचा असेल की तोंडी परीक्षेच्या योग्यतेचा होण्याआधी त्यात बरीच सुधारणा करावी लागेल. असे फार क्वचित घडते परंतु तरीही परीक्षकांना औपचारिकपणे सांगावे लागेल की तोंडी परीक्षा घेतली जावी.

परीक्षकांनी तोंडी परीक्षेच्या आधी एकमेकांशी संपर्कात असणे आवश्यक नाही आणि साधारणपणे ते तसे करतही नाहीत. वस्तुतः विद्यापीठाच्या नियमानुसार त्यांनी प्रबंधाचे सुरुवातीचे मूल्यमापन स्वतंत्रपणे करावे असे अपेक्षित असेल. या टप्प्यावर प्रबंधाविषयीच्या त्यांच्या मतांमध्ये फरक असेल तरी ते इतके महत्त्वाचे नसते. फक्त प्रबंध तोंडीपरीक्षेच्या टप्प्यापर्यंत पोचावा, असे त्या सर्वांना वाटणे महत्त्वाचे असते. तोंडी परीक्षेआधी परीक्षकांना प्रबंधाबद्दलची त्यांची मते एकमेकांना सांगता येतील. परीक्षकांचे अंतिम परीक्षण हे प्रबंधाच्या गुणवत्तेवर आणि तोंडी परीक्षेतील तुमच्या कामगिरीवर अवलंबून असते, हे लक्षात ठेवणे महत्त्वाचे आहे.

प्रबंधाचे पुनर्वाचन करण्यासाठी धोरणे

तुमच्या तोंडी परीक्षेची वेळ येईपर्यंत तुम्ही प्रबंध वाचून बराच काळ लोटलेला असतो. तोंडी परीक्षेच्या आधी काही आठवडे प्रबंध पुन्हा वाचणे आणि तुम्हाला त्यातील ज्या बाबी अडचणीच्या वाटतील त्यांची नोंद करणे महत्त्वाचे आहे. साधारणपणे याच वेळेस तुमचा पर्यवेक्षक तुमचे शेवटचे ट्युटोरियल घेईल आणि तोंडी परीक्षेच्या एकूण रचनेची तसेच त्यावेळेस साधारणपणे काय होईल याची कल्पना देईल. साधारणपणे याच वेळेस तुमचा पर्यवेक्षक तुमची प्रतिरूप किंवा खोटीखोटी तोंडी परीक्षा घेईल. ते तोंडी परीक्षेच्या प्रक्रियेची प्रतिकृती निर्माण करण्याचा प्रयत्न करतील आणि प्रत्यक्ष तोंडी परीक्षेसाठी तुम्हाला तयार करण्यासाठी काही नेहमीचे प्रश्न विचारतील.

प्रबंधाचे पुनर्वाचन करताना ते लक्षपूर्वक करावे. तोंडी परीक्षेस जाताना तुम्ही प्रबंध बरोबर घेऊन जाऊ शकता म्हणून त्यातील प्रत्येक भाग लक्षात ठेवण्याच्या दृष्टिकोनातून त्याचे वाचन करण्याची आवश्यकता नाही! पुनर्वाचन करण्याचा पहिला उद्देश म्हणजे त्यातील आशयाशी ढोबळमानाने परिचित होणे आणि एखाद्या विशिष्ट विषयावरील भाग लगेच शोधता येणे. तोंडी परीक्षेमध्ये परीक्षक तुम्हाला जेव्हा प्रबंधातील एखाद्या भागावर प्रश्न विचारतील तेव्हा ते एका विशिष्ट क्रमांकाच्या पानावरील परिच्छेदाचा किंवा काही वाक्यांचा संदर्भ देतील. तुम्ही ते विशिष्ट भाग तुमच्या प्रतीत लगेच शोधून काढू शकाल.

प्रबंधाचे पुनर्वाचन करण्याचा दुसरा मुख्य हेतू म्हणजे जे भाग पुरेसे स्पष्ट झाले नाहीत ते शोधून काढणे. जेव्हा तुम्ही प्रबंधाची सतत उजळणी करत होतात त्यापेक्षा आता जेव्हा तुम्ही प्रबंध बऱ्याच दिवसांनंतर वाचत आहात, तेव्हा हे साध्य करणे सोपे होईल. आता तुम्हाला लिखाणापासून 'अंतर ठेवून' जणू काही तुम्ही ते लिखाण पहिल्यांदाच वाचत असल्याप्रमाणे वाचावे लागेल . तुम्हाला असे आढळून येईल की तुम्ही अपरिहार्य असलेली संशोधनाची पार्श्वभूमीच किंवा संदर्भच गाळून टाकला आहे. तुमच्या असेही लक्षात येईल की साहित्याच्या पुरावलोकनात तुम्ही तुम्हाला जितकी वाटली तितकी अवतरणे समाविष्ट केलेली नाहीत. पद्धतीविषयी वाचताना तुमच्या असे लक्षात येईल की परत केल्या गेलेल्या प्रश्नावलीच्या प्रमाणाचा तुम्ही उल्लेख केलेला नाही. अशा गोष्टींची काळजी करण्याची गरज नाही याचे कारण म्हणजे परीक्षक संपूर्ण निर्दोष प्रबंधाची अपेक्षा करत नाहीत. मुख्य गोष्ट म्हणजे गळतीचा शोध घ्या आणि तोंडी परीक्षेच्यावेळी त्याचा नक्की उल्लेख करा.

उदाहरण – प्रश्न विचारल्याप्रमाणे वाचन करणे

जेव्हा तुम्ही प्रबंधाचे पुनर्वाचन कराल तेव्हा ते प्रश्नांकित आणि संशयी वृत्तीने करण्याचा प्रयत्न करा. तुमचे युक्तिवाद तर्कसंगत आणि कार्यकारणभावानुसार आहेत का आणि तुम्ही दिलेले पुरावे खरोखरच तुमच्या युक्तिवादास पुष्टी देणारे आहेत का, हे स्वतःला विचारा. तुमचा युक्तिवाद स्पष्ट करण्यासाठी तुम्ही योग्य संदर्भ निवडले आहेत का, हेसुद्धा स्वतःला विचारा. थोडक्यात, तुमच्या कामाकडे एक आह्वान म्हणून पाहा. त्या प्रकारे तुम्ही परीक्षक जे मुद्दे उपस्थित करतील अशा मुद्द्यांसाठी स्वतःला सज्ज कराल.

पुनर्वाचन केल्यावर तुमच्या असे लक्षात येईल की तुमच्या साहित्य परीक्षणात ज्यांचा उल्लेख आहो ती संशोधने तुम्हाला हवी होती तितकी नवीन नाहीत. प्रबंध लेखनाच्या शेवटच्या टप्प्याला इतका वेळ लागतो की सर्वात अलीकडचे प्रकाशन तुम्हाला वगळावे लागणे अपरिहार्य असते. प्रबंध पूर्ण होणे आणि तोंडी परीक्षेची तारीख यामधील गेलेल्या वेळात आणखी अलीकडची प्रकाशने निघू शकतात. त्यामुळे असे घडणे शक्य आहे की तोंडी परीक्षेच्या वेळी परीक्षक तुमच्या प्रबंधात समाविष्ट नसलेल्या तुमच्या विषयाशी संबंधित सर्वात अलीकडील संशोधनाचा उल्लेख करतील. म्हणून तोंडी परीक्षेच्या आधी ग्रंथालयात जाऊन सर्वात अलीकडील प्रकाशनाचा परिचय करून घेण्यासाठी थोडा वेळ देणे योग्य ठरेल.

अपेक्षित प्रश्नांचा विचार करणे

तोंडी परीक्षेत विचारला जाऊ शकेल अशा प्रत्येक प्रश्नाची आधीच कल्पना करणे अजिबात शक्य नाही. तथापि, शैक्षणिक प्रबंधाचे स्वरूप असे असते की काही वेळा परीक्षक विशिष्ट मुद्द्यावर भर देतील अशी शक्यता असते. तुम्ही अन्वेषणासाठी निवडलेल्या विषयात त्यांना ढोबळ मानाने रस असू शकतो. ते तुम्ही तो विशिष्ट विषय का निवडलात, असा थेट प्रश्न विचारू शकतात. ह्या प्रश्नाचे उत्तर देणे तुम्हाला अवघड जाणार नाही आणि ते हा प्रश्न सुरुवातीलाच विचारून तुमचा ताण कमी करण्यास साह्य करतील.

संशोधनविषयाच्या पार्श्वभूमीविषयक साहित्याचे सखोल ज्ञान विद्यार्थ्याला आहे, याची समाधानकारक खात्री परीक्षक नक्कीच करून घेऊ इच्छितील. तुमच्या साहित्य परीक्षणात उल्लेख केलेल्या एखाद्या पुस्तकातील विशिष्ट अभ्यासावर ते तुम्हाला बोलायला सांगतील किंवा तुमच्या संशोधनाने आधीच्या ज्ञानात किती प्रमाणात भर घातली, याचा शोध घेऊ इच्छितील. ते तुम्ही वापरलेल्या पद्धतीवर नक्कीच सविस्तर चर्चा करतील. याबाबतीत ते अनेक मुद्दे उपस्थित करू शकतील. तुमच्या पद्धतीच्या निवडीमागचे कारण ते विचारू शकतील किंवा तुमच्या पद्धतीच्या तपशीलावर ते लक्ष केंद्रित करतील. बऱ्याच संशोधनात कोणत्या ना कोणत्या प्रकारचे नमुने अंतर्भूत असतात आणि ते तुम्हाला कोणत्या पद्धतीने प्रतिसादक निवडले ते विचारतील. ते तुमच्या धोरणाला आह्वान देतील किंवा तुमच्या निष्कर्षांचे किती प्रमाणात सामान्यीकरण करणे योग्य ठरेल, असेही विचारू शकतील.

तुमच्या डेटाच्या वैधतेबद्दल आणि विश्वासार्हतेबद्दल परीक्षकाने चौकशी करणे स्वाभाविक आहे. ते तुम्हाला वैधतेस असलेल्या संभाव्य धोक्यांबद्दल आणि ते धोके कमी करण्यासाठी तुम्ही काय उपाययोजना केलीत किंवा कराल याविषयी प्रश्न विचारू शकतील. संशोधनातील नैतिक बाबी हासुद्धा असा विषय आहे ज्यावर परीक्षक सहजपणे प्रश्न विचारू शकतात. ज्यातून नैतिक बाबी उद्‌भवणार नाहीत असे समाजशास्त्रीय संशोधन फार थोडे

आहे. तुमच्या डेटा संकलनाच्या धोरणांवर आणि तुमचे नैतिक बाबींवर काय मत आहे, याविषयी तुम्हाला प्रश्न विचारले जाऊ शकतात. अनामिकता आणि गोपनीयतेच्या खात्रीसाठीची धोरणे हा विषय येथे निघू शकतो.

तुम्ही ज्या प्रकारे तुमच्या डेटाचे विश्लेषण केले आहे त्याकडे परीक्षक काळजीपूर्वक पाहतील. जर तुमचा डेटा संख्यात्मक असेल तर त्यांनी तुमच्या संख्याशास्त्रीय प्रक्रिया तपासल्या असतील आणि तुमच्या संख्याशास्त्रीय चाचण्यांच्या निवडींचे मूल्यांकन केले असेल. संख्याशास्त्रीय परिणामातून तुमच्या संशोधनाचे निष्कर्ष तुम्ही कसे काढले याकडे ते काळजीपूर्वक बघतील. ते तुम्हाला या बाबींविषयी विचारतील. जर तुमचा डेटा गुणात्मक असेल तर प्रबंधात समाविष्ट केलेल्या डेटासंकलनाच्या तुमच्या धोरणांविषयी प्रश्न विचारतील. तुम्ही वापरलेल्या वैश्लेषिक प्रक्रियांचे ते परीक्षण करतील आणि संशोधनातील पदवीसाठी तुम्ही डेटा विश्लेषण योग्य प्रकारे केले आहे ना याची खात्री करून घेतील .

अंतिमतः, जर तुमचा प्रबंध डॉक्टरल प्रबंध असेल तर ते नक्कीच प्रबंधाच्या ज्ञानातील मूलभूत योगदानाबद्दल विचारतील. हा प्रश्न वेगवेगळ्या प्रकारे विचारला जाऊ शकतो. परंतु तुमचे संशोधन तुमच्या विषयक्षेत्रातील ज्ञानात कशा प्रकारे भर घालते हे स्पष्ट करण्यासाठी तुम्ही तयार असले पाहिजे.

उदाहरण – तोंडी परीक्षेत विचारले जाऊ शकतील असे प्रश्नांचे प्रकार

परीक्षक विचारू शकतील अशा प्रश्नांची थोडक्यात निवड खालीलप्रमाणे:

- तुमच्या नमुन्यासाठी तुम्ही त्या दोन विशिष्ट शाळाच का निवडल्या?
- जेव्हा तुम्ही तुमचा निरीक्षणात्मक डेटा संकलित करत होता तेव्हा संशोधन क्षेत्रावर तुम्ही कोणत्या प्रकारचा प्रभाव टाकला असे तुम्हाला वाटते?
- तुमच्या दृष्टीने या विषयावरील आधीचे सर्वात महत्त्वाचे संशोधन कोणते?
- मागे वळून पाहता तुम्हाला जर प्रश्नावलीत बदल करण्याची संधी मिळाली तर तुम्ही कोणते बदल कराल?
- तुमच्या डेटापैकी काही डेटा १६ वर्षाखालील मुलांकडून संकलित केला होता. त्यामुळे तुमच्यापढे कोणत्या नैतिक समस्या उद्‌भवल्या?
- तुम्ही डेटा संकलनाच्या तीन फेऱ्या केल्या. एका फेरीतील डेटामुळे दुसऱ्या फेरीतील डेटा संकलनाच्या धोरणावर परिणाम झाला का?
- तुमच्या संशोधनातील निष्कर्षांचा या विषय क्षेत्रावर काय परिणाम होईल?

तोंडी परीक्षेची रचना

परीक्षक तोंडी परीक्षेच्या आधी प्रबंधावर चर्चा करण्यासाठी भेटतील आणि त्यांचे दृष्टिकोन एकमेकांना सांगतील. त्या सर्वांचे दृष्टिकोन तंतोतंत एकसारखे असतील असे नाही परंतु ते त्यांच्या मतभेदांवर चर्चा करतील. एखाद्या परीक्षकाला वाटेल की प्रबंधाच्या एका भागात काही उणीव आहे तर दुसऱ्या परीक्षकाला ते फारसे महत्त्वाचे वाटणार नाही. बऱ्याच चर्चेनंतर ते तोंडी परीक्षेत विचारायच्या प्रश्नांची आणि उपस्थित करावयाच्या समस्यांची

यादी तयार करतील. कदाचित ते आपसात प्रश्न वाटून घेतील म्हणजे प्रत्येकाकडे विचारण्यासाठी अनेक प्रश्न असतील.

परीक्षक त्यांच्यापैकी एका सदस्याची कार्यवाहीचा अध्यक्ष म्हणून निवड करतील. तो बहुतेक बहिःस्थ परीक्षकांपैकी एक असेल. हा अध्यक्ष सुरुवातीला तुमचे स्वागत करेल व शेवटी तुम्हाला निकाल सांगेल. परीक्षक जेव्हा तयार होतील तेव्हा ते तुम्हाला खोलीत बोलावतील. तुमच्या प्रबंधाची प्रत बरोबर नेण्याचे लक्षात ठेवा. तुमच्यासाठी डेस्कची सोय असेल, तिथे प्रबंध ठेवून विचारलेल्या प्रश्नांनुसार तुम्हाला पाने उलटता येतील. तुमच्यासाठी पाण्याचा पेलाही ठेवलेला असेल. नसल्यास मागून घेणे चांगले. तुम्हाला बराच वेळ बोलावे लागेल!

परीक्षकांनी स्वतःची ओळख करून द्यावी आणि तुमचा ताण कमी करण्यासाठी तुम्हाला एक दोन साधे प्रश्न विचारावेत. उदाहरणार्थ, ते तुम्हाला सारांशाला धरून प्रबंधाचा थोडक्यात आढावा द्यायला सांगतील. हे संशोधन हाती घेण्यामागची तुमची मूलभूत कारणे काय आहेत, ते विचारतील. सुरुवातीच्या काही प्रश्नांनंतर ते तुम्हाला ठरवलेले प्रश्न विचारण्यास सुरुवात करतील. तोंडी परीक्षा साधारणपणे एक ते दोन तास चालते पण यापेक्षा कमी किंवा जास्त वेळही लागू शकतो. परीक्षकांचे प्रश्न विचारून झाले की समारोप करताना तुम्हाला काही प्रश्न विचारायचे आहेत का, असे ते विचारतील.

नंतर जेव्हा ते निष्कर्षाचा विचार करत असतील तेव्हा ते तुम्हाला खोलीबाहेर जायला सांगतील. अशी चर्चा साधारणपणे अर्धा तास किंवा त्यापेक्षा जास्त वेळ चालेल. चर्चा दीर्घकाळ चालली आहे असे जरी वाटले तरी गोंधळून जाण्याची गरज नाही. त्या वेळात ते प्रबंधात काही किरकोळ सुधारणा करायला हव्यात असे ठरवत असतील आणि त्यांचे स्वरूप नक्की कसे असावे, याबाबत ते एकमतावर येण्याचा ते प्रयत्न करत असतील. जेव्हा त्यांचा निर्णय होईल आणि तुम्ही नेमकी कोणती कृती केली पाहिजे हे ठरेल तेव्हा ते तुम्हाला परत बोलावतील.

अध्यक्ष निर्णय जाहीर करेल. बऱ्याच डॉक्टरल उमेदवारांना प्रबंधावर आणखी काम करणे आवश्यक असते. हे काम टायपिंगच्या चुका सुधारण्यापासून काही प्रकरणात मोठे बदल करण्यापर्यंत काहीही असू शकते. निर्णय काहीही असला आणि तुम्हाला काहीही काम करावे लागणार असले तरी परीक्षक साधारणपणे अतिशय सहानुभूती आणि पाठिंबा दर्शवतात. ते तुम्हाला करावयाच्या कामासंबंधी सूचनाही देतील. जर तुम्हाला फार मोठ्या प्रमाणात काम करायचे असेल तर ते तुमच्या पर्यवेक्षकांना बोलावून त्याचा तपशील स्पष्ट करतील. त्यानंतर तुमचे पर्यवेक्षक तुम्हाला सुधारणांबाबत सल्ला देऊन मदत करू शकतील. सुधारणा करण्यासाठी लागणाऱ्या वेळेबाबत तुम्हाला सल्ला दिला जाईल. तसेच सुधारित प्रबंधाच्या मूल्यमापन यंत्रणेसंबंधीही सल्ला दिला जाईल. डॉक्टरल तोंडी परीक्षेची चर्चा रुडस्टॅम आणि न्यूटनमध्ये (१९९२, पृ. क्र. १४२–४) केली आहे.

प्रश्नांशी जुळवून घेण्याची धोरणे

तुम्हाला विचारलेल्या प्रश्नांपैकी अनेक प्रश्न तुमच्या प्रबंधाविषयी असतील आणि म्हणून त्याविषयी सल्ला देणे अवघड आहे. परंतु काही सामान्य स्वरूपाचे प्रश्न उद्‌भवू शकतात आणि त्यांच्याशी जुळवून घेण्यासाठी तुम्ही काही ढोबळ धोरणे ठरवू शकाल. उदाहरणार्थ, काही वेळेस परीक्षक विचारेल की 'या विषयावरील डॉक्टर एक्सचे आणि प्रोफेसर वायचे अलिकडील संशोधन खूपच रंजक आहे. तुमचे त्याविषयी काय म्हणणे आहे?' जर तुम्ही डॉक्टर एक्स आणि प्रोफेसर वायचे संशोधन वाचले असेल तर हा प्रश्न खूपच सोपा आहे. जर असा प्रश्न विचारला आणि तुम्ही ते वाचले नसेल तर निराश होण्याचे कारण नाही. तुम्ही असे म्हणू शकता, 'खरंतर मी ते वाचलेले नाही. तुम्ही त्याचा थोडक्यात निष्कर्ष सांगू शकाल का? म्हणजे मी त्या निष्कर्षांचा संबंध माझ्या संशोधनाशी जोडायचा प्रयत्न

करीन.' त्यांनी ज्या लेखाचा उल्लेख केला तो तुम्ही वाचलेला नाही म्हणून अवघडून जाण्यापेक्षा परीक्षकांशी त्यावर चर्चा करण्याची तुम्हाला संधी मिळेल.

काही वेळेस तुम्हाला प्रश्न विचारला गेल्यावर तो कळणार नाही किंवा तो प्रश्न विचारण्यामागे काय उद्देश आहे, हे समजणार नाही. अशा परिस्थितीत तुम्ही नकळतपणे असे गृहीत धरू नये की तुम्हाला समजले नाही हा तुमचा दोष आहे! काही वेळेस परीक्षक जे बोलतात ते नीट व्यक्त होऊ शकत नाही. त्यांचा जो प्रश्न स्पष्टपणे कळला नाही त्याचे उत्तर देण्याचा प्रयत्न न करणेच उत्तम. त्यामुळे तोंडी परीक्षेत स्पष्ट संवादाची उणीव निर्माण होईल. तुम्ही परीक्षकास फक्त सांगा की तुम्हाला प्रश्नाचे पूर्णपणे आकलन झालेले नाही म्हणून तो वेगळ्या शब्दात मांडला जावा.

याच बाबतीतले दुसरे उदाहरण म्हणजे जरी परीक्षक म्हणाला की, 'माझ्या लक्षात आले आहे की पान क्रमांक अ वर तुमचा युक्तिवाद असा असा आहे. पान क्रमांक ब वर तुम्ही जे सूचित केले आहे त्याच्याशी हा परिच्छेद कसा संबंधित आहे ते तुम्ही स्पष्ट करू शकाल का?' अशा परिस्थितीत तुम्ही उत्तर देण्याची घाई करू नये. तुम्ही केलेल्या युक्तिवादाबद्दल तुम्हाला जर पूर्ण खात्री असेल तर तुम्ही तत्काळ उत्तर देऊ शकता परंतु जर खात्री नसेल तर तुम्ही म्हणावे, 'तुम्ही ज्या परिच्छेदाचा उल्लेख करत आहात तो नक्की कोणता ते दाखवू शकाल का कारण मी नक्की काय लिहिले आहे ते मला आठवावे लागेल.' नंतर उत्तर देण्यापूर्वी परिच्छेद काळजीपूर्वक वाचा. घाई न करण्याचा प्रयत्न करा.

परीक्षक तुम्हाला अवघड प्रश्न विचारतील पण त्यांची विचारण्याची पद्धत आह्वानात्मक नसते. त्यांना याची जाणीव असते की तोंडी परीक्षा ही एक अत्यंत तणावपूर्ण परिस्थिती असते आणि ते शक्य तितका पाठिंबा देण्याचा प्रयत्न करतात. संशोधनातील समस्यांवर स्पष्ट, नेमकी आणि एकमेव उत्तरे नसतात, ही बाब लक्षात ठेवण्यासारखी आहे. उदाहरणार्थ, परीक्षक असा प्रश्न विचारेल की, 'मला असं दिसतंय की तुम्ही या परिस्थितीत अ करायचे ठरवलेत परंतु ब करणे अधिक बरोबर ठरले नसते का?' या प्रश्नाच्या स्वरूपावरून तुम्ही असे गृहीत धरू नये की परीक्षकाला असे वाटते आहे की ब हा अधिक चांगला पर्याय असू शकला असता. त्याला फक्त ब ही प्रक्रिया तुम्ही का स्वीकारली नाही, हे तुमच्याकडून ऐकायचे असते. अशा परिस्थितीत काहीवेळा तुम्ही स्वतःच्या दृष्टिकोनाचा तणावपूर्ण पद्धतीने बचाव करताना आह्वानात्मक परिस्थितीत सापडणे साहजिक असते. तुम्ही खरोखरच हे टाळायचा प्रयत्न केला पाहिजे. परीक्षकाने सुचवलेल्या कल्पनांमध्ये काही गुण आहेत असे मान्य करणारा दृष्टिकोन स्वीकारणे योग्य ठरेल. परंतु त्यामुळे तुम्ही स्वीकारलेल्या धोरणाच्या समर्थनावर मर्यादा येतील. तुम्ही असे काही म्हणू शकता, 'हो खरंच, तुम्ही जे सुचवताय ते मला समजलं, मला खात्री आहे की त्यामुळे माझं काम चांगलं झालं असतं, परंतु इतर सर्व गोष्टी लक्षात घेता, इतर अनेक घटकांच्या प्रभावामुळे मी अ हे काम केलं.'

प्रबंधाचा बचाव करणे

डॉक्टरल शिक्षणात तोंडी परीक्षेत प्रबंधाचा 'बचाव करणे 'ही एक नेहमी आढळणारी कल्पना आहे. प्रबंध लिहिल्यानंतर त्यातून काय म्हटले आहे त्याचा तुम्ही बचाव करणे अपेक्षित आहे. तर्कशुद्ध शब्दात सांगायचे झाले तर, बचाव करणे यात आक्रमण करणे ही संकल्पनासुद्धा अभिप्रेत आहे. या अर्थाने परीक्षक प्रश्नांच्या रूपाने आक्रमण करतात. तुम्ही ज्या पद्धतीने संशोधन केलेत त्याबद्दल तुमची जागरूकता किती सखोल आहे याची चाचपणी करणारे ते प्रश्न असतात. तुम्ही ज्यांचा स्वीकार करू शकला असता अशा पर्यायी धोरणांची तुम्हाला जाणीव आहे का, यात त्यांना स्वारस्य असते. तुम्ही ज्या प्रकारे संशोधन केलेत त्या मागची सर्व कारणे त्यांना जाणून घ्यायची असतात.

अशा प्रश्नांना सामोरे गेल्यावर सर्वात योग्य मार्ग म्हणजे परंतु त्या संदर्भातील अन्य संभाव्य पर्यायांना मान्यता देऊन तुम्ही केलेल्या कृतींचे समर्थन करणे हा असेल. याचा अर्थ असा नव्हे की केलेली सर्व टीका मान्य करावी आणि तुम्ही अधिक चांगले काम करू शकला असतात याचा स्वीकार करावा! हा पवित्रा अयोग्य ठरेल आणि तुमच्या प्रबंध बचावाच्या पूर्ण विरोधात असेल.

तुमच्या संशोधन पद्धतीमागील कारणांविषयी काही प्रश्न विचारले तर तो निर्णय घेण्याआधीच्या सुसंगत कारणांचा विचार करा. या कारणांची तुमच्या मनात पुन्हा उजळणी करू शकता. हे लक्षात ठेवा की तुमच्या संशोधनाचे नियोजन तुम्ही खूप विचारपूर्वक केलेले असते आणि तुम्ही केलेल्या बहुतांशी कामाची तुमच्याकडे अनेक वैध कारणे असतात. ती कारणे आठवण्याचा आणि परीक्षकांसमोर ती स्पष्टपणे मांडण्याचा प्रयत्न करा. अन्य पर्याय उपलब्ध होते हे मान्य करण्यात काही नुकसान नाही, परंतु तुमच्या कृतींमागील कारणे आत्मविश्वासाने मांडा.

तुमच्या प्रबंधाविषयी तुम्हाला परीक्षकांपेक्षा जास्त माहिती असण्याची शक्यता आहे हेसुद्धा लक्षात ठेवा. त्यांना पद्धतींसंबंधी तसेच संशोधनविषयाच्या पार्श्वभूमीसंबंधी काही विशेष आणि व्यापक ज्ञान असू शकेल . परंतु तुमच्या प्रबंधाच्या विषयाचा विशेष अनुभव त्यांना नसेल तसेच तुमच्या विषयातून निर्माण झालेल्या पद्धतींबद्दलही काही अनुभव नसेल. याउलट या बाबींशी तुम्ही गेले चारपाच वर्ष झगडत आहात. यात परीक्षकांच्या निपुणतेला कमी लेखण्याचा हेतू नाही परंतु तुम्हालासुद्धा त्यांच्यामुळे जास्त दडपण येण्याचे कारण नाही.

यशासाठी युक्ती – तुमच्या प्रबंधाचा बचाव

जर तुम्ही तुमच्या संशोधनाचे आणि लेखनाचे काळजीपूर्वक नियोजन केले असेल तर तुमच्या लिखाणासंबंधी आणि प्रबंधाचा बचाव करण्याच्या तुमच्या क्षमतेविषयी आत्मविश्वास बाळगा!

तोंडी परीक्षेसाठी एकूण धोरण

संभाव्य प्रश्नांची उत्तरे तयार करण्याव्यतिरिक्त तोंडी परीक्षेकडे पाहण्याचा साधारण दृष्टिकोन विकसित करणे उपयुक्त ठरेल. उदाहरणार्थ, स्वतःची विशिष्ट प्रतिमा प्रक्षेपित करणे शक्य आहे.

तोंडी परीक्षेकडे लोकांच्या छोट्या समूहातील सामाजिक संवाद या दृष्टीने पाहता येईल. या संवादातील दोन किंवा तीन जण बलस्थानी असतील तर एक उमेदवार किंवा विद्यार्थी खूपच कमकुवत असेल. त्यापैकी पहिले प्रश्न विचारतील आणि दुसरा उत्तरे देईल. आधीचे संवादाचा सूर किंवा संवादातील वातावरण ठरवतील आणि दुसरा त्या सुराशी जुळवून घेईल. आधीचे त्या खोलीचे नियोजन व मांडणी ठरवतील, संवादाचे वेळापत्रक ठरवतील आणि पुन्हा दुसरा जे काही नियोजन आहे ते अमलात आणेल. एक व्यापक पण चुकीचे सामान्यीकरण म्हणून आपण या संवादातील परीक्षकांकडे ‘सक्रिय’ तर विद्यार्थ्यांकडे ‘निष्क्रिय’ म्हणून बघतो. खरेतर हे असे असायला नको.

अनेक डॉक्टरल विद्यार्थी तोंडी परीक्षेतील तार्किकतेवर अवलंबून राहताना असे गृहीत धरतात की त्यांच्या युक्तिवादाच्या बळावरच ते तो दिवस जिंकू शकतील. तसे असेलही आणि परिपूर्ण जगात तसे असावेही परंतु तोंडी परीक्षेत अशी परिस्थिती उद्‌भवेल की तुम्हाला अधिक ठाम दृष्टिकोन स्वीकारावा लागेल. उदाहरणार्थ, एखाद दोन परीक्षकांना तुमचा युक्तिवाद एक समजणार तरी नाही किंवा त्यामागचा तुमचा तर्क स्वीकारणार तरी नाहीत आणि ते चर्चा दुसऱ्या विषयाकडे नेऊ पाहतील. तुम्हाला याचा अंदाज आला तर तुम्हाला चर्चा चालू ठेवून तुमचा दृष्टिकोन स्पष्ट करावासा वाटेल – ‘पुढे जाण्याआधी याबाबत मला अजून एक मुद्दा मांडावासा वाटतोय...’

उदाहरणार्थ, आपण असे समजूया की परीक्षकाने तुमच्या नमुन्याच्या आकाराला आह्वान दिले आहे, मग चर्चा अशा प्रकारे पुढे जाईल:

परीक्षक: मला नमुन्याच्या आकारमानाविषयी थोडी काळजी वाटतेय. तुम्ही विद्यार्थ्यांप्रमाणे शिक्षकांकडूनही डेटा संकलित करण्याचा विचार केला नाही का? त्यामुळे तुमचा डेटा अधिक समृद्ध झाला असता.

उमेदवार: हो, तुम्हाला काय म्हणायचं आहे ते मला कळलं, परंतु प्रबंधाच्या शीर्षकात विद्यार्थ्यांचे दृष्टिकोनावरच भर दिला आहे.

परीक्षक: हो ,परंतु अभ्यास कशामुळे सर्वोत्तम होईल याचाही आपण विचार केला पाहिजे. ठीक आहे, माझे सहकारी तयार असतील तर आपण विश्लेषणावर चर्चा करू शकू.

उमेदवार: परंतु त्याच मुद्द्याचा आपण आणखी क्षणभर विचार करू, मी पान क्रमांक १७ वर माझी उद्दिष्टे स्पष्टपणे मांडली आहेत आणि त्यात म्हटले आहे की अभ्यासाचा संबंध विद्यार्थ्यांच्या दृष्टिकोनाशी आहे. मला वाटते उद्दिष्टे स्थापित केल्यामुळे नमुन्याचा पाया म्हणून त्यांचा वापर करणे माझ्यासाठी आवश्यक होते. मला मान्य आहे की शिक्षकांचे दृष्टिकोनही रंजक ठरले असते. परंतु मला अजूनही असे वाटते की दोन्ही बाजूंचा विचार करता ते अभ्यासाच्या कक्षेबाहेरचे झाले असते.

तोंडी परीक्षा कशी घेतली जावी याविषयी प्रत्यक्ष काही नियम नाहीत! चर्चा चालू असताना तुम्हाला परीक्षकांना काही प्रश्न विचारायचे असतील तर तुम्ही विचारू शकता. तुम्हाला असे म्हणावेसे वाटेल की, 'त्या विभागात मी ह्या युक्तिवादाचा विस्तार करण्याचा प्रयत्न करत होतो आणि त्यासाठी उदाहरणे देत होतो. त्याचा तुम्हाला अर्थ लागला का?' दुसऱ्या शब्दात सांगायचे तर तुम्ही परीक्षकांबरोबर चर्चेत भाग घेता, फक्त त्यांच्या प्रश्नांना उत्तरे देत नाही. हा दृष्टिकोन स्वीकारून तुम्ही तुमचा आत्मविश्वास दाखवता तसेच आवश्यक तेथे फक्त प्रतिसाद देण्याऐवजी चर्चा सुरू करण्याची क्षमता दर्शवता. विद्यार्थ्यांना त्यांच्या क्षमतेविषयी आत्मविश्वास वाटणे व तो दर्शवणे आणि त्यांना खरोखरच गंभीरपणे शिक्षण तज्ञ आणि संशोधक व्हावेसे वाटणे, हे परीक्षकांना आवडते. परीक्षकांविषयी आदर दर्शवणे आणि त्याचवेळेस त्यांच्या पातळीवर जाऊन त्यांच्याशी आत्मविश्वासपूर्वक बोलणे यात संतुलन साधणे शक्य आहे.

पूर्वी डॉक्टरल तोंडी परीक्षेत फक्त परीक्षक आणि उमेदवार, कधीकधी विद्यार्थ्याच्या आमंत्रणावरून पर्यवेक्षक उपस्थित असत. परंतु, प्रस्थापित नियम आणि प्रक्रियांप्रमाणे परीक्षा होते का याची खात्री करून घेण्यासाठी, तोंडी परीक्षेच्या आयोजनावर लक्ष ठेवण्यासाठी आणखी एक व्यक्ती उपस्थित असणे महत्त्वाचे आहे याविषयी चर्चा वाढत आहे. अशा व्यक्ती या प्रसंगी अध्यक्ष म्हणून असाव्यात आणि मूल्यांकन प्रक्रियेपासून स्वतंत्र असाव्यात. या निःपक्षपातीपणामुळे उमेदवारास प्रक्रियेतील प्रामाणिकपणाविषयी खात्री वाटेल आणि परीक्षेतील काही विवादास्पद बाबी मिटवता येतील.

तोंडी परीक्षा ही एक गंभीर स्वरूपाची शैक्षणिक चर्चा असावी. ती चर्चा काही विशिष्ट शैक्षणिक परिभाषेत घेतली जाणे आणि त्यात बऱ्यापैकी प्रमाणात लांबलचक, तांत्रिक शब्द वापरले जाणे जवळजवळ अपरिहार्य आहे. शिक्षणक्षेत्रातील तज्ञ अशा शब्दांशी परिचित असतात आणि त्यांचा संवादात सहजपणे समावेश करतात. आपण त्यांना पारिभाषिक शब्द म्हणतो परंतु वास्तवात व्यावसायिक संशोधक आणि शिक्षणक्षेत्रातील तज्ज्ञांसाठी तो नेहमीचाच शब्दसंग्रह असतो. म्हणून डॉक्टरल उमेदवाराने असे शब्द सहजपणे आणि अस्खलितपणे वापरले पाहिजेत. त्यायोगे ते असा संकेत देतात की तुम्हीसुद्धा संशोधकांच्या समूहापैकी एक असून त्यांचीच भाषा बोलता

आणि परीक्षकांसारखाच विचार करता. केवळ एवढ्यानेच तुम्ही तोंडी परीक्षेत यशस्वी झालात अशी खात्री देता येत नाही. परंतु, तुम्ही जो प्रभाव टाकू पाहता त्याचा हा एक महत्त्वाचा भाग आहे.

उदाहरण – परिभाषेचा वापर

तुम्ही चर्चेत वापरू इच्छित असलेल्या वीस पंचवीस शब्दांची यादी तोंडी परीक्षेच्या आधी करून ठेवावी. तुम्ही ते शब्द कसे वापरणार आहात, त्याची मनात नोंद ठेवावी आणि जे वाक्यांश वापराल त्याचा सराव करावा. यामुळे तोंडी परीक्षेत तुम्हाला अधिकारवाणीने बोलता येईल.

डॉक्टरल प्रबंध हा एक गुंतागुंतीचा दस्तावेज आहे हे लक्षात असू द्या. तो वाचणे, आत्मसात करणे, डेटा त्याचे विश्लेषण तसेच युक्तिवाद समजून घेणे हे अतिशय अवघड आहे. आणि तरीही परीक्षक हेच करायचा प्रयत्न करत असतात. तरीही खूप इच्छा असूनही ते काही गोष्टीबाबत गैरसमज करून घेतील, विद्यार्थ्यांचा युक्तिवाद समजू शकणार नाहीत, त्यांना जे महत्त्वपूर्ण वाटेल ते परीक्षक नेमके विसरतील. म्हणून तोंडी परीक्षेच्या आधी तुम्ही चर्चेच्या वेळी ज्यावर भर देऊ इच्छिता अशा कळीच्या विषयांवर चिंतन करणे महत्त्वाचे आहे. म्हणजेच परीक्षकाने या सर्व बाबी चर्चेत उपस्थित केल्या नाहीत तरी काही हरकत नाही. परंतु तुम्ही मात्र कटाक्षाने त्या बाबी चर्चेत आणा. प्रबंधातील काही घटक खास करून तुम्हाला रंजक वाटत असतील ते तुम्ही आधीच ठरवणे, विषयक्षेत्रातील चर्चेत खास योगदान देणे आणि एखाद्या बाबीच्या आमच्या आकलनासाठी लक्षवेधी योगदान देणे ह्या महत्त्वाच्या बाबी आहेत. तुम्ही चार–पाच क्षेत्र ठरवून ठेवाल. तोंडी परीक्षेत जरी परीक्षकांनी त्यांचा उल्लेख केला नाही तरी तुम्हाला ते विषय चर्चेत आणणे आवश्यक आहे. इतकेच नव्हेतर त्यांचा फक्त एकदाच उल्लेख करणे पुरेसे होणार नाही. जोपर्यंत तुम्ही काय म्हणत होतात ते परीक्षकांना पूर्णपणे कळणार नाही आणि त्यांच्यावर बिंबले जाणार नाही तोपर्यंत तुम्ही परत परत त्या विषयाकडे वळले पाहिजे. अशा प्रकारे, परीक्षकांचे दुसरे मत काय झाले याव्यतिरिक्त तुम्हाला आत्मविश्वास वाटेल की तुम्ही जो मुख्य युक्तिवाद मांडलात त्याचे त्यांना आकलन झाले. उदाहरणार्थ, उच्च शिक्षणात विद्यार्थ्यांची निवड या अभ्यासात तुम्ही असा विचार कराल की तुमच्या संशोधनातून असे दिसावे की नमुन्यातील विद्यार्थ्यांना त्यांच्या अपेक्षेप्रमाणे पदवी परीक्षेच्या अभ्यासक्रमात मॉड्युल्ससंबंधी काही पर्यायी निवड उपलब्ध नव्हती. तोंडी परीक्षेमधील चर्चा खाली दिल्याप्रमाणे होऊ शकेल:

परीक्षक: हो, विश्लेषणात काही रंजक मुद्दे आहेत. पण प्रकरण ७ मध्ये काही बाबी पुरेशा स्पष्ट झालेल्या नाहीत असे मला वाटले.

उमेदवार: मी नक्कीच प्रयत्न केला परंतु हे खरे आहे की त्या बाबी गुंतागुंतीच्या आहेत. तरीही मला असे वाटते की विद्यार्थ्यांच्या दृष्टिकोनातून निवडीच्या पर्यायाच्या उणिवेतून उद्भवलेला केंद्रीभूत प्रश्न महत्त्वाचा आहे आणि उच्च शिक्षणाच्या नियोजकांना त्याचे परिणाम जाणवतील.

परीक्षक: अर्थातच, मॉड्युलर कार्यक्रमामुळे अभ्यासक्रमाच्या संरचनेत स्पष्ट दृष्टिकोनासह अनेक फायदे झाले आहेत.

उमेदवार: हो नक्कीच,परंतु ही प्रणाली काही अंशी विद्यार्थ्यांच्या निवडीत वाढ करण्याच्या हेतूने सुरू झाली; आणि जर या कालावधीत परीक्षांच्या डोळ्यासमोर प्रबंधाचा प्रवास उभा राहिला तर ते त्यांना आवडते.

संशोधन प्रकल्प कसा सुरू झाला आणि तो कुठे जाण्याची शक्यता आहे याची कल्पना त्यांना आली तर त्यांना ते आवडते. संशोधनाच्या मूळारंभाविषयी ते विशेषकरून विचारणार नाहीत परंतु तुम्हाला संशोधनाची कल्पना प्रथम का आणि कशी सुचली हे स्पष्ट करणे उचित ठरेल. स्वतःबद्दल, तुमच्या संशोधनाच्या आवडीविषयी आणि त्यातून संशोधन प्रकल्पाकडे कसे गेलात याविषयी काही सांगण्याची ही संधी आहे. त्याचवेळी तुमचा प्रबंध नव्या संशोधन प्रकल्पांना कसा उत्तेजक ठरत आहे आणि तो अन्य संशोधकांना कसा प्रेरणा देईल याचा उल्लेख करणे उचित ठरेल. अशा रीतीने तुम्ही तुमचा अभ्यास अन्य अभ्यासांमध्ये कालक्रमानुसार ठेवत आहात आणि त्या विषयातील अन्य अभ्यासांच्या नैसर्गिक विकासातील एक भाग म्हणून तुमच्या संशोधनाविषयी तुम्हाला दूरदृष्टी आहे, हे सिद्ध होते.

उदाहरण – तुमच्या संशोधनाविषयी तुमची वैयक्तिक महत्त्वाकांक्षा

दोन-तीन वरिष्ठ आणि प्रभावशाली शिक्षण तज्ज्ञांचे पूर्ण लक्ष वेधून घेण्याची तोंडी परीक्षा ही एक सुवर्णसंधी असते. तुम्ही याचा लाभ घेतला पाहिजे! तुम्ही तुमच्या प्रबंधाकडे प्रकाशनाच्या आणि संशोधनाच्या भावी नियोजनात योगदान देणारा म्हणून कसे पाहता हे त्यांच्यासमोर स्पष्ट करा. जर तुम्हाला संपूर्ण प्रबंध पुस्तक म्हणून प्रकाशित करायचा असेल तर तसे सांगा. ते तुम्हाला प्रकाशक सुचवू शकतील. प्रबंध काही अंशी किंवा संपूर्ण तुम्ही कसा प्रकाशित करावा याविषयी त्यांचे काही प्रस्ताव आहेत का, हे विचारण्यात काही धोका नाही. त्यामुळे एक दूरदृष्टी असलेला अभ्यासक म्हणून तुमची सकारात्मक प्रतिमा निर्माण होईल.

शेवटचे आणि सर्वात महत्त्वाचे म्हणजे तुमचा संशोधन अभ्यास कोणत्या प्रकारे ज्ञानात मूलभूत डॉक्टरल पातळीवरील प्रबंधाचे मूल्यांकन ज्या प्रमुख निकषाच्या आधारावर केले जाते तो हा प्रमुख निकष आहे. प्रबंध डॉक्टरल पातळीवरील आहे असे मानले जाण्यासाठी त्याने ज्ञानात मूलभूत योगदान दिलेच पाहिजे. तोंडी परीक्षेच्या वेळेपर्यंत तुम्हाला या स्वरूपाची पूर्ण स्पष्टता यायला हवी. तुम्ही याविषयी पूर्ण विचार केला आहे हे निःसंशय आणि तुम्ही तुमच्या पर्यवेक्षकांबरोबर या बाबतीत चर्चा केलेली असली पाहिजे. या चर्चांमधून नेमक्या योगदानाची स्पष्ट संकल्पना उदयास यावी आणि तिचे प्रबंधात स्पष्टपणे वर्णन केलेले असावे. कधीकधी प्रबंधाचे सादरीकरण आणि तोंडी परीक्षा यात बराच मोठा कालावधी असू शकतो. मूलभूत योगदानाच्या स्पष्टीकरणाविषयी चिंतन केल्यावर तुम्ही फारसे खूष नसलात तर मनातल्या मनात त्याचे पुन्हा शब्दांकन करा आणि याचे तोंडी परीक्षेत नक्की स्पष्टीकरण द्या. परीक्षक तुम्हाला याविषयी थेटपणे विचारणार नाहीत परंतु अप्रत्यक्षपणे या विषयाशी संबंधित प्रश्न विचारतील. हा प्रश्न कोणत्याही पद्धतीने विचारला गेला तरी तुमच्या संशोधनाच्या योगदानाचा तुम्ही उल्लेख करावा आणि पुनःपुन्हा उल्लेख करावा. यामुळे तुम्हाला निकषांचे महत्त्व कळले आहे एवढेच नाही तर तुमच्या स्वतःच्या कामावर आणि तुम्ही काढलेल्या निष्कर्षांवर तुमचा विश्वास आहे, हेसुद्धा परीक्षकांना कळेल.

तोंडी परीक्षेचे संभाव्य निकाल

जेव्हा तुम्हाला खोलीत परत बोलावले जाईल तेव्हा अध्यक्ष निकाल जाहीर करेल. परीक्षकांसमोर अनेक पर्याय उपलब्ध असतील. प्रथम ते संशोधनातील पदवी दिली जावी आणि प्रबंधात कोणत्याही सुधारणा करण्याची गरज नाही, अशी शिफारस करू शकतील. तुलनात्मकदृष्ट्या ही अपवादात्मक परिस्थिती असेल कारण प्रबंधात सामान्यतः एकदोन

किरकोळ सुधारणा असतातच. दुसरे म्हणजे परीक्षक अशा शिफारस करतील की प्रबंधातील अनेक किरकोळ चुका सुधारल्या तरच पदवी दिली जावी. किरकोळ चुका म्हणजे टायपिंगच्या चुका, काही ठिकाणी लहान वाक्यांची भर किंवा संदर्भ सूचीत भर. चुका दुरुस्त झाल्यावर त्या नेमलेल्या अंतःस्थ परीक्षकाकडून तपासल्या जातात आणि मग तो परीक्षक चुकांची दुरुस्ती बरोबर झाली अशा अर्थाच्या आवेदन पत्रावर स्वाक्षरी करतो. यातून हे स्पष्ट होते की सुधारणेच्या किरकोळ बाबींमुळे प्रबंधाच्या अर्थात अथवा आशयात भरीव बदल करण्याची परीक्षकांना आवश्यकता वाटत नाही. जर असे असते तर तपासणी एकाच परीक्षकावर सोडणे योग्य झाले नसते. व्यावहारिकदृष्ट्या, परीक्षक ज्या भागात सुधारणा करायच्या आहेत त्याविषयी लेखी मार्गदर्शन करतील. सुधारणा प्रक्रियेत साह्य व्हावे म्हणून ते खुणा केलेल्या त्यांच्या प्रबंधाच्या प्रतीही उमेदवारास देतील.

तथापि, परीक्षकांना प्रबंधात बऱ्यापैकी भरीव सुधारणा करणे आवश्यक वाटले तर ते तोंडी परीक्षेच्या तारखेपासून १२ महिन्यांच्या आत प्रबंध पुन्हा सादर करण्यास सांगतील. काही बाबतीत त्यांना वाटेल की पूर्णपणे नव्याने तोंडी परीक्षा घेतली जावी. अन्य बाबतीत फक्त प्रबंधच पुन्हा सादर करणे पुरेसे ठरेल. एकमेकांचा सल्ला घेण्यासाठी सगळ्या परीक्षकांनी सुधारित प्रबंध पाहणे नेहमीचे आहे. परीक्षक उमेदवारास प्रबंधातील उणिवांचे लेखी स्वरूपात वर्णन देतील, परंतु त्यात आवश्यक बदलांचा नेमकेपणाने उल्लेख केलेला नसेल. एकमेकांच्या सल्ल्यानुसार केलेल्या सुधारणांमुळे पुनर्लेखन आवश्यक असते. म्हणून आवश्यक सुधारणांचे तपशिलाऐवजी ढोबळमानाने स्वरूप दाखवणे शक्य असते. उमेदवारास भर घालण्याचे स्वरूप कसे असावे याची कल्पना यावी म्हणून लेखी वर्णन पुरेसे नेमके असावे.

काही बाबतीत परीक्षकाला वाटते की ज्या पदवीसाठी प्रबंध सादर केला आहे तेवढा तो चांगला नाही पण त्यापेक्षा खालची पदवी दिली जावी. हे डॉक्टरल प्रबंधाच्या बाबतीत घडू शकते जिथे परीक्षक एमफीलच्या पदवीची शिफारस करतील. काही टोकाच्या प्रकरणांमध्ये परीक्षक प्रबंध नापास करतील आणि पुन्हा सादरीकरण करण्याससुद्धा परवानगी देणार नाहीत. मूल्यांकनाच्या नियमांत विद्यापीठानुसार फरक असतील परंतु साधारणपणे परीक्षकांना निकालांची इतकीच व्याप्ती उपलब्ध असेल.

प्रबंधात एकदा आवश्यक त्या सुधारणा केल्या गेल्या आणि परीक्षकांनी त्यास मान्यता दिली (किरकोळ सुधारणांच्या बाबतीत किंवा सल्ल्यानुसार) की नामांकन झालेला परीक्षक विद्यापीठ प्रशासनास लेखी स्वरूपात ते कळवतो. त्यानंतर उमेदवार प्रबंधाची कायमस्वरूपी बांधणी करण्याची सोय करतो आणि त्याची एक प्रत विद्यापीठाच्या ग्रंथालयात ठेवतो. त्यानंतर विद्यापीठातील नेमलेला अधिकारी सेनेट किंवा विद्यापीठाच्या संबंधित कार्यकारिणीच्या वतीने पदवी प्रदान केल्याच्या पत्रावर स्वाक्षरी करतो. तुम्हालासुद्धा पदवी प्रदान केल्याचे औपचारिक प्रमाणपत्र मिळते.

हा कथेचा शेवट असू शकतो किंवा नसूही शकतो. अनेक लोकांना पदवी मिळाल्यावर सुटल्यासारखे वाटते आणि त्यांना पुन्हा कधीही अभ्यास किंवा लेखन करावेसे वाटत नाही. परंतु थोड्याच काळात लोकांना अभ्यास नसल्याने चुकल्यासारखे वाटते आणि त्यांच्यासाठी प्रबंध म्हणजे शेवट नसून नव्या शैक्षणिक उपक्रमांचा प्रारंभ असतो. काहीजण प्रायोजित संशोधन सुरू करतात तर काही लेख किंवा पुस्तके लिहू लागतात. एकदा का शैक्षणिक सफरीस सुरुवात केली की नव्या सफरीचा मोह टाळणे अशक्य होते आणि सुदैवाने, नव्या आह्वानांच्या संदर्भात हा मार्ग जवळजवळ कधीही न संपणारा आहे.

Further reading

Churchill, H. and Sanders, T. (2007) *Getting Your Ph D: A Practical Insider's Guide.* London: Sage.

Murray, R. (2003) *How to Survive Your viva : Defending a Thesis in an Oral Examination.* Buckingham: Open University Press.

Rudestam, K. E. and Newton, R. R. (2007) *Surviving Your Dissertation: A Comprehensive Guide to Content and Process.* 3rd Edn. London: Sage.

Silverman , D. (2004) *Doing Qualitative Research : A Practical Handbook.* 2nd edn. London: Sage.

Wellington, J. J. Bathmaker, A. and Hunt, C. (2005) *Succeeding with Your Doctorate.* London: Sage.

संदर्भ आणि पुढील वाचनासाठी

Allison, B. (1997) *The Student's Guide to Preparing Dissertations and Theses.* London: Kogan Page.

American Psychological Association (2012) 'PsycINFO®', available at: www.apa.org/psycinfo/ (accessed 8 November 2012).

AMICUS (2012) AMICUS available at www.collectionscanada.gc.ca/amicus/index-e.html, accessed 21 November 2012.

Anderson, G., with Arsenault, N. (1998) *Fundamentals of Educational Research.* 2nd edn. London: Falmer.

Arksey, H. and Knight, P. (1999) *Interviewing for Social Scientists: An Introductory Resource with Examples.* London: Sage.

Bailey, C.A. (1996) *A Guide to Field Research.* Thousand Oaks, CA: Pine Forge Press.

Barnes, R. (1995) *Successful Study for Degrees.* London: Routledge.

Berger, A.A. (1993) *Improving Writing Skills: Memos, Letters, Reports and Proposals.* London: Sage.

Brause, R.S. (2000) *Writing your Doctoral Dissertation: Invisible Rules for Success.* London: Falmer.

British Library (2012) 'EThOS, Electronic Theses Online Service', available at: http://ethos.bl.uk/About.do (accessed 13 November 2012).

British Standards Institution (1990) *Recommendations for Citing and Referencing Published Material.* BS 5605. London: British Standards Institution.

Brown, A. (1997) *Gaining a Master's Degree.* Oxford: How To Books.

Bryman, A. and Burgess, R.G. (eds) (1994) *Analysing Qualitative Data.* London: Routledge.

Clough, P. and Nutbrown, C. (2002) *A Student's Guide to Methodology: Justifying Enquiry.* London: Sage.

Copac® (2012) 'Copac®', available at www.copac.ac.uk/ (accessed 21 November 2012).

Creme, P. and Lea, M.R. (1997) *Writing at University: A Guide for Students.* Buckingham: Open University Press.

Creswell, J.W. (1998) *Qualitative Inquiry and Research Design: Choosing among Five Traditions.* Thousand Oaks, CA: Sage.

Cryer, P. (1996) *The Research Student's Guide to Success.* Buckingham: Open University Press.

Delamont, S., Atkinson, P. and Parry, O. (1997) *Supervising the PhD: A Guide to Success.* Buckingham: Society for Research into Higher Education and Open University Press.
Denscombe, M. (2002) *Ground Rules for Good Research: A 10 Point Guide for Social Researchers.* Buckingham: Open University Press.
Dey, I. (1993) *Qualitative Data Analysis: A User-friendly Guide for Social Scientists.* London: Routledge.
Drew, S. and Bingham, R. (2001) *The Student Skills Guide.* 2nd edn. Sheffield: Sheffield Hallam University.
EBSCO (2012) 'SocINDEX™ with Full Text', available at: www.ebscohost.com/academic/socindexwith-full-text (accessed 11 November 2012).
Elsevier B.V. (2012) 'SciVerse®Scopus®', available at: www.info.sciverse.com/scopus/about (accessed 12 November 2012).
Erickson, B.H. and Nosanchuk, T.A. (1992) *Understanding Data.* 2nd edn. Buckingham: Open University Press.
Fairbairn, G.J. and Winch, C. (1991) *Reading, Writing and Reasoning: A Guide for Students.* Buckingham: Society for Research into Higher Education and Open University Press.
Flick, U. (1998) *An Introduction to Qualitative Research.* London: Sage.
Gash, S. (1989) *Effective Literature Searching for Students.* Aldershot: Gower.
Gill, J. and Johnson, P. (2002) *Research Methods for Managers.* 3rd edn. London: Sage.
Glaser, B.G. and Strauss, A.L. (1967) *The Discovery of Grounded Theory.* New York: Aldine de Gruyter.
Google Scholar (2012) 'Google Scholar', available at: http://scholar.google.com (accessed 11 November 2012).
Institut de I'Information Scientifique et Technique (2011) 'OpenGrey', available at: www.opengrey.eu/about (accessed 19 November 2012).
JSTOR® (2012) JSTOR® available at www.jstor.org/ (accessed 21 November 2012).
Jupp, V. (2006) *The Sage Dictionary of Social Research Methods.* London: Sage.
Levin, P. (2005) *Excellent Dissertations!* Maidenhead: Open University Press.
Leonard, D. (2001) *A Woman's Guide to Doctoral Studies.* Buckingham: Open University Press.
Maker, J. and Lenier, M. (1996) *Academic Reading with Active Critical Thinking.* Belmont, CA: Wadsworth.
Miller, G. (1997) 'Toward ethnographies of institutional discourse: proposal and suggestions', in G. Miller and R. Dingwall (eds), *Context and Method in Qualitative Research.* London: Sage. pp. 155–71.
Murray, R. (2003) *How to Survive your Viva. Maidenhead:* Open University Press.
Murray, R. (2006) *How to Write a Thesis.* 2nd edn. Maidenhead: Open University Press.
Murray, R. and Moore, S. (2006) *The Handbook of Academic Writing.* Maidenhead: Open University Press.
NDLTD (2012) 'Networked Digital Library of Theses and Dissertations', available at: www.ndltd.org/(accessed 13 November 2012).
Northedge, A. (1990) *The Good Study Guide.* Milton Keynes: The Open University.
O'Hara, S. (1998) *Studying @ University and College.* London: Kogan Page.
OCLC (2012) 'WorldCat®', available at: www.worldcat.org/ (accessed 21 November 2012).
OpenDOAR (2010) 'The Directory of Open Access Repositories', available at: www.opendoar.org/(accessed 13 November 2012).

OpenThesis (2009) 'OpenThesis', available at www.openthesis.org/ (accessed 13 November 2012).

Phillips, E.M. and Pugh, D.S. (2000) *How to Get a Ph.D.* Buckingham: Open University Press.

Preece, R. (1994) *Starting Research: An Introduction to Academic Research and Dissertation Writing.* London: Continuum.

Punch, K.F. (1998) *Introduction to Social Research.* London: Sage.

Punch, K.F. (2006) *Developing Effective Research Proposals.* London: Sage.

QAA (2004) *Code of Practice, Section1: Postgraduate Research Programmes.* London: QAA.

RefWorks (2009) 'RefWorks', available at: www.refworks.com/ (accessed 29 October 2012).

Research Councils UK (2012) 'Postgraduate training', available at: www.rcuk.ac.uk/researchcareers/postgrad/Pages/home.aspx (accessed 25 September 2012).

Rudestam, K.E. and Newton, R.R. (1992) *Surviving your Dissertation: A Comprehensive Guide to Content and Process.* Newbury Park, CA: Sage.

Rugg, G. and Petre, M. (2006) *A Gentle Guide to Research Methods.* London: Sage.

Sapsford, R. and Jupp, V. (eds) (1996) *Data Collection and Analysis.* London: Sage.

Sharp, J.A. and Howard, K. (1996) *The Management of a Student Research Project.* 2nd edn. Aldershot: Gower.

Silbergh, D.M. (2001) *Doing Dissertations in Politics: A Student Guide.* London: Routledge.

Steier, F. (ed.) (1991) *Research and Reflexivity.* London: Sage.

Thomson Reuters (2012) 'EndNote', available at: http://endnote.com/ (accessed 29 October 2012).

Turabian, K.L., revised by Grossman, J. and Bennett, A. (1996) *A Manual for Writers of Term Papers, Theses and Dissertations.* 6th edn. Chicago, IL: University of Chicago Press.

Turner, J. (2002) *How to Study.* London: Sage.

Wallace, M. and Wray, A. (2006) *Critical Reading and Writing for Postgraduates.* London: Sage.

Walliman, N.S.R. (2005) *Your Research Project.* London: Sage.

Wolcott, H.F. (2001) *Writing Up Qualitative Research.* 2nd edn. London: Sage.

Woods, P. (1999) *Successful Writing for Qualitative Researchers.* London: Routledge-Falmer.

Wyse, D. (2006) *The Good Writing Guide for Education Students.* London: Sage.

Made in the USA
Monee, IL
04 November 2026

67381191R00129